面向 21 世纪课程教材
国家外语非通用语种本科人才培养基地教材

越南现代小说选读

TUYỂN TẬP VĂN VIỆT NAM HIỆN ĐẠI

第三册

TẬP III

傅成劼　赵玉兰
祝仰修　余富兆　编注

北京大学出版社
北京

图书在版编目(CIP)数据

越南现代小说选读.第三册/傅成劼,赵玉兰,祝仰修,余富兆编注.—北京:北京大学出版社,2004.12
ISBN 7-301-07644-4

Ⅰ.越… Ⅱ.①傅…②赵…③祝…④余… Ⅲ.①越南语-语言读物,小说 ②小说-越南-现代-高等学校-教学参考资料 Ⅳ.H449.4:I

中国版本图书馆 CIP 数据核字(2004)第 070107 号

书　　　名：越南现代小说选读（第三册）
著作责任者：傅成劼　赵玉兰　祝仰修　余富兆　编注
责 任 编 辑：杜若明
标 准 书 号：ISBN 7-301-07644-4/H・1075
出 版 发 行：北京大学出版社
地　　　址：北京市海淀区成府路 205 号　100871
网　　　址：http://cbs.pku.edu.cn
电　　　话：邮购部 62752015　发行部 62750672　编辑部 62753334
电 子 邮 箱：zpup@pup.pku.edu.cn
排　版　者：北京华伦图文制作中心
印　刷　者：世界知识印刷厂
经　销　者：新华书店
　　　　　　890 毫米×1240 毫米　A5　12.25 印张　352 千字
　　　　　　2004 年 12 月第 1 版　2006 年 2 月第 2 次印刷
定　　　价：25.00 元

前　言

　　"越南现代小说选读"是我国各外语院校越南语专业高年级的一门重要必修课,其教学要求是通过阅读越南具有代表性的现代小说,提高学生阅读和理解原文的能力,扩大词汇量,增加对越南社会风貌、民族习俗的了解和认识。本课程虽已开设多年,但一直没有正式出版的教材。

　　1999年5月,经教育部高等学校外语专业教学指导委员会批准,决定编选《越南现代小说选读》教材,并列入高等学校外语专业面向21世纪教学内容和课程体系改革课题。本教材由北京大学教授傅成劼、赵玉兰、解放军国际关系学院教授祝仰修和解放军外国语学院教授余富兆合作完成。傅成劼任主编。

　　《越南现代小说选读》选编了20世纪30年代至20世纪末具有代表性的越南长短篇小说、报告文学等67篇,分为三个历史阶段:(1)1930年至1945年,17篇(第一册);(2)1945年至1975年,30篇(第二册);(3)1975年至20世纪末,20篇(第三册)。每个阶段都编有"越南文学概述",扼要介绍各个时期的历史背景和文学状况。对每位作家都作了简要介绍,包括作家生平、代表性作品及其艺术风格和特点。每篇作品都有"题解"和"注释"。

　　越南文的一些拼写规则至今未完全统一,本教材各篇作品的拼写都保留了出版时的原貌。

　　在编注过程中,我们参阅了越南出版的多种文学作品选集和各种文学词典,在此不一一列举书名,谨表衷心感谢。我们还得到越南作家、教授和在华越南留学生的直接帮助。有的作家亲自提供个人简历和作品目录,有的教授协助遴选作品,有的帮助解决语言上的疑难。对于他们的热情支持,表示诚挚的谢意。

这套教材得以正式出版，我们十分感谢北京大学教材建设委员会和北京大学出版社在各方面的大力支持。

书中疏漏之处，望读者批评指正。

教材编注分工如下：

傅成劼：作品选定，全书的修改、定稿。

赵玉兰：1930年至1945年阶段。

祝仰修：1945年至1975年阶段。

余富兆：1975年至20世纪末阶段。

编者
2003年5月

目 录

1975年至20世纪末越南文学概述 1

NGUYỄN MẠNH TUẤN 阮孟俊 7
    Những khoảng cách còn lại (Trích) 余下的距离（节选）......... 8

CAO DUY THẢO 高维草 25
    Thời gian 时间 26

NGUYỄN THỊ NGỌC TÚ 阮氏玉秀 41
    Hạt mùa sau (Trích) 下季的种子（节选）............................ 42

CHU VĂN 朱文 84
    Sao đổi ngôi (Trích) 斗转星移（节选）............................... 85

MA VĂN KHÁNG 麻文抗 125
    Mùa lá rụng trong vườn (Trích) 园中落叶季节（节选）......... 126

LÊ LỰU 黎榴 152
    Thời xa vắng (Trích) 遥远的时代（节选）........................... 153

NGUYỄN HUY THIỆP 阮辉涉 182
    Tướng về hưu 退休将军 183

TÔ HOÀI 苏怀 203

Hai đứa trẻ đợi đi 两个待离开的小孩 204

NGUYỄN KHẢI 阮凯 215
　　Nắng chiều 夕阳 216

TẠ DUY ANH 谢维英 232
　　Bước qua lời nguyền 越过誓言 232

LÊ MINH KHUÊ 黎明奎 257
　　Một buổi chiều thật muộn 一个很晚的下午 258

TRANG THẾ HY 庄世熙 273
　　Tiếng khóc và tiếng hát 哭声与歌声 273

NGUYỄN THỊ THU HUỆ 阮氏秋惠 283
　　Hậu thiên đường 天堂之后 283

PHAN THỊ VÀNG ANH 潘氏王英 301
　　Khi người ta trẻ 当人们年轻时 301

TRẦN ĐỨC TIẾN 陈德进 309
　　Hài 阿谐 309

NGUYỄN PHAN HÁCH 阮潘赫 320
　　Hoa sen trắng 白莲花 321

VÕ THỊ HẢO 武氏好 330
　　Đường về trần 回尘世之路 330

DƯƠNG DUY NGỮ 杨维御 341
　　Thuỷ tiên 水仙 342

NGUYỄN QUANG THIỀU 阮光韶 354
   Lời hứa của thời gian　时间的诺言..................................355
VÕ THỊ XUÂN HÀ 武氏春霞 368
   Gió vẫn thổi qua cánh đồng　风仍吹过田野......................369

1975年至20世纪末越南文学概述

1975年4月30日,越南共产党领导的人民军队占领了南越美伪统治集团的首都西贡,越南南方全部解放,实现了国家统一大业。从此,经济建设和文化建设取代"一切为了前线",成了越南全社会的中心任务。文学是社会生活的一面镜子,是社会生活的反映。文学作品的内容随着社会的变化而变化。每当社会生活发展到一个新的阶段,就给文学提供了新的表现对象和新的社会内容。随着越南社会新的历史阶段的到来,越南文学开始了一个崭新的阶段。越南1975年以后的文学以特定的历史内容和审美情趣同以往的文学相区别。越南1975年以后的文学迅速、广泛、深刻地反映越南统一以后的社会生活和群众心理,容括当代越南人民对历史与现实的丰富体验、全面关照和深沉思考。这些根本性的变化,标志着越南当代文学进入了一个新的历史时期。在这个时期中,文学始终与人民共心声,与时代共脉搏。

一、1975~1985年间的文学

这一时期可分为1975~1980年和1980~1985年两个阶段。

1975~1980年间,越南文坛相对寂静。主要有莫非(Mạc Phi)的《林动》(Rừng động, 1975, 1976)、阮重莹(Nguyễn Trọng Oánh)的《白地》(Đất trắng, 2 tập, 1979~1984)、春德(Xuân Đức)的《风口》(Cửa gió, 1980)、阮凯(Nguyễn Khải)的《父亲和儿子和……》(Cha và con và..., 1979)、韦红(Vi Hồng)的《平地》(Đất bằng, 1980)等长篇、短篇小说及素友(Tố Hữu)的《血与花》(Máu và hoa, 1977)、制兰圆(Chế Lan Viên)的《胡伯伯陵前的花》(Hoa trước lăng Người,

1977)、辉瑾（Huy Cận）的《阳光里的一幢房子》（Ngôi nhà giữa nắng, 1978）、济亨（Tế Hanh）的《春天的日子》（Giữa những ngày xuân, 1977）、《道路与河流》（Con đường và dòng sông, 1980）等诗作。

1980~1985年间的越南文学是越南革新前的文学，它预示着越南革新开放时代的到来。在 1976~1980年的第二个五年计划与 1981~1985年的第三个五年计划期间，越南经济虽有所发展，但发展缓慢，人民生活困难，社会各种矛盾突出。这些问题引起作家们的关注，他们深入生活，用不同的色彩和情调，从宏观到微观，从表层到深层，从局部到整体揭示出革新与保守、现代与传统、文明与愚昧、理智与情感之间的种种冲突，出现了一批具有较高思想价值和审美价值的优秀文学作品。如阮孟俊（Nguyễn Mạnh Tuấn）的长篇小说《余下的距离》（Những khoảng cách còn lại, 1980）描写了南方解放、国家统一以后，一个有着各种不同生活经历、不同政治态度的家庭团聚的故事。《余下的距离》的作者把1975年后在越南南方开展的轰轰烈烈的社会主义改造运动浓缩到一个家庭里来描写，各种矛盾和冲突都在这一家庭成员的会晤与团聚中充分反映出来。这一家庭成员之间在思想意识形态上的距离体现了越南新阶段所出现的种种矛盾和问题。《余下的距离》在着力描写越南南方进行的伟大的社会主义改造运动及其中的各种矛盾和冲突的同时，触及并暴露了越南北方社会的一些消极现象和阴暗面。麻文抗（Ma Văn Kháng）的长篇小说《夏季雨》（Mưa mùa hạ, 1982）呼吁人们要同处理防洪堤上的蚁穴一样去清醒地认识并解决各种社会消极现象。阮氏玉秀（Nguyễn Thị Ngọc Tú）的长篇小说《下季的种子》（Hạt mùa sau, 1984）和阮潘赫（Nguyễn Phan Hách）的长篇小说《云散》（Tan mây, 1983）反映了革新与保守、进步与落后、善与恶、美与丑的冲突。麻文抗的长篇小说《园中落叶季节》（Mùa lá rụng trong vườn, 1985）从伦理道德角度来表现民族精神和传统文化的伟力，揭示了"家庭、社会与人生"这一重大课题，提出并解答了在新的历史时期人应该怎样生活的问题。作家呼唤真诚的生活，呼唤人与人之间应该真诚相待、互相关心、互相体谅；呼吁人们继承和发扬民族的传统美德，关心他人，关心社会；同时呼吁社会要为家庭幸福和个性的发展创造良好的物质条件和精神条件。阮凯（Nguyễn Khải）的长篇小说《岁末的会晤》（Gặp gỡ cuối năm, 1982）一方面肯定了革命的必胜趋势，另一方面也指出了这些胜利者所肩负的历史重任。阮孟俊的长篇小说《面对大海》（Đứng trước biển, 1982）反映了由旧的经济管理体制向新的经济管理体制转换的过程及必要性。朱文（Chu Văn）的长篇小说《斗转星移》（Sao đổi ngôi, 1984）忠实而出色地表现了越南年轻一代军人在抗美救国战争中的坚强斗志、赫赫战功和他们的优秀品质，同时反映了他们在战争结束后，回到地方，不仅得不到人们的尊重和理解，反而受到了种种不公平对待的境遇。

另外还有阮晓长（Nguyễn Hiểu Trường）的长篇小说《厂长的风格》（Chân dung một quản đốc, 1982）、丛典（Tùng Điển）的长篇小说《空间》（Khoảng trống, 1983）、武辉英（Vũ Huy Anh）的长篇小说《外边的生活》（Cuộc đời bên ngoài, 1984）、陈征武（Trân Chinh Vũ）的长篇小说《沱河对话》（Đối thoại sông Đà, 1985）、蔡伯利（Thái Bá Lợi）的长篇小说《他们与谁共时》（Họ cùng thời với những ai, 1981）和阮明洲（Nguyễn Minh Châu）的短篇小说《乡下的码头》（Bến quê, 1985）、维看（Duy Khán）的短篇小说《沉默的少年》（Tuổi thơ im lặng, 1985）等。

二、1986~20 世纪末的文学

1986 年越共"六大"以后，越南在政治、经济、文化等领域进行了全面的革新。十几年来，作为上层建筑的文学领域也取得了丰硕成果。文学活动内容丰富、形式多样；创作方法、创作题材和创作风格有了新的发展，不再像以往那样片面、单一。作家们在各种题材创作领域里自由翱翔，写出了自己的心灵所感，真实地反映了越南革新事业中丰富多彩的社会生活。随着越南革新开放的深入，种种思想禁锢的消失，一大批旨在使社会主义制度日臻完善，批判种种社会弊端的新的现实主义文学作品不断涌现。正如越共原总书记阮文灵（Nguyễn Văn Linh）在与文艺工作者谈话中所指出的："在你们的领域里，除了表现好人好事以外，要揭露坏人坏事，让人们鄙弃、远离坏人坏事。这样做不是为了谴责制度而是为了反对与社会主义崇高理想相悖的人和事。""官僚主义、欺压群众、损公肥私、投机倒把、骑在劳动人民头上作威作福等现象和迷信、异端邪说、道德退化堕落等败俗需要你们的笔杆子进行反映并强烈谴责，要让全社会憎恨丑恶现象，批判并远离一切丑恶现象。"（1987 年第 42 期越南《文艺周报》第三版）许多作家们不遗余力地批判官僚主义、机会主义、特权等消极现象和各种非无产阶级的思想倾向及生活方式，揭露社会丑恶现象的原因，呼唤良心良知的回归，形成了批判是为了使社会制度更加完善为特征的现实主义文学。

越南革新以来的文学越来越主动有效地参与越南社会现实生活，参与革新事业，缩短了文学同当代社会生活的距离，出现了许多描绘社会主义建设新时期现实生活的作品，改变了以往革命历史和战斗英雄题材占首要地位的格局。

越南革新以来的文学缩短了同当代意识的距离。在新的生活变革中产生的由新的社会历史观、新的道德价值观、新的伦理观、美学观、人生态度等构成的当代意识，日渐深入地渗透到当代作家的创作思想中，他们以此去关照生活、表现生活，把作品推向一个新的思想高度和美学境界。这一时期的作品都直接触及到当前人们对社会、人生的哲学的、政治的、伦理的思考，反映出当代作家对社会思潮和读者心理的深入体察和敏锐感应。因此，这些作品比以往的作品更能引起读者的关注和喜爱。

越南革新以来的文学缩短了同当前艺术变革的距离。1975 年抗美救国战争结束后，越南的社会生活逐步走上了正常的轨道。人们群众对艺术的要求也不断多样化。许多作家的创作题材、创作倾向和创作风格不再遵循某些原有的模式，开始大胆地冲破樊篱，突破了以往种种清规戒律所圈设的题材禁区，呈现出多元并举的态势。

这一时期的主要作品有：麻文抗（Ma Văn Kháng）的《没有结

婚证书的婚礼》(Đám cưới không có giấy giá thú, 1989)、《世态炎凉》(Côi cút giữa cảnh đời, 1989)、《逆洪流而上》(Ngược dòng nước lũ, 1999),黎榴(Lê Lựu)的《遥远的时代》(Thời xa vắng,1986)、《不苟言笑的大校》(Đại tá không biết đùa, 1990)、《吴刚村的故事》(Chuyện làng Cuội, 1993)、《河底之波》(Sóng ở đáy sông, 1994),阮氏玉秀(Nguyễn Thị Ngọc Tú)的《告别冬天》(Giã từ mùa đông, 1989)、《白色的幻影》(ảo ảnh trắng, 1990)、《只有你和我》(Chỉ có anh và em, 1990)、《人生印象》(Hình bóng cuộc đời, 1999)、阮克长(Nguyễn khắc Trường)的《人多鬼杂之地》(Mảnh đất lắm người nhiều ma, 1990),宝宁(Bảo Ninh)的《爱情的不幸》(Thân phận của tình yêu, 1991),阮孟俊(Nguyễn Mạnh Tuấn)的《爱就像是生活》(Yêu như là sống, 1988)、《外遇》(Ngoại tình, 1989)、《基础》(Nền móng, 1990)、《四只脏手》(Bốn bàn tay bẩn, 1991),阮凯(Nguyễn Khải)的《对一次死亡的调查》(Điều tra về cái chết, 1994),阮潘赫(Nguyễn Phan Hách)的《爱情迷宫》(Mê cung tình ái, 1990)、《忧愁的女人》(Người đàn bà buồn, 1994),范氏怀(Phạm Thị Hoài)的《天使》(Thiên sứ, 1989)、《弥勒佛像与南梅姑娘的故事》(Chuyện lão tượng phật Dilặc và nàng Nậm Mây, 1999),黄明祥(Hoàng Minh Tường)的《又见河流》(Gặp lại dòng sông, 1990),阮光韶(Nguyễn Quang Thiều)的《野草》(Cỏ hoang, 1990)、《孤单的月季花环》(Vòng nguyệt quế cô đơn, 1991)、《爱情呼唤》(Tiếng gọi tình yêu, 1992),武氏春霞的《一只传家宝盒》(Chiếc hộp gia bảo, 1996) 等长篇小说和阮明洲(Nguyễn Minh Châu)的《芦苇》(Cỏ Lau, 1989) 等中篇小说和麻文抗、阮凯、阮明洲、阮创(Nguyễn Sáng)、苏怀(Tô Hoài)、鸿儒(Hồng Nhu)、阮氏玉秀、阮潘赫、阮辉涉(Nguyễn Huy Thiệp)、谢维英(Tạ Duy Anh)、宝宁、范氏怀、黎明奎(Lê Minh Khuê)、阮氏秋惠(Nguyễn Thị Thu Huệ)、潘氏王英(Phan Thị Vàng Anh)、春韶(Xuân Thiều)、杨维御(Dương Duy Ngữ)、阮光韶、武氏好(Võ Thị Hảo)、武氏春霞、吴克才(Ngô khắc Tài)、庄世熙(Trang Thế Hy)、日俊(Nhật Tuấn)、阮氏荫(Nguyễn Thị Ấm)、陈德进(Trân Đức Tiến)、

阮重心（Nguyễn Trọng Tâm）、胡英泰（Hồ Anh Thái）、陈清河（Trần Thanh Hà）、阮氏福（Nguyễn Thị Phước）、如平（Như Bình）、阮氏洲江（Nguyễn Thị Châu Giang）、潘朝海（Phan Triều Hải）、胡方（Hồ Phương）、阮本（Nguyễn Bản）、陈维（Trần Duy）、刘明山（Lưu Minh Sơn）、厢月明（Sương Nguyệt Minh）、黄石草（Huỳnh Thạch Thảo）、封蝶（Phong Điệp）、陈氏玄妆（Trần Thị Huyền Trang）、韩月（Hàn Nguyệt）、陈垂梅（Trần Thuỳ Mai）等作家的短篇小说。他们的创作都是深受广大读者喜爱的具有较高思想价值和艺术水平的好作品。这些作品给越南文坛带来了一股清新的空气。

NGUYỄN MẠNH TUẤN 阮孟俊

　　阮孟俊，1945年生于河内市，越南永富省（tỉnh Vĩnh Phú）人。在抗美救国战争中参加了青年突击队，当过林业工人。1975年后在越南劳动出版社胡志明市分社任编辑。1975年加入越南作家协会（Hội Nhà Văn Việt Nam）。

　　他主要作品有：短篇小说集《我所爱的朋友》（Người bạn tôi yêu, 1976）、《我仍回老厂》（Tôi vẫn về nhà máy cũ, 1978）、《和平第一年》（Năm hoà bình thứ nhất, 1978）、《日夜进行曲》（Hành khúc ngày đêm, 1985）、《街头十字路口的站岗人》（Người đứng gác giữa ngã tư đường phố, 1982），长篇小说《余下的距离》（Những khoảng cách còn lại, 1980）、《面对大海》（Đứng trước biển, 1982）、《占岛》（Cù lao Tràm, 1985）、《爱就像是生活》（Yêu như là sống, 1988）、《外遇》（Ngoại tình, 1989）、《基础》（Nền móng, 1990）、《四只脏手》（Bốn bàn tay bẩn, 1991）等。

　　阮孟俊以对时局的敏锐感应而享誉越南文坛。他的《余下的距离》（1980）和《面对大海》（1982）这两部长篇小说对越南1975年后文学的发展产生了深远影响，从而确立了他在越南当代文坛的地位。在这两部小说里，作家不仅仅反映了城市生活和农村生活中所发生的激烈、复杂的斗争，而且告诉人们，当社会进入新的历史时期，这些激烈而复杂斗争就发生在家庭生活中和那些曾经是同志的人们之间。

　　阮孟俊的创作真实地反映社会生活，不回避现实社会生活中的激烈矛盾，大胆地批判种种消极现象和阴暗面。阮孟俊被越南文艺界认为是越南1975年后政论小说、新闻小说的代表作家。

NHỮNG KHOẢNG CÁCH CÒN LẠI (TRÍCH)
余下的距离（节选）

　　长篇小说《余下的距离》(1980) 描写了越南南方解放、国家统一以后，一个有着各种不同生活经历、不同政治态度的家庭团聚的故事。他们的会晤与团聚充满着欢乐与痛苦。丈夫黄富士（Hoàng Phú Sĩ）是 1954 年集结到北方，1975 年南方解放后接管南方的老党员干部，而妻子杜顺成（Đỗ Thuận Thành）女士则是西贡乃至越南南方纺织业的大资本家。他们的大儿子黄富海（Hoàng Phú Hải）是 1954 年随父亲到越南北方，在首都河内长大的工程师。二儿子黄富山（Hoàng Phú Sơn）是原南越伪军的一名上尉工程师。阿海来到西贡以后即被西贡灯红酒绿的物质生活所吸引，再也不愿意回到培养他成长的河内去。二儿子阿山在南方解放后被送往集中营学习改造，在一次事故中为救他人而负伤。《余下的距离》的作者把 1975 年后在越南南方开展的轰轰烈烈的社会主义改造运动浓缩到一个家庭里来描写，各种矛盾和冲突都在这一家庭成员的会晤与团聚中充分反映出来。这一家庭成员之间在意识形态上的距离体现了越南社会新阶段所出现的种种矛盾和问题。小说在着力描写越南南方进行的伟大的社会主义改造运动及其中的各种矛盾和冲突的同时，触及并暴露了越南北方社会的一些消极现象和阴暗面。

　　本文所节选的是小说的第 19 至 34 页，讲述越南南方刚解放时黄富士一家在西贡团聚的故事。作品的主要人物都已在本节选中出现。人物性格特征从中可略见一二。

NHỮNG KHOẢNG CÁCH CÒN LẠI (TRÍCH)

3

Cuộc tổng tấn công mùa xuân năm 1975 của các quân đoàn giải phóng vào lực lượng phòng ngự khổng lồ hơn một triệu quân ngụy, kết thúc vào ngày 30 tháng 4, làm sụp đổ hoàn toàn thế lực phản động của chính quyền Nguyễn Văn Thiệu, chấm dứt sự nô dịch của đế quốc Mỹ, giải phóng hoàn toàn miền Nam.

Thành phố Sài Gòn trong những ngày tan rã của chính quyền nguỵ, đầy dẫy những tin đồn thất thiệt cùng với cuộc tháo chạy, di tản rối loạn của hàng vạn tàn binh và số dân hoang mang, đã bắt đầu chuyển sang trạng thái khác. Những ổ đề kháng lẻ tẻ và bất lực cuối cùng của những nhóm nguỵ quân ngoan cố ở các vùng cửa ngõ thành phố bị đập tan. Những chiếc xe tăng T.54 của cách mạng cầm đầu năm cánh quân lớn tràn vào thành phố như thác đổ[1]. Nhiều khu vực nhân dân tự động khởi nghĩa. Tổng thống Dương Văn Minh lên nhận chức chưa đầy 48 giờ đã tuyên bố trên đài phát thanh xin đầu hàng vô điều kiện. Dân chúng sôi nổi tung cờ hoa, ùa ra đường chào đón lực lượng giải phóng.

Người Sài Gòn đang cần như khát nước một chế độ mới, hy vọng sẽ tốt đẹp hơn chế độ họ vừa sống qua, chứa đầy những ung nhọt[2]: chiến tranh, tham nhũng, bất công và lệ thuộc ngoại bang. Ở thời điểm lịch sử này, sự toàn thắng của Mặt trận Giải phóng được hiểu là Việt cộng, đã được ghi nhận một cách lành mạnh trong các tầng lớp người Sài Gòn thuộc mọi chính kiến khác nhau. Những người Việt cộng, trong hai mươi năm qua, được nhắc nhiều trên những phương tiện tuyên truyền và phản tuyên truyền của hai phe, những lời đồn đại chính, tà, kín, hở trong dân chúng, có khi là sự méo mó, có khi là hình tượng lý tưởng, cũng có khi được huyền bí, thần thánh hoá và cũng có khi bị "ma quỷ" hoá thành mối "tai hoạ", bây giờ, đang là những con người xương thịt, nhân hậu, dũng cảm trong chính quyền mới, cách mạng, làm chủ thành phố. Chiến tranh đã chấm dứt. Sẽ vĩnh viễn không còn hình bóng chính quyền bán nước, phản bội dân tộc, ngự trị thành phố với những ám ảnh của chia ly, đau khổ. Chấm dứt nạn quân dịch bứt[3] những đứa con trai ra khỏi gia đình, nhận lấy cái chết bất đắc kỳ tử[4] trên chiến trường. Chấm dứt lối sống gấp cuồng điên vì tham vọng và thất vọng bởi những cơn nóng lạnh thất thường của chiến tranh. Chấm dứt những nỗi lo sợ nơm nớp[5] do những tin đồn thất thiệt về cộng sản va cuộc tắm máu. Từ đây là đoàn tụ, và xây dựng một cuộc sống mới hoàn toàn. Trên các đường phố xuất hiện những đoàn xe quân sự chở quân giải phóng, những người lính trẻ quê từ khắp đất nước, mang nón tai bèo[6] hoặc nón cối[7], quân phục ga-ba-đin[8] xanh rêu, toả đi tiếp thu từng khu vực, từng điểm trọng yếu trên địa bàn thành phố. Cờ đỏ sao vàng và cờ giải phóng mọc khắp các ô cửa. Những biểu ngữ, khẩu hiệu mang nội dung cách mạng tràn ngập mọi nơi. Tại các ngã tư, các khu trung tâm, một lực lượng đông đảo thanh niên, học sinh, sinh viên tự giác đứng ra giữ trật tự giao thông đường phố, và giúp đỡ nhân dân ổn định lại nếp sống, sinh hoạt. Họ đeo súng, và băng đỏ trên cánh tay trái, tham gia chính quyền và các đoàn thể cách mạng với nhiệt tình hồn nhiên. Khởi đầu bước vào cách mạng của họ cũng từ ngày hôm đó. Trong họ, có người cảm tình cách mạng từ lâu, khi bản lề lịch sử mở ra ngưỡng cửa mới sáng chói chân lý, từ tâm trạng xúc động nao nức, bắt đầu đột biến vững chãi. Trong họ không ít người bồng bột, chưa hiểu cách mạng, nhưng được thực tế sôi nổi của phong trào lôi cuốn vào ham thích, say mê. Và trong họ cũng không phải không có một số kẻ hôm qua còn trùm chăn[9], hoặc một tên đầu cơ chính trị, hoặc một kẻ háo danh không gặp thời, thậm chí những tên tội phạm lợi dụng cơ hội luồn vào hàng ngũ cách mạng. Tất cả, một đội ngũ quần chúng phức tạp và khổng lồ như biển nước tràn ngập thành phố với khí thế lạc quan, sôi động, đến nỗi, mọi rác rưởi, tiêu cực của những số phận chiến bại và thù hận trong bộ phận kẻ thù: bọn tư sản mại bản và bọn phản động còn sót lại phải giạt ra, nén xuống và im lìm trong sự cam phận ngậm ngùi cay đắng.

Hàng trăm cuộc diễu hành bằng xe ô tô và đi bộ với chiêng trống, kèn đồng, ca hát, kéo dài trên các nẻo đường. Tại các điểm trung tâm phường, quận, các cuộc mít tinh được tổ chức liên miên với mọi quy mô lớn, nhỏ. Không phải cái gì cũng được tính toán trước. Sự biến cách mạng đã diễn tiến nhanh hơn cả dự đoán của những nhà chiến lược...Tất cả đều đột ngột, bất ngờ...Chỉ mới một giờ trước còn tràn đầy những tâm trạng thắc thỏm, những hy vọng mong manh và hão huyền...những nấn ná, mơ hồ. Những người lạc quan nhất vẫn chưa nghĩ rằng một giờ sau là toàn thắng, là giải phóng hoàn toàn... Thành phố, mặc dù náo loạn, hoang mang nhưng vẫn nguyên bộ máy chính quyền và quân đội cũ. Bây giờ, dường như đã có cuộc chuẩn bị hoàn chỉnh từ mười năm trước. Sài Gòn bước vào xã hội mới hồn nhiên kỳ lạ.

Cuộc sống mới sẽ bắt đầu như thế nào? Chưa cần nghĩ tới vội. Chỉ biết hoà bình đã bắt đầu. Hãy hét lên. Khóc cười hết cỡ. Ôm choàng lấy[10] nhau nhảy múa cho hoà bình... Nổi kèn. Nổi trống. Và xả đạn lên trời để chào đón hoà bình. Đất nước thở phào, chấm dứt gánh nặng chiến tranh từng dai dẳng đè trĩu trên vai nhiều thế hệ. Bây giờ hoà bình. Có hoà bình sẽ có tất cả...

Còn sau đó, mỗi con người đều có một đời sống riêng, bắt đầu từ bữa ăn đủ hàng ngày, từ bộ quần áo mặc lành, cho đến tham vọng cống hiến và tham vọng lý tưởng. Mỗi gia đình đều có một hoàn cảnh riêng, cũng bắt đầu từ bữa ăn, sự sum họp ấm cúng trong mỗi căn nhà đủ tiện nghi, đến sự an tâm ổn định để vươn về tương lai. Và sau cùng là đất nước... Vẫn tạm thời chia cắt để tồn tại một miền Nam trung lập hay sẽ thống nhất sớm? Chế độ xã hội chủ nghĩa ư? Chưa mấy ai biết gì nhiều về nó cả... Sẽ thuận lợi hơn hay khó khăn hơn? Và làm sao với hàng triệu khó khăn của xã hội cũ để lại? Và làm sao với một bộ máy chính quyền thành lập vội vàng, cách mạng sớm thoát khỏi những lúng túng ban đầu, đưa đời sống và trật tự thành phố vào ổn định càng nhanh càng tốt?

Dẹp lại đã. Những băn khoăn lo lắng bởi cái cũ chưa kịp hết và cái mới đầy bỡ ngỡ đang ùa vào... Hãy dẹp lại để vui đi. Để hô khẩu hiệu. Để mít tinh. Để tràn ra đường tuần hành và ngắm nghía mấy anh bộ đội trẻ măng hiền khô đáng khâm phục kia đã. Để mở ti-vi, để vặn ra-đi-ô hết cỡ lên, xem và lắng nghe: đứng đầu nhà nước cách mạng là ai, ông chủ tịch thành phố là ai, những lời kêu gọi, những mệnh lệnh, những chính sách mới...

Thành phố la đà trong cơn say hoà bình.

Sau đó, nếp sống từ từ ổn định lại. Chợ búa vẫn đầy ắp hàng hoá và thực phẩm. Nếp sinh hoạt vẫn chuyển vận tấp nập, cuồng nhiệt theo tốc độ của các dòng âm thanh cơ giới hỗn loạn trên các đường phố mạch máu của Sài Gòn-Gia Định-Chợ Lớn. Người Sài Gòn vẫn giữ nguyên trang phục của thời "hoàng kim". Người ta hiểu ngay rằng không có tắm máu, không có rút móng tay[11] các cô gái, đốt phá các cửa hàng. Trên đường phố vẫn có lẻ tẻ những cô gái quá trớn, "tự nhiên" và "kiêu hãnh" trong bộ đồ lai căng[12] gần như trần truồng giữa dòng người...

Đêm đến. Thành phố vẫn lên đèn đúng giờ. Nhạc nổi vẫn bập bềnh hắt ra từ các tiệm cà phê, giải khát. Các tiệm ăn vẫn chật người nhiệt tình với các món nhậu lai rai và "xả láng". Trai gái vẫn dập dìu trên các hè đường Lê Lợi, Nguyễn Huệ, hoặc thi nhau rượt hon-đa len lách giữa dòng xe hơi chói loà đèn pha. Vẫn còn nhạc giật gân[13] và cà-phê ôm[14]. Những thanh niên "híp-py"[15] và gái điếm sau mấy ngày hoang mang ở ẩn, thấy cách mạng hiền lành, nhân hậu, lại ngang nhiên hoạt động trên các giao điểm sa đoạ được quy ước trong thế giới của họ.

Thành phố chỉ mất hẳn bóng dáng những tên lính Mỹ lêu nghêu, những tên lính Đại Hàn, úc, những tên ngoại quốc kiêu hãnh, vênh vang và những bộ đồ lính nguỵ Sài Gòn xám xịt.

Hàng vạn người đang dồn đặc nghẹt về hướng cảng Bạch Đằng... ở đó sẽ bắt đầu đêm pháo hoa chào mừng hoà bình và chiến thắng...

4

Buổi sáng, một trong những ngày tháng 5 của thành phố náo nhiệt vừa giải phóng, có một người đàn ông cỡ tuổi 50, cao dong dỏng, khô khan, nước da xanh nhám, khuôn mặt trầm tĩnh, vận bộ đồ quân giải phóng bạc màu, với vẻ bồi hồi thận trọng trước toà biệt thự ở gần ngã tư Phan Đình Phùng-Bà Huyện Thanh Quan. Sau khi đắn đo, nhìn lại số nhà, ông ta giơ tay bấm vào nút chuông điện gắn ở cột bê-tông sát cánh cổng sắt. Rồi chống tay mạn sườn chờ đợi.

Chừng năm phút sau, từ phía trong có tiếng bước chân lạo xạo[16] trên con đường trải sỏi dẫn từ toà nhà đến cổng. Ô cửa tròn trên mặt cổng được mở ra vừa đủ lộ khuôn mặt của một cô gái trẻ quãng tuổi hai mươi, hai mốt. Nhìn thấy người đàn ông, cô ta ngạc nhiên:

— Ông cần gì ạ?

— Đây có phải nhà bà Đỗ Thuận Thành không cô?

Người đàn ông từ tốn hỏi và nhìn kỹ mặt cô gái.

— Dạ. Má tôi có nhà. Cô gái đáp: Ông cần gặp má tôi ạ?

Người đàn ông mỉm cười.

Sau khi kéo cánh cổng mở vừa đủ cho khách vào, cô gái đứng né sang một bên, lễ độ nói:

— Mời ông...

Người đàn ông bỗng mất tự nhiên trong giây lát. Vịn tay vào cánh cổng để trấn tĩnh. Mắt ông ta đờ dại. Bằng động tác gần như bản năng, ông ta định nắm lấy tay cô gái, miệng mấp máy... Nhưng cô gái giật mình lùi lại, nói nhanh:

— Mời ông vô...

Người đàn ông bị hẫng, nét mặt trở nên ngơ ngác, sượng sùng. Cô gái cài xong chốt cổng, với dáng đi uốn éo vươn về phía trước một cách kiêu căng, cô ta dẫn người khách đi theo con đường sỏi trắng tới cửa chính toà biệt thự.

Người đàn ông được mời vào phòng khách rộng, có bày bộ sa-lông sang trọng và những đồ trang trí đắt tiền.

— Ông ngồi chờ một chút, để tôi mời má tôi ra. Cô gái nói: Xin lỗi, có phải ông ở Uỷ ban cách mạng phường không ạ?

Người đàn ông gượng cười mỉm:

— Cứ nói với má cô như vậy cũng được, cô bé ạ.

Không đầy hai phút sau, cô gái quay lại với một thiếu phụ quãng xấp xỉ 50, khuôn người thon thả, nét mặt đẹp có thoa phớt ít phấn, trông thoáng, trẻ hơn tuổi rất nhiều. Bà ta giống cô gái kỳ lạ...

Người đàn ông sững sờ đứng dậy...

Khoảng lặng băng giữa hai người bỗng căng phừng[17]... Khuôn mặt họ như cùng chịu chấn động của một cơn đau đột ngột, nhăn vặn[18], bàng hoàng...

Đôi mắt to của thiếu phụ ứa lệ long lanh. Môi bà mấp máy không rõ tiếng:

— Anh đấy ư?

Bà ta dường như ngây dại[19], kiệt sức. Hai cánh tay run rẩy giơ lên muốn vươn về phía người đàn ông, bỗng buông thõng, người bà mềm rũ ra, ngất xỉu[20].

Người đàn ông kịp bước nhanh tới đỡ lưng thiếu phụ, dìu ra chiếc đi-văng[21].

Ông quay lại đứa con gái:

— Nhà có thuốc an thần và nước lạnh...

— Dạ...

Trong vòng tay người đàn ông, thiếu phụ từ từ mở mắt, miệng khẽ thốt:

— Anh Sĩ...

Cô gái trở lại ngay với hai viên thuốc an thần và ly nước lạnh...

Thiếu phụ chậm rãi ngồi dậy, tin cẩn ngả đầu nép vào ngực chồng. Mắt bà thiết tha hướng về con gái.

— Đây là ba con. Con lạy ba đi, con... Bà thì thầm với chồng: Hồi anh đi, nó còn trong bụng em... Anh còn nhớ cái tên anh dặn em đặt nếu sinh con gái không?

Người đàn ông lẩm nhẩm:

— Tố Quỳnh...

Tố Quỳnh bước lại trước mặt ba, dè dặt khoanh tay:

— Ba ạ.

Rồi cô đứng lùi ra xa nhìn trân trân vào người đàn ông, má cô vừa giới thiệu là ba. Cô chưa bao giờ được biết mình còn ba. Từ khi cô ra đời, má cô vẫn nói với cô và các anh chị trong nhà, ba đã chết vì một tai nạn. Đôi mắt đẹp hiếu động của cô chăm chú nhìn từng đường nét trên khuôn mặt khắc khổ, từng cử chỉ thô cứng và giọng nói khàn khàn của người được gọi là ba đó. Có một cái gì xa lạ, lạc lõng, rất khó chấp nhận. Ở bên cạnh người mẹ đẹp lộng lẫy và kiêu hãnh của cô, ông ta càng xa vời, không thể tìm ra một nét gì tương xứng. Người mẹ tinh ý nhận ra ngay thái độ của con gái, kịp thời nhắc nhẹ:

— Con ngồi xuống cạnh ba đi. Bà cười với chồng: Nó vẫn chưa muốn tin đâu, anh ạ. Em phải giấu các con về vụ anh là Việt cộng và vụ Hải theo anh ra Bắc. Con giờ ra sao anh?

Ông Sĩ đáp:

— Nó là kỹ sư cơ khí ở Hà Nội. Anh đã viết thư nhắc con đi phép vào rồi. Nó đã có vợ, một cô gái người Hà Nội, khá lắm. Rồi ông nôn nóng hỏi vợ: Còn thằng Sơn đâu?

Thiếu phụ bối rối[22] một lát mới trả lời:

— Em cản mãi nhưng hai vợ chồng nó vẫn bí mật đi di tản, lôi theo cả đứa con gái 4 tuổi. Ngày 28 tháng 4 nó mới đi...

Ngoài cổng bỗng có tiếng chuông reo.

Quỳnh kiếm được cớ thoát khỏi sự gò gượng[23], mà cô cảm thấy mình như người ngoài cuộc, tươi tỉnh nói với mẹ:

— Thuận ánh về. Con ra mở cổng.

Người mẹ bỗng thiếu tự nhiên, nhìn nhanh qua mặt chồng, không chờ hỏi đã giải thích:

— Thuận ánh là con gái bà bạn thân của em. Bà ta sinh được nó, không may bệnh chết, em đem về nuôi từ lúc nó hơn một tuổi. Con nhỏ ngoan và học giỏi lắm...

Quỳnh trở vào với một cô bé quãng mười bảy tuổi, cao hơn Quỳnh một chút, mảnh dẻ, da trắng như người lai, tóc mun[24] mềm mại buông thả xuống ngang vai, mắt đen lớn, mũi cao, miệng nhỏ, mặc sơ mi trắng, váy xanh đậm, đồng phục[25] của nữ sinh trung học. Được Quỳnh nói trước từ ngoài cổng, khi bước vào phòng, nhìn thấy người "bộ đội", cô bé vẫn ngượng ngập, rón rén, khoanh tay trước ngực, nhìn sang mẹ chờ đợi.

Người mẹ mỉm cười:

— Con lạy ba con đi, Thuận ánh. Ba con đó.

Mắt Thuận ánh liền sáng lên, hồn nhiên. Cô bé đặt cặp sách xuống sa-lông, sà ngay bên cạnh mẹ, khát khao hỏi ông Sĩ:

— Ba...Ba là bộ đội cách mạng hả ba? ánh hớn hở, quay sang mẹ: Từ nay, con có ba cách mạng má hà. Cô vui sướng ngả đầu vào vai mẹ, đôi mắt mở to long lanh hướng về người cha.

Ông Sĩ bồi hồi xúc động quay qua Quỳnh, trông mong một tình cảm tương tự, nhưng Quỳnh vẫn giữ nguyên thái độ dè dặt, thận trọng, xa cách. Ông bỗng cảm thấy gai gai tê tái[26].

Trước khi chia tay với vợ con, ra Bắc tập kết, vợ chồng ông ở căn nhà nhỏ nằm trong một hẻm lao động khiêm nhường[27] trên đường Lê Văn Duyệt. Ông hoạt động nội thành dưới danh nghĩa thư ký cho một hãng sửa xe hơi. Vợ ông, cùng thi một khoá tú tài hai[28] với ông, sau khi lấy ông, ở nhà lo nội trợ như hoàn cảnh chung của các cô gái có chồng khác. Bây giờ, sau hai mươi năm xa cách; người đàn bà ấy đã trở thành nhà tư sản, chủ một hãng dệt lớn và ở tại toà biệt thự ba tầng đồ sộ, lộng lẫy giữa khu vườn rộng hàng vạn mét vuông, trung tâm Sài Gòn. Tất cả đều ngoài tầm tưởng tượng của ông.

Vợ ông dường như không già theo thời gian. Khuôn người vẫn thon thả. Vẻ đậm đà, lãnh đạm và kiêu hãnh thay thế hoàn toàn những nét đẹp thuần phác, giản dị của cô nữ sinh trung học ngày nào. Vợ ông đã trở thành con người của xã hội thị trường, một bà Thuận Thành với những sắc sảo[29] đảm lược[30] và quyết đoán. Từ ánh mắt, đường môi, cách nói năng, nụ cười đến cách ăn mặc của bà ta đều toát ra phong cách của người đàn bà từng trải, tự tin ở sức mạnh của sắc đẹp và tài sản.

Tuy nhiên, người đàn bà ấy đã chờ ông suốt hai mươi năm đằng đẵng[31]. Đứng trước sự thuỷ chung thiêng liêng này, dù ấn tượng và thành kiến đến đâu, ông cũng vẫn rạo rực niềm yêu thương, cảm phục. Hai mươi năm qua, ông đã phải đấu tranh gay gắt cay đắng với đau khổ và dục vọng để giữ gìn trong sạch, trung thành với vợ thế nào, ông hiểu ở vợ ông cùng giá trị hy sinh và chịu đựng ấy phải nhân lên vô tận. Là đàn bà, lại trẻ đẹp, trong một xã hội điều kiện quyến rũ sa ngã ngọt ngào như mật, sự dễ dãi, xô bồ đưa đẩy con người vào tội lỗi êm ả như nhung; mọi dục vọng đều có thể tuỳ tiện chà nát luân thường đạo lý; bất cứ tên đàn ông có sức, có quyền và có tiền nào đều có khả năng đe doạ và cám dỗ người đàn bà đơn độc, một nách hai con, chồng lại ở "phía bên kia". Rồi đời sống vật chất? Rồi đời sống tình cảm? Và hy vọng mịt mù.

Hai mươi năm. Những nỗi đau khổ trải dài trên quãng thời gian ấy đã trở thành kinh khủng khi trầm tĩnh nhìn lại từ đầu cuộc chia ly, ai cũng tưởng chỉ hai năm, sau đó, chẳng ai sẽ tưởng tới hai mươi năm. Và trong nỗi chờ mong vô hạn, mỗi ngày trở thành một năm đằng đẵng. Có những người tiếp tục cầm súng trở lại chiến đấu giải phóng quê hương và người thân. Nhưng cũng không ít kẻ rơi rụng hết niềm tin[32], bỏ cuộc giữa đường. Người phụ nữ vẫn cứ chờ chồng, cứ chờ, không tin tức, manh mối, không còn mục đích cụ thể, chờ trong tình thương và đạo lý, trong nước mắt và nghị lực phi thường, chờ miệt mài hoài huỷ[33] trong vô nghĩa của thời gian... đến nỗi, có lúc dường như tê dại, không nhớ mình đang chờ mong gì nữa.

Họ đã sống lại với nhau những ngày trăng mật đầm thắm. Họ chập chờn trong đam mê, bàng hoàng trong quấn quýt chiều chuộng, trong vuốt ve âu yếm, thổ lộ ngọt ngào. Tất cả thiết tha của tình cảm và sự thừa thãi của vật chất được buông thả[34] tràn trề[35] trong đoàn tụ...

Họ đưa nhau đi chào họ hàng, bè bạn.

Họ tổ chức các cuộc họp mặt tại nhà, các bữa cơm thân mật và hoan hỷ trong những lời chúc mừng nồng nhiệt.

Và hạnh phúc. Và đầm ấm[36]...

Bà Thuận Thành đã kịp sang tên cho chồng một chiếc xe hơi thượng hảo hạng[37], may cho chồng hàng chục bộ quần áo loại đắt tiền. Đưa chồng vào tất cả các nhà hàng sang trọng, ăn uống không cần tính đếm để bù lại những ngày gian khổ ở rừng, và cũng để hãnh diện với thiên hạ về sự hợp thời của mình.

Hai người cùng say.

Và người tỉnh trở lại trước là ông Sĩ. Dù cố dẹp những lập trường, định kiến, những cảm giác sa đà[38], để biện bạch và an tâm với những đền bù trong đầm ấm và hạnh phúc bên vợ, ông vẫn mệt mỏi nhận ra rằng, sau những ngày đầu vồ vập, đậm đà trăng mật, cái còn lại giữa hai người chỉ là đạo vợ chồng và hai nỗi thương xót của hai con người mang hai bản chất khác nhau đang cố gượng hoà thuận lại. Ông đã gạt đi những cố chấp về sự đổi khác hình thức và phong cách của vợ, nhưng gốc của vấn đề lại là sự khác nhau hoàn toàn, và trái ngược về nếp sống, nếp nghĩ, nếp tình cảm, đến nỗi, có nhiều lúc, ông trống trếnh cô đơn giữa gia đình. Người đàn bà hình như không phải vợ ông. Những đứa con hình như không phải con ông.

Người vợ rất nhạy cảm và tinh ý, băn khoăn hỏi chồng:

— Tại sao anh vẫn buồn và không thoải mái? Em không biết chiều anh sao?

Ông Sĩ cười gượng:

— Cũng chẳng biết tại sao nữa. Anh hay nhớ lại đồng bào, đồng chí từng sống với anh ở miền Bắc và những ngày ở rừng... Anh cảm thấy mình đang dần xa cách, lạc lõng với mọi người... Trong khi đó, tại chính ngôi nhà này, anh cũng thấy như mình chỉ đang tạm trú thôi.

— Trời! Bà Thuận Thành cuồng nhiệt gắn lên mặt, lên cổ chồng những cái hôn đằm thắm, hai tay vuốt ve mái tóc, đã điểm bạc của chồng, thổn thức[39]: Không lẽ anh cũng nghĩ luôn em và các con là những người khác sao? Anh đã trở về. Đó là tất cả rồi. Anh có thể nghỉ ngơi từ nay đến hết đời. Anh có quyền như thế đối với cả cách mạng mà anh đã bỏ gần ba mươi năm trời đeo đuổi. Và đối với cả em nữa. Em có đòi hỏi gì ở anh đâu. Nhà đây là của anh. Tài sản đây là của anh. Em vui lòng quỳ dưới chân hầu hạ để anh chỉ biết có sung sướng thôi... Sao anh cứ phải băn khoăn về những ngày hôm qua, trong khi, hôm nay, ta vẫn phải sống với tất cả mọi nề nếp sinh hoạt để bước thoải mái sang ngày mai. Hãy quên bớt quá khứ đi, anh ạ.

Cho đến một hôm, nằm bên vợ, sau những cơn trăn trở, không thể đừng được[40], ông Sĩ ngồi dậy nói:

— Em ạ, anh đã nghĩ kỹ về lý do khiến anh xa lạ cái nhà này rồi. Ông nhìn sâu vào đáy mắt đang ánh lên những tia hồi hộp và chờ đợi của vợ: Anh là người cách mạng. Anh không muốn quên điều đó đi trong một giây nào cả. Bây giờ, gặp lại em, vì thuỷ chung, vì tình nghĩa vợ chồng, vì kính trọng và khâm phục sự hy sinh vô giá của em, anh đã cố dung hoà con người cách mạng của anh vào gia đình...

— Ôi... Bà Thuận Thành sốt ruột ngắt lời chồng: Anh chỉ nói toàn những điều xa lạ. Không lẽ những người cách mạng không có gia đình sao?

— Có chứ. Ông Sĩ nói: Họ vẫn có gia đình, gồm những thành viên cùng giai cấp, cùng lý tưởng. Ở trường hợp chúng ta... anh suốt đời phấn đấu cho chủ nghĩa cộng sản, anh rất tự hào về con đường đã chọn. Còn em, dù sao em cũng đang là chủ tư bản... Chúng mình muốn sống với nhau hạnh phúc, chỉ có một trong hai con đường, hoặc anh theo em trở thành ông chủ, hoặc em theo anh trở thành người lao động, cùng làm việc và cống hiến cho cách mạng.

— Vậy anh nghĩ thế nào? Bà Thuận Thành bồn chồn thầm thào[41].

— Điều thứ nhất sẽ không bao giờ xảy ra đâu. Giọng ông Sĩ khô cứng. Im lặng một lúc, ông chậm rãi nói tiếp: Còn khả năng thứ hai... Ông bỗng thiết tha: Anh mong rằng em nghe anh. Cách tốt nhất, em hãy hiến tất cả tài sản cho nhà nước.

Bà Thuận Thành đang ở tư thế nằm nghiêng, chống tay lên má, liền nhổm hẳn dậy, ôm gối lặng lẽ nhìn mặt chồng trong ánh đèn ngủ màu xanh cẩm thạch, hồi lâu, từ từ nhắm nghiền mắt...

Theo thói quen tự nhiên, bà thở dài, quờ tay ra tủ nhỏ đầu giường, mở ô kéo, cầm lên hộp thuốc lá...

— Anh cho phép em hút thuốc.

Rồi bà bật lửa châm lên đầu điếu thuốc đang gắn trên đôi môi đầy đặn.

Ông Sĩ ngạc nhiên:

— Em vẫn thường hút thuốc?

Bà Thuận Thành rít một hơi thuốc dài, nuốt gọn khói vào lồng ngực, chậm rãi trả lời:

— Em đến với thuốc lá từ khi những nỗi nhớ anh da diết[42] trỗi dậy[43]. Ban đầu chỉ để kháng cự với đau buồn thôi. Nhưng bây giờ, lúc nào xúc động, em lại nhớ đến người bạn này...

Bà đứng dậy đi lại trên nền thảm. Sau đó, ngồi xuống sa-lông, nét mặt sắt đá[44].

— Anh ạ... Bà ta nói: Em đoán chế độ cộng sản sớm muộn thế nào cũng thanh toán các nhà tư sản. Có điều những ngày này, mải bằng lòng với hoà bình, và cuộc trở về của anh, em không coi vụ tư sản của mình là trọng. Mỗi khi nghĩ tới chuyện ấy, em vẫn mong manh hy vọng, nếu xảy ra chuyện gì, có anh là người của cách mạng bên cạnh, em sẽ có thế dựa tồn tại. Không ngờ chính anh đặt em vào cuộc lựa chọn trước cả chính quyền... Nhưng anh ạ... Tiếng của bà đanh[45] lại: Có khi nào anh nghĩ tài sản của em gây dựng hai mươi năm qua là cái gì không? Nó không phải là chồng, là con, em yêu tha thiết, nhưng là máu của em đó. Em chỉ có thể cho anh và các con dòng máu ấy... Nếu không, đập bỏ chứ không cống hiến cho ai hết...

Ông Sĩ ho khan mấy tiếng, điềm tĩnh hỏi lại:

— Đây là câu trả lời chính thức của em phải không?

Bà Thuận Thành, đang đứng khoanh tay ở cửa sổ, liền quay lại bắt gặp ánh mắt lạnh như thép của chồng hằn[46] rõ mối quả quyết, những nét cứng rắn trên mặt bà bỗng giãn ra[47]. Ở thời điểm ấy, dù sao, bà vẫn đang là người vợ với nguồn thương yêu và đạo lý từng cho bà sức chịu đựng phi thường để gìn giữ tình nghĩa, đến nỗi bà trở nên sợ hãi sự tan vỡ. Bà run tay dúi điếu thuốc lá vừa rít được mấy hơi vào cái gạt tàn, rồi ôm mặt khóc nức nở:

— Trời đất. Sao bỗng dưng anh lại làm khổ em đến như vậy. Em chờ anh để làm gì kia chứ. Thà rằng anh giết ngay em đi... Em chịu đựng trăm ngàn cơ cực để nuôi con khôn lớn và làm giàu cũng vì anh kia mà...

Bà nhìn chồng cay đắng:

— Tại sao anh lại im lặng và đang tâm[48] nhìn em ghê tởm[49] như nhìn một kẻ thù vậy... Anh không biết em đang chịu một nỗi bất công hay sao?

Ông Sĩ vẫn im lặng. Lòng ông mềm đi. Nỗi khổ tâm khiến ông không thốt được nên lời. Ông kéo vợ sát lại và cầm bàn tay bà vuốt ve, an ủi.

Trút hết những tiếng nấc thổn thức cuối cùng, bà Thuận Thành nín lặng, nép đầu vào ngực chồng.

Họ im lặng bên nhau suốt đêm dài với hơi thở đều đều như thiếp ngủ.

Thực ra, cả hai người cùng vẫn thức bởi những day dứt[50] trăn trở của cuộc xung đột nội tâm điên loạn[51]. Đến nỗi, sáng ra, hai khuôn mặt đều tái xám, hốc hác như cả tháng trời họ mất ngủ.

Ông Sĩ mắt quầng thâm, hai má hóp lõm[52], râu ria mọc tua tủa[53]...

Bà Thuận Thành rùng mình đau xót khi thấy biến đổi kinh khủng trên mặt chồng. Cả đêm qua, bà đã đủ thời gian để đi đến quyết định. Bà gục mặt vào ngực chồng thì thầm tha thiết:

— Anh ạ. Em không thể sống nếu mất anh. Nên em nghe lời anh. Từ nay, cả em, các con và tài sản... tất cả đều thuộc về sự quyết định của anh.

注释

1. thác đổ：急流直下。本文义为"势不可挡"。
2. ung nhọt：脓疮。本文中义为"（社会）丑恶现象"。
3. bứt：使分离。
4. bất đắc kỳ tử：死于非命。
5. nơm nớp：提心吊胆。
6. nón tai bèo：越军绿色帆布软帽。
7. nón cối：盔式帽（绿色，坚硬）。
8. ga-ba-đin：华达呢。
9. trùm chăn：用被子蒙着，钻被窝。本文的意思是"不问政治的"、"不关心国家大事的"。
10. ôm choàng lấy：搂住，抱住。
11. rút móng tay：拔指甲（一种刑罚）。
12. lai căng：混杂的。本文中义为"半土半洋的"。
13. nhạc giật gân：节奏极强的音乐（直译是"抽筋乐"）。
14. cà phê ôm：黄色咖啡馆。

15. híp-py：嬉皮士。
16. lạo xạo：拟声词，本文中义为走路时鞋子触地声。
17. khoảng lặng băng giữa hai người bỗng căng phừng：两人从冷漠的状态中一下子兴奋起来。Căng phừng：兴奋（hưng phấn）。
18. nhăn nheo：满脸皱纹。
19. ngây dại：幼稚无知。本文中义为"呆住了"、"愣住了"。
20. ngất xỉu：昏厥，不省人事。
21. đi-văng：躺椅。
22. bối rối：窘迫，不知所措。
23. gò gượng：不自然，勉强。
24. tóc mun：乌黑发亮的头发。
25. đồng phục：校服。
26. gai gai tê tái：不自在，难受。gai gai 义为"出鸡皮疙瘩"，tê tái 义为"麻大"。
27. khiêm nhường：谦让。本文中义为"一般"、"普通"、"不显眼的"。
28. tú tài：中学毕业的学位。
29. sắc sảo：敏锐，有洞察力。
30. đảm lược：胆略。本文中义为"有胆略的"、"有魄力的"。
31. đằng đẵng：遥遥无期。本文中义为"漫长的"。
32. Rơi rụng hết niềm tin：失去信心。
33. chờ miệt mài hoài huỷ：死等白等。
34. buông thả：释放。
35. tràn trề：充斥，漫溢。
36. đầm ấm：温暖。
37. thượng hảo hạng：上乘，最高级的，最好的。
38. sa đà：恣意，放纵，放任。
39. thổn thức：忧郁，郁结。本文中义为"伤心地（哭泣）诉说"。
40. không thể đừng được：止不住，不能再沉默了。
41. bồn chồn thầm thào：不安地嘀咕。
42. da diết：刻骨铭心，深切。
43. trỗi dậy：崛起，兴起，出现。
44. sắt đá：坚强的，不可动摇的。
45. đanh：强硬，斩钉截铁。
46. hằn：含着，带着，显现出（本文中义）。
47. giãn ra：松缓，缓和。
48. đang tâm：忍心，发狠。

49. ghê tởm：难以忍受；可怕，恐怖。
50. day dứt：折磨。
51. điên loạn：乱糟糟，乱如麻（本文中义）。
52. hóp lõm：凹陷，深陷。
53. tua tủa：丛密貌。

CAO DUY THẢO 高维草

　　高维草,1943 年 1 月 1 日生,平定省浮吉县吉庆乡(xã Cát Khánh huyện Phù Cát tỉnh Bình Định）人。1964 年大学毕业后分配到越南故事片厂（Xưởng phim trruyện Việt Nam）做电影编辑工作。1966 年在越南南方战场担任《中部中区解放文艺》杂志（tạp chí Văn nghệ giải phóng Trung Trung Bộ）记者、编辑。1975 年，越南统一后，调任义平省文化文艺体育处处长（Trưởng phòng văn hoá văn nghệ thể thao tỉnh Nghĩa Bình）。1977 年加入越南作家协会（Hội Nhà văn Việt Nam）。1979 年入阮攸创作学校（Trường Viết văn Nguyễn Du）第一期学习。现为庆和省文艺协会主席（Chủ tịch Hội văn nghệ tỉnh Khánh Hoà）。

　　主要作品有：短篇小说集《石头的沉默》（Im lặng của đá, 1975）、《一盏灯》（Ngọn đèn, 1985），短篇小说《黎明时分的城市》（Thành phố lúc bình minh, 1979）等。

　　高维草 1982 年获《文艺周报》（Tuần báo Văn nghệ）短篇小说竞赛二等奖，1984 年获《军队文艺》（Văn nghệ Quân đội）杂志短篇小说竞赛奖。

THỜI GIAN

时 间

  短篇小说《时间》(1983) 写的是母亲九婆 (bà Chín) 为其子阿龙 (Long) 的名誉奔波一生的故事。"我"的好朋友阿龙是一名医生,1966 年志愿到南方战场工作。抗美救国战争时期,在 1971 年的一次运粮过程中遭敌人伏击失踪了。几个月后有传闻说阿龙在敌人的反省院。"我"始终不相信。战争结束后,"我"进行了一番调查,但没有结果。十年后,阿龙的母亲九婆找到了"我"。十年来九婆一直在为儿子阿龙的事到处奔波,因为她一定要弄个水落石出。现在家里已一无所有,九婆又重病缠身。最后,一个农民在挖山时发现了一具尸骨,"我"、公安、九婆到了现场,九婆发现了她当年给阿龙买的手表,认定这就是阿龙的尸体。但"我"知道这是另一同志的尸体,此时此刻,"我"没有说出真相。两个月后九婆瞑目离开了人间。

THỜI GIAN

1

  Người đàn bà bé nhỏ, luống[1] trên sáu mươi tuổi tóc bạc trắng, ngồi lặng lẽ ở một góc bàn kê bên ngoài hành lang của phòng khám bệnh viện cùng với nhiều bệnh nhân khác tới đây. Bà đến từ sáng sớm, nhưng cho tới gần hết buổi vẫn còn ngồi đó với một tay nải và chiếc nón lá úp trên lòng- chắc phải từ xa đến, nom không có nét gì là người Nha Trang này. Cái vẻ im lặng nhẫn nại của bà khiến tôi chú ý.

  — Thưa bác, giấy tờ của bác đã nộp cho y tá trực chưa?

Cuối cùng tôi bước đến gần và lên tiếng hỏi.

Bà già thoáng như giật mình, vội vã đứng dậy, vẫn không rời chiếc nón.

— Bác chờ gặp cháu... - Bà nói nhỏ, gần như cầu khẩn - Bác là mẹ thằng Long...

Tôi sững người. Không phải để nhớ ra một ai có tên như vậy, mà chỉ vì bà là mẹ của Long, bạn tôi, và bà lại chọn ngay lúc này mà đến. Sự có mặt của bà đột ngột gợi lại trong tôi những câu chuyện không vui về anh xảy ra cách đây từ lâu lắm phải đến mười năm hơn rồi còn gì, thời gian tưởng đủ để phôi phai mọi chuyện... Nhưng bà nào có lỗi trong chuyện này, bà chẳng thể làm gì được ngoài cái việc phải mang nặng để đau và tình thương yêu của một người mẹ. Liệu tôi còn biết nói làm sao với bà?...

— Bây giờ thì mời bác về nhà cháu đã - Tôi nói - Bác chờ cháu đưa về, cũng sắp hết giờ rồi...

— Cứ gọi bác là bà Chín - Qua phút ngỡ ngàng ban đầu, bà già vồn vã nhìn tôi như đã quen thân - Gặp được cháu, bác mừng lắm... Mà khỏi phải đưa rước gì cháu à, lội bộ[2] quen rồi, để bác tự tới đó. Khi mai sớm[3] qua nhà, bác thấy cửa khóa...

Và như không muốn làm vướng bận[4] tôi thêm nữa, bà hấp tấp chào rồi quày quả[5] quay đi.

Tan buổi làm, tôi không về thẳng nhà như mọi lần, và đạp xe xuôi xuống phía bãi biển, tìm tới một góc vắng râm mát dưới mấy tán dừa. Không ai khác, mà chính tôi cần phải được trấn tĩnh. Thì ra mười năm cũng không là gì so với những kỷ niệm đã khắc sâu vào trí nhớ... Vâng, Long từng là bạn tôi. Hai đứa cùng theo học ngành Y tại Hà Nội, và sau khi tốt nghiệp trở thành bác sĩ, vào năm 1966, chúng tôi cùng tình nguyện trở về chiến trường miền Nam công tác. Học giỏi, ít nói, Long vốn được bạn bè yêu mến và tin cậy, cùng đi với Long chuyến ấy tôi càng khẳng định thêm điều đó. Và thế là sau hơn hai tháng vượt Trường

Sơn, chúng tôi đặt chân lên đất Quảng Nam, rồi từ đây được phân công tiếp về nhận công tác tại Ban Dân y Khánh Hoà, vùng cực nam xa xôi, nơi có tiếng là gian khổ nhất vào thời đó, Tôi thì về đúng quê hương mình - Nha Trang, dù sao cũng nằm trong đất Khánh Hoà... Còn Long, anh gốc người Bình Định và nghe đâu ở đó vẫn còn một bà mẹ và đứa em gái kém anh bốn tuổi; nhưng anh vẫn vui vẻ lặn lội thêm cả tháng trời nữa để vào cực nam. Đó là những ngày thật sự gian khổ, điều ấy thì khỏi phải nói, và những bác sĩ như chúng tôi dù là hiếm hoi, nhưng không phải lúc nào cũng có được thì giờ dành trọn cho chuyên môn - còn phải phát rẫy[6], tỉa lúa, rồi cõng gạo, làm nhà... đôi khi cầm hẳn lấy súng để chống càn hoặc đánh trả đám Mỹ bất ngờ tập kích. Không có việc nào nhẹ hơn việc nào, việc nào cũng được đặt ra giữa cái sống và cái chết. Trước tiên phải chống chọi, phải tự mình làm đủ mọi thứ để có thể tồn tại, rồi sau đó mới nói đến nghề nghiệp sở trường .Tuy nhiên vẫn có những chuyến công tác đột xuất dành cho chúng tôi, thường là riêng rẽ[7] mỗi đứa một cánh xuống các vùng sâu mở lớp bồi dưỡng nghiệp vụ, hoặc cũng có khi vượt quốc lộ 1 đến tăng cường cho một trạm phẫu thuật tiền phương nào đó đặt ở Hòn Hèo, Cam Ranh... Cứ sau mỗi chuyến đi như vậy, gặp lại, tôi thấy Long sạm đen[8] thêm một chút, nhưng nom anh khoẻ khoắn ra và vui hơn. Rồi một lần khác sau đợt mở lớp tập huấn từ Diên Khánh trở về, Long tức tốc chạy tìm tôi báo tin mừng:

— Mình vừa được tin mẹ mình ngoài Bình Định, do một cô học trò công tác hợp pháp móc nối[9] giúp. Tưởng cũng nói vậy thôi, không dè[10]... mà ông có biết không vừa gặp cô ta, mẹ mình đã tin liền...

— Bác có được mạnh khoẻ không? - Tôi hỏi.

— Nghe kể lại, cũng già yếu đi nhiều. Với lại gia đình có người tập kết, tụi nó đâu chịu để yên... - Mắt Long rơm rớm[11], rồi anh chợt cười hiền -Khi biết mình là bác sĩ, bả gửi cho cái này...

Long chìa ra một chiếc đồng hồ đeo tay hiệu Seiko[12], săm soi[13] giữa lòng bàn tay. Nhưng từ đó tôi không thấy Long đeo chiếc đồng hồ này bao giờ. Nếu hỏi, anh lập luận:

— Kể nghề nghiệp đôi khi cũng cần tới một chiếc đồng hồ tốt, Nhưng đeo nó lúc này mình có cảm giác như đeo một vật trang sức phù phiếm thế nào!...

Long gói chiếc đồng hồ vào trong một mảnh khăn, cất ở túi áo ngực, thỉnh thoảng lại cho anh em xung quanh mượn để đi công tác.

Đến cuối năm 1971...Cái năm tai ác với những cơn mưa liên miên đầu nguồn và những trận càn của địch thọc vào hậu cứ ta nhằm yểm trợ cho các chiến dịch "bình định nước rút"[14] của chúng ở dưới đồng bằng. Đi lại khó khăn. Nạn đói đe doạ cùng bệnh tật. Bấy giờ, để có được hột gạo hiếm hoi, chúng tôi phải vượt qua cả chặng đường dài đầy những bất trắc. Từ Hòn Dù, Hòn Dữ vòng vèo xuống núi, chờ xẩm tối vượt đồng, tới được Diên An, Diên Điền không biết phải mất mấy ngày trời và lúc nào cũng có thể xô vào cạm bẫy địch. Rồi chuyện phải đến đã đến. Một đêm sau khi nhận được gạo ở Đại Điền Nam quay lên, lúc vừa tới gần cầu Nông giáp chân núi, thì tất cả chúng tôi lọt vào ổ phục kích của bọn Nam Triều Tiên Bạch Mã. Sự việc xảy đến chớp nhoáng và chúng tôi sở dĩ vượt qua được cảnh huống ngặt nghèo là chỉ nhờ vào những thói quen đã rèn luyện từ trước... Đoàn đi có mười người, sau chừng một tiếng đồng hồ, tám người tìm lại được nhau tại điểm hẹn. Chỉ vắng mặt hai người: đồng chí phó đoàn và Long! Ngay trong đêm, tôi cùng với một người nữa bám trở lại nơi phục kích, mò mẫm tới sáng vẫn không tìm thấy gì. Những ngày tiếp theo cũng vậy. Cơ quan liền cử người lần xuống các thôn xóm bên dưới nghe ngóng tin tức - cơ sở trong dân xác minh đơn vị địch phục kích đêm đó chỉ về tay không...

Thật không sao hiểu nổi - vậy thì đồng chí phó đoàn và Long mất tích bằng cách nào?

Bỗng đùng một cái, ít tháng sau, cơ sở từ phía thành phố báo lên: Có người nhìn thấy bác sĩ Long đang nhởn nhơ[15] trong một trại chiêu hồi[16] của địch. Ai nhìn thấy và độ tin cậy của nguồn tin tới mức nào?

Nghe mà bàng hoàng cả người...

Tôi không tin và nói chung, cả cơ quan cũng không ai tin được vào điều đó, cho dù trong chiến tranh có đầy rẫy những chuyện bất ngờ. Hình ảnh Long những ngày sống chung như còn in đậm ở mỗi người, chẳng dễ một lúc đã đổi khác. Nhưng làm thế nào để kiểm chứng, xác minh, ngay như đó là một tin thất thiệt? Tình hình chiến trường quá căng thẳng, ngày càng có bao nhiêu chuyện bức thiết hơn ập đến buộc phải giải quyết, kể cả những hy sinh tổn thất mới. Mà Nha Trang lúc ấy lại nằm sâu trong vùng địch đóng quân...

Riêng tôi, trong nỗi đau âm thầm dai dẳng, vẫn còn nuôi chút hy vọng. Và thời gian trôi qua...

Ngày giải phóng về đến thành phố, tôi có điều kiện tìm tới những nơi có liên quan, lục lọi[17], thăm dò. Hồ sơ của địch bỏ lại lúc tháo chạy không thấy nói tới chuyện ấy. Cơ sở cũ trong thành kẻ hy sinh, lưu lạc, người còn sống chẳng cung cấp được gì hơn ngoài trường hợp: "Trước nữa có một thằng cha lang băm[18] nào đó sau khi chiêu hồi, tự xưng là bác sĩ ra mở phòng mạch châm cứu nhưng lập tức bị tẩy chay...". Vậy là vẫn biệt vô âm tín. Nếu Long phản bội thật, anh giấu mình ở đâu? Thực hư câu chuyện này ra sao, không một ai biết...

Và bây giờ thì bà mẹ đến, bà muốn có một câu trả lời.

Có những việc xảy ra trong chiến tranh từ hơn mười, hai mươi năm trước, cho tới hôm nay chúng ta còn phải tiếp tục trả lời. Vì sao?...

2

Chỉ còn cách an ủi bà:

— Cháu cũng chỉ biết có vậy thôi, bác Chín - tôi nói - Chắc là lầm lẫn với ai đó, chớ không có chuyện ấy đâu...

Bà Chín thong thả mở túi trầu ra:

— Chỗ anh em với nhau, bác hỏi thiệt. Trước đó, cháu có thấy nó buồn phiền điều gì không, có hay nhắc tới bác và em nó không?

— Với bác thì ảnh vẫn nhắc tới luôn, nhưng vui lắm. Anh chị em trong cơ quan rất mến tính ảnh.

Bà già ngẫm nghĩ một lúc trong khi bỏ miếng trầu vào ống ngoáy[19]:

— Bác biết... Từ năm lên mười tuổi theo anh em đi tập kết nó đã vậy. Lúc xuống tàu nó còn nhớ cả chuyện cha nó hy sinh khi đánh đồn Tây ở Tú Thủy nữa kia. Nên chi[20] hồi nghe tin nó trở về trong này, bác tin liền. Nó không làm cái chuyện nhục nhã đó đâu cháu...

Tôi lại thấy có cái gì nhói lên trong lòng.

— Hay là bác để cháu đưa tới tổ chức tỉnh, đề nghị...

— Khỏi, cháu à - Bà già lắc đầu - Miễn cháu cũng tin như bác là được... Còn tới đâu thì bác cũng đã tới rồi. Không giấu gì cháu, bác biết chuyện thằng Long từ hồi mới xảy ra lận[21], miệng thế gian mà. Vậy là hồi đó bác liền giao nhà lại cho vợ chồng con Phượng, lần mò rảo khắp mấy cái trại chiêu hồi của tụi nó, tính vô phước mà gặp được con, nói cho nó hay câu dặn của ba nó hồi còn sống, rồi về nhà nhắm mắt... Bác mừng là không gặp nó...

Bà Chín ngồi nhẩn nha[22] kể lại chuyện cũ với một sự ráo hoảnh[23] kỳ lạ, như thế nói tới một ai khác. Dường như thời gian để lại trên trán bà bao nếp nhăn, đồng thời cũng làm xóa mất cái phần mềm yếu vốn có ở một người mẹ, với bà chỉ còn lại chút tinh lực bền chắc của lý trí - con bà phải hiện ra đúng như niềm tin của bà...

— Sau giải phóng. - Bà Chín nói tiếp - Bác có vô đây mấy lần gặp ông này bà nọ đủ hết. Bác còn vô tận thành phố Hồ Chí Minh, lên Buôn Ma Thuột, ra Đà Nẵng... ở đâu nghe nói có người biết thằng Long, bác đều xin gặp. Nhận xét, chứng thực... giấy tờ thứ gì cũng có. Ai cũng thương bác nhưng không ai nói cho bác hay rốt cuộc thằng Long nhà bác là đứa thế nào. Mãi vừa rồi đây, bác mới biết cháu...

— Thì ra bảy tám năm nay bác cứ đi miết miết[24] vậy sao? - Tôi kinh ngạc hỏi.

Bà già vẫn điềm nhiên ngoáy trầu[25]:

— Bác cũng gần đất xa trời rồi, cháu ạ...

Vậy thì tôi còn nói được gì. Có an ủi nữa cũng vô ích. Tôi biết không có ai, kể cả tôi, có thể đưa ra được lời cuối cùng cho một sự việc chưa kết thúc, vào lúc này. Bà mẹ như cũng cảm được điều đó và bà không hề khóc than, trách móc một ai ... Nhìn bà lúc này tôi thấy rằng cái sự thật mà lâu nay tôi để tâm tìm kiếm đối với bà còn hệ trọng và to lớn hơn nhiều.

Buổi chiều, sau giờ tan tầm, vợ tôi đưa cháu từ trường mẫu giáo về. Vừa bước vào nhà, nhìn thấy bà lão, thằng nhỏ con tôi đứng khựng[26] lại.

— Ai, ba? - Nó tò mò hỏi tôi.

— Bà nội đó con. Con đến chào bà đi...

Thằng nhỏ bước tới vòng tay "con chào bà nội" thật to, rồi cứ đứng đó trân trân[27] ngắm mái tóc của bà. Đôi lần tôi kể cho con tôi nghe về mẹ tôi đã khuất và không biết từ lúc nào đã đưa vào trong trí tưởng tượng của nó hình ảnh của một bà tiên tóc bạc trắng và thường hay bất ngờ hiện ra... Quả thật thoạt đầu gặp bà Chín tôi bỗng nhớ đến mẹ tôi.

Và lần đầu tiên từ khi đến đây, tôi thấy bà Chín ngước lên nhìn thằng nhỏ con tôi bằng cặp mắt thật tha thiết sau mấy tiếng "bà nội" bật lên từ môi đứa trẻ...

Sáng sớm hôm sau bà Chín nhất mực[28] cáo từ vợ chồng tôi trở về. Không giữ được, tôi đưa bà ra bến xe, hứa sẽ thường xuyên giữ liên lạc, có gì mới tin cho bà rõ và xin bà coi gia đình tôi như con cháu trong nhà.

Cuộc gặp gỡ ngắn ngủi với bà Chín đã để lại trong tôi những ấn tượng khó quên về hình ảnh một người mẹ lận đận tìm con trên khắp các ngả đường... Và cái vết thương tưởng đã hàn miệng[29], bỗng tấy lên[30] mưng mủ[31], chưa lúc nào bằng lúc này những kỷ niệm về Long lại bứt rứt[32] sống dậy xáo động cả cuộc sống thường ngày của tôi. Bây giờ, mỗi lần gặp ca mổ khó, tôi lại nhớ đến Long - anh vốn có tay nghề khá... Rồi anh hiện ra trong bữa ăn, xen vào giữa giấc ngủ... Vợ tôi ngạc nhiên thấy tôi trở nên lầm lì và kém vui ngay cả vào ngày cuối tuần khi chúng tôi đưa nhau ra bãi biển. Nhìn mọi người vui đùa, bơi lội thanh thản, rồi nhìn biển vô tư trải ngút mắt[33] thả sóng xô bờ, tôi chạnh nghĩ đến Long với niềm tiếc thương lẫn chút trách móc vô cớ: Anh ở đâu?

Nhưng chỉ mươi ngày sau bà Chín đã quay trở vào thăm chừng[34]. Lần này có cả cô con gái cùng đi - cô Phượng, có khuôn mặt giống Long như đúc - và tôi, cũng chưa có gì thêm cho bà. Bà Chín coi bộ không được khoẻ, ít nói và cử động trở nên chậm chạp hơn. Nhưng những gì nung nấu[35] trong lòng bà thì vẫn như cũ, vẫn ráo hoảnh và không chút xao xuyến. Còn Phượng thì gọi tôi ra một góc vắng, vừa khóc thút thít[36] vừa phân trần:

— Nhiều lúc em thiệt khổ với bả, cứ về nhà ít bữa lại một hai đòi đi. Mà sức khoẻ mẹ em hồi này sút hơn trước nhiều lắm... Bả biểu, bả muốn kiếm cho ra tung tích anh Hai cho biết, chớ chẳng phải để được phong tặng, thăng thưởng bạc vàng gì. Kể cũng tội, đời mẹ em thì cực lắm...

Rồi Phượng rủ rỉ kể lại những bẽ bàng[37] của gia đình ở quê. Làng cô vốn nằm giữa một vùng từ xưa có tiếng về truyền thống cách mạng, trong làng có nhiều gia đình liệt sĩ, tập kết hoặc có công trong hai cuộc kháng chiến. Tất nhiên cũng không có ai tỏ rõ thái độ gì thật không phải đối với gia đình cô. Sau những tin đồn về Long, thậm chí nhiều người còn lui tới thăm hỏi, giúp việc này việc khác, kể cả mấy chú mấy anh ở xã cũng đôi khi ghé qua uống nước, an ủi đôi câu ... Nhưng bên sau những ân cần đó, cô còn nhận ra ở họ cả một sự e dè kín đáo...

Nghe Phượng nói, tôi xót xa như chính mình là người có lỗi - chừng như có lúc nào đấy mình trở thành kẻ quên lãng, vô tình?

Ở chơi với vợ chồng tôi được hai hôm, đến ngày thứ ba Phượng lại đưa mẹ trở về. Năm hôm sau nữa tôi nhận được điện Phượng báo tin bà Chín đau nặng.

Thế là không kịp bàn bạc gì với vợ con, tôi xin cơ quan cho nghỉ phép, rồi nhảy xe đò ra Nghĩa Bình. Đến Chợ Gồm - Phù Cát chờ chực mãi mới bám được xe tải xuôi xuống Đề-Gi, lội bộ thêm bảy tám cây số truông cát[38] nữa, tôi đến được nơi Phượng ở thì đã quá khuya. Suốt cả tuần bà Chín nằm liệt giường, lúc này đang thiêm thiếp[39] như chẳng còn chút sinh lực nào. Tôi cầm tay bà, thấy mạch đập đã yếu lắm... Nhưng khi vừa mở mắt, nhận ra tôi, bà gượng cười:

— Cháu ra thăm bác đấy à... Trời đất, đường sá xa xôi vậy mà chịu bỏ công bỏ việc tới tận đây... Mà bác chưa chịu chết đâu cháu, chết bây giờ nhắm mắt không có được...

Bà nói và nhìn tôi như thôi miên. Chỉ có đôi mắt ấy của bà là chưa chịu khuất phục cái thân xác đã quá nhiều mòn mỏi cùng kiệt. Tôi nhìn bà mà nghẹn lời...

Quả nhiên, cho đến ngày hôm sau thì bà Chín gượng ngồi dậy được, kỳ lạ như một phép màu. Bà kêu tôi tới gần để cho biết việc bà mới hay tin một người nào đó đang làm Vụ trưởng tại Hà Nội, nghe nói có biết đến Long... Tôi không ngờ bà lại có thể nghĩ đến một quãng đường xa như vậy, trong lúc này, Thật không làm sao hiểu nổi. Tôi muốn nói với và rằng dù sao như thế cũng vẫn là vô ích, không đem lại kết quả gì nếu cứ mãi mãi lấy chỗ bắt đầu như vậy. Nhưng tôi im lặng. Vì thực ra bà có chỗ bắt đầu của bà và vì cái đó, bà còn hy vọng...

Trở về Nha Trang được ít hôm thì thư của Phượng cũng tới nơi. Cô cho biết tình trạng sức khoẻ của bà Chín khả quan, có thể đi lại và ăn uống được. Và cô lại thấp thỏm nghĩ tới chuyến xa nhà sắp đến của bà... Phượng bảo, với tôi, bà Chín còn một nguyện vọng: Được thăm lại cái nơi mà ngày trước Long đã mất tích. Cô nói rằng mong muốn này của bà nẩy ra trong cơn mê chập chờn[40] đã có lúc bà nhìn thấy nơi đó... Có lẽ vì e ngại mà bà Chín chưa nói cho tôi rõ lúc tôi còn ở ngoài nhà. Còn bây giờ, bà nhắn: Nếu tôi có dịp nào trở lại nơi ấy thì tin cho bà được biết...

Đọc xong thư của Phượng, tôi bần thần cả ngày. Hình ảnh bà Chín cứ ám ảnh lấy tôi từng phút với đôi mắt mở to chong chong[41] trân trối[42], tưởng chừng có thể xuyên qua tất cả làm xáo trộn tâm hồn tôi. Và cả những cơn mê của bà, những ảo ảnh chập chờn xảy[43] đến nơi mấp mé[44] của cái giới hạn tận cùng, dường như linh cảm tới một điều gì đó thật can hệ, gần giống với sự mách bảo...

Tôi chờ đợi... Và dịp may như vậy đã đến.

3

Sự việc thoạt đầu có vẻ ngẫu nhiên: một người nào đó trong khi dọn rẫy[45] đã phát hiện được một hài cốt vùi lâu ngày dưới con hào sâu trước đây. Công an huyện yêu cầu bộ phận hình sự của công an tỉnh trợ giúp xác minh. Anh Nghĩa trưởng phòng hình sự bên Sở Công an, vốn là chỗ quen biết với tôi, điện thoại sang bệnh viện tỉnh xin một bác sĩ làm giám định.

— Nhưng chính xác là vùng nào mới được? - Tôi hỏi lại Nghĩa qua máy.

— Đã bảo cứ cắt cử người sẵn, bên này sẽ cho xe qua rước. Nghe đâu chỉ ở vùng núi giáp ranh với Diên Điền, chẳng xa là bao.

Tôi lặng đi trong giây lát và tự nhiên thấy tim mình đập mạnh. Tôi vừa mường tượng[46] ra... nhưng cái đó choán ngợp[47] đến nỗi khiến tôi không dám nghĩ tiếp đến nữa.

— Thế nào, liệu có khó khăn gì không - Nghĩa có vẻ sốt ruột - Chừng một buổi thôi mà, ngày giờ thông báo sau...

— Được, vậy thì tôi sẽ đi - Tôi bỗng nói quả quyết - Nhưng tôi có một yêu cầu ngoại lệ: đề nghị cho một bà già cùng đi...

— Sao? Sao lại có chuyện một bà già liên quan vào đây - Tôi nghe rõ tiếng cười rộng lượng của Nghĩa trong máy - Bà ta là ai và anh định trắc nghiệm về việc gì?

— Tôi chưa biết nói thế nào cho anh rõ. Nhưng cũng có thể bà giúp ích cho chúng ta nhiều điều...

— Kể ra đâu có gì là quan trọng - Nghĩa nói - nếu bà đi được, tuỳ anh...

Tôi lập tức điện khẩn ra cho Phượng. Ba ngày sau thì bà Chín vào đến nơi, cũng vừa lúc đoàn công tác khởi hành.

... Xe đến Diên Khánh vào sáng sớm. Vượt khỏi Cây Dầu Đôi thì rẽ phải qua cầu Cải Lộ Tuyến, đi thêm chừng hai cây số nữa thì đến Đại Điền Nam. Từ đây vô tới chân núi còn ba cây số không có đường xe. Tôi lặng lẽ dìu bà Chín vượt đồng... Lâu ngày trở lại, mọi cái đều có vẻ khác lạ: Cây cối lên xanh và cánh đồng trước đây hoang hóa[48] cỏ lác[49] bời bời[50], nay lúa đang vào đòng[51] trải mượt mà.

Chúng tôi đến nơi sau chừng một tiếng đồng hồ.

Bằng những phương pháp nghiệp vụ thông thường của bên công an, kết luận được đưa ra nhanh chóng: Đây là hài cốt của một người đàn ông luống trên ba mươi tuổi không mặc áo, bị đạn xuyên qua xương chậu phải, có thể là một cán bộ của ta trước đây đi công tác lẻ bị trúng đạn của địch. Chung quanh hài cốt không có gì khác ngoài mấy mẩu vải còn lại - dấu vết của một bao gạo đã mủn nát[52]...

Nhìn mấy mẩu vải biến dạng sắp lẫn vào bụi đất tôi cảm giác như có một vật gì đó đè lên ngực mình...

Còn bà Chín thì suốt từ đầu vẫn đứng im ở một góc như hóa đá. Bà quan sát mọi việc tiến hành với cặp mắt chăm chú câm lặng gần như lạnh lùng.

Khi công việc sắp kết thúc, Nghĩa đến gần tôi, ngó quanh:

— Tôi cũng không hiểu tại sao anh ta lại rơi vào đây mà không ở chỗ khác, chẳng hạn một nơi nào đó gần đường hơn...

Tôi làm Nghĩa phải ngạc nhiên:

— Thực ra sự việc xảy ra cách đây chừng một cây số kia. Anh ta bị thương tại đó, cố lê bao gạo vượt vòng vây địch tới đây, rồi kiệt sức lăn xuống con hào này. Tôi biết chỗ đó, ta đến xem sao?

Tất cả rời khỏi triền rẫy[53], men theo rìa núi tiến về phía khóm cây xanh trước mặt. Tôi dẫn đầu, định hướng địa điểm bằng hồi ức của trí nhớ, từng bước có cái ngỡ ngàng của một người đi xa lâu ngày trở về thấy mọi thứ vừa quen vừa lạ. Con suối không còn cây cầu độc mộc trở nên lạ hẳn, nhưng phiến đá mòn nhẵn bên dưới nhắc nhở rằng từng có lần anh ngồi nghỉ nơi đây. Vượt qua con suối đến một khoảng trống nay cỏ đã phủ kín lối mòn, tôi đứng lại chờ bà Chín tới gần...

— Thưa bác, đây là chỗ ngày trước...

Bà Chín đứng im hồi lâu nhìn bãi cỏ, rồi bà lẳng lặng ngồi xuống, đưa bàn tay gầy guộc chạm nhẹ lên những ngọn lá mềm lăn tăn[54]. Rồi cứ thế bà nhích dần từng chút, rà bàn tay ra chung quanh, cử chỉ nương nhẹ như thể bên dưới là da thịt một con người. Lặng lẽ và kiên tâm, bà mẹ vẫn tiếp tục nhích tới như theo một tiếng gọi mơ hồ nào, cho tới khi bàn tay bà chạm vào một kẹt đá[55] và dừng lại.

Tôi bước đến bên bà trong khi mọi người đứng chôn chân[56] tại chỗ, ngó đăm đăm.

Bà Chín thận trọng đưa ra khỏi kẹt đá một bọc vải cũ nát, run run đặt lên mặt cỏ, rồi lần cả mười ngón tay héo hon[57] mở ra từng nếp gấp rời rã[58] - có thể nhận dạng một chiếc áo kiểu quân phục cuộn tròn. Thật bất ngờ, ở ngay giữa cuộn vải mưa gió làm bạc trắng và rách bươm[59] ấy, chiếc đồng hồ Seiko hiện ra!

Bà mẹ đưa cả hai tay nâng chiếc đồng hồ lên, và lạ thay, khi hai tay bà vừa chạm đến cái vật bé nhỏ tưởng chết lịm vĩnh viễn ấy, chiếc kim giây mảnh mai[60] của chiếc đồng hồ bỗng vụt chạy như một cơ thể sống. Và trong ký ức của tôi cũng vụt nhớ rất rõ ràng chính đêm ấy Long đã cho đồng chí phó đoàn mượn đồng hồ của mình để xem chừng, vì anh phó đoàn là người duy nhất thông suốt địa hình và nắm được hoạt động của địch ở đây. Hôm đó anh phó đoàn dẫn đầu...

Bên cạnh tôi, bà mẹ gục xuống, bật khóc...

Lần đầu tiên tôi thấy bà khóc - tiếng khóc đã được nén lại suốt mười năm hơn. Đến lượt tôi đứng im lặng lẽ. Tôi không thể nói ra sự thực kia...

* * *

    Hai tháng sau thì bà Chín qua đời, tôi nhận được tin này ở nước ngoài khi cùng với đoàn cán bộ y tế của ta đi dự hội nghị quốc tế về bảo vệ môi trường. Lúc trở về ngang qua Nghĩa Bình, tôi ghé lại thăm Phượng và cùng cô ra viếng mộ bà Chín. Khi cắm nén nhang lên nấm đất đã ngả màu, tôi nghe tiếng Phượng thì thầm thoang thoảng[61] đâu đó:

    — Mẹ em đi thanh thản lắm...

    Tôi khẽ gật đầu, lòng thầm nhắc thôi đừng nói thêm một điều gì nữa. Hãy cứ để cho Phượng cũng như bà mẹ tin những điều mà cả hai từng hằng nghĩ như vậy...

1983

注　释

1. luống：有一把年纪了。
2. lội bộ：走路。
3. mai sớm：早晨。
4. vướng bận：妨碍，添乱。
5. quày quả：匆忙。
6. phát rẫy：开垦山地。
7. riêng rẽ：单独的，个别的。
8. sạm đen：晒黑。
9. móc nối：挂钩，联系。
10. không dè：不料，没想到。
11. rơm rớm：泪水盈盈。
12. đồng hồ đeo tay hiệu Seiko：日本精工牌手表。
13. săm soi：细细观赏。
14. bình định nước rút：最后紧急绥靖。
15. nhởn nhơ：悠然，毫不在意，漫不经心。
16. trại chiêu hồi：反省院。

17. lục lọi: 仔细搜寻，仔细搜索。
18. lang băm: 庸医。
19. ống ngoáy: 臼筒（捣槟榔用）。
20. nên chi: 因此，所以。
21. lận: 语气词，表强调，相当于 cơ。
22. nhẩn nha: 慢条斯理 。
23. ráo hoảnh: 语调平淡。
24. miết miết: 努力不懈。
25. ngoáy trầu: 从臼筒里往外抠槟榔。
26. đứng khựng: 突然站住。khựng 突然停下来。
27. trân trân: 呆呆地。
28. nhất mực: 一味，一直。
29. hàn miệng: 愈合。
30. tấy lên: 肿起来，发炎。
31. mưng mủ: 发炎化脓。
32. bứt rứt: 心烦，气恼。
33. ngút mắt: 辽阔无边，茫茫无际。
34. thăm chừng: 探询，打听。
35. nung nấu: 燃烧，煎熬。
36. khóc thút thít: 抽噎，抽泣。
37. bẽ bàng: 尴尬。
38. truông cát: 荒野沙地。
39. thiêm thiếp: 昏昏沉沉。
40. chập chờn: 迷迷糊糊，迷离。
41. chong chong: 目不交睫。
42. trân trối: 一眼不眨地看着。
43. xảy: 猝然，突然。
44. mấp mé: 挨近，傍近，靠近。
45. dọn rẫy: 整理山坡地，挖山。
46. mường tượng: 模模糊糊记起。
47. choán ngợp: 占满。
48. hoang hoá: 抛荒。
49. cỏ lác: 白鹤草。
50. bời bời: 纷乱的。
51. đòng: 孕穗。
52. mủn nát: 腐烂。
53. triền rẫy: 山坡地。
54. lăn tăn: 细而密。
55. kẹt đá: 石缝。

56. đứng chôn chân：原地不动，站着不动。
57. héo hon：萎缩。
58. rời rã：松散。
59. rách bươm：破破烂烂的。
60. mảnh mai：纤细。
61. thoang thoảng：轻轻飘过。

NGUYỄN THỊ NGỌC TÚ 阮氏玉秀

阮氏玉秀，1942年生于河内市（Hà Nội），大学文化，越共党员。1960~1962年在山西省（tỉnh Sơn Tây）任中学教员。1962~1964年为越南作家协会所属创作学校（trường viết văn của Hội Nhà văn Việt Nam）第一期学员。1965~1967年任广宁省（tỉnh Quảng Ninh）《矿区报》（báo Vùng mỏ）记者。1967年加入越南作家协会（Hội Nhà văn Việt Nam）。1967~1983年为越南《文艺周报》（Tuần báo Văn nghệ）记者、编辑。1983~1995年任越南作家协会第三届执行委员会秘书处委员（Uỷ viên Ban thư ký Ban chấp hành Hội Nhà văn Việt Nam khoá III）、第四届执行委员会委员（Uỷ viên Ban chấp hành Hội Nhà văn Việt Nam khoá IV）。1987年赴苏联高尔基学院进修四个月，三次到过北京。1993~2000年任越南作协主办的《新作品杂志》（tạp chí Tác phẩm mới）总编辑（Tổng biên tập）（该杂志自2000年第一期起更名为《作家》(Nhà văn)）、越南作协女作家委员会主席（Trưởng ban nhà văn nữ Hội Nhà văn Việt Nam）。

主要作品有：短篇小说集《后方人》（Người hậu phương, 1966）、《树荫下的故事》（Câu chuyện dưới tán lá rợp, 1982）、《天涯足迹》（Những dấu chân phía chân trời, 1983）、长篇小说《惠》（Huệ, 1964）、《乡土》（Đất làng, 1974）、《上午》（Buổi sáng, 1976）、《榄仁树胡同》（Ngõ cây bàng, 1980）、《房后的天空》（Khoảng trời phía sau nhà, 1989）、《下季的种子》（Hạt mùa sau, 1984）、《告别冬天》（Giã từ mùa đông, 1989）、《白色的幻影》（Ảo ảnh trắng, 1990）、《只有你和我》（Chỉ còn anh và em, 1990）、《两个人和阵阵波涛》（Hai người và những con sóng, 1992）、《人生印象》（Hình bóng cuộc đời, 1999）、诗集《瞬间》（Phút thoáng qua, 1990）等。

HẠT MÙA SAU (TRÍCH)
下季的种子（节选）

长篇小说《下季的种子》反映的是一所农科院里围绕着培育新稻种而展开的一系列矛盾和冲突。革新与保守、进步与落后、道德与非道德、勤奋工作与阿谀奉承、传统与非传统的斗争异常激烈。炳（Bính）、胜（Thắng）、炯（Quỳnh）等弄虚作假，沽名钓誉，最终身败名裂。阮越潮（Nguyễn Việt Triều）、好（Hảo）、中（Trung）等人任劳任怨，不顾个人荣辱与得失，在困难的环境下坚持研究，勇于承担责任，最终获得成功，赢得了人们的信任和上级的表彰。《下季的种子》反映了越南20世纪80年代初期的社会生活和人们思想观念的变化。

本文选自小说的第23~25节，主要描写在工作、生活中，阮越潮、好、炳之间的感情变化，告诉青年一代在新的时代应该如何去追求，应该追求些什么。心理描写细腻、生动。

HẠT MÙA SAU (TRÍCH)

23

Vừa đi vựa chạy, tắt qua những ngõ xóm[1], Triều[2] lao ra ruộng thí nghiệm. Bàn tay nặng trĩu vì cái túi du lịch căng phồng[3] những quần áo, thóc giống và những gói quà mang giúp. Anh dừng lại ở đầu bờ, quẳng cái túi xuống đất, chạy lên trước, ngồi phệt xuống mô đất mà anh hay ngồi. Trống ngực anh đập rộn lên.

Một khoảnh ruộng gieo thẳng nhiều loại lúa - niềm vui và hy vọng của cuộc sống của anh đang phơi phới lên xanh trong gió lạnh. Nước vừa đủ. Khắp các gốc lúa không vương một ngọn cỏ, không một cây lúa nào bị đổ. Lá lúa xanh đậm, đứng thẳng vươn lên rì rào khe khẽ. Thằng bù nhìn to béo hơn vì nó được mặc một cái áo tết bằng lá cọ và trong tay nó vung lên một cái roi tre chứ không phải là tàu lá chuối khô... Tất cả nói lên trong những ngày anh đi vắng, Hảo[4] chăm chút[5] thửa ruộng của anh thật là chu đáo. Thế mà đêm ngày anh đã lo âu, sợ hãi cái rét quái ác có thể đốt cháy thửa ruộng của anh. Nhưng nó đã không chết mà còn xanh tốt hơn trước nữa.

Khuôn mặt Hảo hiền hậu hiện ra.

Anh bỗng thấy hồi hộp khi nghĩ đến lúc gặp Hảo. Hơn một tháng qua bận rộn bao nhiêu công việc, anh vẫn nghĩ đến cô và hình ảnh cô gắn liền với những cây lúa. Anh sốt ruột không biết những ngày vừa qua Hảo sống như thế nào và những người xung quanh cô có gì thay đổi. Anh có bao nhiêu chuyện để nói với cô. Chuyến đi vừa qua, người ta tưởng rằng dứt anh ra khỏi công việc, làm đứt quãng những nghiên cứu của anh nhưng thực ra lại làm anh đi gần đến sự hoàn chỉnh cần thiết của công tác nghiên cứu. Ở cái mảnh đất mênh mông, xa lạ tận cùng của đất nước ấy, anh đã gặp những người bạn. Họ đã nuôi anh, giao đất, giao thóc giống cho anh và cùng với anh lai tạo, thí nghiệm. Anh được biết lúa mùa ở miền Nam trổ[6] quanh năm chứ không phải chỉ có thể trổ được một lần như ở miền Bắc. Lúa mùa[7] phản ứng với ánh sáng ngày ngắn, như vậy mở ra cho anh một hướng hoạt động mới: anh sẽ làm thêm một vụ mùa nữa ở miền Nam để rút ngắn thời gian lai tạo. Như thế, một năm anh có thể làm hai vụ mùa. Rồi những ngày bơi xuồng đập lúa trời[8] trên Đồng Tháp Mười. Chắc Hảo sẽ ngạc nhiên lắm khi trông thấy những hạt thóc nhỏ bé, gầy còm lại có râu dài hàng gang tay, khi chín rụng xuống rào rào[9] như bay vậy - những hạt thóc anh đã chọn mang về để lai xa, tạo thực liệu[10]. Những hạt thóc hoang dại đó người địa phương gọi là thóc ma, năng suất không cao, gạo đỏ không ngon và dễ rụng nhưng lại có một sức sống mãnh liệt chịu được úng phèn[11] và những điều kiện thiên nhiên vô cùng nghiệt ngã. Nhưng anh lại rất cần nó để lai tạo với những giống lúa có năng suất cao nhưng sức chống chịu úng hạn[12] thì kém. Nếu lai tạo tốt, nó sẽ cho ta những giống lúa lý tưởng. Những việc ấy đâu có đơn giản. Nó phải là một quyết tâm, ý chí của cả một tập thể và phải được tạo mọi điều kiện mới thực hiện được. Liệu ông Thắng và mọi người có ủng hộ anh không? Anh nói ra có lợi hay cứ im đi là tốt nhất?

— Ê! Ê! Cậu ấm! Về bao giờ thế? - Có tiếng kêu và một cái xe đạp lao đến.

— Bác Quynh! - Triều giật mình, đứng phắt dậy.

— Cậu đi đường nào mà lại qua đây? - Ông Quynh nhìn Triều xoi mói.

— À, xuống tàu, gặp ô-tô tải, tôi đi nhờ, họ đổ xuống đây! -Triều nói loanh quanh.

— Ờ, thế thì tốt! Cậu về tôi không biết, chứ không tôi đã đón cậu! Sao không đánh điện? Trời, ở nhà mong cậu quá!

— Có chuyện gì thế, hả bác? - Triều đặt cái túi lên xe ông Quynh.

— Nhiều thay đổi lắm. Mọi tổ chức đều đã xếp lại theo qui mô hiện đại.

— Tôi phải về nhà đã, bác Quynh ạ! Mới về cũng phải nghỉ ngơi. Sẽ sang bác sau.

— Cậu định về nhà ai? - Mắt ông Quynh rớn lên, ngạc nhiên.

— Tôi ở cùng phòng với Bính! - Triều ngơ ngác.

Ông Quynh cất tiếng cười hơ hơ một lúc rồi vỗ vai Triều:

— Đã bảo mọi thứ thay đổi cả rồi mà! Nhà cậu bây giờ ở bên trại chứ không còn ở bên Viện nữa!

— Thế còn... ?

— Còn gì?

Triều muốn hỏi đến Bính, Hảo và những người khác nhưng cổ họng anh nghẹn lại. Người ta đã làm gì trong thời gian anh đi vắng? Vì sao lại thay đổi công tác một người vắng mặt? Vô tình hay cố ý?

— Bính còn làm ở Viện hay cũng sang bên này? - Triều thăm dò.

— Cậu Bính vẫn ở bên đó. Cậu đi công tác kết quả chứ?

— Kết quả.

— Có gì hay không? Sài Gòn thế nào?

— Bình thường.

— Có vui không?

— Tương đối!

— Ăn ở trong đó thế nào?

— Tàm tạm.

— Mọi người đối xử ra rao?

— Cũng được!

Cái gì đã làm cho anh có những câu trả lời chung chung nhạt nhẽo như thế khi mà trong lòng anh có bao nhiêu điều khẩn thiết cần nói, cần hỏi và muốn cởi mở, tâm sự?

— Trại sản xuất đã chính thức thành lập để giúp cho việc nghiên cứu của Viện. Một số cán bộ trung cấp trên mới bổ sung về và thêm một ít công nhân. Cậu là một trong ba kỹ sư Viện đưa sang chỉ đạo kỹ thuật của trại.

— Tôi chưa hiểu sẽ phải làm gì cho phù hợp với công việc ở một trại sản xuất phục vụ thí nghiệm của Viện chứ không phải là thí nghiệm? ...

— Rồi cậu sẽ hiểu. Công tác bây giờ nhiều cái mới lắm. Ví dụ như, hiện nay tất cả Viện đang đi vào nghiên cứu mạ không đất[13] phục vụ Đông Xuân. Vui lắm, cậu ạ!

— Ai phụ trách trại?

— Quỳnh này chứ còn ai? Vất lắm, cậu ạ! Hơn một tháng nay chẳng được nghỉ ngày nào. Mẹ chúng nó ở quê viết thư ra kêu gào mà vẫn không thể về thăm nhà được. Mình nghĩ cứ tình trạng này đến phải tìm cách "bốc" cả nhà ra Hà Nội mới yên tâm công tác được.

Triều châm thuốc hút, im lặng đi sau lưng ông Quynh.

Hai người đi qua một cái cổng gạch mới xây, cánh cửa bằng sắt và một cái sân đất rộng. Qua cái sân là những ngôi nhà nhỏ, tường gạch, mái ngói. Trước mỗi gian nhà là một mảnh vườn nhỏ. Cải xanh và cà chua đang bắt đầu chín. Đàn gà và những dây phơi nặng những quần áo gợi lên sự ấm áp của gia đình.

Hai người đi qua những cánh cửa đeo khoá. Dừng lại trước căn phòng cuối cùng của dãy nhà cuối cùng, ông Quynh bảo Triều:

— Giữ mãi mới dành được cho cậu gian phòng đầu hồi. Nhà hướng nam, gió mát, trăng thanh, ba bề có đất tha hồ trồng trọt, chăn nuôi, muốn vẩy thêm một tý nữa cho rộng rãi cũng dễ.

Ông Quynh lục túi lấy chùm chìa khoá gỡ đưa cho Triều một chiếc:

— Không phải ở chung, sướng nhớ!

— Cảm ơn bác! - Triều nói và mở cửa.

Một mùi ẩm mốc[14], mùi vôi vữa[15] nồng lên[16]. Mạng nhện chăng ngang. Ông Quynh cầm cái gậy khua một hồi rồi mở tung các cửa sổ. Một giường cá nhân, cái chiếu mốc trắng[17], một ghế đẩu. Trên nền đất chưa đầm kỹ, vôi đổ loang từng vũng đã khô lại. Một con cóc to sụ đang phùng cổ, giương mắt nhìn anh. Phơ phất góc nhà, mấy ngọn cỏ.

— Nhà mới chưa có người ở, nom hoang vu thế này chứ các nhà khác có bàn tay người kê dọn, đẹp lắm. Cứ từ từ. Đâu khắc[18] vào đó.

— Tôi cần một cái bàn làm việc. - Triều nói.

— Sẽ có ngay! Cậu cứ dọn nghỉ đã rồi lên tôi. Tôi cũng ở nhà đầu tiên, phía bên kia.

— Hàng ngày tôi làm việc gì? Với ai?

— Thủng thẳng[19] đã - Ông Quynh nói và bước đi - Để tớ báo nhà bếp nấu cơm cho cậu. Ăn uống nghỉ ngơi vài ngày đã!

— Còn những đồ dùng, sách vở và xe đạp của tôi đâu? - Triều chạy theo ông Quynh.

— Đâu vẫn còn đó. Cậu thu xếp rồi sang lấy về mà dùng - Anh em đi vắng, mọi thứ niêm phong, cái kim sợi chỉ cũng không mất. À, trong thời gian cậu đi vắng có ít quà bồi dưỡng của công đoàn, tớ bán đi giữ tiền hộ, lúc nào sang lấy về mà tiêu.

Triều đi quanh nhà. Vòng trước, vòng sau. Lấp tầm mắt anh là những vườn điền thanh[20] cao xanh um. Đất và đất, cỏ và cỏ phơi trần trong gió lạnh. Không khí yên tĩnh và trong trẻo. Im lặng đến nỗi anh nghe rõ tiếng cánh một con chim sâu đang tập truyền trên cành điền thanh. Sau vườn điền thanh là những cánh đồng và con đường dẫn vào làng. Xa tít, những mái nhà lẩn khuất giữa những lùm cây. Một con sông đào đang chảy hắt ánh sáng lên bầu trời màu bạc.

"Ở đây để nghỉ và ngủ thì thật là thích thú. Nhưng còn công việc? Mình sẽ chẳng thể nào làm việc ở một nơi hoang dã, im lìm như thế này. Tại sao lại có sự sắp xếp này? Nhằm mục đích gì?".

Triều nằm nhoài lên giường. Người mệt rũ. Những ý nghĩ rối tung. Anh chợt nhớ ra còn hai người nữa cùng được đưa sang trại với anh. Ai vậy? Ban nãy anh quên không hỏi. Triều vùng dậy, đóng cửa đi sang Viện.

Vườn lưới, phòng thí nghiệm, các phòng ban xây dựng thêm nhiều. Thư viện, nhà ăn, phòng hội trường được sửa chữa và quét vôi lại sáng choang. Chỗ anh ở trước, giờ chỉ còn để lại một cái ghế tựa. Trên ghế là cái va-li. Cạnh cái ghế là hai cái hòm gỗ kê chồng lên nhau trên hai viên gạch vỡ, cạnh cái xe đạp bẹp lốp. Tất cả phủ bụi.

Phía bên kia, chỗ ở của Bính được xếp rộng ra. Ngoài những đồ dùng quen thuộc còn những thứ mới xuất hiện: Cái cát-xét[21] nhỏ, những băng nhạc, quần áo mới treo trên mắc. Dưới gầm giường là một đôi giày cao cổ, mũi tròn, bóng lộn. Trên bàn, mấy quyển sổ vứt bừa bãi cạnh một lọ hoa cúc vàng và cái máy chữ mới tinh nhãn hiệu "Roay-an"[22]. Triều định đem các thứ của mình đi, nghĩ sao lại để xuống. "Mình sẽ dọn đi trước mặt Bính thì tốt hơn".

Anh gặp ông Thắng đúng lúc ông vừa đi đâu về và sắp sửa đi đâu. Ông tươi cười chạy tới anh, giơ tay bắt tay anh:

— Cậu mới về đấy à? Sao, khỏe chứ? Thế nào? Công việc ở trong đó ra sao. Cậu đi được những đâu? Qua cả Đồng Tháp Mười cơ à? Có gì hay hôm nào kể cho nghe nhé! - Nói rồi, ông vội vã quay đi.

— Thưa viện trưởng... - Triều vội vã chạy theo.

— Có việc gì thế?

— Thưa, công tác của tôi bây giờ như thế nào ạ? - Triều hỏi và nhìn thẳng vào ông Thắng.

— Cậu về trại giúp ông Quynh điều hành công việc của trại. Trại lớn, việc nhiều, rất cần có những kỹ sư vừa có trình độ nghiên cứu vừa giỏi thực tế sản xuất như cậu. Cậu về đó để phát huy khả năng và chóng được đề bạt hơn ở bên Viện, đất chật, người đông...

— Thưa Viện trưởng, nguyện vọng của tôi là muốn được tiếp tục lai tạo giống chứ không phải là cần được đề bạt, tăng lương ạ!

— À, muốn làm thì cứ làm. Đất rộng, muốn làm gì chẳng được - Ông Thắng nheo mắt nhìn Triều qua cặp kính màu lơ nhạt[23].

— Công việc lai tạo không phải chỉ cần có đất mà phải có những vật dụng thí nghiệm, phòng nghiên cứu, bên trại chủ yếu là sản xuất không có phương tiện gì cả.

— Ồ, những cái cụ thể, cần gì cậu cứ trao đổi, đề nghị ông Quynh giải quyết nhé! Ông ấy là trại trưởng, ông ấy điều hành mọi công việc trong trại. Xin lỗi, mình đang bận nhé! - Ông Thắng nói rồi bước đi trước vẻ chàng hẳng[24] của Triều.

24

Ở một huyện lúa.

Một người đàn ông cao gầy, quần áo màu đất, giơ hai tay ra phía trước, ngửa mặt nhìn trời, kêu lên:

— Đấy, cơ sự như thế này đấy: Có khổ cho tôi không?

Mọi người xúm lại. Những đôi mắt mở to, những bàn tay nắm lại.

— Làm thế nào bây giờ? - Tiếng nói nhỏ giọng hơi khan.

Người ta hỏi không rõ hỏi ai. Cũng có thể là tự hỏi chính mình. Những gò má cao gầy, hốc hác. Những mái tóc tung lên như bờm ngựa chạy trong gió, tơi tả, lam lũ.

— Bình tĩnh! Yêu cầu bình tĩnh! Một người đi tới và nói giọng cao — Làm gì mà chưa chi đã cuống lên thế? Không sợ người ta cười cho à.

Đám đông im phăng phắc tản ra các ngả.

— Lỗi tại tôi chủ quan mới đưa đến kết quả này! Anh Cẩn ạ! Trước những người nông dân tôi chẳng biết ăn nói như thế nào.

— Ai cũng có lúc sai. Nhưng bây giờ chưa phải là lúc kiểm điểm lỗi về ai. Phải lo giải quyết hậu quả đã.

— Hôm ấy giá như anh về sớm được một lúc thì hay quá! Khi anh về đến nơi thì thóc đã rơi xuống đất. Lúc ấy thì chỉ có chim mới nhặt lên được thôi.

— Thôi, đừng nhắc lại những chuyện đã qua. Bây giờ chưa phải là lúc chúng ta cần kiểm điểm.

— Cũng không ai có thể ngờ năm nay lại có một đợt sương muối dày đến thế.

Tiếng chuông điện thoại đổ hồi[25]. Ông Cẩn đi vào nhà.

— Xin chào! Tôi nghe rõ, xin viện trưởng cứ nói ạ! Tình trạng chung, rét đột ngột. Vâng, chúng tôi hiểu rồi! Chúng tôi chờ, chờ! - Ông Cẩn cắt máy, đi ra ngoài. Nghĩ sao, ông quay lại, xin số, nói tiếp. - Chúng tôi không có thóc để gieo lại. Đề nghị các đồng chí nhanh chóng giải quyết giúp, thời vụ gấp gáp lắm. Bà con nông dân không có sổ gạo[26] như cán bộ. Đồng chí nên bớt chút thì giờ về lại đây, nơi mà các đồng chí đã đến để xem các cánh đồng như thế nào. A-lô, sao lại cắt điện như thế? Cho tôi nói hết đã chứ?

— Anh nói chuyện với ông Thắng đấy à? Anh đã bảo tôi phải bình tĩnh mà anh chẳng bình tĩnh chút nào! - Ông Lâm nói nhỏ vào tai ông

Cẩn.

— Theo tôi, ông ta phải chịu trách nhiệm chính trong việc này. Tôi đâu có muốn nóng nhưng nghe những lời nói ngọt ngào trong lúc nước sôi lửa bỏng như thế này tôi không chịu được. - Ông Cẩn đáp.

— Nếu ông ta là người dám chịu trách nghiệm về mình và có lương tâm của người làm khoa học thì ông ấy sẽ trở lại với chúng ta.

— Có lẽ tôi phải trực tiếp đi gặp ông Thắng. Nói chuyện qua điện thoại không được - Ông Cẩn bồn chồn, sốt ruột.

— Anh về Hà Nội, còn tôi thì xuống dưới làng Hạ. Tôi vừa nghe nói những cánh đồng ở dưới đó vẫn xanh nguyên.

Tại trại giống thuộc Viện nghiên cứu.

Những lò lửa đốt lên. Những thùng nước lớn bốc hơi nghi ngút. Ni-lông chăng như mắc võng giữa trời. Những cô công nhân trùm khăn che kín mặt, tới tấp tung tro và đổ nước nóng vào những ruộng mạ. Có cô đốt cả một đống rơm lớn. Gió hắt hơi lửa vào trong các ruộng. Những cây mạ mơn rì rầm trong nước ấm và tro xám.

Ông Quỳnh chạy đi chạy lại xem xét chỗ này, nhòm ngó chỗ kia, thỉnh thoảng lại tặc lưỡi:

— Này, phải tiết kiệm! Không được vung tay quá trán[27] đâu nhé!

— Chỉ có thủ trưởng mới vung tay quá trán chứ tay chúng em ngắn lắm, có vung cũng chẳng quá trán được.

— Đừng có đùa! Mọi thứ đều có hạch toán hẳn hoi, chi tiêu tiết kiệm, chúng ta đã tốn kém quá nhiều rồi!

Những cô gái nhìn nhau, khúc khích cười. Những cái má hồng lên trong gió lạnh. Ông Quỳnh bỗng gọi to:

— Cô Hảo đâu rồi; ghi con số để báo cáo lên Viện chứ? Ơ, cô Hảo đâu rồi?

— Cô ấy vừa tháo nước ở kia! Chắc cô ấy chỉ chạy quanh đây thôi.

— Làm gì! Đi đâu cũng phải báo cáo chứ? - Ông Quỳnh gắt rồi quay sang các cô công nhân - các cô đi đâu phải báo cáo cho tôi biết đấy!

Cứ tự tiện đừng có trách[28]!

— Vâng! - Các cô gái đáp rồi mắt lườm, môi bĩu theo sau lưng ông Quynh. Ông đạp xe sang Viện. Nghe tiếng máy chữ mổ cò ở trong phòng ông Thắng, ông Quynh liền bước vào nhìn ngay thấy khuôn mặt dài của Bính cúi xuống trên cái máy chữ.

— Tin mới nhất vào giờ chót đâu, trại trưởng! Tôi chờ bác mãi nên báo cáo bị muộn mất rồi. - Bính nói và giơ tay lên trời, tỏ vẻ thất vọng.

Ông Quynh lấy trong túi áo ra một tờ giấy nhàu đưa cho Bính rồi ngồi xuống ghế, hút thuốc.

Có tiếng chuông ngoài phòng hành chính gọi vào.

— Chào bác Quân! Viện trưởng đi vắng không dặn ai tiếp khách thay cả. Cũng không ai biết lúc nào Viện trưởng về mà bảo đợi. Khách muốn gặp tôi à? Tôi đang bận việc gấp, không tiếp khách được nhé - Bính vừa bỏ máy thì lại nghe tiếng chuông reo và một giọng lạ cất lên ở trong máy:

— Các đồng chí bận, nhưng xin lỗi các đồng chí chúng tôi không phải rỗi việc mà lên tận đây làm phiền các đồng chí đâu. Nhưng đã nói thì phải có trách nhiệm với lời nói của mình!

— Xin lỗi, tôi chưa hân hạnh được biết đang nói chuyện với ai đấy à! — Giọng Bính mềm mỏng và thoáng chút giễu cợt.

— Tôi là Lâm.

— Lâm nào nhỉ - Bính ngần ngại.

— Lâm 100 phần 100 mạ không đất, anh bạn về chỉ đạo làm, quên rồi à?

— À! - Bính kêu lên, buông máy, quay sang ông Quynh - Bác giúp tôi, chỉ có bác mới giúp được tôi trong lúc này thôi. Theo như chỗ tôi biết thì mạ dưới huyện đó chết gần hết. Ông Thắng có dặn chúng ta phải làm cho họ hiểu mạ chết là tại họ chứ không phải tại chúng ta. Bác cứ cho họ đi xem mạ bên trại ta tươi xanh là họ hết kêu ca. Còn tôi, tôi không thể đi gặp ai lúc này được.

Ông Quynh chưa kịp đi thì ông Lâm đã hiện ra trước cửa. Bính luống cuống nhìn ông Quynh. Ông Quynh chạy ra:

— Đồng chí hỏi về mạ phải không? Thế thì mời đồng chí đi theo tôi, tôi có thể làm đồng chí vui lòng hơn cái anh chàng này.

Hai người đi ra ngoài.

Bính thở phào, ngồi xuống bàn, tiếp tục đánh máy. Bản báo cáo dài ra mãi.

— Ông thấy thế nào? Mạ xanh như thảm len! Cũng có một số chỗ bị chết nhưng so với toàn bộ diện tích thì không đáng kể. - Ông Quynh nói, nét mặt đầy vẻ hãnh diện[29]. Với những thửa mạ dày như thế này chúng tôi sẽ thừa cấy.

Ông Lâm nhăn mặt nhìn những mương máng dẫn nước nóng quanh mỗi thửa mạ đang bốc hơi nhè nhẹ như sương phủ. Ni-lông che rợp cả một khoảng trời.

— Tôi có vài điều thắc mắc muốn hỏi ông?

— Xin ông cứ hỏi.

— Các ông làm mạ với bất cứ giá nào như thế này tất nhiên mạ sẽ sống tốt nhưng đấy là trên một diện tích nhỏ và sẵn tiền của nhà nước. Nhưng với hoàn cảnh người nông dân và những điều kiện hết sức hạn chế của hợp tác xã thì sao? Bao nhiêu nước nóng tưới cho thấu mặt đất?

— Chúng tôi chỉ giúp địa phương những phương thức và quy tắc thôi, còn cụ thể thì các anh phải tính toán chứ.

— Chỉ phương thức và quy tắc thôi à? Còn điều kiện và hoàn cảnh? Còn đời sống và giá thành? Làm như các ông thì mỗi hạt thóc giá bao nhiêu?

— À! Thế chúng tôi phải tính toán cả giá phân, giá thóc cho các ông nữa cơ ? Đó là nhiệm vụ của các ông chứ? Nên nhớ rằng chúng tôi không chung mâm chung bát[30] với các ông đâu nhé!

— Thế ông nghĩ rằng chỉ có những người chung mâm chung bát mới có trách nhiệm với nhau thôi à? - Ông Lâm xẵng giọng. Ông Quynh gỡ cái mũ bông đang đội trên đầu quật quật vào bàn tay rồi bước đi, nhanh chóng lẫn vào đám người đang tung tro và tháo nước ấm cho mạ.

Ông Lâm sững người. Ông có cảm giác hơi nước từ các ruộng đang bốc lên bao phủ người ông và trong những đống lửa đã tắt ngấm vẫn còn những cục than nóng hổi đang cháy ở gần ông.

Có tiếng huýt sáo. Một người thanh niên đi lại phía ông. Chiếc áo bông xanh anh ta đang mặc có vài vệt bùn, quần xắn cao quá gối và một đôi ủng lấm bùn. Không còn trẻ lắm nhưng cũng chưa già. Không vồn vã săn đón cũng chẳng dửng dưng ngạc nhiên. Ở anh ta toát ra một vẻ bình tĩnh thản nhiên.

— Anh công tác ở đây à? - Ông Lâm hỏi và nhìn anh với vẻ thăm dò.

— Vâng. Ông cần gì đấy? Tôi không có chức vụ gì ở đây nhưng nếu ông cần thì tôi sẽ giúp ông với điều kiện của tôi - Người thanh niên nói, giọng đều đều.

— Tôi có việc cần gặp ông Quynh. Đang nói chuyện dở thì ông ấy biến mất. Anh có thể tìm ông Quynh giúp tôi được không?

— Không — Người thanh niên đáp rồi quay đi.

— Này, vừa nãy anh bảo tôi cần gì thì anh sẽ giúp đỡ cơ mà.

— Tôi không thể đi tìm ông Quynh được vì ông ấy chẳng giúp đỡ gì cho ông đâu.

— Hứ???

— Thành thật khuyên ông đừng theo đuổi ông Quynh nữa. Nếu cần, đi tìm người khác.

— Tôi ở dưới huyện lên. Nếu anh biết là chúng tôi đang khó khăn như thế nào thì anh sẽ chẳng làm ngơ đâu. Mạ chết gần hết. Trách nhiệm ở đâu? Nếu như kiểm điểm cho kỹ, nhưng chúng tôi chưa nói tới chuyện đó. Trước mắt là phải cứu những cánh đồng. Hôm đầu vụ ông Thắng có về, chắc anh hiểu vì sao chúng tôi tin tưởng ở ông ấy. Mấy năm trước, ông ấy đã đem về cho chúng tôi một giống lúa có năng suất cao. Làm giống mới cũng có nhiều khó khăn nhưng sau đó chúng tôi được mùa. Do đó, chúng tôi đâm ra chủ quan, nhắm mắt lại mà tin.

Người thanh niên không nói gì.

— Anh đang làm gì ở đây? - Ông Lâm hỏi.

— Tôi đang phủ tro cho mạ.

— Ruộng của anh ở đâu?

Hai người bước đi. Ông Lâm ngạc nhiên thấy những mảnh ruộng của anh thanh niên cũng phơi trần trong gió và nước lạnh, không có ni-lông che và nước nóng ấp ủ như những thửa ruộng mà ông vừa thấy ban nãy. Hình như tất cả những thửa ruộng này đều làm với những điều kiện tự nhiên bình thường như ở chỗ ông. Có điều khác là nó không chết. Ông ngước nhìn người thanh niên.

— Có lẽ ông cứ về. Tôi sẽ nói lại những yêu cầu của ông để mọi người có trách nhiệm.

— Phải có mạ nhưng chúng tôi hết giống rồi. Anh có thể cho tôi biết tên để sau này còn liên hệ?

— Không cần đâu, ông ạ! Điều quan trọng là chúng tôi có làm gì hay không còn cái tên chẳng có nghĩa lý gì - Người thanh niên nói rồi bắt tay ông Lâm và bước đi.

"Thật là một ngày xúi quẩy! Đến những lời nói nhiệt tình, hứa hẹn chắc chắn của một người có chức vụ tên tuổi còn chẳng ăn thua gì nữa là một người không muốn nói cả tên thì biết tin cậy vào đâu". Ông Lâm chán nản nghĩ rồi bỏ đi.

Một vành nón nghiêng xuống. Vuông khăn[31] len buộc chặt, những sợi tóc phơ phất, hai bàn tay ngâm lâu trong nước lạnh đỏ lên, Hảo đang chăm sóc những thửa mạ.

Triều đi nhanh đến.

— Hảo! - Anh gọi khẽ rồi đưa mắt nhìn quanh. Nỗi mặc cảm sợ hãi bao vây khi họ gặp nhau và điều ấy làm cho Triều khó chịu.

— Ông Quỳnh đang tìm cô. Cô không nên cứ luẩn quẩn vì những

thửa ruộng của tôi. Dù sao thì...

— Tôi bón thêm cho ruộng của anh một ít mùn. Tôi không thể chịu nổi khi người ta phân biệt giữa người với người chưa đủ lại còn phân biệt đối với những cây lúa.

— Vì mục đích công việc của tôi và họ khác nhau. Thôi, đó là chuyện lâu dài, ta nói vào lúc khác. Bây giờ tôi có việc cần bàn với cô - Triều vắn tắt kể lại chuyện ông Lâm và tiếp - Nếu nói về trách nhiệm thì chúng ta không có trách nhiệm. Nhưng theo tôi, chúng ta không nên chỉ nghĩ đến những công trình khoa học mà phải nghĩ cả đến những bát cơm của người nông dân. Không thể đứng im nhìn họ thất bại...

— Anh bảo bây giờ chúng ta phải làm gì?

— Cuộc sống đang cần những cái cụ thể mà những người ở đây lại lo làm những cái trừu tượng để có tiếng tăm, học vị. Tôi sẽ đi gặp anh Trung, còn Hảo thì nên đến chỗ anh Khang một tý. Phải thông báo cho các anh ấy biết tình hình nghiêm trọng. Khang là người thích sống yên ổn, nhưng anh ấy có quyền, Hảo nên thuyết phục anh ấy.

— Tôi hiểu! - Hảo đáp rồi đi sang Viện.

Triều đi cùng Hảo mấy bước rồi dừng lại chờ cho Hảo đi khuất anh mới đi tiếp. Không hiểu sao anh có cảm giác có người theo dõi mình.

Vài tiếng gõ cửa nhẹ nhàng. Hảo đã đánh thức Khang dậy. Khác hẳn trước kia, khó ai có thể kéo Khang ra khỏi giấc ngủ mùa đông.

— Có việc gì thế, cô Hảo? - Khang mở rộng cửa, kéo ghế, rót nước vào ấm!

Hảo vắn tắt trình bày câu chuyện.

— Cô nên báo cáo với ông Quynh thì đúng hơn là nói với tôi - Khang ngắt lời Hảo - Ông ấy vừa có chức, có quyền vừa có điều kiện vật chất...

— Anh nghĩ như thế không đúng đâu. Trong lúc này, tôi nghĩ, chúng ta phải...

— Tôi không thích chữ phải mà cô dùng vì thực ra đó không phải là nhiệm vụ của tôi!

— Anh từ chối à?

— Tôi từ chối cũng được chứ sao? - Khang nói và nhìn Hảo với vẻ mặt ác cảm — Nhưng tôi không từ chối. Tôi sẽ làm đúng trách nhiệm và quyền hạn của tôi là báo cáo lên trên. Còn như thế nào là tuỳ ở cấp trên.

— Việc này cũng không phải là trách nhiệm của tôi nhưng tôi không thể ở yên được khi ở bên cạnh có người kêu cứu. Thực ra, tôi cũng chưa biết là nên làm gì.

— Có biết cũng chưa chắc làm được. Mọi việc đều liên quan đến nhau. Tôi chỉ là một sợi chỉ, mà muốn dệt một tấm vải cần phải có bao nhiêu sợi.

"Con người này mới thông minh và khôn ngoan làm sao? Có lời từ chối nào lại khéo hơn câu nói ấy?" Hảo nghĩ và đứng lên, cố nén một tiếng thở dài.

— Sao, cô ngồi chơi đã! Về ngay à?

— Thôi, tôi về để anh nghĩ - Hảo chào Khang rồi quay ra rất nhanh đến nỗi phải một lúc sau Khang vẫn còn bàng hoàng không biết thực hay mơ.

— Chị Hiên ơi! Chị Hiên! - Hảo gọi từ đằng xa. Không có tiếng trả lời. Hiên đang phơi những cái đĩa có vài chục hạt thóc nhỏ ngâm trong một thứ nước màu xanh lơ. Thóc đã nảy mầm. Hiên chăm chú nhìn những mẩu rễ trắng nhỏ xíu như những sợi chỉ mỏng manh đang kết dính lại với nhau.

"Người ta chăm lo sự sống cho những hạt thóc ở trong đĩa nhưng lại mặc cho nó chết rét ở ngoài đồng" Hảo nghĩ và dừng lại bên cạnh Hiên.

— Này - Hiên bỗng kêu lên rồi quay lại. Hiên ngạc nhiên khi nhìn thấy Hảo - Những cái rễ có ngắn lại hơn, cậu ạ!

— Những cái rễ ngắn lại à? Những cái rễ ngắn lại thì có lợi gì? Trong khi đó, mạ ở các nơi khác chết đen thui... - Hảo nói.

— Mạ ở đâu chết đen thui? - Hiên hỏi, nét mặt thoáng vẻ lo sợ. Những đêm mất ngủ, những trưa thức, gió, nước lạnh và những cái mầm nhỏ xíu đã làm chị choáng váng.

Một lần nữa, Hảo lại kể về những cây mạ trên những cánh đồng đang chết.

— Mình đã nghĩ đến những chuyện ấy, nó cũng chẳng phải là hiện tượng mới mẻ gì. Nếu như những cái rễ mạ ngắn lại thì lượng dinh dưỡng nuôi lá sẽ lớn hơn và sức chống chịu rét của cây mạ sẽ tốt hơn. Đấy, Hảo nhìn xem!

Mắt Hiên rực rỡ, hai bàn tay Hiên run run, cả khuôn mặt Hiên tràn ngập ánh sáng.

— Những cây mạ này và những cánh đồng đang chết trụi[32] ở các làng quê có liên quan đến nhau. Hai chuyện chỉ là một nhưng vì những lý do gì đó mà họ đã làm nhầm. Cái đáng làm trước thì làm sau, cái chưa thể làm được thì họ làm vội vã - Hiên nói và lau hai bàn tay ướt lạnh cóng vào mớ giẻ.

— Chị Hiên làm thế nào cho những cái rễ ngắn lại?

— Mình xử lý phân vi lượng[33].

— Vi lượng à? - Hảo nhìn Hiên - Nếu như thế thì những vụ sau ta không còn sợ...

— Dù sao cũng cho chỉ là bước đầu nghiên cứu thôi! - Hiên đáp, giọng buồn buồn. Chị nghĩ đến những cánh đồng đang hấp hối.

— Anh Trung ơi! Chúng ta phải làm gì bây giờ! Mạ chết hết rồi! — Hiên như chợt thức dậy sau những đắm chìm[34] vào công việc, chị chạy đi tìm Trung.

Hảo còn trơ lại một mình.

25

— Anh Bính! - Hảo gọi sau một lúc đứng im trước cửa nhìn Bính đang cắm cúi mổ cò trên cái máy chữ nhỏ.

— A, Hảo! Vào đây, vào đây, em! - Bính ngẩng lên và reo to - Anh đang nghĩ đến em! Bận quá, chưa đi tìm em được thì em đã đến. Cứ y như là em đoán được ý nghĩ của anh vậy!

Bính kéo ghế, Hảo ngồi xuống.

— Đưa em đánh máy hộ cho nào?

— Thôi, không cần! Anh phải tự đánh máy thì mới thêm thất sửa chữa[35] câu văn được! Này, em, gọt cam ăn đi! Cam Vinh mẹ mới gởi vào cho đấy!

Hảo bóc cam ăn và bàn tay Bính vồ vập. Chuyện trò qua loa, Bính đứng lên, khép cánh cửa lại, đi đến gần Hảo:

— Mấy ngày không gặp em anh nhớ quá! Còn em, chắc nhiều chuyện vui lắm nên quên mất anh rồi! - Giọng Bính bả lả[36].

— Nói oan quá - Chiều nào hết việc, em sang đây thì anh đã vù về Hà Nội rồi! Hôm nay em phải đến vào giờ làm việc mới gặp được anh!

— Ừ, anh biết rồi. Anh biết! Nhưng anh bận lắm! Em hiểu chứ? Đang thời vụ lại gặp rét lạnh thế này! Thế nào? Công việc của em thế nào?

— Bận và vất vả hơn ở bên Viện nhiều...

— Phải cố gắng, em ạ! Dù sao em cũng mới về, phải tỏ ra mình là người tích cực, hăng hái. Theo chỗ anh biết, ông Thắng điều em sang đó là có dụng ý đấy!

— Dụng ý gì? - Hảo giật mình ngơ ngác.

— Dụng ý rất tốt! Em biết ở bên đó có những ai rồi chứ? Lão Quỳnh già rồi, trình độ hạn chế, cái bằng hàm thụ đại học của lão vơ đâu chả được? Nhưng được cái lão dễ bảo, vâng dạ nhanh, nhưng chỉ mấy năm nữa là phải về vườn rồi! Bây giờ lão lo xây dựng tổ ấm của lão hơn là làm công tác! Khi lão ấy về thì ai sẽ lên nào? Đấy là vấn đề đặt ra. Công nhân và trung cấp dứt khoát không rồi nhớ. Kỹ sư chỉ có ba người. Thằng Triều thì ông Thắng rất ghét, làm sao lên? Khang thì hiền lành đến đần độn, ba phải[37], gió chiều nào che chiều ấy, lãnh đạo ai? Thế là chỉ còn em. Em sẽ lên làm trại trưởng. Từ trại trưởng lên viện phó mấy bước, nhất là cơ cấu tổ chức bây giờ phải có nữ...

— Anh tính như thế à? - Hảo nhìn Bính.

— Anh tính như thế nên mới để em sang trại, nếu không anh đã giữ em ở bên này. Ở đây, lúc nào hai đứa cũng gần nhau, đằng này nhiều lúc anh thấy em xa lăng lắc...

— Có mấy bước mà cũng kêu xa!

— Không xa thì cũng chẳng gần!

— Thế mà em vẫn nghĩ, anh muốn em sang đó để. - Hảo ngập ngừng.

— Để sao?

— Để cho anh đỡ vướng chân. Để anh muốn đi với ai cũng không sợ em nhìn thấy!

— Chỉ nói linh tinh! Làm gì có chuyện đi với ai! Tình yêu, bản thân nó cũng có sức gì nhỉ?...

— ... đề kháng!

— Ừ, sức đề kháng! Anh tự giữ mình chứ? Chất đề kháng, miễn dịch trong anh rất mạnh!

— Hôm kia, cô nào đến thăm anh rồi cùng về Hà Nội với anh? - Hảo nhìn thẳng vào Bính.

— Ai nói với em thế?

— Em nhìn thấy.

— Nhảm nhí! Làm gì có cô nào?

Bính tỏ vẻ nghĩ ngợi rồi bỗng kêu lên:

— À đúng rồi. Chị Tâm đến hỏi mượn quyển sách đúng lúc anh sắp sửa đi. Anh tìm cho chị ấy mượn rồi cùng đi ra, khoá cửa lại, chắc em hiểu nhầm!

— Không phải chị Tâm. Cô này ăn mặc bít rít[38] lắm! Đi mi-ni[39] Nhật hẳn hoi...

— Lạ thật, làm gì có cô nào nhỉ? - Bính kêu lên, tay vỗ trán bồm bộp⁴⁰ - Em không tin anh à?

— Có tin em mới hỏi chứ?

— Ừ, phải tin anh, anh nói dối em làm gì? Một trăm đứa con gái cũng không bằng một cái chân em. Đứa nào cũng rẻ tiền tất. Em là bà tiên⁴¹ của anh! - Bính nói và quàng tay bế Hảo lên. Hảo chới với⁴², giằng ra⁴³, đứng xuống đất.

— Đừng làm như thế. Em đến với anh để bàn một việc nghiêm chỉnh. — Bính ngồi xuống ghế, bóc cam ăn tủm tỉm.

— Việc cô đi mi-ni Nhật chứ gì?

— Em muốn nói với anh, công việc hiện nay đang rối lắm. Mạ ở dưới huyện, nơi anh về với ông Thắng hôm trước phát động họ làm đang bị chết hết. Họ lên đây chẳng gặp ai cả. Đến một ý kiến cho rõ ràng cụ thể cũng không có. Để vậy được ư? Đã làm cái gì phải có trách nhiệm đến cùng chứ?

— Anh biết đâu! - Bính đẩy quả cam ra, đứng lên - Hôm ấy, anh đi cùng với ông Thắng chỉ để minh hoạ bài giảng của ông ấy, chứ anh có quyền gì mà em chất vấn anh?

— Em đâu dám chất vấn anh? Em hỏi anh đấy chứ? - Hảo nói nhỏ và cố gượng cười.

— Anh không thích em hỏi anh những chuyện như thế. Dở hơi lắm. Em chỉ nên hỏi anh về cô đi xe mi-ni Nhật, mi-ni Pháp, mi-ni Sài Gòn, hay mi-ni Liên Xô... như thế dễ nghe hơn và đúng chức năng, nhiệm vụ của em hơn. Cả ngày anh đã bận bao nhiêu việc, gặp người yêu lại nghe hỏi về cây lúa, dảnh mạ⁴⁴, thì chịu sao nổi? Vô lý quá! Cực hình⁴⁵ quá!

— Sao hết giờ làm việc em chép hàng trăm trang giấy về cây lúa, dảnh mạ cho anh, em vẫn chịu được?

— Em khác, anh khác. Chúng ta yêu nhau vì sự khác nhau ấy, em hiểu chưa? Còn nếu chúng ta giống nhau thì ô-rơ-voa⁴⁶ nhé! Thôi, em ăn cam đi! Trưa nay ở lại với anh nhé! Bây giờ anh ở một mình, lúc nào em đến cũng được. Ờ, sao không một đêm nào em đến ở với anh nhỉ? Trời lạnh giá như thế này, nằm một mình càng lạnh, lạnh thấu xương!

— Anh đừng nói thế, em không thích đâu! - Hảo nhăn nhó.

— Em có yêu anh đâu. Yêu anh, em phải hiểu mong muốn của anh chứ.

— Thế anh muốn gì?

— Muốn em làm vợ anh! Hãy giữ chặt lấy anh, buộc cánh, buộc chân anh lại không cho anh bay đi đâu. Đằng này em cứ làm lơ anh, làm cho anh có lúc buồn quá, nghĩ lung tung!

— Em cũng mong muốn giữ được anh nên mới xin chuyển về đây. Em muốn anh nói chuyện với mẹ anh mẹ em rồi báo cáo cơ quan đi đăng ký và tổ chức lễ cưới, làm giản dị thôi, anh ạ! - Hảo nói, nét mặt vừa xúc động vừa nghiêm trang.

— Cưới! Cưới chỉ là một sự ràng buộc về pháp lý, lúc nào em cũng nhắc đến, cứ y như cái đăng ký kết hôn là lá bùa hộ mệnh cho tình yêu, hạnh phúc ấy! Để làm gì cơ chứ? Tất nhiên là rồi sẽ cưới, nhưng không phải là lúc bận rộn như thế này! Làm giản dị mà không tốn ít nhất cũng hàng chục ngàn ấy à? Phải lo chứ? Lo lắng và vất vả rồi mệt mỏi, công nợ⁴⁷ lúc ấy còn hạnh phúc cái nỗi gì? Trong khi đó, những giờ phút thanh thản yên tĩnh và có điều kiện đến với nhau, sưởi ấm cho nhau thì em lại từ chối. Yêu nhau sáu bảy năm rồi mà lúc nào em cũng quây quẩy, xua đuổi anh làm như anh là thằng hủi, thằng lừa đảo ấy! Anh nói thật nhé, anh tự ái rồi đấy! Sao em không học tập chị Hiên? Anh Trung đi chiến trường giữa lúc chiến tranh ác liệt, ai dám nói chắc ngày về. Vậy mà chị ấy dám có con, nuôi con và chờ đợi anh ấy suốt mấy năm trời. Giá là em chắc em sẽ bảo: "Để xin phép bố mẹ, báo cáo cơ quan làm đơn đăng ký kết hôn rồi tổ chức lễ cưới đã chứ?"

Hảo bật cười, má đỏ hồng.

— Lúc này, trông em xinh quá! Anh không cho em về đâu! Hôm nay, em phải ở đây với anh - Bính nói và nhìn tờ lịch trên tường. Hôm nay ngày chẵn, tốt đây! - Bính với tay đóng cửa sổ - Anh sẽ khoá cửa ngoài, ai đến tìm sẽ tưởng anh đi vắng. Em cứ nghỉ ở đây, anh đi mua thức ăn về. Vui lắm. Nếu em giữ được đừng ho hoặc hắt hơi khi có người ở bên ngoài là ổn cả.

Bính nói và trải đệm, xếp gối.

"Bính xếp đặt mọi thứ quen thuộc làm sao! Hạnh phúc là như thế này!" Mắt Hảo như bị hút vào cái khăn tắm to vắt ở đầu giường. Cái khăn còn ướt.

Mở ô cửa mắt cáo, Bính thò tay ra ngoài. Nghe "tách" một cái, khoá đã bấm lại. Bính trùm miếng ni-lông lên cửa rồi hối hả chạy tới Hảo, bế bổng cô đặt lên giường.

— Sao em run thế? Trời ơi, em làm như anh sắp ăn thịt em ấy!

— Em sợ lắm! Đừng làm khổ em? Em không thể...

— Em sợ gì? - Bàn tay Bính chà[48] lên người Hảo - Em sợ có con chứ gì? Ừ, kể cũng đáng sợ thật. Nhưng không sao, anh đã có cách. Em yên tâm, anh có phải thằng ngu đâu! - Bính nhoài người[49], mở ngăn kéo lục lọi và lôi ra một gói giấy buộc trong cái khăn mùi xoa[50].

— Cái gì thế? - Hảo kêu lên và vùng đứng dậy.

— Em quê quá! Lạ thật đấy! Chẳng ai yêu nhau như em! Phong kiến, cổ hủ! Phải biết tranh thủ và tận hưởng hạnh phúc của mình chứ? Chờ đợi cái gì và gìn giữ cho ai khi chúng mình yêu nhau đã sáu bảy năm rồi. Hay em chờ cưới? - Bính cười to - Cưới là cái quái gì? Cứ xem như hôm qua là ngày cưới của chúng mình cũng được chứ sao? Hay em thích thưa quan viên hai họ, thưa hai lọ lục bình[51]? Cổ tất. Rởm tất. Bỏ đi. Có bỏ đi những tục lệ cổ hủ ấy con người mới hạnh phúc, tự do được, em ạ!

Bàn tay Bính mở gói giấy. Tung ra những cái hộp nhỏ, và những viên thuốc trắng. Hảo nhìn quanh. Cửa ngoài đã khoá. Chiếc quần Bính mặc bằng vải kẻ[52] đẹp bó sát người, lộ bắp đùi tròn và dài, trắng nõn. Lần đầu tiên, Hảo nhìn thấy Bính như vậy. Ngực cô đập mạnh như trái tim sắp nhảy ra khỏi ngực. Cổ cô tắc lại. Cô cảm thấy không thể kêu cứu cũng không chống lại được Bính. Và như thế thì thật là kinh khủng. Cô yêu Bính và có thể vì Bính mà làm tất cả mọi việc nhưng như thế này thì... Những năm mới yêu nhau, những năm trước đây, Bính thắm thiết và trong trẻo chứ có như thế này đâu! Mỗi lần đi chơi ra ngoại ô Bính hay hát cho cô nghe, giọng Bính ấm và hơi buồn, - nghe thương thế! Mấy năm nay, từ sau chuyến đi Sài Gòn, Bính khác hẳn. Mỗi lần gặp nhau, Bính lại giục giã, đòi hỏi. Tại sao lại như vậy nhỉ? Tại sao? Trước đây, khi Hảo còn đang học, bao lần Bính đòi cưới, nhưng bây giờ mỗi lần nhắc đến chuyện cưới, Bính lại gạt đi với bao nhiêu lý luận mà Bính cho là mới mẻ. Hảo nghĩ và chằm chằm nhìn cái khăn mùi xoa nhỏ với những viên thuốc. Không phải khăn của Bính. Tất cả khăn của Bính đều do Hảo cắt may, ở mỗi góc khăn cô đều thêu một bông hồng nhỏ bé và hai chữ B - H lồng vào nhau và bao giờ cũng là một đôi, mỗi người một chiếc.

Một ý nghĩ ghê sợ chợt đến làm Hảo lạnh toát người. Cô nhìn quanh. Cửa sổ không chấn song, cài móc. Cô đi đến gần, bật móc. Cửa mở toang.

— Làm cái gì thế? - Bính quát lên.

— Em muốn ra ngoài - Hảo nói.

— Không phải đi bằng cửa sổ đâu - Bính mở khoá cửa - Đây là lần thứ hai cho thấy rõ cô không yêu tôi - Bính nhếch mép[53] - Không sao, tôi thử lòng Hảo thôi. Thực ra, lâu nay tôi có một nghi ngờ Hảo không thực lòng yêu tôi. Vì tôi, Hảo xin chuyển về đây công tác ư? Nhầm! Không phải vì tôi mà vì một người khác. Sòng phẳng[54] đi thì tốt hơn đấy! Hôm nay tôi sẽ về nói cho mẹ tôi biết điều này để bà đừng hiểu lầm, tội nghiệp bà già!

— Em xin anh đừng làm mẹ buồn - Hảo cúi xuống, cố giấu những giọt nước mắt đang trào ra - Còn nếu anh nghi ngờ em, anh cứ điều tra xem có phải không?

— Yêu ai, cô biết rõ hơn tôi, cần gì phải nói! - Bính gằn giọng và lại nhếch mép cười.

— Em không hề yêu ai ở đây cả. Anh là người yêu đầu tiên của cuộc đời em. Em về đây là vì anh! Tình cảm của em hoàn toàn trong trắng, lương tâm em không có điều gì phải ân hận!

— Tình cảm, lương tâm! Đạo lý! Luật pháp! Tôi chán nghe những từ ấy lắm rồi! Người ta nói cho tôi biết, hơn một tháng nay ngày đêm cô chăm sóc ruộng lúa của tay Triều, vì sao vậy?

— Anh ấy nhờ giúp - Hảo thở dài - Anh ấy đi công tác xa, nếu không có người trông nom, lúa sẽ chết.

— Vì sao nó không nhờ ai lại nhờ cô?

— Em không biết.

— Tại sao cô không nói với tôi?

— Em cũng định nói với anh nhưng biết anh không thích anh Triều. Có lần hai người suýt đánh nhau, em đã thấy!

— Biết tôi ghét nó mà cô vẫn giúp nó. Tại sao vậy?

— Chăm sóc một mảnh ruộng nhỏ hộ người đi công tác vắng không phải là tội lỗi. Còn anh muốn coi đó là một cái cớ để đổ lỗi và bỏ em thì tuỳ anh thôi.

— Tôi với Hảo đã có gì ràng buộc đâu mà phải tạo cớ mới bỏ được? - Bính cười nhạt - Còn nếu cần cớ thì chỉ nguyên việc cô từ chối tình yêu tha thiết, chân thành của tôi cũng là một cái cớ chính đáng lắm rồi! Tôi mong muốn sự thật sòng phẳng, rõ ràng.

— Sự thật là em yêu anh và trước sau như một, còn anh muốn hiểu như thế nào có trời chứng giám! - Hảo nói và đứng lên. Bàn tay cô cầm cái khăn mùi xoa để trên bàn bỏ vào túi và đi ra ngoài.

*   *   *

— Anh Triều! - Hảo gọi và chạy thẳng vào trong phòng Triều. Triều đang ngồi trên đất cưa đục mấy mảnh gỗ. Chung quanh anh bừa bộn gỗ vụn, vỏ bào, lưới sắt, chảo rang cát, những gói thóc... Hình một cái chạn đã dựng lên.

— Nhà gần đồng, lắm chuột quá! Có ít thóc giống nó cắn mất thì gay go. Cái hòm gỗ dày như thế mà nó cũng khoét được! - Triều nói rồi đứng lên kéo ghế mời Hảo ngồi và pha nước chè.

— Đi đâu về mà mệt mỏi thế, cô Hảo? - Triều hỏi và nhìn Hảo.

— Tôi vừa gặp anh Bính. Không biết ai nói mà anh ấy đã biết tôi trông nom thửa ruộng hộ anh những ngày anh đi công tác.

— Có sao! Cứ cho cậu ta biết! Cô uống nước đi cho ấm!

— Anh ấy hiểu theo một nghĩa khác. Anh ấy hỏi vì sao anh không nhờ ai mà lại nhờ tôi; và sao biết anh ấy ghét anh mà vẫn làm giúp? Vì, vì sao làm mà không nói cho anh ấy biết?

— Thế cô trả lời thế nào? - Triều cười, nhìn Hảo.

— Tôi nghĩ không phải vì chuyện ruộng lúa của anh mà Bính có những thái độ rất khác đối với tôi như thế. Bính dồn tôi vào chân tường rồi đổ lỗi cho tôi. Nhiều người gặp Bính đi với cô này, cô khác. Có người còn nói Bính dắt gái vào phòng ban đêm... - Hảo nói và môi mím lại, tay vịn vào thành ghế như cố giữ cho những giọt nước mắt khỏi chảy xuống.

— Có thể anh ấy không còn yêu tôi nữa nhưng sao anh ấy không nói thẳng ra mà phải bày chuyện như bậy?

— Lâu nay Bính đối với cô như thế nào?

— Vẫn tốt. Nhưng...

— Nhưng sao?

— Anh ấy khang khác thế nào ấy[55]! Tôi không thể nói rõ được. Một tuần thì sáu buổi tối Bính về Hà Nội. Về làm gì vậy?

— Trước đây có như thế không?

— Trước đây cũng thế. Tôi nghĩ Bính về Hà Nội vì tôi. Nhưng từ khi tôi vào đây công tác Bính cũng cứ về như vậy...

Triều ngồi im, anh chợt thấy buồn. Một người con gái tốt và xinh xắn như thế kia nhẽ ra phải được yêu và hưởng hạnh phúc. Vậy mà cô ta luôn luôn bị đau khổ, giày vò.

— Tôi muốn nhờ anh giúp một việc.

— Cần gì cô cứ nói, đừng ngại. Làm gì được, tôi sẽ làm. Tôi chỉ mong muốn cô vui.

Triều nói và cố nén một tiếng thở dài thốt ra từ đáy lòng, Hảo rút trong túi ra cái khăn mùi xoa vừa lấy của Bính:

— Anh có cách nào xác minh được cái khăn này là của ai không?

Triều trải khăn ra bàn, xem xét. Một cái khăn nhỏ, có viền chung quanh, hai màu. Ngoài những vết ố nhựa cây ra, cái khăn thật bình thường không có gì đặc biệt.

— Thực ra, một cái khăn tay như thế này chẳng có nghĩa lý gì cũng không thể coi là bằng chứng được. Người ta có thể nhặt được, có thể cầm nhầm, có thể mượn bạn để lau mũi chẳng hạn! - Triều nói và cười, nhìn Hảo với cái nhìn của người anh trai - Bỏ đi, đừng nghĩ nữa cho nó nhẹ người, Hảo ạ!

— Lòng tôi nặng nề lắm.

— Tôi hiểu. Chỉ có một cách. Nếu cô cho phép và đừng giận, tôi sẽ nói thật.

— Anh cứ nói đi. Tôi rất muốn nghe anh nói.

— Cô và Bính không hợp nhau đâu. Nếu hai người lấy nhau liệu có hạnh phúc không? Sáu, bảy năm trời yêu nhau, Bính đem lại cho cuộc đời cô những gì? Đó là điều tôi nghi ngờ và là những điều cô cần suy nghĩ. Còn việc Bính quan hệ với ai, theo tôi, đó không phải là điều quan trọng lắm đâu.

— Anh nói đúng. Đã đến lúc tôi phải nghĩ lại tất cả. Từ ngày yêu anh ấy, anh ấy tạo cho cuộc sống của tôi là chờ mong và phụ thuộc giống như một cái bóng. Cũng tại tôi một phần. Mỗi khi tôi không bằng lòng anh ấy điều gì, tôi ngại tranh luận vì tranh luận là cãi nhau, tôi rất sợ sự căng thẳng. Tôi muốn được thấy anh ấy vui vẻ thế là tôi đành nín chịu. Tôi sợ sự đổ vỡ. - Hảo ngập ngừng không muốn nói điều cô đang nghĩ: «Cũng tại anh ấy đẹp trai quá, nói chuyện với anh ấy tôi thường không dám nhìn thẳng vào mặt anh ấy. Nhiều người con gái ghen với tôi. Anh ấy đã làm cho tôi trở nên hèn yếu[56] và luôn luôn tưởng mình hạnh phúc thật. Anh biết không, mỗi khi đi chơi với anh ấy trước những đôi mắt nhìn theo mình, tôi cảm thấy thật là hãnh diện... »

— Nếu cô thấy đời cô không thể thiếu được Bính mà cũng không thể đấu tranh thay đổi được Bính thì cô phải chấp nhận và chịu đựng tất cả. Trong cuộc sống, cũng có những người sống như thế.

— Tôi rất thương nhớ anh ấy những khi ở xa nhau nhưng cứ ở gần thì lại thấy có nhiều điều không thể chịu được.

— Tình yêu, hạnh phúc thực sự là để chung sống và gần nhau chứ không phải để xa nhau và nhớ thương, tưởng tượng. Như thế mới là mong ước chứ không phải là hạnh phúc.

— Đúng như thế.

— Phải có một thời gian để xem xét thêm, cô ạ! Thời gian sẽ làm rõ mọi thứ, và sẽ có hướng giải quyết.

— Anh ấy đã dồn tôi đến chân tường bắt tôi hoặc chấp nhận anh ấy hoặc phải từ bỏ anh ấy.

— Đến thế cơ ư?

— Theo tôi, hiện nay anh ấy đang bị một sự tác động nào đó. Tôi muốn nhờ anh, nếu có thể được, nói chuyện với anh ấy để anh ấy tỉnh ra, đừng có mù quáng, bị lừa.

— Tôi sẽ gặp Bính và cố tìm xem sự thật ở đâu. Nhưng cô đừng lo. Bính là người khôn ngoan, ai mà lừa Bính được cơ chứ?

— Người ta nói cho tôi biết cô đi xe mi-ni Nhật là cô Nguyệt, con gái ông Thắng. Cô này là một nhân vật rất ghê gớm, có biệt hiệu là Nguyệt nổ...

— Nguyệt nổ à? Cái tên ấy tôi đã nghe nói đến nhưng chưa hề biết mặt. Có một người ở đây biết rõ cô này, đó là ông Quỳnh.

— Ông Quỳnh à? - Hảo lắc đầu - Đừng nói gì với ông ấy cả. Tôi chỉ lo anh Bính bị dụ dỗ đi vào con đường sa ngã, truy lạc.

— Không đến nỗi như thế đâu.

— Phải cứu anh ấy!

— Không ai cứu được người khác nếu người đó không tự cứu mình.

Hảo ngồi im một lúc rồi chợt nhớ ra điều gì, cô kêu lên:

— Hôm đưa người sang trại, anh Khang và anh thì do Viện điều. Họ bảo cần thêm một người xung phong, anh Bính giục tôi 《Em sang đó có điều kiện để tiến bộ và hai đứa ở cách nhau một chút thì tự nhiên hơn, người ta đỡ nói》. Tôi nghe anh ấy, xin sang đây. Vậy mà hôm nay anh ấy lại nói vì anh mà tôi sang đây!

— Cô đã ân hận vì sang đây sao?

— Không. Hoàn toàn không. Được làm việc với anh, tôi rất vui, nhưng tôi không muốn người ta hiểu sai, nhất là Bính.

— Bính không hiểu sai đâu. Anh ta nói vậy nhưng không nghĩ vậy - Triều cười và ngồi im.

— Anh nghĩ gì mà cười?

— Cô quá tin người! Sai lầm của cô cũng từ đó mà ra.

— Phải tin, chứ anh? Nếu không tin sống làm sao được?

— Lòng tin là kết quả của sự hoài nghi. Sao cô không nghi ngờ trước khi tin tưởng? - Triều nói và mặc áo bông, đi ủng[57].

— Anh đi đâu đấy? - Hảo hoảng hốt bỗng cô cảm thấy sợ hãi nếu Triều bỏ đi lúc này.

— Ngồi trong nhà nói chuyện mãi chán lắm! Nếu cô không ngại ta ra ngoài đi dạo một lúc. Cô biết không, những buổi chiều cuối năm như thế này tôi rất nhớ mẹ tôi.

— Tại sao cứ phải chiều cuối năm mới nhớ? - Hảo nói và đứng lên. Đưa tay gỡ lại tóc.

— Nhà tôi nghèo, bố tôi chết sớm, mẹ tôi đứng vậy[58] nuôi hai anh em tôi. Cứ tết đến chúng tôi mừng bao nhiêu thì mẹ tôi lại lo bấy nhiêu...

— Sao vậy, hả anh? - Hảo ngước nhìn Triều. Họ đã đi qua làng và bây giờ trước mắt họ là con sông đào nước lạnh giá chảy loang loáng giữa hai bờ cỏ.

— Vì mẹ tôi kiếm được đồng tiền rất khó nhọc. Tết đến nhiều thứ phải mua sắm, từ quần áo mới đến cỗ bàn, những món nợ bao giờ cũng phải trả trước giao thừa. Một buổi chiều, tôi đi học về không thấy mẹ ở nhà. Tôi hỏi, anh tôi bảo:《Mẹ đi gói bánh chưng!》Tôi reo lên, vui sướng. Khuya, mẹ tôi về, người mệt mỏi, lấm ướt[59], tay cầm một đôi bánh chưng to để lên bàn thờ và một cái bánh chưng con đưa cho tôi. Thì ra mẹ tôi đi gói bánh chưng thuê cho nhà người ta. Ba cái bánh là công của mẹ suốt trong mấy ngày làm...

— Mẹ tôi cũng rất yêu con và tốt gần giống như mẹ anh vậy. Có điều, mẹ tôi còn khoẻ. Mẹ tôi từ bé đến lớn ở nông thôn, quen với những công việc đồng áng. Bây giờ về thành phố thỉnh thoảng vẫn kêu nhớ, kêu buồn. Hôm nào, anh đến chơi với mẹ tôi nhé! Mẹ tôi biết nhiều chuyện về cây lúa lắm.

— Nhất định tôi sẽ đến.

Hai người đi dọc theo con sông, nhìn mãi dòng nước màu xi-măng quận chảy[60] giống như muốn tìm ở đó những điều gì không giải đáp được trong cuộc đời. Nét mặt Triều trầm lặng và đượm buồn, nom anh già hẳn đi. Khuôn mặt như gầy và đen hơn, khắc khổ hơn. Nhưng Hảo lại thấy anh gần gũi và đáng tin cậy đối với cô hơn bao giờ.

— Có chuyện gì vui anh kể cho Hảo nghe đi! - Cô nói và ngạc nhiên không hiểu vì sao mình lại thay đổi cách xưng hô như vậy.

— Hảo muốn nghe chuyện gì?

— Chuyện tình yêu của anh.

— Chuyện tình yêu của tôi buồn chán lắm, nghe làm gì. Lúc này Hảo nên nghe những chuyện vui để thêm tin tưởng vào cuộc đời và tin tưởng vào tình yêu.

— Anh nghĩ như vậy à?

— Ừ, tôi nghĩ như thế.

Đã hết con sông, hay nói đúng hơn chỗ này con sông đã chảy theo hướng khác, trước mặt họ là một con đường trải đá dăm trắng.

— Đi nữa hay về, Hảo?

— Đi nữa. Chiều nay Hảo không muốn về nhà. Sợ Bính sang tìm và phải gặp Bính...

— Làm sao trốn mãi được?

— Hảo cảm thấy ngày mai mọi thứ sẽ khác rồi, chỉ cần qua được hôm nay...

— Sao lạ vậy?

Hảo không trả lời. Im lặng một lúc rất lâu.

— Bây giờ em có một mong muốn, anh có giúp em không? - Hảo nói và nhìn thẳng vào Triều. Triều bỗng thấy xốn xang và thương Hảo đến thế: Nhất là cái tiếng em ngọt ngào cô dùng để nói với anh. Sau tất cả mọi điều, có cái gì đó làm anh xúc động đến bàng hoàng.

— Hảo cứ nói đi, nếu làm được tôi sẽ làm.

— Anh hứa thế, nhé!

— Ừ, hứa.

— Anh đưa em về Hà Nội...

— Sao ban nãy Hảo không nói để tôi đem xe đi cho đỡ mệt?

— Em mới có ý định về nhà khi trông thấy con đường đá này. Nó giống con đường chạy ngang qua trước cửa nhà em.

— Tôi sẽ đưa Hảo ra ga.

— Không. Em muốn anh đưa em về tận nhà. Hay ít nhất là đến đầu phố. Khi nào em nhìn thấy nhà em anh hẵng về.

Tàu đến. Triều chen chúc mãi mới tìm được một chỗ đứng cho hai người. Họ đứng cạnh nhau. Cả hai quần áo nhàu nát, nét mặt phờ phạc, mệt mỏi. Những người trên tàu nhìn họ.

— Anh thử nghĩ xem họ đoán chúng ta là loại người nào?

— Có thể là dân buôn hoặc thất nghiệp - Triều cười. Quần áo lem bem⁶¹, trong tay không có cái gì, thất nghiệp cầm chắc⁶².

Hảo bật cười. Rồi, chợt hỏi:

— Người yêu của anh tên là gì?

— Bích Thuỷ. Dòng nước xanh.

— Chị ấy làm gì?

— Bác sĩ.

— Vì sao hai người lại thôi nhau?

— Không hợp. Giải thích như thế được chưa?

Hảo lắc đầu và cười:

— Anh bướng lắm!

Đêm tối. Gió lạnh. Triều đứng xoay lưng ra ngoài che gió cho Hảo. Trong bóng tối mờ mờ thỉnh thoảng mắt hai người lại chạm vào người nhau và Triều lại gật đầu như muốn nói điều gì đó. Hảo nhắm mắt lại. Cô cảm thấy đang trôi trên một dòng sông, nước xiết. Cô muốn con tàu cứ chạy mãi, chạy mãi đừng bao giờ dừng lại nữa. Nhưng ga vẫn đợi và niềm vui dù có dài mấy cũng đến lúc kết thúc.

Hảo bàng hoàng khi hai người ra khỏi ga, bước vào trong gió lạnh, lất phất⁶³ mưa bụi.

— Anh ơi! - Hảo bỗng thảng thốt gọi.

— Gì thế, Hảo?

— Đến một rạp gần đây, mua vé xem phim rồi hãng về nhà, anh ạ! - Hảo lí nhí nói, mặt nhợt nhạt.

— Sao vậy? - Triều hỏi và nghiêm nghị nhìn Hảo.

— Em sợ phải chia tay với anh.

— Cảm ơn Hảo. Nhưng tôi phải về ngay bây giờ.

— Tại sao vậy? - Đôi mắt Hảo mở lớn, ngơ ngác.

— Tôi quên cất những gói thóc giống vào hòm. Sợ đi lâu, chuột sẽ ăn hết. Toàn những thóc quý và hiếm, mất sẽ không tìm lại được. Nhất là gói thóc dại⁶⁴ tôi mới mang ở Đồng Tháp Mười về.

— Có phải những hạt thóc thì bé mà râu thì dài hàng gang tay phải không?

— Định ngâm cho nó rụng hết râu rồi gieo mà bận quá, quên mất chưa ngâm.

— Khổ thế nữa! - Hảo kêu lên - Thế thì em sẽ cùng về với anh!

— Tôi về một mình được.

— Không, em sẽ về với anh - Hảo khăng khăng.

Triều đang đi dừng lại, đứng sững giữa đường.

— Hảo! - Anh gọi to.

— Dạ! - Hảo thưa khẽ.

— Hảo có nghe lời tôi không?

— Em nghe.

— Bây giờ Hảo phải về nhà. Hảo phải ở bên mẹ lúc này là tốt nhất. Không được làm điều gì ảnh hưởng đến sức khoẻ. Chúng ta còn bao nhiêu việc phải làm. Hơn nữa, mọi việc làm vào lúc choáng váng như thế này không chính xác lắm đâu. Hảo cần phải bình tĩnh. Hảo có nghe lời tôi không? Ngủ ngon. Mai vào, tôi sẽ kể chuyện cô Thuỷ cho mà nghe. Bây giờ thì chia tay nhé! - Triều nói và giơ tay nắm chặt tay Hảo - Tôi tin Hảo là người có nghị lực, đủ dũng cảm bước qua những lúc như thế này, nhé!

— Vâng! - Hảo bóp mạnh tay Triều rồi quay đi. Vừa đi cô vừa khóc.

* * *

Đêm đã khuya, Triều mới về đến nhà. Trời mưa bụi mù mịt. Vun đống vỏ bào, củi vụn thành đống, Triều châm lửa, đốt. Hơi lửa ấm làm người Triều như tỉnh lại. Anh đem cái bánh mỳ mua ở ga ra xoay xoay[65] trên những hòn than.

Có tiếng gõ cửa rụt rè.

— Cứ vào! - Triều đáp, không đứng lên.

Cánh cửa bật mở, Bính ướt sũng lao vào trong nhà.

— Ấm áp quá nhỉ? - Bính nói, nhìn quanh rồi giang rộng hai tay như muốn ôm gọn bếp lửa vào lòng.

— Có việc gì mà đến đây thế? - Triều hỏi, bắt đầu ăn bánh mì, mắt vẫn không nhìn Bính.

— Mình không thể không đến đây mặc dù mình biết cậu không thích mình. Nhưng lúc này mình không thể gặp ai ngoài cậu - Bính nói, giọng run lên, không hiểu vì lạnh hay vì một cảm xúc nào khác.

— Có nước chè mới pha đấy! - Triều nói, mắt vẫn nhìn bếp lửa, chỉ tay về phía bàn.

— Cảm ơn! - Bính xì xụp uống nước rồi châm thuốc lá. Trước ánh lửa, khuôn mặt Bính hốc hác, xám lại. Đôi lông mày nhợt nhạt như biến mất trên đôi mắt mệt mỏi sụp xuống. Cặp môi dày trễ tràng[66] và đôi vai xuôi[67] xuống, như chảy theo những giọt nước đang lăn dài từ chiếc áo da màu lông chuột. 《Trời mưa hay Bính đang tan rã?》

Mắt Triều không rời bếp lửa. Hảo và nét mặt đau buồn của cô chập chờn trước mắt anh.

— Sao bây giờ cậu mới ăn bánh mỳ? - Bính nhìn quanh.

— Vừa đi chơi về.

— Cậu là người sung sướng vì cậu sống thật thanh thản[68].

— Đấy là dưới con mắt của ông thôi. Thực ra, trong cuộc sống này chẳng ai thanh thản cả nếu như người đó còn muốn làm một cái gì, còn biết yêu, biết ghét... Ông ở đâu đến đây thế?

— Ở ngoài đường. Mình đi ngoài đường suốt buổi tối, sau cuộc họp. Đổ rồi, cậu ạ!

— Ai đổ?

— Công trình gây men của mình. Bao nhiêu công lao vất vả, bao nhiêu ngày tháng hy vọng thành vô ích. Mình tiếc rằng trước đây đã không nghe lời cậu!

— Công việc nghiên cứu thành bại là chuyện thường - Triều dửng dưng.

— Đâu phải chỉ chuyện thành bại. Mình buồn vì lẽ khác. Cậu biết đấy, suốt trong quá trình nghiên cứu, thí nghiệm, ông Thắng hoàn toàn nhất trí, ủng hộ mình, tạo mọi điều kiện để mình làm việc. Nhưng khi hội đồng khoa học bác bỏ, không thừa nhận với lý do công trình đó không hơn gì cái cũ thì ông Thắng đã không một lời bảo vệ mình mà còn quay ra phê phán rất gay gắt làm như đến lúc ấy ông ta mới biết mình làm gì vậy. Lúc ra về, ông ấy vỗ vai mình: 《Thôi, dẹp ba cái mớ men của cậu lại, nghỉ cho khoẻ, xong rồi làm thư ký riêng cho mình. Mình rất cần cậu!》 Lúc ấy, mình muốn nói lại một câu gì cho bõ tức nhưng lưỡi cứ cứng đờ ra. Và rồi thì, cậu biết đấy, mình đi ra ngoài đường, đi trong mưa, không muốn về nhà nữa.

— Rồi về đây?

— Ừ, về đây. Mình muốn gặp Hảo nhưng Hảo cũng đã về Hà Nội từ chiều. Không biết Hảo về Hà Nội làm gì?

Im lặng kéo dài. Tiếng củi nổ lách tách.

— Này, cậu có rượu không? - Bính bỗng ngẩng lên, hỏi.

— Có một chai Vốt-ka[69].

— Đem ra đi. Mình sẽ đi kiếm lạc, ta rang lên, nhấm nháp đỡ buồn! Được không?

— Cũng được thôi! - Triều đáp, miễn cưỡng.

— Tôi muốn hỏi ông một điều. Ông có thể không trả lời nhưng đã trả lời, yêu cầu nói thật - Triều nói và lúc ấy anh mới nhìn vào mặt Bính. Sau mấy chén rượu và hơi lửa ấm nóng, Bính như tỉnh lại và hàng lông mày đã hiện lên cong cong như vẽ. Một chút hồng chập chờn trên đôi má:

— Có chuyện gì mà quan trọng vậy? - Mắt Bính rướn lên.

— Chuyện tình yêu của ông và cô Hảo. Ông đối với cô Hảo như thế nào?

— Tưởng chuyện gì! - Bính cười, giơ tay bốc một nắm vỏ lạc ném vào lửa rồi nhai nhóp nhép - Hảo là một cô gái tốt, cô ta có nhiều đức tính của người phụ nữ Việt Nam - cần cù, chịu khó, biết chịu đựng, hy sinh. Đức tính ấy là quý lắm đấy, khó tìm thấy ở những cô gái bây giờ. Nhưng yêu nhau lâu mà chưa tới hôn nhân, chưa có gì ràng buộc nhau nên cũng phức tạp. Thời gian làm cái gì cũng cũ đi, cũng thay đổi, con người cũng vậy. Mình thấy thương Hảo hơn là yêu. Bỏ cô ấy thì không nỡ nhưng quyết định lấy nhau thì không thể. Thế đấy, ông ạ!

— Ông định kéo dài đến bao giờ? Đời người con gái có thì...

— Biết chứ? Ai không biết cái thì của người con gái dài ngắn tới đâu, nhưng không thể tiến tới được! Tuỳ cô ấy thôi!

— Tuỳ! - Tức là Hảo có thể lấy ai cũng được, chứ gì?

— Lấy ai sao được? - Bính trợn mắt lên - Hảo phải đứng đó chứ?

— Đứng đó để làm gì trong khi hai người không thể tiến tới hôn nhân được? - Triều cảm thấy nóng mắt và đôi lông mày cau lại.

— Ông nghếch[70] lắm! Ngố lắm! Cái gì cũng muốn cưa đứt, đục suốt[71] là sao? Tình yêu chứ có phải gỗ lạt đâu mà bảo dễ dàng?...

— Nhưng...

— Nhưng có Hảo đứng đó, biết Hảo vẫn yêu mình, chờ đợi mình, sẵn sàng làm mọi việc vì mình cũng ấm áp lắm chứ? Nhất là những lúc buồn chán như thế này, đến với em, có em bên cạnh, có bàn tay và ánh mắt trìu mến của em cũng đỡ đi chứ, vui lên chứ? Ông không biết chứ, Hảo chịu khó và biết chiều lắm nhé: dù đêm tối, trời mưa nhưng nếu cần có món gì nhấm nháp cô ấy cũng sẵn sàng đi kiếm về ngay!

— Có một người vợ như vậy thật là tuyệt vời! Sao ông không cưới cô ấy đi cho có tổ ấm?

— Lấy vợ, phải đẻ con, phải lo lắng tổ chức một gia đình với bao nhiêu mối quan hệ phức tạp và sự ràng buộc. Mình ngại lắm. Mình còn muốn bay nhảy. Phải ra nước ngoài một vài chuyến cho biết đó, biết đây đã chứ? - Bính nói và nhìn ngọn lửa.

— Ông có biết như thế là ông rất ích kỷ không?

— Không. Như thế không phải là ích kỷ mà rất mới. Không tiến tới hôn nhân mà vẫn sống với nhau, khi không thích nhau thì cứ việc chia tay chẳng cần phải ra toà, chẳng sợ cơ quan phê bình góp ý, đỡ mệt! Bây giờ Hảo chưa hiểu, chưa bằng lòng như thế đâu nhưng mình tin Hảo sẽ nghe theo mình vì Hảo rất yêu mình. Mình sẽ làm cho Hảo hiểu làm như thế tức là mình hoàn toàn vì Hảo, nghĩ đến Hảo.

— Kể cả việc cô ấy thức khuya dậy sớm để sửa chữa chép tài liệu và may vá quần áo cho ông?

— Mình có yêu cầu đâu, đấy là do cô ấy thích. Có hôm, cô ấy đến chơi thấy quần áo mình ngâm chưa giặt, cô ấy lén đi giặt phơi khô, là phẳng rồi đem trả lại. Mình có bắt đâu. Cô ấy thích như thế. Đó là bản tính của cô ấy. Ông phải biết mỗi người có một nhu cầu khác nhau chứ.

— Nghĩa là có người cần hưởng thụ, có người cần hy sinh?

— Đúng như vậy. Hoàn toàn không có gì sai nếu như tất cả đều là tự nguyện.

— Tình yêu và cách sống của ông tạo ra những điều đó. Cô ấy yêu ông, làm gì cho ông vui, cô ấy đều cố làm, lâu dần thành quen[72] đi, không thấy sự vô lý trong những việc đó nữa.

— Cũng có thể.

— Hôm trước đi công tác gấp, tôi có nhờ cô ấy trông nom hộ thửa ruộng mấy thước...

— Tôi biết rồi.

— Tôi thấy cô ấy là người cần cù chịu khó nên tôi nhờ, ông đừng hiểu lầm!

— Ôi dào[73]! Tôi đâu có chú ý đến ba cái chuyện vặt đó! Nói thực với ông, nếu cô ấy yêu người khác tôi cũng chẳng tiếc lắm đâu, mà có khi còn mừng nữa là đằng khác. Vì thực ra, yêu cô ấy cũng mệt mỏi lắm. Cô ấy tốt với tôi thật nhưng tính cổ lắm, hay bắt bẻ, xét nét. Tôi đã có một bà mẹ rồi, tôi không thích có bà mẹ thứ hai...

— Chắc ông có người mới rồi chứ gì?

— Tôi không bao giờ sống đơn độc. Cuộc sống của tôi bao giờ

cũng phải vui, phải mới lạ. Tôi không thích nghe những bài ca chung thuỷ cổ xưa. Bọn trẻ bây giờ sống hay lắm, chúng phá vỡ, chúng thay đổi nhiều quan niệm cổ hủ. Mình chưa đến ba mươi tuổi nhưng nhiều lúc tiếp xúc với bọn trẻ chỉ kém mình dăm bảy tuổi mà thấy như cách nhau cả thế hệ. Mình rất sợ mình già trước tuổi. Còn gì buồn hơn là tuổi già, hả ông?

— Có người tuy đầu còn xanh, tuổi còn trẻ nhưng đã sống rất già, rất cũ mà cứ tưởng là mới mẻ, giẫm vào những bước chân của kẻ xấu, làm những việc mà người ta đã bỏ từ lâu lại tưởng là tiến bộ, là sáng tạo... Còn ông, những người trẻ tuổi mà ông hâm mộ là những người nào vậy? Những người đang sống đang đứng ở các vị trí sản xuất và chiến đấu hay bọn trẻ hư hỏng, sống ăn chơi, buôn bán, lưu manh, lừa lọc mà ta thường gặp nhan nhản trên các đường phố?

— Ông nói giống bà cụ nhà tôi quá! Bà cụ bảo: «Con là cán bộ nhà nước mà có lúc mẹ tưởng con là đứa hư hỏng ăn chơi...» Bính cười và rót thêm rượu ra chén - Uống đi, chứ ông, mưa gió thế này, uống rượu ngủ tốt lắm! Ông có biết tôi trả lời bà mẹ tôi thế nào không? Tôi bảo: «Mẹ ơi, mẹ đừng nhầm, mẹ đừng tưởng những đứa dư tiền dư của bây giờ là những đứa chơi bời, hư hỏng. Đó là những người khôn ngoan, tài ba lắm đấy! Những nhà tư sản trẻ tuổi đấy!» ... «Những nhà tư sản trẻ tuổi là con những nhà tư sản già trước đây à? Mẹ cứ tưởng sau bao nhiêu năm họ đã cải tạo thay đổi thành phần, trở nên người lao động rồi!» - Bính cất tiếng cười hô hố rồi quay sang Triều - Cậu cũng gần giống như bà mẹ mình. Những nhà tư sản trẻ tuổi là con những nhà tư sản già trước đây. Cậu cũng nghĩ như thế chứ gì?

— Bọn chúng cũng chẳng tài giỏi gì đâu! Chẳng qua, trong khi chúng ta đổ hết tâm sức vào công tác, học tập thì bọn chúng để tâm sức vào buôn bán, mưu mẹo đục khoét làm giàu mà thôi!

— Ông thì biết gì! - Bính nhún vai.

— Đừng kiêu! Tôi còn biết những điều mà ông không biết kia!

— Điều gì vậy? - Bính ngước cặp mắt đã bắt đầu đỏ lên, nhìn Triều.

— Bố[74] cô Nguyệt của ông cũng là một trong những nhà tư sản trẻ tuổi nổi tiếng ở Hải Phòng những năm người Hoa bắt đầu sinh chuyện...

— Hiện nay? Nó ở đâu? - Bính tròn mắt ngạc nhiên.

— Hiện nay nó ở Ca-li-phoóc-ni-a[75] hơn một năm rồi.

— Hừ, đúng đấy, cái thằng quỷ! Bính rên rẩm, nét mặt rầu rĩ - Nó đi, cuốn cả hồn con bé đi theo, Mẹ kiếp! Con bé hận đời[76], phá dữ quá! Ông biết không ! Tớ tưởng con bé hư hỏng trây bửa[77] nhưng thực ra ngoan lắm nhé, rất hay khóc. Khóc rất ghê! Ném cái vỏ sù sì[78] bên ngoài vào lửa là một tâm hồn mềm mại như lụa... Rất êm dịu!

— Nguyệt tốt và hợp với ông như thế sao không công khai đi cho anh em vỗ tay chúc mừng? Làm rể ông Thắng thì cậu muốn gì chẳng được?

— Nguyệt cũng quan niệm giống mình: Tình yêu là điều quý nhất của con người. Hôn nhân giết chết tình yêu. Gia đình chỉ cần cho những người tuổi đã già, muốn yên ổn sau khi đã quá mệt mỏi.

Những chén rượu và đĩa lạc rang giòn đã làm Bính say và phút chốc quên hết buồn phiền. Lửa đã hong khô quần áo, người ấm, mặt hồng hào, ngồi tựa người vào thành giường, Bính vừa bóc lạc ăn vừa ném vỏ vào lửa và nói:

— Đời người ngắn ngủi lắm ông ơi, sống thế nào để đến khi già đừng phải tiếc!

— Sống thế nào? Theo ông?

— Bọn mình có những lúc thật đã đời, tưởng có chết ngay lúc đó cũng không tiếc. Vì cái gì cũng đã trải, cái gì cũng đã biết. Ba đứa ăn một bữa hai nghìn, của ngon vật lạ. Rồi nghe nhạc sống[79], rồi tắm hơi[80]... Ôi thật tuyệt vời, ông đã bao giờ tắm hơi ở Sài Gòn chưa? Hơi nước xông lên và mùi thơm sực nức, cô em hiện ra trong làn hơi nước như một nàng tiên, cầm cành thông quất nhẹ lên người mình...

Bính nhắm mắt lại, chíp chíp môi.

— Tắm xong, một cô em khác trang điểm lộng lẫy, tất nhiên là trẻ đẹp, sẵn sàng phục vụ mình. Mình cảm thấy, ông hoàng cũng chỉ sung sướng đến như thế là cùng. Còn món ăn, ông đã bao giờ ăn món gà quay rút xương, bò non nướng, gan áp chảo, gà xào nấm hương, lẩu thập cẩm[81] chưa? Sau khi tắm hơi là ăn những món đó. Rồi đi ra đường phố, đi mà người cứ lâng lâng như bay lên, như có cánh, nhìn cái gì cũng thấy xanh biêng biếc[82] - Bính nói rồi ngồi lặng đi với những hồi tưởng. Triều đi đi lại lại như muốn điên lên ở trong nhà, bàn tay anh ném củi liên tiếp vào bếp lửa. Khói thuốc lá mù mịt. Đôi lông mày rậm cau lại, cau lại mãi như không thể giãn ra được nữa. Anh mở toang cửa. Bên ngoài vẫn đang mưa nặng hạt[83].

Bính bỗng ngồi thẳng lên, mắt mở to, nhìn Triều:

— Ông làm gì thế? Trời đang mưa, định đi đâu?

— Đi tắm hơi! - Triều đáp cụt ngủn.

— Ừ, tắm một lần cho biết, ở Hà Nội cũng có thể có. Nhưng thôi, để sau sẽ tính. Có chuyện này, tôi muốn hỏi ông. Ông đã hỏi tôi nhiều chuyện, tôi đã trả lời rất thành thật. Bây giờ đến lượt tôi hỏi ông, cũng yêu cầu ông trả lời thật cho. Được chứ? - Bính ngước nhìn Triều với vẻ dò xét và thách thức.

— Được, sẵn sàng! Triều đáp và đến đứng trước mặt Bính《Chắc nó muốn biết tình cảm của mình đối với Hảo. Mình sẽ nói thẳng vào mặt nó mình rất quý Hảo và cả yêu Hảo nữa. Nhưng tình yêu ấy chưa bao giờ mình thể hiện, mình đã nén chặt. Mình sẽ chẳng bao giờ nói ra hoặc có một biểu hiện gì khi Hảo còn yêu Bính》.

— Nhiều người ở đây thắc mắc ông điều này, điều nọ, tôi có thể hiểu được nên không đặt ra làm gì. Nhưng còn điều này, tôi muốn hỏi ông, vì sao suốt ngày dài lại đêm thâu ông lăn lóc[84], căng thẳng vì những hạt thóc lai để làm gì? Tôi nghĩ rằng ông khá thông minh chứ chẳng ngu đến nỗi không biết được ở đời này có nhiều niềm vui và hạnh phúc. Với một thanh niên có học, có sức khoẻ như ông, đã đi nước ngoài về sao lại chỉ thích bùn ruộng và thóc lúa? Để làm gì và được gì chứ? Tôi có nhiều thắc mắc về ông mà không tự trả lời được. Co lúc thành thật mà nói tôi cũng thấy ái ngại cho ông... Vì sao ông sống như vậy?

— Vì tôi phải ăn cơm hàng ngày, phải mặc áo hàng ngày và vì mỗi người phải làm một việc gì đó, có vậy thôi. Những điều đó thật đơn giản giống như ông viết báo cáo, gây men và đi tuyên truyền mạ không đất, vẽ pa-nô[85] cho ông Thắng... Vậy thôi!

— Nhảm nhí! Nhảm nhí tất! - Bính kêu lên và lắc đầu - Không giống được, không thể giống được. Tôi làm để mà làm, vì không thể không làm một cái gì. Nhưng còn ông, ông làm với tất cả thời gian và tất cả trí tuệ của ông. Khác lắm chứ? Có phải rằng ông muốn chơi trội[86], ông lập dị, ông muốn lập công, ông đạo đức giả, ông khổ hạnh để tiến lên, một thứ cơ hội. Nếu thế thì thật đáng thương, đáng thương lắm vì cuối cùng ông sẽ chẳng được gì, chẳng có gì, trong khi cuộc đời này có biết bao nhiêu niềm vui dành cho tuổi trẻ? Có biết bao nhiêu niềm vui...

— Giọng Bính lè nhè, người Bính mềm ra và đổ xuống chiếc chiếu bên bếp lửa. Phút chốc, tiếng ngáy đã vang lên tràn ngập cả căn phòng.

Triều lấy chăn đắp lên người Bính rồi nhìn đồng hồ: Ba giờ sáng! Bên ngoài, trời đã hết mưa và đêm thăm đen. Gió, rét buốt.

《Hảo ơi, lúc này em ngủ hay thức? Em có nghe thấy con người mà em yêu thương, chờ đợi suốt sáu bảy năm trời nói những gì không? Vì em mà anh phải tiếp nó, phải cho nó uống rượu và sưởi ấm, để nó nói ra những điều mà mình cần biết. Ôi, thật là đáng tiếc cả một khoảng dài thời gian em đã mất đi...》

Triều nghĩ và đi dọc hàng hiên. Ném điếu thuốc hút dở, nhìn tàn lửa đỏ rực bay vào trong đêm tối, một ý nghĩ chợt loé[87] lên trong đầu Triều. Anh vội vã vào nhà. Bính đang ú ớ nói mê - Nó là hét và vung tay lên như đang đánh nhau với ai. Cái chăn bị đạp tuột khỏi người. Triều cúi xuống kéo cái chăn trùm lên người Bính. Anh mặc thêm áo rồi lấy xe đạp đi ra ngoài.

    Triều đạp nhanh. Anh sợ nếu chậm một chút anh có thể thay đổi ý định. Xe anh có lúc như nghiêng đi trên đường qua những ngôi nhà và hàng cây ngủ yên

注 释

1. ngõ xóm：村里的小路。
2. Triều：（小说男主人公）阮越潮(Nguyễn Việt Triều)。
3. căng phồng: 鼓胀，鼓鼓囊囊。
4. Hảo：（小说中人物）好。
5. chăm chút：照料，照应。
6. trổ：长出。
7. lúa mùa：晚稻，秋稻。
8. lúa trời：野生稻（同 lúa ma）。
9. rào rào：拟声词，谷子落地之声。
10. thực liệu：成品。
11. úng phèn：内涝和盐碱化。
12. úng hạn：旱涝。
13. mạ không đất：无土秧苗。
14. mùi ẩm mốc：潮霉味。
15. mùi vôi vữa：石灰浆味。
16. nồng lên：刺鼻的气味扑过来。
17. mốc trắng：发霉，长白毛。
18. khắc：必将。
19. thủng thẳng：慢腾腾。本文义为"别着急"。
20. điền thanh：田菁（可作绿肥）。
21. cát-xét：录音机。
22. Roay-an：女王。
23. cặp kính màu lơ nhạt：一副浅蓝色墨镜。
24. châng hửng：惘然。常用 chưng hửng。
25. đổ hồi：（电话）响了好一阵。
26. sổ gạo：粮本。
27. vung tay quá trán：挥霍无度。
28. cứ tự tiện đừng có trách：随意去做，不要怪我。
29. hãnh diện：露脸，脸上有光。

30. chung mâm chung bát：在一个锅里吃饭。义为"有共同利益"。
31. vuông khăn：方巾。
32. chết trụi：死光，死得精光。
33. phân vi lượng：微量化肥。
34. đắm chìm：沉浸，沉湎。
35. thêm thắt sửa chữa：删减修改。
36. bả lả：调戏，调情，不正经。
37. ba phải：没有主见，好好先生。
38. bít rít：（穿着）妖艳。
39. mi-ni：微型，小型。本文中义为"小型自行车"或"小型摩托车"。
40. bôm bộp：象声词，物体被拍击所发之声。
41. bà tiên：仙姑，仙女。
42. chới với：挣扎。
43. giảng ra：挣脱（出来）。
44. dảnh mạ：秧苗。dảnh 是单位词：株。
45. cực hình：极刑。本文义为"残酷"。
46. Ô-rơ-va：（法语译音）再见。
47. công nợ：债务。
48. chà：（用力）揉摸。
49. nhoài người：伸长身子够（东西）。
50. khăn mùi xoa：手绢（同 khăn mùi soa, khăn tay）。
51. lọ lục bình：大花瓷瓶。"thưa hai lọ lục bình"为婚礼调笑语。越南司仪常说："Thưa quan viên hai họ, thưa hai lọ lục bình, thưa bàn ghế linh đinh, các em rình mò thuốc lá..."逗得哄堂大笑。
52. vải kẻ：格子布。
53. nhếch mép：撇撇嘴（同 nhích mép）。
54. sòng phẳng：一清二楚，直接明了。本文中义为"彻底了断"。
55. Anh ấy khang khác thế nào ấy! 他是怎么回事呢！（khang khác：略有不同）。
56. hèn yếu：懦弱。
57. ủng：高靿雨鞋，雨靴。
58. đứng vậy：守寡。
59. lấm ướt：又脏又湿。
60. quận chảy：旋转流动。
61. lem bem：不整洁的，不整齐的。
62. cầm chắc：有把握，稳操胜券。本文中义为"肯定是"。
63. lất phất：飘落。
64. thóc dại：野生谷，野生稻。
65. xoay xoay：旋转。本文中义为"烤一下"。

66. trễ tràng：耷拉。
67 xuôi：下垂。
68. thanh thản：悠闲自得。
69. Vốt-ka：（俄国）伏特加（酒）。
70. nghếch：呆傻，愚蠢。
71. cưa cứt đục suốt：锯断凿穿（喻明明白白，一清二楚）。
72. lâu dần thành quen：习以为常。
73. ôi dào：（叹词，表示惊叹）哎呀。
74. bồ：情人。
75. Ca-ni-phoóc-ni-a：（美）加利福尼亚。
76. hận đời：怨恨人世。
77. trây bửa：耍赖。
78. sù sì：疙里疙瘩。
79. nhạc sống：歌舞厅，饭店的音乐演奏。
80. tắm hơi：桑拿浴。
81. lẩu thập cẩm：什锦火锅。
82. xanh biêng biếc：碧绿色。
83. mưa nặng hạt：下大雨。
84. lăn lóc：翻滚。本文中义为"忙碌"。
85. pa-nô：挂图。
86. chơi trội：出风头，逞能。
87. loé：闪了一下。

CHU VĂN 朱 文

朱文（1922~1994），原名阮文杵（Nguyễn Văn Chử），1922年12月24日生，太平省泰宁县（今东兴县）直内乡（xã Trực Nội huyện Thái Bình (nay là huyện Đông Hưng) tỉnh Thái Bình）人。越共党员，越南作家协会(Hội Nhà văn Việt Nam)会员。1940~1941年朱文参加了南定和海防的救国青年运动。八月革命时期，参加了太平省泰宁县的夺权斗争，以后在直内乡从事宣传活动。抗法战争时期，在太平省和第三联区（Liên khu III）从事宣传、敌运工作。1950年起，负责《第三联区救国报》(báo Cứu quốc Liên khu III)编辑部工作。1957年起，调南定省工作，任南定省文化厅厅长（Trưởng Ty Văn Hoá Nam Định）。1969年，主动要求去南方战场。1977~1979年，任河南宁省文联主席（Chủ tịch Hội Văn nghệ tỉnh Hà Nam Ninh）。朱文是越南作家协会第三届执行委员会委员（Uỷ viên Ban chấp hành Hội Nhà văn khoá III）。1988年被授予三级独立勋章（Huân chương Độc lập hạng ba）。1994年7月17日在河内市病逝。

主要作品有：故事诗《谁过发艳》（Ai qua Phát Diện, 1955）、短篇小说集《泥泞的道路》（Con đường lầy, 1957）、《宁河摆渡姑娘》（Cô gái lái đò sông Ninh, 1960）、散文《河上歌声》（Tiếng hát trên sông, 1963）、长篇小说《海上风暴》（Bão biển, 1969）、《盐碱地》（Đất mặn, 1975）、《斗转星移》（上下卷）（Sao đổi ngôi, 1984）等。

朱文对越南北部平原地区农村生活非常熟悉，有着丰富的生活积累，擅长现实主义的创作方法。语言清新，生动感人。

CHU VĂN 朱 文

SAO ĐỔI NGÔI (TRÍCH)
斗转星移（节选）

长篇小说《斗转星移》(1984) 以越南南方解放、国家统一这一重大历史事件为主线，反映了越南军队在战争时期与和平时期两个不同的历史阶段的两种不同境遇。战争时期，军人是最可爱的人。他们得到人们的普遍尊重、拥护、支持和帮助。他们以自己是军人而骄傲，他们的家属以自己是军属而感到自豪。南方解放了，和平时期军人的地位发生了变化。国家已经统一，走上了医治战争创伤、以经济建设和文化建设为中心的正常轨道。军人们从前线下来，带着伤痕，穿着褪了色的军装返回故乡与亲人团聚。但他们的工作、生活并非一帆风顺，万事如意，而是困难重重，遇到了许多麻烦。小说在歌颂军人高贵的品质的同时，也揭露了战争结束后新的历史时期的一些社会消极现象。

本文选自小说下卷的第 5 至 45 页。描写的是北方籍战士们在南方解放后退伍回乡途中及回乡以后的一些经历，反映了新的历史时期的社会现实和人与人之间的情感关系。

SAO ĐỔI NGÔI (TRÍCH)

Xe chúng tôi chạy ngày, đôi khi chạy đêm qua các thành phố, thị xã, làng mạc, đồi núi.

Chao ôi, chúng tôi thèm khát về miền Bắc, về với đồng ruộng, nhà cửa, thân yêu đã xa cách bao lâu rồi. Hình ảnh quê hương đã in trong óc từ tuổi ấu thơ[1], bỗng cháy lên khiến lòng mỗi người thêm cồn cào da diết.

Qua Quảng Trị, Đông Hà, những vết tích của sự tàn phá còn nóng hổi. Mùi bom đạn nồng khét[2]. Khắp nơi ngổn ngang nào tôn lá[3], mảnh tường vỡ, tre, gỗ, bao cát, đầu xe cháy, cùng những tấm thép lát sân bay cuốn gập lại, hoặc cong queo không ra hình thù gì. Nắng trút lửa xuống những vùng trơ trụi, làm sự điêu tàn càng thêm ghê lạnh[4]. Sâu trong kia là vùng Triệu Phong[5], Hải Lăng[6], Do Linh[7], Cam Lộ[8]. Bà con sau những tháng năm xiêu giạt[9] nay trở về đang nhặt từng gốc cây, viên gạch, gỡ từng trái mìn, dựng vài gian lán[10] ở tạm.

Bến Hải[11] đây rồi. Chiếc cầu xưa hai màu, địa giới độc dữ bao năm, nay đã được sơn lại một màu.

Xe đến gần cầu. Một anh bạn cảnh sát ra chặn đường yêu cầu dừng lại, rồi gọi trưởng xe xuống. Chúng tôi nhìn nhau, hơi bực mình. Kiểm soát là cần thiết, nhưng sao lại ách[12] nhau ở chỗ này? Máu tự ái đầy chất lính bốc lên. Mình là quân nhân sao lại bị xếp đồng loạt với những người buôn bán? Chúng tôi biết sau khi đất nước giải phóng nhiều kẻ đã lợi dụng hoàn cảnh mới, tìm đủ mọi cách vào Nam, vơ vét của cải, dọn về Bắc bán giá lời gấp năm gấp mười. Và từ ngoài Bắc, chúng cũng vét đi các thứ đồ quý, các đặc sản vào bán trong thị trường miền Nam. Ngăn chặn bọn ấy, ai mà chả đồng tình. Nhưng chúng tôi là mấy thằng lính nghèo. Có gì đáng giá đây. Vài con búp bê gỗ, mấy cái khung xe đạp cà khổ hoặc cái võng dù, cái túi nhựa... Khám xét quái gì?

Xe dừng, nhưng vẫn nổ máy. Một cậu ló đầu xuống nói to:

— Xe bộ đội đây. Các vị hỏi gì?

Tiếng trả lời bên dưới nghiêm và hơi gay gắt:

— Yêu cầu cho xem giấy tờ, và kiểm soát xe!

— Giấy tờ không có. Lính đánh nhau về, giấy tờ mất cùng với máu ở chiến trường rồi.

Đôi bên bắt đầu to tiếng.

Không khí căng thẳng. Không ai chịu ai. Cây tre gác ngang đường vẫn nằm đườn ra đó.

Người qua lại xúm đến mỗi lúc một đông, vào Nam có, ra Bắc có, dân địa phương có. Họ trố mắt nhìn cảnh công an và bộ đội găng nhau. Ở đây, mấy chục năm nay, công an Bến Hải, luôn là tấm gương đấu tranh vô cùng dũng cảm được đồng bào quý mến. Bộ đội cũng thế. Những đợt pháo kích vào Cồn Tiên[13], Dốc Miếu[14] ngày trước, bộ đội bắn pháo, công an nắm tình hình, ăn ý với nhau như môi răng vậy.

Tại sao trong lúc đánh nhau với giặc thì thế, bây giờ đánh xong giặc rồi lại xảy ra những chuyện đáng buồn như vậy?

Một lời nói buông sõng[15], một thái độ trịch thượng vụng về đã đút cái nút tự ái lên cổ nhau, thì dẹp đi cũng khó[16]. Tình hình này rất có thể xảy ra xô xát.

Một vài cậu từ trên xe nhảy xuống, xốc áo[17], lừ lừ[18]. Mấy cha công an mặt cũng lạnh như tiền[19]. Vừa lúc ấy. Hoài gượng nhẹ[20] đeo ba lô tụt xuống khỏi xe[21]. Mặt nó đỏ bừng vì mệt, hay vì bực bội, không rõ. Áo quần nhàu nhũn[22]. Hoài xốc cái ba lô trên lưng. Ba lô đầy đến chóp căng phồng. Hoài đi thẳng đến trước đồng chí công an đeo cấp hiệu trung uý, giơ tay chào:

— Báo cáo thủ trưởng... Tôi xin được gặp.

Anh công an chào lại, nét mặt dịu đi đôi phần:

— Đồng chí cứ nói. Tôi nghe.

— Báo cáo thủ trưởng... Chúng tôi có tất cả hai sáu người. Đi đường, ba thương binh mệt phải nằm lại ở Huế. Còn lại hai ba.

— Rõ.

— Hai ba người toàn là lính ở chiến trường lâu năm tham gia chiến dịch mùa xuân. Bây giờ về Bắc, phục viên có, chuyển ngành có và nghỉ phép có. Cấp cao nhất là thiếu uý.

— Tức là đồng chí, phải không?

— Không. Tôi chỉ là trung sĩ. Tất cả anh em đây, khi về quê, cũng có mua sắm: cái khung xe, cái máy thu thanh nhỏ, vài cái áo trẻ em, hoặc cái quần đen cho vợ. Theo tôi biết, thì những thứ đó không thuộc hàng quốc cấm.

— Chúng tôi cũng tin thế. Nhưng mong các đồng chí hiểu cho, việc kiểm tra thuộc về nguyên tắc.

— Kiểm tra tất cả mất thì giờ, anh em vừa nóng vừa mệt. Nếu mang đồ bất hợp pháp thì chỉ có mình tôi, trong cái ba lô này.

Cả người trên xe, lẫn dưới đường cùng nhìn Hoài ngạc nhiên và bất bình. Ra thế đấy. Hoài vẫn ngẩng cao đầu, nói rất nghiêm:

— Hàng này của tôi quý lắm, quý như cái mạng của tôi đây. Từ trước tới giờ, tôi chưa hề mở cho ai nhìn thấy. Xin trung uý cho tôi đưa vào phòng kín. Tôi sẽ trình trước đồng chí.

Anh trung uý công an dẫn Hoài vào gian nhà cạnh đường và tự tay khép cửa lại.

Đám đông hồi hộp chờ đợi, mỗi người nghĩ theo một cách. Có chuyện gì lớn lắm đây... Nhưng chỉ ba phút sau, cửa mở, Hoài bước ra vẫn cái ba lô to ôm kè kè trước bụng. Đồng chí trung uý công an ra sau, hai mắt đỏ hoe. Anh giơ tay thân mật:

— Mời các đồng chí xuống uống nước, rồi lên đường!

Câu chuyện kết thúc êm ả tốt đẹp, làm cho không khí trên xe nhẹ hẳn, ai nấy sẵn sàng quên đi những thái độ gây cấn, bộ đội, công an nhìn nhau thông cảm. Mỗi đằng có một nhiệm vụ, tại sao lại làm khổ lẫn nhau. Tiếng nói của máu đã cất lên, tiếng nói của những người chết vì nước, xoá bỏ mọi sự hiểu lầm, kỳ thị, va chạm không cần thiết. Một số anh em đã thoáng biết ba lô Hoài chứa gì, càng yêu nó, quý nó. Trước coi Hoài như thằng buôn lậu, bây giờ thì hối hận và kính nể.

Không khí trong xe trở lại vui vẻ. Đồng chí ngồi cạnh tôi kể:

— Ở cây số này, chỗ ngã ba kia, các ông biết không có hai thằng lái xe đêm, thấy một con bê lạc. Hai đứa hè nhau nhảy xuống, trói lại, xẻo phăng lấy[23] một đùi. Tội nghiệp con vật, cứ bò lê ba cẳng, gào thấu trời đất. Đồng bào căm lắm.

Trong xe cùng nhộn lên:

— Mẹ chúng nó, đồ khốn nạn. Bộ đội à?

— Không phải bộ đội, lái xe quốc doanh mới vô kỷ luật thế!

— Cũng chẳng phải chỉ lái xe quốc doanh. Anh em nhà mình cũng có đứa tồi.

Anh bạn lại kể tiếp:

— Còn ở cây số 34, thì một ông "xế"[24] bộ đội chính quy hẳn hoi, từ Khe Sanh[25] ra. Đêm khuya, vì vu thế nào mà đè úp[26] cả cái lều, trong có ông cụ già, rồi vọt phăng xuống[27] ruộng. Làng xã đổ ra, thấy xe nằm nguyên vẹn, còn ông lái thì ôm vô lăng[28] ngáy khò khò như kéo gỗ.

— Họ lôi cổ nó ra, nện cho ốm xác[29] chứ.

— Lôi ra thì có, nện thì không. Khốn nạn, thằng bé hai mươi tuổi, nó là lái chính, phụ lái bị đạn chết. Nó đi mười lăm đêm không ngủ, mệt quá, còn biết gì nữa đâu.

Im lặng. Một nỗi bùi ngùi[30]...

— Tôi xin kể một chuyện này. Để các cậu tính xem nên xử lý thế nào cho phải?

Tất cả chúng tôi nhìn về phía người vừa nói. Cậu ta trạc ba mươi tuổi, mặt rỗ tổ ong. Nhưng đó không phải dấu tích bệnh đậu mùa, mà là vết bom bi băm nát da mặt. Phúc sao đôi mắt lại còn nguyên.

— Cứ kể đi... cho anh em đỡ buồn ngủ.

Anh kia đằng hắng, lấy giọng:

— Con đường song song với đường số I này. Quãng rừng trên kia, khoảng giữa năm 1974, xảy ra một vụ án mạng. Bộ đội bắn chết người. Mà bộ đội là một cô gái.

— Chà chà... tợn nhỉ?

Anh chàng mặt rỗ trầm ngâm một chút, mắt nhìn ra phía vệt núi xanh mờ xa xa như muốn tìm trong đó con đường cũ.

— Hôm ấy chúng tôi từ đội điều trị tuyến trong[31], chuyển về bệnh viện B.32. Tất cả có mười hai thương binh, hầu hết đều nặng. Các ông biết đấy lái xe chữ thập đỏ là D.14, toàn các "mộng"[32].

— Láo mà. "Mộng" thì sao lái được xe?

— "Mộng" thật. Cái tiểu đoàn ấy sao khéo chọn toàn những mẹ xinh ra dáng cả. Mà cũng "ác"³³ lắm. Đi phà đi đường, các mẹ rút ma-ni-ven³⁴, quại³⁵ những thằng giặc lái càn quấy³⁶ như chơi.

— Ơ! Thế cậu bị thương, nằm xe ấy à?

— Tất cả đều bị thương từ B3 ra. Bị bom bi³⁷ có, mìn có, súng lớn súng nhỏ có. Những vết thương phức tạp, đội điều trị không mổ nổi, phải gửi ra ngoài. Đường thì xấu, xe thì lắc. Đụng một cái ổ gà³⁸ là vết thương ứa máu. Khốn khổ vô cùng tận.

— Các cậu làm nũng, hay la hét các "mộng"?

— Dám. Nịnh nó thì được, chứ la hét đếch gì. Thương binh cũng biết điều lắm chứ. Hôm ấy trên xe còn có một cô thượng uý chính trị viên D cùng đi, ngồi ca bin³⁹.

— Bà ấy hẳn phải đẹp. Nguồn động viên, hả?

— Hình như cũng đẹp. Nhưng cái mặt mình băng kín mít, mắt mở ti hí, nhìn thấy gì đâu. Chỉ nghe giọng bà ấy sang sảng như chuông.

— Thôi biết vậy, rồi sao nữa?

Đường xóc⁴⁰, thương binh thì đủ loại, thằng gãy tay, đứa cụt cẳng, thủng ruột... đau quá kêu gào ầm ĩ. Mình cũng đau. Chị chính trị viên xót lắm, ngồi quay lại nói ngọt ngào:

— Các đồng chí ơi, cố chịu đựng, nào có ai muốn thế này đâu nhưng đường xấu quá. Mai ơi! Đi nhẹ nhẹ, tránh ổ gà, kẻo anh em đau đớn tội nghiệp.

Cô Mai lái xe cứ vâng dạ suốt.

Xe đi độ mười lăm cây số, lính đã đau lắm. Đến một ngã ba thì ở đâu lù lù tiến ra một cái "Zin"⁴¹. Biển số xanh, hình như xe của công ty thực phẩm, thương nghiệp nào đó. Cái xe này sao mà ngang ngược. Nó choán hết đường, ậm à ậm ạch chạy như đếm từng thước, cố tình trêu ngươi kìm hãm xe sau. Thỉnh thoảng, thằng lái vẫy tay ra hiệu nhường đường. Cô lái xe mình mừng lắm, nhưng vừa cho chạy dấn lên thì nó lại đưa đít ngang ra, chắn lối.

— Đồ đểu! Nó có biết xe sau chở thương binh không?

— Xe chữ thập đỏ, không chở thương binh thì chở bánh ngọt à? Nhưng cái thằng mất dạy ấy có cả một đoàn kia, chuyên trêu ghẹo các cô lái xe chữ thập đỏ đã từ lâu.

Xe mình cứ xin đường, nó cứ chen. Đường xóc, xe nhảy chồm lên, thương binh bị đau buốt tận gan tuỷ. Đứa khoẻ la rầm trời đất. Đứa yếu rú lên ư ử trong cổ họng. Có đứa bị tụt băng, máu chan[42] xuống sàn: "Ôi trời ơi! Nhanh về bệnh viện không thì tôi chết. Nó làm khổ tôi thế này, trời ơi".

Cái xe phía trước vừa đi vừa đùa, hãm nhau đến gần hai chục cây số. Hai chục cây số ấy, biết bao nhiêu máu trào ra. Cô Mai lái xe, vừa lái vừa khóc. Nhưng chị chính trị viên không nói một tiếng, cũng không quay lại an ủi thương binh nữa. Phải về gấp bệnh viện kẻo anh em mình chết hết.

Đến bến phà Rú cái "Zin" đứng sững giữa đường. Xe mình lén vệ cỏ vượt lên. Mình thấy Mai xuống, xăm xăm rút ma-ni-ven đánh xoạt[43]. Nhưng chị chính trị viên ngăn lại. Chị ta xốc áo đội mũ, khoác khẩu AK đĩnh đạc bước xuống, đi thẳng tới trước mặt cái "Zin" kia. Thằng lái cũng mở cửa bước xuống. Đó là một thằng khổng lồ, các ông ạ. Tóc trùm gáy, râu quai nón dài, bộ mặt phì phị như mặt lợn, hàm răng ngựa. Nó phanh ngực tận rốn phô[44] cái hình xăm kỳ quái.

— Cậu nhìn thấy tất cả chuyện ấy à?

— Mình ngồi trên xe, nhìn thấy hết. Chị chính trị viên tiến đến. Còn thằng lái kia nó cười chớt nhả[45] cất giọng oang oang suồng sã[46]:

— Gì vậy cô em? Người đẹp nổi giận. Anh đùa tí mà.

Chị chính trị viên nghiến răng.

— Có biết xe chở thương binh không? Mở mắt mà nhìn, máu nhỏ xuống đầy đường kia.

Thằng khốn nạn càng cười to hơn:

— Chú ý làm gì cái vặt! Việc cô em chứ, bận gì các anh?

Chính trị viên quát lên:

— Giờ hồn⁴⁷! Thương binh mà chết, mày phải đền mạng!

Thằng kia cũng nổi khùng⁴⁸. Nó chửi một câu rất tục, rất khốn nạn, rồi quay đít, mở cửa xe đánh sầm⁴⁹, toan bước lên. Chính trị viên dằn giọng⁵⁰:

— Đứng im. Đồ khốn kiếp⁵¹! Không tao bắn...

Tên lái xe quay phắt lại, nhìn họng súng AK đen ngòm chĩa thẳng. Nó há miệng cười đầy ngạo mạn, đầy thách thức phơi hai hàm răng ngựa, bĩu dài môi, hai cánh tay béo nẫn⁵² chống nạnh:

— Có giỏi thì chơi. Bố mày thách.

Cô lái xe mặt tái xám, buông hai tay, ma-ni-ven rơi đánh xoảng⁵³. Mai biết chính trị viên lắm. Người hiền dịu hết mức, nhưng không lùi trước một đe doạ nào. Mùi máu thương binh bốc, làm cho lòng căm phẫn đã đến độ không thể nhịn được nữa. Còn tên du côn kia, vẫn ngang tàng thách thức. Bỗng miệng nó co dúm lại rồi toàn thân run bắn. Nó toan chạy trốn. Nhưng muộn quá rồi. Mũi AK khẽ rung⁵⁴. Sáu viên đạn đồng găm⁵⁵ thẳng vào cái ngực trần, có xăm hình con dao găm...

Anh bạn mặt rỗ kể xong câu chuyện. Không khí trong xe cùng sôi lên sùng sục⁵⁶.

— Cho nó một tràng nữa. Đồ con vật⁵⁷.

— Đủ rồi. Về chầu ông vải, đáng kiếp.

— Đàn bà dễ có mấy tay⁵⁸. Trị thằng đốn mạt ấy thế mấy⁵⁹ hả.

— Sau đó rồi sao?

Anh mặt rỗ hít mạnh, dường như mệt lắm. Kỷ niệm cũ làm cho những vết thương trên mặt tấy nhức⁶⁰.

— Bắn chết nó xong, không thèm nhìn cái xác trâu mộng đổ vật xuống giãy đành đạch. Chính trị viên đàng hoàng khoác AK vẫy tay cho xe xuống phà. Bến phà hôm ấy đông chứ. Vậy mà không ai thốt ra một câu nào. Cảm phục cũng có, sợ cũng có. Xe sang bên kia sông, đi thẳng về bệnh xá. Chính trị viên giao thương binh xong rồi lệnh cho cô Mai lái thẳng đến quân pháp[61].

— Bây giờ bà ấy đâu?

— Bà ấy ở đâu, tớ không biết. Nhưng thế nào chẳng gặp khó khăn. Giết công nhân nhà nước, yên sao được.

— Theo tớ, chỉ nên kiểm điểm rút kinh nghiệm thôi. Giết một con sâu bọ cũng cần thiết chứ.

Anh mặt rỗ buồn rầu, lau mồ hôi trán:

— Suy nghĩ thế, là theo lòng dạ người lính chúng mình. Còn cơ quan pháp lý họ làm việc theo hồ sơ, giấy tờ, nhân chứng, vật chứng lắm thứ lắm.

Có tiếng nức nở. Gio-an Mùi[62] gục đầu vào vai Hoài, khóc như đứa trẻ. Nó vẫn là đứa trẻ. Đôi mắt Hoài đỏ hoe. Nó ôm chặt cái ba lô trong lòng. Tôi bỗng có một linh cảm rất lạ lùng là cái bộ hài cốt kia với câu chuyện vừa kể có quan hệ rất thiêng liêng...

*   *   *

Vùng Vĩnh Linh[63] đất đỏ, lúa mọc xanh trên đồng, trên các hố bom nham nhở. Đường xá đã sửa. Nhưng nhà cửa vẫn là những gian xác xơ[64], chắp vá. Thị trấn Hồ Xá[65] còn lại một bãi hoang, Đồng Hới[66] cũng thế. Giữa vùng cát vàng cát trắng xen nhau, thành những vệt đồi dài chạy suốt ra tận chân sóng, quang cảnh vùng đất đồi bị tàn phá càng tăng thêm cái khô cằn[67] nghèo túng.

Vinh[68]! Ngổn ngang những đống gạch vụn. Sáu người lính xuống xe, giơ tay vẫy chào. Mấy thằng chúng mày về với mít luộc[69], nhút, khoai môn[70], sướng nhé. Xe còn đi Thanh Hoá[71], Ninh Bình[72], Hà Nội. Đến đây thôi. Anh nào về Hà Tuyên[73], Việt Bắc, thì liệu mà ra ga Hàng Cỏ.

Mùi về mặt buồn buồn. Thằng bé có vẻ lo, khi nó nhìn vào xa xa, trong vùng đất đồi có những mái nhà thờ, tháp cao nhọn hoắt.

Khi ra đi, nó vốn là thằng bé ngoan đạo, chăm đi lễ[74], đi xưng tội. Ông thánh quan thầy của nó là Gio-an. Vành cái mũ cối, nó vẫn viết chữ Gio-an Mùi rất đậm, và tự hứa: "Đi thế nào, về sẽ nguyên thế". Nhưng bây giờ Mùi khác nhiều rồi. Nó về chuyến này, thì bố mẹ ông bà sẽ thúc, ép, chiều chiều, sáng sáng phải đọc kinh, đi lễ, đi lạy cho thật đều[75]. Rồi gì nữa? Cưới một cô vợ xinh đẹp, hùng hục[76] làm, xây một ngôi nhà, tô vẽ loè loẹt xanh đỏ, sắm sửa các đồ đạc đắt tiền, nhưng quê kệch. Sẽ đẻ nhiều con. Những đứa bé ấy cũng chăm đọc kinh xưng tội, sống y như cha ông bao đời trước.

Thế thì chán hoét[77], Mùi tự nhủ[78]. Nó đã dự định: Hoặc đi học tiếp, hoặc xin vào xí nghiệp. Cái nếp sống xưa không hợp với nó nữa rồi.

Hoài bảo tôi:

— Anh về đến quê, điện cho em biết. Em về Hà Nội đã, sau đó sẽ đến quê anh chơi. Hai anh em sẽ cùng về nhà anh Xoan. Nhà anh Xoan cách quê anh có con sông Hồng, phải không?

Tôi ôm vai Hoài:

— Có lẽ... Cậu đưa cái ba-lô ấy cho mình. Mình đem về nông thôn, cất giấu dễ dàng. Chứ đem về Hà Nội nhà cửa chật chội gia đình phát hiện ra thì sợ. Mà rồi khu phố, cơ quan y tế, người ta có ý kiến, thêm rắc rối ra.

Bàn đi tính lại, Hoài đồng ý. Tôi sẽ về Tỉnh đội báo cáo rồi về trạm an dưỡng[79]. Lính tráng cả, ai tò mò chi đến ba lô của nhau. Hài cốt của Xoan cứ ở với tôi cho đến lúc Hoài trở lại. Hai đứa sẽ cùng về quê Xoan. Nhưng trước đó, hãy viết thư cho Uỷ ban, xã đội, và gia đình báo trước để người ta đỡ đột ngột. Hoài và tôi chia tay nhau ở Nam Định. Anh chàng mặt rỗ kể chuyện rất có duyên, lại là người cùng tỉnh, xuống cùng một bến xe với tôi.

*　　*　　*

Đồng chí Mão, đại uý, cán bộ tổ chức đến tận trạm an dưỡng gặp tôi. Bốn mươi tuổi, nhưng trông anh có vẻ già hơn thế. Một người từng trải, qua nhiều mặt trận, chẳng may mắn gì lắm trong binh nghiệp[80], Mão rất cẩn thận chu đáo trong công việc và cũng rất dễ mến. Ở cơ quan tổ chức tỉnh đội, tiếp xúc với đủ mọi hạng người, từ tướng tá đến binh nhì, gặp gỡ luôn các gia đình liệt sĩ thương binh, phải giải quyết trăm ngàn việc rắc rối. Bao giờ anh cũng bình tĩnh khiêm tốn, ngọt ngào. Tay trái bị mất đến khuỷu, bàn tay phải luôn đặt vào mép cái xà cột[81] đen lúc nào cũng đeo kè kè[82]. Trong túi đựng đủ văn bản về nguyên tắc, chính sách chế độ... Không chỉ ở cái túi càn khôn ấy, mà ngay bản thân đại uý Mão, cũng là một tập hồ sơ lưu trữ sống. Bởi thế anh giải thích, xử lý đâu ra đấy.

Đám anh em ở các chiến trường về kỳ này có trên sáu chục, ngồi xung quanh Mão, trên nền gạch giữa nhà. Mão nhìn suốt lượt: lính và lính, trong đó nhiều sĩ quan không đeo sao. Già, trẻ, học sinh, công nhân, nông dân, dân tự do ở thành thị, thương binh các loại, bệnh binh nặng nhẹ, đủ. Anh cười:

— Trước hết tôi xin nhắc, ở đây có bốn đồng chí: An, Đàm, Vĩnh, Tuốt phải đi điều trị ngay. Theo nhận xét của hội đồng giám định y khoa, thì các đồng chí phải đi ngay, chữa tiếp.

Bốn người có tên bỗng đỏ bừng mặt như say rượu, xấu hổ muốn chui xuống đất. Trong những ngày ở vùng mới giải phóng, họ đã trót dại[83]. Các anh háo hức lên đi "tìm của lạ" và đã rước lấy cái bệnh quỷ quái ấy. Thật đáng trách. Nhưng hoàn cảnh phạm lỗi khác nhau. Có người vì thương, vì nể mà sai sót[84]. Ở nơi này, một bà má và cô con gái đến săn sóc bộ đội. Nấu ăn, giặt áo, mua hoa trái[85] lặt vặt giúp. Bà má thật tốt, cô gái thật dịu dàng ngoan ngoãn. Anh bộ đội vui tính, khi rỗi việc, giúp má và em nhặt rau, nhóm bếp, rửa chén đũa. Từ chuyện thăm hỏi đến chuyện riêng tư, rồi từ chuyện riêng tư đến tình cảm, quan hệ cứ dần dần khăng khít. Cô em gái hay làm duyên làm nũng, hay giận hay bắt đền. Ông anh nể lòng, xoa đôi má, vuốt mái tóc, rồi đền mãi cho đến lúc... anh vướng vào nguy hiểm mà không biết. Còn anh khác, qua đường thấy một sự bất bằng: hai đứa lưu manh, tàn nhẫn đánh một cô con gái trẻ và sạch bong[86] như một nữ sinh. Anh ra tay can thiệp, nhìn sắc áo lính, bọn lưu manh lủi mất. Ân nghĩa từ đó và đáp đền ân nghĩa, cô gái đã tặng cho anh một kỷ niệm nhớ đời. Dù cho tình tiết có khác nhau thế nào đi chăng nữa, thì các anh cũng phạm sai lầm. Đeo bệnh vào thân, về quê quán, anh ta sẽ gặp lại người vợ chờ đợi bao nhiêu năm. Phút chơi bời lỡ làng trở thành tai hoạ lớn[87].

Bốn cậu lủi thủi xách ba lô, bước đi nặng trĩu. Mão vẫn cười, quay trở lại vấn đề chính:

— Các đồng chí biết cho. Tỉnh ta, trong cuộc chiến tranh chống Mỹ này đã góp mấy chục vạn thanh niên vào bộ đội. Mấy chục vạn là mấy chục sư đoàn. Sau cuộc chiến tranh dài như thế, số liệt sĩ, tử sĩ, thương binh, không ít. Số gia đình liệt sĩ gồm có vợ, cha mẹ già yếu không nơi nương tựa, tính ra có hàng ngàn. Sau chiến tranh giải quyết các vấn đề khổng lồ này là việc rất nặng. Không phải là chúng tôi sợ khó, nhưng quả thật là lớn.

Một cậu nóng ruột giơ tay:

— Xin đồng chí cho biết, có bao nhiêu người lỡ công việc, lỡ ngành nghề, lỡ học hành?

— Cách giải quyết những vấn đề ấy thế nào?

— Giấy báo tử đã được gửi đến tận các gia đình chưa? Tiền tuất có được thanh toán sòng phẳng không?

— Trường hợp mất tích, đã xác minh rõ ràng chưa?

Còn nhiều câu hỏi nữa, nhưng anh Mão không cần ghi. Anh đã đón tiếp nhiều đợt, gặp gỡ nhiều lần, và trong cách đặt vấn đề có khác nhau nhưng chung quy thì cũng là quyền lợi, chính sách chế độ, những cái đúng cái sai trong việc thi hành. Mão buồn buồn:

— Các đồng chí ạ. Chính sách chế độ thực ra chỉ giải quyết được một phần nào, chứng tỏ rằng Đảng và Nhà nước đã hết sức giảm bớt những thiệt thòi mất mát của anh em chúng ta. Như cánh tay trái của tôi đây nó bị tiện cụt[88], thì được xếp vào thương tật loại mấy, chứ có làm thế nào cho nó mọc bàn tay khác được. Liệt sĩ không sống lại được. Một số lớn anh chị em ta đây, khi đi bộ đội mới mười tám tuổi, bây giờ đã ngoài ba mươi. Từng ấy năm[89], không thi cử học hành lập nghiệp. Từng ấy năm, hoãn cả chuyện yêu đương, lấy vợ lấy chồng. Bây giờ thì làm thế nào trả lại cho các đồng chí ấy những năm tuổi xuân. Chịu thôi. Thế thì mình sống, mình làm việc, mình xây dựng cuộc đời là trên cơ sở thực tế hiện nay, chứ không vin vào cái đáng lẽ ta phải có. Nhất trí với nhau, thì bảo ban thu xếp dễ xong. Còn như nếu so đo với những trường hợp cụ thể ở chung quanh ta thì rất dễ chỉ thấy thiệt thòi mà không thấy đầy đủ cái được lớn là đem lại cho đất nước chiến thắng, độc lập thống nhất.

Anh đi vào việc phổ biến chính sách cụ thể: xuất ngũ, phục viên, chuyển ngành, về hưu. Nghe ra thì đều hợp lý. Nhưng đến khi mỗi người đưa một hoàn cảnh riêng, thật sôi nổi thì lại bế tắc.

— Thưa đại uý. Tôi học hết lớp mười, đã có giấy gọi đi học nước ngoài hẳn hoi, nhưng tôi vào bộ đội. Tám năm rồi, tôi có thể xin đi học nước ngoài không ạ?

— Không được, đồng chí ạ. Chiến đấu anh dũng, thì được đánh giá về mặt chiến đấu. Còn học, là phải căn cứ vào trình độ, vào tuổi hiện nay. Đồng chí còn trẻ, có thể vào đại học còn đi nước ngoài thì...

— Thi vào đại học, được tính thêm hai điểm, em biết. Nhưng nếu trượt thì sao?

— Thì quân đội sẽ cho đi dự bị đại học[90]. Năm sau thi nữa.

— Nếu thi nữa vẫn không đỗ...

Đại uý Mão cười, nụ cười đau khổ:

— Nếu như vậy thì... Ta phải làm việc khác. ở vào địa vị Nhà nước, đồng chí có cách nào làm hơn nữa không?

Người chiến sĩ vừa hỏi ngồi xuống, khẽ thở dài. Sách vở, bút mực, những phương trình, hằng đẳng thức, quỹ tích, công thức, định lý, những niên đại lịch sử, văn thơ, đảo lên thành một mớ hỗn độn, rối rắm[91] như khu rừng nguyên sinh sau một trận bom. A hà, xây dựng lại cuộc đời từ đây. Bắt đầu tập đi tập chạy sau một cơn ốm liệt giường. Sao mà ngại ngùng.

Giọng đồng chí Mão hơi rè rè:

— Hoàn cảnh mỗi năm mỗi khác đi, cho nên bây giờ, ngoài việc tổ chức lo, thì cá nhân các đồng chí có thể giúp tổ chức càng nhiều càng tốt. Chúng tôi đã liên hệ với các xí nghiệp, cơ quan. Công nhân từ nơi nào ra đi đánh Mỹ, nay lại trở về đó. Nhưng các đồng chí có về xí nghiệp, cơ quan cũ, thì cũng không nhất thiết là giữ công việc cũ, lý do là sức khoẻ và trình độ kỹ thuật đã khác rồi. Nhưng lại buồn một nỗi là có đồng chí khi ra đi từ cơ quan ấy nhưng lúc về thì cơ quan ấy không còn, thí dụ như Ty Lâm nghiệp tỉnh ta đã giải tán. Các cơ quan đều có trách nhiệm thu xếp việc làm cho thương binh, cho cán bộ ở chiến trường về, đó là nguyên tắc. Nhưng họ là đơn vị trực tiếp quản lý thì họ lại xuất phát ở chỗ lấy người về làm việc, phải có năng suất. Anh kỹ sư tên lửa không làm được kỹ sư nông nghiệp. Con số biên chế đã đầy, quỹ tiền lương hàng năm không đủ. Thế là cứ mệnh lệnh từ trên ấn xuống sẽ không ăn thua. Tổ chức nhờ ở các đồng chí tự đi liên hệ với các cơ quan, thương lượng với họ, họ nhận lời, chúng tôi xin giới thiệu lập tức. Vì vậy, sẽ có các đồng chí được giải quyết thuận lợi và rất sớm và vẫn có một số chờ đợi.

— Xin hỏi thủ trưởng. Thế như các chị đây không cần vào biên chế nào cả, chỉ cần có một đối tượng kha khá, thì ý kiến tổ chức thế nào ạ?

Tiếng cười rộ lên, kể cả các cô gái. Lính mà lại, e lệ quái gì. Nhưng đồng chí Mão không cười:

— Việc ấy thật ra là rất lớn, lớn quá tầm với của anh em chúng tôi[92]. Phải quan tâm chung các đồng chí ạ. Tốt hơn hết là người cùng cảnh ngộ, ta thương lấy nhau. Giá mà ở ngay trạm này ta tổ chức được vài ba đám cưới...

— Rồi dần dần ta thanh toán nốt kho tàng ứ đọng.

Câu đùa quá trớn, không ai cười cả.

Chiều tối, anh Mão nán lại, cùng ăn cơm với chúng tôi, chơi cầu lông, đánh cờ. Bỗng mưa ập xuống. Trận mưa kéo dài. Đường xá đang khô nẻ[93], gặp nước nhão nhoét ra, dép cao su bị lút[94] không rút được. Mão có một tay, đi xe đạp thạo, nhưng quá yếu phải nằm lại. Anh thức rất khuya. Tôi cũng ít ngủ. Hai anh em tìm một chỗ khuất, ngồi tâm sự vụn[95]. Anh hỏi:

— Cậu còn tuổi đi học không?

— Tuổi thì kể cũng còn.

— Không học thì xin chuyển ngành. Thượng sĩ chuyển ngành, dễ kiếm việc hơn là thượng uý, trung uý.

— Điều này, ở trong kia chúng em đã bàn. Em từ một đơn vị tiểu phỉ về đây. Trước kia cả nhóm có hứa với nhau đồng sinh đồng tử. Tiền tuyến vậy mà về hậu phương cũng tìm đến nhau.

— Hay đấy, nhưng khó, đâu cả rồi?

— Chết đến hai phần ba. Còn thì tản mạn mỗi thằng một ngả.

Bàn tay Mão châm ngọn lửa cứ trượt khỏi mồi thuốc. Hút xong, anh nhả khói thành một vệt dài:

— Lãng mạn. Đúng là lãng mạn. Mình rất cảm động về tinh thần thương yêu lẫn nhau của các cậu. Nhưng rồi việc đời nó sẽ không xảy ra như dự kiến đâu. Cứ trông đám anh em cùng về hôm nay, thì chỉ một năm sau là như một đàn cá giống thả ao con gầy con béo, con dài con ngắn. Ở cơ quan tổ chức này, đã ba năm rồi, mình nhìn thấy nhiều cảnh thật đẹp, nhưng khối cái trớ trêu đáng buồn.

— Thủ trưởng kể cho nghe một vài chuyện đi!

— Nói ra thì cậu không tin đâu. Cậu biết Ích, cùng huyện với cậu không?

— Dạ, biết.

— To lắm rồi. Anh em mình theo sao kịp. Phục viên về xã làm bí thư đảng uỷ. Hai năm vào thường vụ huyện uỷ, nửa năm nữa làm chủ tịch huyện, kiêm phó bí thư. Thế là giỏi chứ.

— Có phải tất cả các ông thiếu uý về làng đều được như vậy cả đâu.

— Ấy thế. Khối thượng uý, đại uý về xã, làm ăn chẳng ra sao cả. Bật ra rìa hết. Mà đâu phải họ xấu. Chẳng qua là họ "lính" quá mà thôi, gặp gì nói đấy, thẳng tuồn tuột như ruột ngựa[96], cha chú cũng mặc. Ở làng, nó không như ở đại đội, tiểu đoàn. Suốt mấy chục năm đánh Mỹ, vẫn những người ấy làm bí thư, chủ tịch, chủ nhiệm, chức vụ luân phiên trong tay mấy ông già, mấy bà trung niên. Họ cũng có công lớn ở hậu phương. Nếu không có họ, thì ai đưa gạo ra chiến trường. Lính ta về, cứ nhè một vài cái kém cỏi, la lên phèng phèng, hỏng cha nó việc...

— Thế nhưng, có cả các vị cấp tá về làng, hẳn tác dụng chứ.

Mão khẽ lắc đầu:

— Tác dụng rất ít. Các cụ này có tuổi rồi. Về làng, ngay trong các ông cũng chia ra hai tâm lý khác nhau. Một phía thì vui thú điền viên, lão giả an chi[97], chỉ chăn nuôi đàn gà, trồng gốc cam. Rỗi rãi thì đi câu, xem sách, việc đời gác bỏ ngoài tai. Mẹ kiếp, ông đã đi bốn phương tám hướng rồi, về đây còn khoác cho chức nọ chức kia để mà chết à. Loại thứ hai, có những ông năng nổ[98] lắm. Nhưng ông quá quen chỉ huy lính rồi. Cứ hạ lệnh, chỉ thị la hét rầm trời. Ngày trước ông hét, lính nó cắm cổ làm dù ông sai hay đúng. Nhưng về dân, ông hét đúng họ cũng ì thần xác[99]. Hét sai thì nó cãi. Chẳng nhúc nhích gì cả. Thế là ông chán phè, hoặc kiện cáo lên cấp nọ cấp kia. Kiện cáo chúng nó như đấm bị bông. Thế là, "kệ xác cha chúng mày" ông nằm khểnh.

Những lời đại uý Mão làm tôi hoang mang.

— Em chỉ nghĩ thế này: chúng ta về làng liệu có ích không?

— Hiện nay, những ông cán bộ quản lý đã già cả. Già, nên phần lớn bảo thủ. Bảo thủ là vì thiếu học. Tụi ta, đa số học giở giang[100]. Quản lý cần phải có học, thì thế hệ sau nó mới làm tốt được. Mình chỉ nên làm cái nền thật chắc để chúng nó nhảy. À quên, gia đình đã biết gì chưa?

— Chưa anh ạ. Em lười viết thư, mà cũng đã lâu lắm không có thư ông cụ. Chờ xong một số việc ở đây, sẽ về một thể.

— Ở lại đây ít lâu cũng tốt. Sẽ được thấy những cảnh ngộ thật éo le do hậu quả chiến tranh. Nó giúp cho cậu những kiến thức và kinh nghiệm mà ở chiến trường cậu chưa có.

Quả như thế. Chỉ vài ngày sau tôi chứng kiến bao nhiêu chuyện. Mấy anh lái xe, ở chiến trường bao lần dũng sĩ, giờ về tới các cơ quan giao thông, lương thực, thương nghiệp... chán ngán than thở:

— Phải làm đơn. Kê khai lý lịch, trình độ kỹ thuật... Vậy, tất cả những việc đó đều làm được, nhưng ớn nhất là: "Hãy chờ, bao giờ cần sẽ gọi". Biết bao giờ họ cần!

— Các cơ quan "no" cả rồi. Vả lại, họ kén những người ở trường dân sự ra, học tập có bài bản bằng cấp. Tụi mình phải học lại, thi lại.

— Thi học lại, thì thi lại, sợ gì.

— Cái chính mà họ không nói ra là sợ lính ta quen lái ẩu[101]. Trèo núi thì được, vượt ngầm thì tốt[102]. Nhưng luật đi đường, thì ấm ớ. Nhiều cha lái bừa vào đường cấm, đỗ bậy nơi có biển cấm... Cảnh sát giao thông tới hỏi, liền vỗ ngực cậy ta ở chiến trường về. Họ ớn lính chiến trường, cho nên mình mới thất nghiệp.

Mấy ông trung uý, thượng uý ở đâu về. Anh nọ hỏi anh kia:

— Thế nào cậu?

— Phèo. "Mờ trong bóng chiều..."[103].

— Cậu về cơ quan cũ kia mà.

— Cơ quan cũ. Lúc ra đi mình là thằng đánh máy, lương tháng bốn sáu đồng, bây giờ về xin đánh máy lại, không được.

— Cứng tay ra rồi à?

— Đâu phải. Vì lương chính tám lăm đồng. Phụ cấp các khoản cộng là trên dưới trăm bạc. Đánh máy mà ăn lương hàng trăm sao được.

Anh ta thở dài rồi nhổ bọt đánh phì.[104]

— Thủ trưởng, thủ phó cũ còn cả đấy. Nhưng ớn là ở ông phó phòng tổ chức. Nó là thượng sĩ ở đơn vị mình hồi trong Khe Sanh. Đánh đấm tồi, hèn quá, nó bị tống về sớm. Dạo ấy cơ quan đang thiếu cán bộ. Nó bở, được xếp lương sáu tư đồng, giao làm phó phòng. Vì không có nghề nghiệp nên làm phó phòng tổ chức. Trông thấy mình, nó có vẻ kính trọng, ngượng ngùng, nhưng ghét ngầm. Nó xuýt xoa: "Thưa thủ trưởng, chưa tìm được công việc thích hợp". Thế là ý nó đuổi mình đứt còn gì.

— Nói chung, họ sợ những anh lương cao. Chúng mình ế là phải.

Cũng có những anh gặp được người có thần thế[105] che chở, bảo đảm cho. Người được thì mừng, người không được thì buồn, đúng là cái cảnh cú có cú ăn, vọ không có vọ lăn vọ chết[106].

Hớn hở nhất hôm ấy là cậu Bài, anh chàng rỗ mặt vì bom bi cùng về một chuyến xe với chúng tôi. Cậu ta khoe vừa nhận được một lá thư. Cô vợ, làm ở một cửa hàng mậu dịch huyện, báo tin chiều nay sẽ lên tận đây đón chồng về. Thế là suốt buổi, Bài hát ông ổng, múa chân múa tay, giở ba lô ra xếp lại. Nào khăn voan[107], nào lụa đen, nào túi xách, nào đèn bàn. Cậu ta đã tính, vợ tới là cặp kè dẫn nhau đi chào anh em một loạt, từ biệt lãnh đạo trại rồi vù[108] liền. Xe nàng đi trước, xe chàng theo sau. Mời em ra phố. Hàng ăn nào hay thì em biết, món gì thích em cứ gọi. Tiền, không nhiều nhưng cũng nặng túi đây. Chén xong ta tà tà về làng. Xin nghỉ một tuần đi em ạ. Sang bên bà ngoại chơi mấy hôm. Tổ chức một bữa cơm nho nhỏ mời họ hàng làng xóm. Em lên cửa hàng, anh sẽ ở nhà lợp lại cái mái, lát cái sân gạch, trang trí tổ ấm cho ra tổ ấm. Phụ cấp thương binh tuy không nhiều nhặn gì, nhưng rồi ta làm ra chứ. Hoặc chăn đàn vịt, hoặc trông coi máy bơm, làm gì chả đủ nuôi con. Em để hai đứa thôi, cho đúng kế hoạch. Con ta, em ơi, nó được hưởng cái tài sản mà vợ chồng mình đã đem lại cho nó. Đất này sẽ thanh bình vĩnh viễn. Thằng Mỹ thua thì bè lũ đế quốc sợ hết vía. Đời con đời cháu mình, có thằng giặc nào dám động đến cái lông chân? Em sẽ không hề biết cái vất vả đưa con chạy loạn, cũng không lo phải mớn khoai nuôi cho con lớn. Sẽ không bao giờ chúng mình xa nhau, kẻ Nam người Bắc, ăn cơm tập thể ngủ giường cá nhân.

Chao ôi! Ước mơ sao mà đẹp. Bài nằm không yên, đứng không yên, chốc chốc lại ngó cái đồng hồ rẻ tiền đeo nơi cổ tay. Nó không đẹp nhưng chính xác lắm, cả ngày đố sai nửa phút. Này... một, hai, ba, nhà tôi sắp tới rồi đây.

Cậu ta đi ra cổng trạm, rồi lững thững tới tận ngã ba. Ở đó có quán hàng nước nhỏ bán chè tươi, kẹo lạc. Ngồi trên chõng tre, đôi mắt anh ta không lúc nào rời đường cái. Trời nắng gắt, nhưng qua đôi mắt kính mát[109] đồng ruộng ngả màu xanh bã chè. Trên đường, xe đi lại nườm nượp, nhiều nhất là xe đạp.

Bốn cô gái, sơ mi hoa cổ lá sen, quần đen, dép nhựa cưỡi bốn cái xe đạp bóng nhoáng. Họ vừa cười đùa vừa phóng không chú ý đến quán hàng nước và những khách ngồi đó. Bỗng Bài giật mình đánh thót[110]. Hình như trong tiếng cười ồn ào, nổi lên một giọng quen thuộc, trầm, hơi rè nhưng mạnh bạo. Bài vọt dậy quên cả xỏ dép, chạy theo bốn cái xe đạp. Rõ ràng có vợ anh ở trong đám ấy:

— Sâm ơi Sâm! Anh đây kia mà.

Bốn chiếc xe cùng dừng. Họ ngoái cổ nhìn rồi dắt xe quay lại. Bốn cái nón bài thơ trắng loá[111], trông giống nhau quá. Họ tiến lại gần. Sâm đi thứ nhì. Cô mậu dịch viên cửa hàng bách hoá huyện là một thiếu phụ xinh lắm, da nâu hồng, người hơi đẫy, đôi mắt lá răm liếc rất sắc. Đôi mắt ấy nhìn tròng trọc[112] vào anh lính, quân áo chỉnh tề, nhưng chân đi đất.

— Anh đây mà. Bài tiến gần lại. Lúng túng thật. Làm thế nào bây giờ? Cầm lấy tay, hay ghé nón hôn đôi má hồng lịm[113] kia để tỏ cho mọi người biết cái vui tái hợp[114] nó nồng cháy thế nào.

Đôi mắt lá răm trố nhìn người đàn ông từ đầu đến chân, rồi xoáy vào mặt. Một bộ mặt đầy vết sẹo. Da nâu, nốt sẹo[115] lại hơi ngả màu đen, liền chi chít. Đầu mũi vành tai, lại sứt mẻ.

Bộ mặt người đàn bà biến sắc và đôi mắt lá răm sầm lại. Anh lính mặt rỗ bắt gặp đôi mắt lạnh lùng, bỗng rùng mình. Anh thấy ngay nỗi khiếp hãi[116], ngạc nhiên, thất vọng và tê lạnh[117] của người vợ. Cô vợ xinh, cưới nhau được mười ngày thì anh ra đi. Những hình ảnh ghi trong lòng đêm đêm lại hiện biết bao âu yếm yêu thương, cả những giọt nước mắt nóng tràn trên má anh ấp ủ gói ghém hàng chục năm nay...

Người vợ bao năm ước mơ, bây giờ đứng sững như trời trồng[118] nhìn bộ mặt tàn phế biến dạng, méo mó không còn đẹp trai như xưa. Cô ta run lủi lại một bước, hai bước, miệng rú lên:

— Không phải! Không phải!

Chân vắt qua khung xe, chị ta đạp lấy đà, cúi đầu phóng thẳng. Người chồng sững sờ[119], quờ quạng hai tay, tủi hổ, ngỡ ngàng, gục xuống. Ba cô bạn thấy vậy, vừa xấu hổ vừa lúng túng trước cảnh đau lòng ấy, cùng réo lên:

— Sâm ơi Sâm. Dừng lại đã nào. Mày tệ...

Họ lên xe đuổi theo, nhưng Sâm đã cách một quãng rất xa, cái nón bài thơ chỉ còn là một chấm lấp loáng trong nắng.

Bài như mê dại quay nhìn chung quanh rờ rờ tìm một chỗ tựa. Hai anh bộ đội bỏ nạng, ôm lấy tấm thân nhũn nhùn[120] của Bài như quả bóng xì hơi. Bài lảo đảo bước, về trạm vất vả lắm mới tìm thấy phòng mình. Cái ba lô phồng căng đầy những quà kỷ niệm. Bài để nguyên áo quần, vật[121] xuống giường đánh sầm, quơ tay ôm cái ba lô, người bạn đường bao năm như muốn tìm ở cái bọc vô tri kia một sự che chở, an ủi. Anh nghiến răng cố nén nhưng nước mắt vẫn tràn mi chảy xuống mặt, đọng vào những nốt rỗ. Chao ôi, sự đổ vỡ[122] sao quá tàn nhẫn?

Khủng khiếp, ghê tởm thay người đàn bà tệ bạc. Bài nằm lịm đi rất lâu. Mọi người trân trọng nỗi đau của anh, cố tạo cho Bài sự yên tĩnh. Khi thấy xung quanh không có ai, Bài mở ba lô, lấy ra một tấm gương tròn khung nhựa đen hình mỏ neo, có in hàng chữ "Kỷ niệm một tình yêu". Bài soi hình trong đó. Bộ mặt anh quá xấu. Nhưng từ khi bị thương đến giờ, có ai lấy điều đó chê bai Bài đâu. Những cô giao liên, những nữ quân y chả từng ca ngợi dấu ấn Trường Sơn trên người chiến sĩ hay sao. Những cô gái ấy hiểu rất rõ giá trị mỗi vết sẹo trên người chiến sĩ. Họ thấy ở đó vẻ đẹp anh hùng. Họ thương, và cảm phục. Nhưng đấy là những người lính, còn Sâm... Cô ta chỉ cần người chồng, ít nhất phải có bộ mặt đẹp để trưng diện[123], điều đó, Bài không thoả mãn được.

Bài lặng đi, và thấy xấu hổ vì sự yếu đuối của mình. Cậu ta đi ăn cơm, ăn đủ năm bát như lệ thường, rồi mò vào bàn "tiến lên"[124]. Thấy Bài đến, cả bọn cùng ngửng đầu, mỗi người một câu an ủi, cách an ủi cũng sặc mùi lính:

— Ấy, khóc tí nữa đi đã chứ. Như vậy còn ít quá!

— Tao nhường chỗ, ngồi xuống đây làm vài ván, mày! Con đàn bà nó bạc thì mặc mẹ nó. Theo tao về nhà, tao gả em gái cho. Bốn đứa nhé, lớn nhất 25, bé nhất 17, còn bọc giấy bóng cả đó[125]. Gái thừa trai thiếu. Trâu nó tìm cọc, chứ lo gì cọc tìm trâu.

Họ nhìn đời, vẫn có một mức nào rất đơn giản.

Thế là chàng lính rỗ nhà ta văng một câu thật tục, cởi áo, ngồi xuống trang bài[126]. Một lúc sau tiếng cười đã nổ như rang bắp.

Đêm khuya, canh bài "tiến lên"[127] mới tan. Bài lùi lũi về chỗ nằm. Cái giường con trải chiếu ni-lông, ba lô đặt làm gối, bên cạnh dựng cái xe đạp Sài Gòn mới lắp. Hắn buông màn chui vào nằm, hai cánh tay trần bắt chéo trên trán. Không ngủ được, cậu ta vùng dậy, giở các thứ gương, lược, khăn voan, thun đen[128], lần lượt xem lại từng món. Sao mà chúng vô duyên tệ. Hôm qua nó có hồn, hôm nay nó chỉ là xác. Thôi thiêu đi cho rảnh. Bài xoè một que diêm, gí vào chiếc khăn. Nhựa cháy xèo xèo, bốc mùi khét lẹt. Những thứ ấy có tội gì? Dù sao Bài đã trân trọng chọn lọc từng thứ với bao nhiêu ý nghĩ tốt đẹp. Chắc Bài nghĩ thế nên nó thấy tay run, không nỡ. Nó cuộn tất cả lại thành một bó, lại nhét vào góc ba lô.

Suốt mấy ngày liền Bài đau khổ rũ rượi. Một buổi chiều Bài nằm mê mệt, bỗng thấy một bà cụ ghé nhìn tận mặt, lay gọi. Bài giật mình chống hai tay ngồi dậy. Trước mặt Bài là hai bà già và cách sau mấy bước là một cô gái. Cô gái da nâu hồng, mắt rất sáng, vai tròn, cổ mập, giống hệt Sâm, vợ anh. Bà cụ đứng đấy, mớ tóc hoa râm, túm lấy anh kêu trời.

— Ôi con! Mẹ đây mà, sao con không nhận? Con là con của mẹ, này cái tóc, này đôi mắt, này cái bớt... Thế mà cái con người ấy nó phụ bạc con tôi. Cha tiên nhân nó[129]...

Bà quay ra nói với thông gia:

— Bà thử nhìn kỹ xem, có phải rể bà đây không?

Mẹ vợ Bài trạc gần sáu mươi, nước da sạm, miệng như mếu, nói năng hết sức ngượng ngùng:

— Cái quân vô nhân bạc nghĩa, thôi cụ nói làm gì. Tôi không nhận nó nữa. Chẳng con cái gì loại ấy. Rể tôi đây. Tôi quý. Tôi van cụ bỏ quá cho. Trăm sự, ta làm lại.

Cô em gái Sâm đứng phía sau, má ửng đỏ, đôi mắt ươn ướt. Anh em trong trại túm lại. Bà mẹ ngồi bên cạnh Bài, vuốt ve bộ tóc rễ tre, mếu máo:

— Nói có các bác, các chú, các anh, các chị, cũng ba bảy đường nàng dâu, ba bảy đường mẹ chồng. Nhà tôi, con một. Thằng Bài đây, nó đi việc nước việc quân, nên tôi coi nó, con Sâm ấy, như con gái tôi. Mưa không đến mặt, nắng không đến đầu, thân già này làm hết. Nó được đi học bổ túc, làm thương nghiệp, tiến bộ lên mãi nhưng tôi có nhờ đâu. Nó làm nó ăn, nó may mặc, nó chơi bời bạn bè. Mặc nó tất, tôi chỉ mong sao nó ở cạnh mình ngày đêm cho đỡ cô đơn. Vậy mà nuôi cò cò mổ mắt[130] các bác ạ. Chồng đi vừa được hơn năm, chị ả cứ thở dài sườn sượt[131], ngơ ngơ ngẩn ngẩn. Thế rồi, nói vô phép, con mắt đàn bà chúng tôi là tinh lắm. Cứ cái lối đi đi về về đêm thức ngày ngủ, rồi ngáp dài ngáp ngắn, rồi trẩy khế ăn vụng[132], cái lưng cứng ngắc, hàng lông mày dựng ngược. Tôi biết con tôi vô phúc rồi. Không giấu giếm được nữa, chị ả cuống lên lạy tôi thú tội. Vào người khác họ làm toáng[133] lên, rồi bè chuối trôi sông[134] thôi. Nhưng tôi, thương cây thì giấu đến hoa[135]. Con mình đi xa, biết bao giờ về được. Thế là tôi giấu tất cả, dắt nó lên bệnh viện. Đến cái cầu này mới khổ. Chị bác sĩ khoa sản nghiêm lắm kia. Chị ta mắng sa sả[136] vào cái mặt dày: "Người ta có chồng đi chiến đấu thì ba đảm đang, giỏi việc nhà, siêng việc nước. Còn cô, cái mặt cũng xinh gái đấy có đến nỗi nào đâu, mà sao cái lòng thì tồi tệ. Thôi xéo[137] về, học cái ả thị Mầu, xem có ông sư nào thì đổ vấy, rồi ra tam quan[138] mà trả con[139]. Sướng lắm khổ nhiều. Chúng tôi không rỗi hơi hầu chị".

Chị bác sĩ còn nói nhiều nữa, cứ như đeo cho mấy tầng mo vào mặt. Lúc ở nhà thì mồm năm miệng mười, đến chỗ ấy chị ả câm như thóc[140]. Tôi thương quá, mới chắp tay van vỉ:

— Thưa bác sĩ, chị không thương nó thì thương thân già này. Tôi có nó là dâu, coi như con đẻ. Cái cảnh khôn ba năm dại một giờ, trong thiên hạ lúc này cũng khối. Nó mà xấu hổ quá, nó nhảy xuống sông xuống hồ, thì tội thân nó mà tôi cũng chẳng sung sướng gì. Nó cuốn gói lên đông lên đoài[141] thì tôi mất con. Xin chị thương lại cho già nhờ.

Các thầy thuốc người ta bàn nhau, sinh phúc[142], mới làm giúp. Trơn lông, đỏ da[143] nó lại vác mặt về, những là con xin hối cải, nhà con về thì con lạy mẹ, mẹ giữ kín cho. Tôi ừ hết, lại nuôi nấng chăm sóc, chẳng thèm nhắc lại chuyện ấy làm gì. Thế mà chồng nó về đây thì nó cư xử ra cái trò mèo mả[144]. Quân nó mới bạc làm sao.

Bà mẹ nói hết hơi, ngồi thở, xoa xoa đôi má con đầy những vết sẹo tím. Bà mẹ vợ từ nãy, đứng như người chịu nạn[145], nước mắt lưng tròng[146], bây giờ mới chậm rãi nói:

— Con tôi nó hư, tôi biết. Thôi thì trên có cơ quan, có các bác, các chú làm chứng, tôi xin thề với bà thông gia, là con gái hư nhưng không phải tại mẹ nó đâu. Nhà tôi có ba đứa con gái, chị nó làm ăn đứng đắn, nó là thứ nhì... Bà quay nói với Bài. Thôi mẹ xin con. Con thương mẹ, đừng nghĩ ngợi gì nữa. Lên xin với cấp trên thu xếp mà về. Mẹ sẽ xoắn tóc[147] cái con chết tiệt[148], cột vào chân giường, khảo từng tội. Nó mà hỗn láo, thì gọt tóc bôi vôi, dắt đi bêu khắp hàng tổng. Không tiếc gì cái thứ người ấy.

Bài thong thả đứng dậy đi lấy nước, mời hai mẹ.

Thấy cô em vợ đứng đó, Bài lúng túng, đưa mắt nhìn bà mẹ. Bà mỉm cười:

— Em Quy đấy. Nó dạy mẫu giáo. Biết chuyện nó nhiếc mắng con Sâm thậm tệ, rồi đem xe đưa mẹ lên đón anh về.

Hai bà uống nước. Cô gái vẫn đứng xa xa, da mặt dần dần tía tận chân tóc. Một anh bộ đội nói vui:

— Thưa cụ nếu như chị Sâm cứ không nhận chồng, thì anh ấy cũng chịu thôi. Ai lại đánh đàn bà, vừa thô bạo vừa phạm pháp. Thế thì mẹ làm thế nào bắt buộc được?

Bà cụ đứng dậy:

— Tôi giết. Tôi tống khứ[149] nó. Mà rể tôi thì tôi vẫn giữ, tôi quý, tôi thương.

— Thương thế nào hở mẹ?

— Thương à? Bà liếc nhìn cô gái út - Tôi xuất của nhà tôi đền anh nó ngay. Con bé này nó hiếu nghĩa lắm.

— Kìa mẹ! Cô gái cau mặt, cằn nhằn và chạy vụt ra ngoài.

Một giờ sau, cậu Bài nhà ta, mặt tươi hơn hớn, chào tạm biệt chúng tôi buộc ba lô, dắt xe ra cổng cùng hai bà mẹ và cô em vợ. Mọi người nhìn theo. Biết rằng rồi đây cơ sự sẽ ra sao.

Hàng ngày, tôi vẫn chăm sóc cái ba lô có Xoan nằm trong đó, cố tránh những con mắt tò mò và mong Hoài trở lại. Tôi đâm ra băn khoăn, e bố tôi biết con đã về, lên đón thì sao. Chờ mười ngày, Hoài mới đến. Nó mang theo mứt sen[150], kẹo lạc, bánh ngọt, lại hai chai bia lớn. Chú em béo trắng, trở lại dáng dấp học trò, tuy hơi lớn tuổi.

— Anh Sơn ơi. Em tiếc hôm ấy không kéo anh về cả Hà Nội. Gia đình khoẻ cả. Em gái em nó vào đại học Bách Khoa, thằng em trai vào đại học Xây dựng. Cả nhà, cả họ đón tiếp em vừa như một vị anh hùng vừa cưng chiều[151] như thằng con út.

— Mừng quá nhỉ. Nhưng sao lại con út.

— Là vì, hai đứa nhóc[152] bây giờ nó đã là sinh viên, đĩnh đạc lắm. Còn bố mẹ thì xa con lâu, nên dồn cả tình thương yêu cho thằng lớn. Bắt ăn suốt, như nhồi vịt vậy, hình như bố mẹ thấy em đói khát quá nhiều, nên gia công vỗ béo. Ôi chà, đi đủ mọi nơi: chả cá Hàng Lọng[153], chim rán Tạ Hiền[154], phở phố Huế[155]. Không kể bún ốc[156], bánh bèo, giày dò[157] từ Đồng Xuân[158], Bắc Qua[159] mua về.

— Nhất cậu đấy. Thế các em?

— Nó hỏi không biết chán về chuyện đánh Mỹ, đương đầu với cá sấu, chuyện uống rượu với thịt ở rừng cao su... Nó bắt em cởi trần, khoe những sẹo sấu cắn với cả các cô bạn gái, ngượng bằng chết[160]. Nhưng lúc ấy, trước mắt chúng nó em là một vị anh hùng, hơn chúng cả một quãng đời ba chục năm. Nhưng có lúc thì chúng nó lại coi mình như con nít. Thằng em trai bảo: "Anh nghỉ ít lâu rồi ôn tập đi. Theo em anh nên xin thi vào Kinh tế- Kế hoạch".

— Sao không vào cơ điện vô tuyến, hoặc giao thông?

Nó có vẻ ông cụ non[161].

— Anh bỏ lỡ gần mười năm học, bây giờ thi vào các ngành khác, tốt nghiệp ra là kỹ sư tập sự, sau các em rất xa. Học Kinh tế - Kế hoạch sau khi tốt nghiệp, có ưu thế là bộ đội, lại đảng viên, anh sẽ được làm cán bộ quản lý, lãnh đạo.

— Hoài bão nó sao?

— Em nhìn nó và nghĩ: ra cái thằng nhóc này ranh mãnh tính toán kiểu khôn vặt. Đã định toát cho mấy câu, nhưng rồi không nỡ. Nó ở hậu phương, thì những suy nghĩ kiểu ấy cũng dễ hiểu. Mà động cơ của nó đối với mình là nhằm có lợi cho mình. Thế thì toát nó làm gì.

Hoài mở kẹo bánh mời tôi ăn. Nó chỉ nhấm nháp.

— Em là thằng anh lớn, đã ngả thân ra làm cái cầu cho chúng nó đi. Thì mình hãy làm cây cầu[162] vững chãi, phấn đấu cho tốt.

— Hoài có thưa chuyện với hai bác về việc anh Xoan không?

— Có! Bố mẹ em bảo làm thế là đúng đạo lý. Các cụ thương lắm, khen lắm. Thôi, anh thu xếp, mai ta về thăm bà mẹ anh Xoan. Em đã viết thư về trước rồi.

Hai anh em ôm nhau ngủ trên một cái giường con. Tình nghĩa vẫn ấm áp như những ngày cùng nằm hầm trong rừng.

* * *

Xã Ngọc Xuân đón anh em chúng tôi với thái độ dè dặt. Mà cũng phải. Từ suốt hai cuộc kháng chiến, đã thấy ai đem xương đồng đội mình về trao tận tay cho chính quyền địa phương và gia đình? Tiếp đón thế nào? Ăn nói, cảm ơn và xử lý vấn đề thế nào? Đối với gia đình liệt sĩ ấy nên giải quyết ra sao?

Trụ sở uỷ ban xã xây dựng khá khang trang[163], nhưng chưa xong, còn bề bộn gạch ngói xếp đống ngoài sân. Ở phòng họp, non hai mươi người đã ngồi sẵn đó chờ đợi. Hình như họ đang bàn bạc việc gì đó chưa ngã ngũ, nét mặt nhiều người đăm chiêu. Thấy chúng tôi, họ đứng dậy ra hiên đón, và không khỏi ngạc nhiên vì chỉ thấy có hai người. Một ông trạc ngoài năm mươi, áo nâu, quần bộ đội, vóc dáng khoẻ mạnh tự giới thiệu:

— Tôi là bí thư đảng uỷ xã. Đây là đồng chí chủ tịch uỷ ban... Xã đội, trưởng phó các đầu ngành[164] có mặt đầy đủ cả.

Anh xã đội trưởng chỉ một chị trạc gần bốn mươi, giới thiệu:

— Đây là đại biểu phụ nữ. Chị họ đồng chí Xoan.

Trước một đám đông, toàn bậc tuổi cha chú, Hoài hơi lúng túng. Nó vẫn đeo ba lô, giúi sẽ vào sườn tôi:

— Anh... thay mặt, anh làm chủ...

Ông bí thư đảng uỷ mời ngồi. Tất cả rấm rắp ngồi trên các hàng ghế, cùng nhìn xoáy vào chúng tôi và cái ba lô lồng cồng[165].

Uống cạn chén nước, hút xong mồi thuốc, đồng chí bí thư đảng uỷ đứng dậy đằng hắng[166] và trịnh trọng:

— Thưa hai đồng chí... Sơn và Hoài... thưa các đồng chí. Đảng uỷ, uỷ ban, xã đội, các ngành trong xã chúng tôi, sau khi được thư các đồng chí gửi về, đã có họp, bàn vấn đề này. Các đồng chí đã đến đúng hẹn như thế là quý lắm. Tuy thế, còn có những chỗ chúng tôi phân vân chưa dứt khoát. Thứ nhất là đồng chí Xoan hy sinh, chúng tôi có nghe tin từ lâu, nhưng chưa nhận được giấy báo tử. Thứ hai, là bộ hài cốt các đồng chí mang về kia, thật tình chúng tôi hết sức cảm động về tinh thần cao cả này. Song liệu có đảm bảo chắc chắn đó là hài cốt của anh Xoan? Nhỡ có sự lẫn lộn thì sao? Cho nên, xin các đồng chí cho thêm chứng cớ cụ thể hơn một chút, được không ạ? Các đồng chí đường xa dặm thẳng[167], vì tình nghĩa mà đến, công lao thật không nói hết, nhưng cũng thông cảm cho cái khó của địa phương. Trường hợp này, còn trường hợp khác. Sao cho đúng chính sách chế độ...

Hoài vừa nghe đã nóng mặt. Đôi lông mày nhíu lại, mặt đỏ tía lên. Liếc nhìn những gương mặt quanh đấy, người thì lặng lẽ, người thì tò mò, Hoài thấy buồn chán. Tôi cũng thấy một nỗi bất bình thất vọng dấy lên. Thì ra tấm lòng vì đồng đội được đón tiếp một cách lạnh lùng thế này đây. Xoan ơi! Lúc cậu bay lên như một con sóc dưới làn đạn địch, những đêm cậu nằm rừng vắt[168] cắn cùng mình, những phút cậu vật nhau với thằng Mỹ cao to, hạ nó, tống giẻ vào miệng... cậu có nghĩ tới phút này không?

Hoài không đợi tôi nói, đứng bật dậy. Giọng đầy nước mắt:

— Thưa các bác, các chú. Anh Xoan chết rồi, không nói được, nên không thể trả lời từng câu hỏi các bác, các chú đặt ra hôm nay. Tôi xin nói thay anh Xoan, vì tôi cõng anh ra, chôn cất anh, và khi bốc hốt anh, thì ngoài tôi chỉ còn anh Sơn đây thôi. Chúng tôi thay nhau đeo bộ xương bên mình, mấy ngàn cây số, há phải cốt đến đây lừa dối đảng bộ, lừa dối gia đình đổi lấy tiếng cảm ơn. Hoàn toàn không phải thế. Tôi không trình bày nhiều giấy tờ... Đây là lá thư anh ấy viết cho người yêu mà không bao giờ gửi được. Còn lý lịch, giấy chứng minh của anh Xoan, tôi nghĩ rằng việc ấy là của tổ chức, nên đã nộp cả. Tôi không ngờ chúng tôi lại gặp khó dễ thế này. Cứ trình lá thư, rồi tuỳ ý các vị, tiếp nhận thì xin vâng, nếu không hai anh em tôi lại cõng anh Xoan đi, chôn cất lấy, chăm sóc lấy, không phiền bận ai. Chúng tôi không ép uổng ai để mang tiếng dối trá. Anh Xoan ơi! Anh sống khôn, chết thiêng, anh...

Hoài càng nói càng xúc động. Những người ngồi nghe mặt cứ tái đi. Đồng chí xã đội đứng dậy:

— Xin đồng chí Hoài bớt nóng. Tôi cũng là lính, ở chiến trường về, tôi hiểu rất rõ giá trị của tình đồng đội. Thề rằng không có ý gì nghi ngờ tấm lòng các đồng chí. Công việc các đồng chí làm, đẹp quá, chúng tôi kính trọng lắm. Nhưng việc phải cân nhắc, cũng là đúng. Vội vàng một chút trong chủ trương, có thể gây ra phiền hà. Như ở xã dưới cách chúng tôi một đạc đường[169] kia, nghe tin tức thế nào, nhận thư từ thế nào mà xã báo tử, truy điệu, phát tiền tuất. Được một năm thì anh tử sĩ ấy về béo khoẻ. Cũng mừng thôi. Nhưng đau đớn là chị vợ vừa mới đi lấy chồng...

Ông chủ tịch nói, giọng nhỏ nhẹ[170]:

— Ở cơ sở cũng nhiều sai sót đồng chí ạ. Trợ cấp thương binh là một chính sách lớn, đền ân trả nghĩa người có công. Thế mà cũng có kẻ manh tâm lợi dụng khai man thương tật. Xóm Sặt xã tôi chứ đâu. Một tên hôi của[171] tàu đắm[172], bị bom nổ cụt bàn tay. Nó mưu mô với cán bộ thôn, lấy chứng nhận là du kích. Việc đưa lên xã, một phó chủ tịch phụ trách văn hoá xã hội làm giấy báo cáo lên trên. Tên hôi của được nhận thẻ thương binh, lãnh phụ cấp mười mấy năm trời. Gần đây, nhân dân phát hiện ra thì cái thằng ăn quỵt tiền chính phủ đã già, đứa chứng nhận đã chết. Tội cho anh phó chủ tịch mới bị cách chức vì quan liêu.

Những lý do các đồng chí địa phương nêu ra cũng rất xác đáng.

Nổi nóng là không đúng. Tôi đỡ lời Hoài:

— Chúng tôi rất thông cảm với sự đắn đo của địa phương. Giờ xin các đồng chí cho ý kiến tập thể về công việc trước mắt này.

Hội trưởng phụ nữ xã, từ trước vẫn ngồi im lắng nghe, nhẹ nhàng lên tiếng. Chị vừa nói vừa châm chấm[173] hai bên mắt:

— Tôi nghĩ nông cạn thế này thôi. Hai đồng chí đây đưa hài cốt liệt sĩ từ chiến trường ra, là việc nghìn đời có một. Dù chưa có bằng chứng thật chắc chắn nữa, và dù không phải là đồng chí Xoan chăng nữa, thì cũng vẫn là một liệt sĩ. Tôi nghĩ rằng xã cứ nhận lấy bộ hài cốt này, khâm liệm chu đáo, an táng ở nghĩa trang. Sau này có giấy báo tử về, hãy báo gia đình. Cứ phải trân trọng thi hài liệt sĩ đã.

Đại biểu thanh niên, một anh dưới ba mươi tuổi, làm cán bộ y tế, nói to:

— Mà sao cứ bàn suông? Anh em ta đây, rồi họ hàng làng xóm, mấy ai lạ anh Xoan đâu. Thế thì bộ xương các đồng chí đã cõng về đó, xin cho xem. Người anh ấy, vóc vạc[174] xương cốt thế nào chả có đặc điểm. Mời chị ruột anh Xoan ra nữa.

Đề nghị ấy hay, nhưng người chị ruột Xoan chưa đến phải cho đi tìm.

— Nhà xa lắm phải không? - Tôi hỏi một ông già ngồi cạnh.

— Không xa chú ạ, nhưng gia đình ấy tội lắm. Bà cụ thì bây giờ ngớ ngẩn. Chị chú Xoan ở với cụ đấy nhưng chồng công tác xa lại bận cháu nhỏ.

Chờ một lúc, đồng chí chủ tịch xã xin cứ cho mở hài cốt. Hoài trải một mảnh giấy to trắng tinh lên bàn, cởi ba lô rút ra từng gói. Mùi nước hoa, rượu mạnh thơm phức[175]. Hoài thong thả xếp ra từng phần, đầy đủ. Không khí trở nên trầm lặng[176]. Bộ xương người nằm giữa một phòng họp, toát lên tử khí lạnh lẽo. Tất cả đứng nhìn, không ai nói một câu để tránh động đến niềm tôn kính đối với người đã khuất.

Bỗng anh đại biểu thanh niên, ghé sát đôi mắt hơi cận thị vào gần bàn, hai tay rờ rờ[177] một thanh xương ống. Anh ta gật gật đầu, rồi ngẩng lên, quả quyết:

— Đúng là xương anh Xoan, không sai! Từng ấy[178] cặp mắt đều dồn vào anh ta. Một là, Xoan người cao, ống xương dài. Hai là, ngày còn nhỏ, nó nghịch trèo cây đa đình làng, ngã gãy xương đùi. Ông lang Lẫm bó khỏi nhưng cái chân ấy hơi ngắn. Đây nhé, xương đùi trái ngắn đúng không nào?

Anh thanh niên ngẩng nhìn mọi người, đôi mắt lộ vẻ đắc ý.

Bỗng có tiếng người khóc ré lên rất thảm thiết:

— Ối em ơi! Em sống khôn chết thiêng. Trời thương thánh độ[179] thế nào, còn quay về với mẹ với chị, Xoan ơi!

Người chị của Xoan, tóc xổ tung[180], lăn xả vào ôm hộp xương sọ[181], hôn trên gò trán[182], nước mắt tưới xuống hốc mắt:

— Có máu có xót[183], Xoan ơi! Chị quên làm sao được. Hàm răng em tôi đây, đều tắp[184]. Nhưng trong tám răng cửa, thì cái thứ ba, hàm trên, mọc ghé vào trong. Tôi bắt nó nhổ răng sữa, nó lười, nên răng mọc lệch, ai có ngờ chị em lại gặp nhau như thế này, em ơi! ối Xoan ơi là Xoan ơi!...

Người chị lăn lộn, ôm lấy nắm xương tàn. Khuyên giải mãi chị mới nguôi...

Một ông già trạc ngoài sáu mươi tuổi, tóc bạc quá nửa, từ lâu đứng ngoài hiên lắng nghe, giờ mạnh dạn bước vào, vẻ mặt nghiêm trang. Ông nói:

— Thưa... tôi là Vũ Văn Ngô, ở xóm Đoài. Tôi không làm chức việc[185] gì trong thôn, trong xã, lẽ ra không có quyền bàn bạc việc lớn. Nhưng... tôi chỉ xin có ý kiến này thôi. Sáu năm trước gia đình tôi có sắm một cỗ quách bằng vàng tâm[186], định dành để thay mộ cho cụ tôi. Nhưng rồi giặc Mỹ thả bom, bãi tha ma làng thành hố bom hết, mồ mả bay mất cả. Tôi định để dành cho mình sau này. Nhưng bây giờ tôi đã nghĩ kỹ. Tôi xin ủng hộ cỗ quách bằng gỗ quí đó để đảng uỷ, uỷ ban lo liệu việc chôn cất hài cốt anh Xoan. Cái công của người đã khuất lớn lắm...

Ông cụ Ngô dứt lời, không khí im ắng[187], trang nghiêm hẳn. Rồi mấy người khác xin được góp lụa, góp vải tốt... Tấm lòng người dân đối với công lao liệt sĩ thật cảm động. Vài giờ sau hài cốt Xoan được bọc trong lụa trắng, ngoài quấn vải đỏ tươi, đặt vào cỗ quách vàng tâm sơn son để giữa căn phòng rộng nhất của trụ sở uỷ ban, xung quanh hương khói nghi ngút. Đồng chí bí thư đảng uỷ chủ trì lễ truy điệu. Rồi cả đoàn người lặng lẽ, thành kính đưa hài cốt Xoan ra nghĩa trang liệt sĩ.

Chị gái Xoan tên là Nhẫn. Chiều đó chị đưa hai chúng tôi về nhà. Một mái tranh ba gian, bên bờ ao, ẩn dưới bóng tre rất dày. Mảnh vườn hẹp, dưới trồng rau dền, trên là chè, chuối chen chúc. Vài con gà nhiếp[188] bới móc bên bó rơm đầu hè, trắng dịu[189] như những búp bông mới kéo[190]. Căn nhà sạch sẽ, ngăn nắp gọn gàng, nhưng trống trải, thiếu ấm cúng.

— Bà ơi bà! Có các cậu về chơi.

Nghe tiếng "cậu" bà cụ tung chăn, nhỏm dậy đưa mắt nhìn. Chao ôi, đôi mắt! Phải chăng, qua bao nhiêu năm tháng trông chờ, những ánh sáng mừng vui đã tắt dần đi, trơ đôi tròng bạc phếch. Phải chăng vì nước mắt chảy nhiều đã bào mòn[191] đôi đồng tử như dòng suối lũ xiết vào viên sỏi[192]. Đôi mắt ngơ ngác ấy nhìn thẳng chúng tôi, và trong nỗi u ẩn của niềm mong ngóng lâu ngày, sáng dần lên, một điểm lửa tin cậy. Mái tóc bạc trên đầu xoã xuống hàm răng khuyết cửa[193], hé mở run run, muốn cất tiếng gọi. Bà nhìn hai chúng tôi, như muốn lựa chọn trong hai khuôn mặt đó, đâu là đứa con thân yêu của mình. "Xoan ơi! Xoan ơi!...".

Bà cụ reo lên, và với một sức mạnh không ngờ bước thẳng đến. Hai bàn tay gầy nâng má tôi lên, và nhìn thật thẳng. Đôi mắt mẹ tôi khi xưa nhìn con có như vậy không? Tôi cảm thấy một niềm thương yêu mênh mông và tự nhiên, thốt lên hai tiếng: "Mẹ ơi". Bà mẹ cười mà như mếu, giọng đầy nước mắt:

— Con tôi đây rồi! Con tôi đây rồi!

Bà ôm đầu, vuốt má, nắm tai, không cho ai chen vào bên cạnh, không thèm nghe ai nói. Bà dắt tôi đứng dậy, rờ rờ tay, chân, lưng, bộ quần áo, đôi giày. Tin chắc là người thật, lành mạnh hẳn hoi, bà cụ ấn tôi ngồi xuống, run run tìm nơi đầu giường một chiếc chìa khoá to, buộc dây tơ xe rất chắc. Có lẽ chỉ riêng bà biết chỗ giấu chiếc chìa khoá đặc biệt này. Bà quay lại cái hòm gian[194] giữa nhà, tra chìa khoá vào, quay đi lắc lại rất lâu mới rút được tua khoá[195] ra, rồi hai tay nâng cái nắp hòm, mở lên.

Một mùi hôi hôi, lạnh lẽo, như không khí trong những ngôi đền bỏ hoang lâu ngày, hương tàn hoa héo[196], gỗ mục, vải cũ cùng xông lên. Bà cụ ghé nhìn, quờ tay lôi ra từ trong bóng tối từng túi, từng dúm, không biết là những thứ gì bọc trong vuông vải nâu, gói lá chuối khô, nhét trong những chai lọ, hũ sành[197], niêu đất. Bà xếp tất cả các thứ đó trên nền nhà, theo thứ tự cái trước cái sau rồi lần lượt mở ra. Đó là những đồ vật hoặc đã khô queo, lên mốc trắng, đã nát, không ra hình thù gì. Bà run run chỉ vào đám chai lọ túi gói kia vẫy tôi:

— Mẹ dành cho con! Của con cả đấy!

Tôi hiểu ngay tấm lòng mẹ. Ngày này tháng khác, bao năm qua, người mẹ già mất trí[198] có được trong tay thứ gì đều chắt chiu dành phần con. Quả chuối, phong bánh, củ lạc, cái kẹo, bắp ngô... Mẹ dành lại, chờ con về. Ngày xưa, nó thích ăn những thứ này lắm à, mỗi khi đi chợ về mà không có tí bỏng rang, củ ấu, là thằng bé lăn quay ra ăn vạ khóc hờn. Nó lớn lên nhìn các thứ đó. Con lớn rồi, mẹ vẫn không quên mua quà. Con đi xa rồi, mẹ nhớ, mẹ dành lại, để đấy, coi như lát nữa con về, sẽ sà vào đòi ăn. Một hai lần, nhiều lần, cái kho quà vặt đó, cứ ùn lên, mẹ đem phơi cho thật kiệt[199], mẩu bánh rắn thành cục đá, quả chuối quắt lại[200] như que củi. Không sao cả. Mẹ cứ dành, cứ phần[201], và trong những ngày ấy trí nhớ mẹ dại đi, thần kinh mẹ suy sụp[202], tay chân run rẩy. Mẹ làm việc ấy như con kiến tha mồi làm tổ. Đã biết bao nhiêu mùa mà con vẫn không về. Và cho đến hôm nay, nó đã về đây, thằng Xoan đây, thằng bé tham ăn của mẹ. Nó sẽ mừng lắm, vì mẹ có cả một hòm đầy thức ăn cho con đây.

— Của con cả đấy, con ơi! Cầm lấy, rồi đi chơi...

Quà của mẹ bốc mùi ngai ngái[203]. Mẹ nhắc lên, thổi bụi, nâng niu, ngắm nghía. Tôi liếc nhìn chị Nhẫn cầu cứu. Chị thong thả chạy đến:

— Bà ơi! Cậu nó mới về, chưa rửa mặt, chưa thay áo, chưa tắm táp gì. Bà cho cậu nghỉ, rồi ăn cơm đã. Quà của bà, để ăn tráng miệng, bà nghe không?

Bà cụ mở to đôi mắt nhìn tôi như ngây dại. Rồi quay sang gắt với chị Nhẫn, giọng sợ sệt:

— Con mẹ mày à. Thì để tao nói với em con. Thằng Xoan đây mà.

— Con thương mẹ quá mẹ ơi! Tôi nắm lấy tay mẹ ấp vào mặt mình. Hình như hồn Xoan đã nhập vào tôi: - Dạ, con đây, thưa mẹ.

Bà cụ lại nắm vai tôi:

— Ờ, con của mẹ đây. Bú mớm, ốm đau quặt quẹo, vất vả tốn kém bao nhiêu mới được mày đấy con ôi! Bà cụ bật khóc nức nở. Cơn thần kinh lại bốc lên rồi. Chị Nhẫn ôm lấy bà như ôm đứa trẻ, đặt lên giường đắp chăn kín lại. Tiếng khóc vẫn ấm ức[204].

Chị quay ra, rầu rầu nét mặt:

— Hai cậu bỏ lỗi cho. Đã hai năm nay, càng ngày bệnh mẹ tôi càng nặng. Tỉnh ít, mê nhiều. Tỉnh thì hiền như đất, mê thì lẩm cẩm lắm điều. Tôi phải giữ cụ trong nhà, đóng liếp buông mành, để cháu coi. Dần dần cụ sợ tôi, cậu ạ. Có lúc nói nhiều, nhưng có lúc im lìm, không buồn nói nữa. Giữ bà như thế cũng tội lắm, nhưng nhà neo đơn, biết sao!

Chị Nhẫn sụt sịt khóc. Bà mẹ nằm trong chăn lại nói chuyện với Xoan và lặng lẽ cười.

Chúng tôi ở lại nhà mẹ ba ngày. Nam nữ thanh niên trong xóm cùng với hai đứa chúng tôi tổ chức quét nhà, dọn vườn, trồng lại mấy hàng chuối, cắt xén²⁰⁵ bờ giậu²⁰⁶. Bà cụ ngồi nhìn đôi mắt vui vui. Hình như có lúc bà se sẽ hát.

Chúng tôi đi chơi thăm hỏi xóm làng. Nhà nọ mời cơm. Nhà kia gọi ăn khoai, ăn mít. Bạn bè của Xoan lui tới làm thân. Ngôi nhà bà cụ đầy những tiếng cười.

Hôm đi đoàn xã²⁰⁷ cử hai bạn trẻ đèo chúng tôi lên bến xe. Chị Nhẫn còn muốn giữ lại, nhưng Hoài xin về sớm để ôn thi. Còn tôi cũng nóng ruột vì bố đang ngóng đợi. Sắp lên đường chúng tôi vào chào cụ. Lạ chưa, bà đã dậy từ lúc nào. Bà nhìn tôi, nói rất sáng suốt khiến tôi giật mình:

— Con nói dối mẹ. Con không phải thằng Xoan!

Tôi tái mặt:

— Dạ, mẹ tha cho, con là bạn của Xoan. Con cũng là con mẹ.

Bà cụ thủng thẳng:

— Việc quân việc nước. Bộ đội là con mẹ cả. Thằng Xoan nó chưa về được thì con về trước, mẹ mừng.

Tôi biết là khi chúng tôi vắng, chị Nhẫn đã mất nhiều công để an ủi mẹ. Mắt mẹ bỗng sáng lên khác thường:

— Mẹ biết nó sắp về với mẹ. Nó đón mẹ đi với nó. Chỉ vài tháng nữa thôi, mẹ đi với nó.

Tóc tôi từ từ đứng dựng lên. Một điềm gở²⁰⁸ gì đây? Mẹ yếu quá rồi, Xoan sắp về đón mẹ ư? Thôi, chúng con đành phải đi. Thương mẹ lắm, mẹ ơi!

注　释

1. ấu thơ：幼年。
2. nồng khét：很浓的焦臭味。
3. tôn lá：铁皮。
4. ghê lạnh：毛骨悚然。
5. Triệu Phong：地名，兆丰，今属广治省。
6. Hải Lăng：地名，海凌，今属广治省。
7. Do Linh：地名，犹灵，今属广治省。
8. Cam Lộ：地名，甘露，今属广治省。
9. xiêu giạt：漂泊。
10. lán：小竹屋，临时性的小竹棚。
11. Bến Hải：地名，边海。
12. ách：阻拦，拦阻。
13. Cồn Tiên：地名，昆仙。
14. Dốc Miếu：地名，柔庙。
15. buông sõng：不礼貌地说出。
16. đã đút cái nút tự ái lên cổ nhau, thì dẹp đi cũng khó：相互不顾面子了，平静下来也难。
17. xốc áo：拉了拉衣服，做出要打架的架势。
18. lừ lừ：冷眉冷眼，冷眼相对。
19. lạnh như tiền：冷冰冰。
20. gượng nhẹ：小心翼翼。
21. tụt xuống khỏi xe：从车上滑落下来。本文中指"跳下车"。
22. nhàu nhũn：皱巴巴的。
23. xẻo phăng lấy：砍下，砍取。
24. xế：司机（tài xế 的简称）。
25. Khe Sanh：地名，溪山。
26. đè úp：压倒，盖过。
27. vọt phăng xuống：一下子冲入，掉入。
28. vô lăng：方向盘。
29. nện cho ốm xác：打个半死。
30. bùi ngùi：抑郁，悲伤，心情沉重。
31. tuyến trong：内线。本文中指"战地"、"南方战场"。
32. mộng：本文中指"姑娘"。
33. ác：恶。本文中义为"好"、"棒"。
34. ma-ni-ven：手摇柄，曲柄。
35. quai：打，揍。
36. càn quấy：悖逆，放荡不羁。

37. bom bi：珠子弹。
38. ổ gà：路坑（指道路凹陷处，形如鸡窝）。
39. ca bin：驾驶室。
40. xóc：颠簸。
41. Zin：一种苏式大型载重车。
42. chan：浇汤。本文中义为"流"。
43. đánh xoạt：(拟声词)用力抽长物发出的响声。
44. phô：炫耀，夸耀。本文中义为"露出"。
45. cười chớt nhả：淫笑。
46. suồng sã：放浪，放纵，放荡。
47. giờ hồn：小心你的脑袋。
48. nổi khùng：发怒。
49. đánh sầm：拟声词，指开车门发出的声音。
50. dằn giọng：用强硬的口气说出。
51. đồ khốn kiếp：该死的，该诅咒的。
52. nẫn：滚圆的，胖乎乎的。
53. đánh xoảng：拟声词，指手枪落地发出的声音。
54. khẽ rung：轻轻震动。
55. găm：插，戳。本文中义为"射入"。
56. sùng sục：沸腾。
57. đồ con vật：衣冠禽兽，禽兽。
58. đàn bà để có mấy tay：女人有几手，女人很厉害。
59. mấy：才（同 mới）。
60. tấy nhức：肿痛。
61. quân pháp：军法。本文中义为"军事法庭"。
62. Gio-an Mùi：人名，由安未（因为他尊崇由安，一位西方天主教教徒，所以人们称他为由安未）。
63. Vĩnh Linh：地名，永灵，今属广治省。
64. xác xơ：破破烂烂。
65. Hồ Xá：地名，胡舍镇，今属广治省。
66. Đồng Hới：地名，洞海市，今属广平省。
67. khô cằn：贫瘠。
68. Vinh：地名，荣市，属义安省。
69. mít luộc：水煮菠萝蜜。
70. khoai môn：芋头仔。
71. Thanh Hoá：清化省。
72. Ninh Bình：宁平省。
73. Hà Tuyên：河宣省。
74. đi lễ：做礼拜，拜佛。

75. đều：均衡。本文中义为"按时"。
76. hùng hục：埋头苦干。
77. chán hoét：烦透了，烦死人了。
78. tự nhủ：自己对自己说，自我规劝。
79. trạm an dưỡng：疗养院，休养院。
80. binh nghiệp：军旅生涯。
81. xà cột：挎包。
82. lúc nào cũng đeo kè kè：总不离身。
83. trót dại：犯傻做蠢事。
84. sai sót：有过错。
85. hoa trái：水果。
86. sạch bông：干干净净，一尘不染。本文中义为"纯洁如玉"、"洁白无瑕"。
87. phút chơi bời lỡ làng trở thành tai hoạ lớn：一失足成千古恨。
88. tiện cụt：切断。
89. từng ấy năm：这么多年，那么多年。
90. dự bị đại học：大学预科班。
91. rối rắm：乱麻似的。
92. quá tầm với của anh em chúng tôi：超出我们的能力所及。
93. khô nẻ：干裂。
94. lút：淹没。本文中义为"陷入"。
95. tâm sự vụn：谈一些琐碎事。
96. thẳng tuồn tuột như ruột ngựa：直肠子，直性子。
97. lão giả an chi：老者安之。
98. năng nổ：积极主动。
99. ì thân xác：赖着不动。
100. giở giang：半截儿，半瓶醋。
101. lái ẩu：胡开，乱开。
102. trèo núi thì được, vượt ngầm thì tốt：爬山涉水都是好手。
103. mờ trong bóng chiều：没有希望。
104. nhổ bọt đánh phì：用力吐唾沫。
105. thân thế：势力，权威。
106. cú có cú ăn, vọ không có vọ lăn vọ chết：各顾各；各人自扫门前雪，不管他人瓦上霜。
107. khăn voan：丝巾。
108. vù：拟声词，呼呼，嗖嗖。本文中用作动词"快走"。
109. kính mát：太阳镜。
110. giật mình đánh thót：吓一大跳。
111. cái nón bài thơ trắng loá：一顶白晃晃的绘有花纹的斗笠（这种笠为越南中部妇女所喜爱）。

112. tròng trọc: 直视。
113. hồng lịm: 红扑扑的, 红彤彤的。
114. tái hợp: （很长时间不见后）重新见面。
115. nốt sẹo: 疤痕。
116. khiếp hãi: 害怕。
117. tẻ lạnh: 冷漠。
118. đứng sững như trời trồng: 愣在那里, 发愣。
119. sững sờ: 发呆, 呆然。
120. nhũn nhùn: 软瘫。
121. vật: 摔跤。本文中义为"倒下"。
122. đổ vỡ: 破裂, 破碎。
123. trưng diện: 常用 chưng diện, 炫耀, 显摆。
124. bàn "tiến lên": "进军"桌。本文中义为"牌桌"。
125. còn bọc giấy bóng cả đó: 全都是处女。
126. trang bài: 洗牌。
127. canh bài "tiến lên": （打扑克）升级。
128. thun đen: 黑色弹力布。
129. cha tiên nhân nó: （骂词）他祖宗的。
130. nuôi cò cò mổ mắt: 以怨报德, 恩将仇报。
131. thở dài sườn sượt: 长吁短叹, 长长地叹气。
132. trẩy khế ăn vụng: 偷吃杨桃（爱吃酸的）。
133. toáng: 大吵大闹。
134. bè chuối trôi sông: 蕉筏漂河（旧时越南农村惩罚不贞女人的一种陋习, 把女子捆绑在香蕉树做的筏上, 放入河里顺流漂走, 多被水淹死。此习俗早已废除。本文中义为"严惩"）。
135. thương cây thì giấu đến hoa: 直译是"因爱树把花也藏起来"。本文中义为"因心疼儿子把儿媳的丑事也隐瞒起来"。
136. sa sả: 不停地, 喋喋不休地。
137. xéo: 滚蛋。
138. tam quan: 三观门（寺庙正面的三座门）。
139. học cái ả thị Mầu ... mà trả con: 故事出自越南19世纪的文学作品《Quan âm thị Kính》（观音氏敬）。一女子名 thị Mầu（氏茂）, 水性杨花, 她几次勾引女扮男装出家为僧的 thị Kính（氏敬）, 但都无结果。后来氏茂与一男仆私通怀孕, 诬为氏敬所为, 氏敬被寺中方丈强迫移居三观门（Tam quan）外。后氏茂把所生之子交氏敬抚养。三年后, 氏敬去世, 人们才发现她是女子, 真相大白, 氏敬也得正果, 做了观音。
140. câm như thóc: 哑口无言。
141. lên đông lên đoài: 东奔西跑。本文义为"出走"。
142. sinh phúc: 发善心, 做好事。

143. trơn lông đỏ da: 毛发光亮，皮肤红润。本文中义为"身体恢复"。
144. mèo mả: (常用 mèo mả gà đồng) 坟猫野鸡 (喻浪荡子、无赖)。
145. người chịu nạn: 受难者。
146. nước mắt lưng tròng: 泪水在眼圈里打转。
147. xoắn tóc: 缠头发。本文中义为"抓住……的头发"。
148. chết tiệt: 该死的，混蛋。
149. tống khứ: 驱逐出去。
150. mứt sen: 莲子果脯 (一种越南食品)。
151. cưng chiều: 娇宠。
152. nhóc: 小家伙，小鬼。
153. Hàng Lọng: 街名，位于河内市还剑湖郡。
154. Tạ Hiền: 街名，位于河内市还剑湖郡。
155. phố Huế: 街名，位于河内市二征夫人郡。
156. bún ốc: 螺蛳粉。
157. giày dò: (现写作 giầy giò 即 bánh giầy, bánh giò) 糍粑和米粉粽。
158. Đồng Xuân: 同春市场 (在河内市还剑湖郡，主要卖衣服、布器、食品等)。
159. Bắc Qua: 北过市场 (在河内市还剑湖郡同春市场的后面，主要卖水果、竹器、木器等)。
160. ngượng bằng chết: 羞死人了。
161. ông cụ non: 小老头。
162. cây cầu: 桥梁。
163. khang trang: 宽敞。
164. đầu ngành: 部门领导。
165. lổng cổng: 横三竖四。本文中义为"鼓鼓囊囊"。
166. đằng hắng: 吭气，吭声。本文中义为"清清嗓子"。
167. đường xa dặm thẳng: 千里迢迢。
168. vắt: 山蚂蟥，山蛭。
169. một đạc đường: 一段很短的路。
170. giọng nhỏ nhẹ: 轻声细语地说。
171. hôi của: 浑水摸鱼，顺手牵羊。
172. tàu đắm: 沉船。
173. châm chấm: 蘸。本文中义为"(轻) 擦"。
174. vóc vạc: 身材，体态。
175. thơm phức: 浓香。
176. trầm lặng: 沉寂。
177. rờ rờ: 轻轻地抚摩。
178. từng ấy: 那么多。本文中义为"所有在中座的"。
179. trời thương thánh độ: 义为"老天爷相助"。

180. tóc xổ tông：头发蓬松，披头散发。
181. xương sọ：头骨。
182. gô trán：前额骨。
183. có máu có xót：亲人必相爱。
184. đều tắp：（牙齿）整齐。
185. chức việc：（农村政权中的）职务，职位。
186. vàng tâm：黄心木。
187. im ắng：死一般寂静。
188. gà nhiếp：小鸡。
189. trắng dịu：淡白色。
190. búp bông mới kéo：刚纺成的棉团儿。
191. bào mòn：渐渐损坏，磨损。
192. dòng suối lũ xiết vào viên sỏi：山洪冲击着卵石。
193. hàm răng khuyết cửa：掉了门牙的牙床。
194. hòm gian：长柜。
195. tua khoá：锁销。
196. hương tàn hoa héo：香残花谢。
197. hũ sành：瓷坛。
198. mất trí：糊涂，神智不清。
199. kiệt：干，干燥。
200. quắt lại：收缩起来。
201. phần：留份儿。
202. suy sụp：衰退，没落。本文中义为"衰弱"、"衰竭"。
203. ngai ngái：有点呛嗓子。
204. ấm ức：生闷气。本文中义为"委屈"、"不满意"。
205. cắt xén：修剪，修整。
206. giậu：篱笆。
207. đoàn xã：乡青年团。
208. điềm gở：凶兆，不祥之兆。

MA VĂN KHÁNG 麻文抗

麻文抗，原名丁重团（Đinh Trọng Đoàn），1936年生于河内市栋多区金莲坊（phường Kim Liên quận Đống Đa Hà Nội）。少年时代参军并被派往中国云南寄宿学校读书。1960年入河内师范大学（Đại học Sư phạm Hà Nội）学习。大学毕业后在越南北部山区老街省（tỉnh Lào Cai）担任中学教员，曾任中学校长。以后调任老街省委书记秘书、省委机关报记者、副总编辑。1974年加入越南作家协会（Hội Nhà văn Việt Nam）。1976年调回河内市工作，曾任越南劳动出版社副社长兼总编辑（Phó Giám đốc kiêm Tổng biên tập Nhà xuất bản Lao Động）。现为越南作家协会主办的《外国文学》（Văn học Nước ngoài）总编辑。1995年3月、2000年4月在越南作家协会第五、六次代表大会上，两度当选为作协执行委员会委员、党组成员（Uỷ viên Ban chấp hành, Uỷ viên Đảng đoàn Hội Nhà văn）。

麻文抗开始时写短篇小说。他的第一部作品描写城市贫民的生活。以后又写了许多短篇小说，但是一直到他从事山区题材创作，特别是《佘甫》（Xa Phủ, 1968）的问世并荣获1968年越南《文艺周报》（Tuần báo Văn Nghệ）短篇小说竞赛二等奖，麻文抗的名字才引起人们注意。从此，麻文抗正式步入越南文坛。

麻文抗的主要作品有：短篇小说《佘甫》（Xa phủ, 1968）、《明月之歌》（bài ca trăng sáng, 1972）、《燕子》（chim yến, 1972）、《林中飞鸟》（chim bay trong rừng, 1976）、《绿叶》（lá xanh, 1977）、短篇小说集《晴天》（Ngày đẹp trời, 1986）、《秋天的果实》（Trái chín mùa thu, 1988）、《月照小院》（Trăng soi sân nhỏ, 1994）、《城郊》（Ngoại thành, 1996）、《麻文抗短篇小说选》（Truyện ngắn Ma Văn Kháng,

1996）、长篇小说《白花银元》(đồng bạc trắng hoa xoè, 1980)、《夏季雨》(mưa mùa hạ, 1982)、《边隘地区》(vùng biên ải, 1983)、《月牙》(trăng non, 1984)、《园中落叶季节》(mùa lá rụng trong vườn, 1985)、《没有证书的婚礼》(đám cưới không có giấy giá thú, 1989)、《世态炎凉》(Côi cút giữa cảnh đời, 1989)、《逆洪流而上》(Ngược dòng nước lũ, 1999) 等。

麻文抗是一位高产作家，从20世纪50开始文学创作。80年代以前，他的创作主要是山区题材，80年代以后转向城市题材。麻文抗的突出特点是注重生活的真实，特别关心民族的前途与命运，以一个作家的责任感深刻地批判社会上的消极现象。

MÙA LÁ RỤNG TRONG VƯỜN (TRÍCH)
园中落叶季节（节选）

长篇小说《园中落叶季节》(1985) 出版后深受越南读者的喜爱，并荣获越南1985年文学创作二等奖。作品把视点主要集中在家庭，描写在1975年后越南复杂多样的社会环境影响下的家庭变化。

尽管是集中描写家庭，但是《园中落叶季节》反映了社会生活，揭示了生活中有现实意义的问题。作家呼吁人们应该有真诚的情感、真诚的生活；呼吁人们要保持优良的传统文化美德，不要否定传统文化，同时也应该接受当今社会合理的东西和有价值的文化。以鹏（Bằng）为代表的那些只知道依靠传统文化的人与现实生活显然有距离；像李（Lý）、琚（Cừ）那些完全否定传统道德和传统文化的人在思想、道德方面的滑落是必然的。只有以论（Luân）为代表的既保持民族的优良传统文化，又积极吸收新的、合理的东西来丰富民族传统文化的人才是新的社会形势下的新人。而像怀（Hoài）、凤（Phượng）这些始终为他人着想、充满爱心的人是社会发展到什么时候都需要的,这样的人越多,社会就越美好。

《园中落叶季节》充分体现了作家对越南20世纪70年代末至80年代初丰富、复杂的社会生活的高度责任感,提出并解答了具有重大社会意义的问题:家庭、社会与人生。本文所节选的部分(小说的第70至100页)描述越南河内过春节的风俗习惯和生活气氛,主要描写李这一主要人物里里外外一把手的性格特征。

MÙA LÁ RỤNG TRONG VƯỜN (TRÍCH)

Bấy giờ, ở dưới bếp là hai chị em dâu Lý - Phượng. Hai người đang tíu tít[1] nấu nướng, sửa soạn cho bữa cỗ tất niên đêm ba mươi.

Lý như biến đổi thành một người phụ nữ khác, trẻ ra đến hơn chục tuổi, kể từ gương mặt đến âm điệu giọng nói. Trưa nay, lúc Lý đi làm đầu rồi đèo cây quất năm trăm đồng về, nhìn Lý, Phượng đã ngỡ ngàng[2]. Không ngờ kiểu uốn điện *sitôn*[3] làm cho mái tóc cũn cỡn[4] và như là xơ xác[5], lại hợp với mái đầu và khuôn mặt Lý thế. Mặt Lý tròn, hồng nõn[6] như vừa bóc đi lớp da quen nắng gió mọi ngày. Đôi môi cũng khác, như môi của ai đó, nho nhỏ, cong nhẹ ở mép trên và ở làn môi dưới, nét son như là quá tay[7], tạo nên một vẻ trẻ trung[8], hờn dỗi[9] rất thơ ngây. Cặp gò má cao được san đều vì phía dưới má ửng lên một sắc hồng đậm và hai con mắt lá răm[10] vốn sắc, nhóng nhánh[11] sáng, đong đưa một cái nhìn vừa vui tươi vừa lẳng. Cái mũi, nguyên cái mũi thì dường như vẫn vậy, hớt lên một chút, tạo nên một điểm sáng tinh thần: Sự thanh tao hơi có chút cao ngạo. Gương mặt đẹp, phản chiếu rất rõ niềm hưng phấn của Lý, sự tự ý thức về ưu thế bẩm sinh của mình. Và, thấp thoáng sự phô trương tình tứ[12] muốn làm vừa lòng một người nào đó.

Chính Lý, với gương mặt ấy, khi nhận ra vẻ thán phục trong con mắt nhìn của Phượng, cũng có chút bối rối. Chị hổn hển, tiếng nọ lấp tiếng kia:

— Có trẻ quá không, Phượng? Mình sợ không hợp với tuổi tác,

công việc. Nhưng mà, có lẽ tại cái dáng của mình. Đấy hồi thằng Dư học lớp 10, mình đưa nó đến cơ quan, ai cũng bảo là hai chị em. Khi nãy, vừa ở hiệu làm đầu ra, gặp luôn hai thằng mất dạy đi xe đạp: "Em ơi, có đi với các anh không?" Chúng vẫy tay, nheo mắt. Tiên sư bố[13] đồ oe con[14], con tao còn đáng tuổi anh chúng mày đấy!

Phượng lắc đầu, không rất hợp với chị, chị Lý ạ. Đứng cạnh Lý rực rỡ, Phượng thấy mình như xám nhờ[15] đi. cái cảm giác nhợt nhạt về mình khiến sự tiếp xúc lại trở nên e dè, nhất là Phượng còn bị ám ảnh về những lời tâm sự bức bối của Lý buổi chiều qua, cô hiểu: Con người này không phải là con người bình thường.

Nhưng tiên cảm và thiên kiến ban đầu lại lập tức phai mờ. Cảm tình, dễ xúc động, chỉ lát sau Phượng lại đã bị Lý lôi cuốn.

Căn bếp nhỏ náo động trong một nếp trật tự đến kỳ lạ. Từ trước tới nay, mình Lý lo toan việc cơm nước cho cả nhà. Ông cụ Bằng và Luận từ ngày chuyển ngành về làm báo ở thành phố, ăn cơm chung với gia đình Lý. Lý quán xuyến mọi việc chi tiêu trong cái gia đình lớn này. Bà quản gia thật là một người có tài nội trợ, gia chánh, nữ công[16]. Và bây giờ bà om sòm, vui vẻ sai phái, cắt đặt, thúc giục và cùng làm mọi việc với Phượng. Căn bếp xếp sắp vốn đã gọn gàng, đồ nào thứ nấy, không thiếu thốn, chắp vá. Dao to, dao nhỏ, hơn chục con đã thuê mài tinh tươm[17] từ nửa tháng nay. Thịt gà luộc chặt dao phay[18] lưỡi sáng rợn, nhát nào đứt nhát ấy, thẳng như kẻ chỉ[19]. Hạt tiêu, hành, mỡ, cà ri[20], húng lìu[21], mì chính, bột canh[22], nước mắm các loại đã sẵn sàng. Và các món xào, nấu, hầm, luộc, rán, quay... theo một thứ tự đã định, lần lượt hiện ra trên hai cái mâm đồng đánh sáng choang, với những bát đĩa sứ Giang Tây trắng bong, viền chỉ vàng, cao quý như những đồ mỹ nghệ. Những thứ ấy bà Bằng để lại, Lý thu vén cất giữ ở cái kho nhỏ trên gác, cạnh buồng mình, cái kho chỉ Lý có chìa khóa.

Một bàn tay tháo vát[23], chăm chỉ và hết sức khéo léo đã chăm sóc cái gia đình có ba người đàn ông bẩm sinh vốn phóng tâm coi nhẹ và xa rời chuyện cơm nước này. Bàn tay đó có ai khác là Lý?

Chính Phượng bị Lý thu hút mãnh kiệt. Chưa ở đâu Lý hiện lên đẹp toàn vẹn như ở công việc này. Chị thực hiện cái thiên chức cao quý của mình với một sự say mê vô cùng, tận tuỵ vô cùng. Không một dấu vết của sự cầu thả, tắc trách[24]. Không một chi tiết tuỳ tiện, được chăng hay chớ[25]. Tất cả đều phải đạt tới đỉnh điểm của yêu cầu, không một mảy may [26] nhân nhượng, kể từ cái màu trắng ngọc ngà quý phái của lòng bát đĩa đến cách bày tầng tầng lớp lớp và cách thả những cánh rau thơm. Lý trút vào công việc tất cả sự sung sướng và kiêu hãnh vì được bộc lộ mình. Mọi việc, dù to dù nhỏ, cũng đều hút hồn chị. Và những gì gọi là vật chất cụ thể, đã biểu hiện ra, nhờ bàn tay chị động vào, nhờ con mắt chị soi tới, nhờ ánh tâm hồn chị chiếu xuống, đều óng ánh một linh hồn sống động. Con người này hòa quyện[27] toàn năng với công việc, hóa thân vào công việc, dù là công việc bếp núc. Con người này tạo ra xung quanh mình một lực lôi kéo và một trường hấp dẫn đến mê mẩn.

Người phụ nữ này dễ thương biết bao. Người phụ nữ này đáng yêu, đáng quý biết bao, và ngay lúc này, ở công việc bình thường này. Phượng có cảm giác vừa rõ rệt vừa mê đắm như thế, cảm giác này sẽ theo đuổi Phượng, thành một khắc khoải khôn[28] nguôi, cả những năm tháng dài tiếp nối sau này nữa.

Hai người phụ nữ mê mải cho ra đời các món ăn, đến nỗi quên cả chuyện trò. Tới lúc Phượng nhìn Lý nhồi hạt sen vào bụng con vịt mổ moi, để làm món vịt tần[29], không đừng được[30], thốt lên lời khen, Lý mới đáp:

— Mình có học trường lớp khi nào đâu. Dọn về ở chung với ông cụ nhà này hôm trước, hôm sau đâm đầu vào bếp luôn. Dạo đó, bà Hoài, vợ ông cả Tường mới về quê tái giá. Ông Tường đi B năm 1959, hy sinh ngay năm đó. Nghe các cụ nói bà Hoài gái quê rất ngoan nết, rất đảm. Tớ đảm nhận bữa cỗ một mình, đủ hết cả các món. Hai cụ ăn, gật gù, chịu con bé sành. Còn thế nào nữa cậu biết không, lấy ông Đông được hai năm, xin vào làm nhân viên cửa hàng ăn mậu dịch, họ thử tay nghề xong là nhận liền.

— Bà cụ chị dạy từ hồi còn bé à?

— Làm gì có ai dạy! Mình mồ côi bố mẹ từ lúc chưa đầy mười tuổi. Mười ba tuổi được ông chú bà thím có cửa hiệu ở Hà Nội thương tình đem lên thành phố cho ăn học và dạy nghề may cho. Quê ở Phủ Lý, nhưng mình là nữ sinh Hà Nội đấy, cô mình ạ. Nhưng, mình chỉ học hết lớp ba thôi. Dạo đó, cạnh nhà có một chị nữ sinh Đông Khánh thân với mình lắm. Chị này lấy một ông quan ba tầu bay nguỵ. Ôi trời, hai vợ chồng ăn diện ngất trời[31]. Chị vợ nấu nướng tài ba không chê được. Mình hay sang chơi, học lỏm chị ta mọi cách nấu nướng.

Lý nhấp nhỏm[32], lát sau với tay lấy cái làn cói treo ở tường, kéo ra một khúc giò chắc nịch còn bọc lá, dài hơn gang tay. Một lần nữa, Phượng lại kinh ngạc về sự chi tiêu của Lý. Một lần nữa, Lý lại cười thương hại cô em dâu chồng:

— Đúng là chồng nào vợ ấy. Cái lão Luận nhà cô cũng vậy, tiêu cái gì cũng kêu: Chết, thế thì hết nửa, hết một phần ba tháng lương còn gì.

— Nhưng...

— Tôi nói cho cô hay. Không cần thì một xu cũng không bỏ qua. Cần thì bạc nghìn cũng quăng. Chuyện cây quất năm trăm đồng tôi kể cho cô nghe một phần rồi. Cái chính là tôi chiều ý cụ. Nhưng, tôi cũng muốn chơi cho con mụ ấy một vố[33]. Vợ Thứ trưởng thì đã là cái gì! Con gái thì xấu như ma, y sì mẹ, mà cứ đòi yêu thằng Dư con tôi. Tôi lờ đi, không cho gặp. Mụ ấy cay với tôi lắm. Ghen với tôi đủ thứ. Voi đú chuột chù cũng đú[34]. Cũng son phấn, cũng *mốt* nọ kiểu kia, cũng bồ bịch như ai. Rồi thứ nào con mụ này cũng chết. Đi đêm thế nào mà chẳng có lúc gặp ma. Để cô xem tôi nói có đúng không nhé. Lại còn thế này nữa chứ. Thấy tôi mua cây quất có to hơn, đẹp hơn, cay như ớt[35], lại lên giọng đạo đức "Lý này, cậu tiêu pha, sắm sửa thế nào, chứ không chị em người ta dị nghị đấy!". Tớ điên lên, độp cho một câu: "Chị ạ, trạng chết thì chúa cũng băng hà[36], em đâu có sợ, chị".

Lý cười, cắt khoanh giò, xắt hình nan hoa[37] đặt lên hai cái đĩa men, sắp vào mâm, đứng dậy bẻ lưng[38] rồi ngồi xuống bóc tỏi cùng Phượng.

— Nói đến cái chết lại nhớ...A, hồi B52 nó đánh Hà Nội cậu ở trên Lào Cai à? Tớ lúc đó làm ở Công ty ăn uống thành phố. Úi giời, lần đầu tiên thấy người chết, ai chẳng rụng rời cả chân tay. Nhưng Phượng ạ, hình như lúc ấy bom đạn rầm rầm nó kích thích hay sao ấy mà chẳng còn biết sợ tẹo nào cả! Tớ đẩy cả xe bánh ra trận địa pháo. Cái hôm nó đánh đúng trận địa, nói cậu lại bảo bịa, đúng là phải đi nhặt từng mảnh thịt người, rửa nước cho sạch, rồi cho vào túi nilông chôn. Thật đấy, vừa làm tớ vừa khóc, vì thương các anh bộ đội quá, Phượng ạ.

Lý ngước lên, chớp chớp rồi hai con mắt mở to, đen láy[39], chân tình.

Phượng cảm động:

— Sau chị chuyển về xí nghiệp hiện giờ à?

— Còn lâu. - Lý nghiêng đầu, cọ mái tóc vào bờ vai tròn gãi ngứa. - Để tớ kể nốt chuyện chết chóc đã. Chính tớ suýt chết một lần rồi đấy.

— Chị bị thương à?

— Đâu có! Tại cái lão thợ mộc *cột nhà cháy* kia kìa. Lão có một thằng con rất mất dạy, chính nó lôi kéo thằng Cừ nhà này. Thằng Cừ vốn đã hư, lại được thằng kia dạy ăn chơi, bia bọt, hút xách[41], hỗn láo. Con lão trèo cây sang hái trộm nhãn và ăn cắp của mình cái khăn voan[41]. Mình xồng xộc sang, định bắt quả tang. Đang đứng chửi thì cha mẹ ơi, cái gì nó ngoạp[42] vào bụng chân mà nhói một cái thế này! Quay lại thì, ối giời... con chó lông xù, mắt đỏ như hai hòn than. Chó dại! Đang mùa chó dại. Chết tôi rồi. Tớ mới chạy về nhà. Vừa chạy vừa kêu. Lão Đông quát: Làm cái gì mà ầm ĩ lên thế! Chết ngay được đâu! Thật tớ còn oán lão đến già. Được cái, Luận nhà cậu là anh nhanh nhẹn, hắn mới đìu tớ ra cổng, gọi xích lô, đưa tớ lên cơ sở phòng dịch họ tiêm cho bảy ngày liền. Thật là hết cả hồn!

Phượng cười thành tiếng cùng Lý. Bà Lý này ngộ thật, bà lại ghé sát tai Phượng:

— Luận nhà cậu tình cảm ra phết[43]. Ngồi trên *xế lô*[44] mình cứ rên hừ hờ: "Tôi chết mất, chú Luận ơi!", thế mà hắn cũng xanh xám cả mặt mày, và rơm rớm nước mắt. Luận nhà cậu tốt, chỉ phải cái không thực tế với hoàn cảnh xã hội bây giờ. Hôm nọ, hắn hỏi mình: "Chị Lý sao không học bổ túc văn hóa nhỉ? Chị thông minh, học chắc chắn là đến đầu đến đũa[45] được đấy". Ôi giời thời buổi này, tiến sĩ giáo sư thì cũng phải ngày hai bữa lo ăn, sinh viên thì có đứa bạc mặt[46] vì chạy việc. Học mà làm gì! Cái lão Đông nhà tớ thì việc gì cũng chàng màng[47], chẳng sốt sắng gì hết. Mà cậu này. Kể cả ông cụ. Chưa thấy cái nhà nào cổ hủ như cái nhà này. Chỉ thịnh đạo lý, sách vở... Thế thì suốt đời đói nghèo là phải. Này, nhưng ông anh chồng cô cũng biết ghen ra trò đấy.

Lý cúi xuống, cái cằm nõn như tì trên làn xương quai xanh trắng ngần, cười nhởn nhển[48]:

— Kể cho mà nghe. Một hôm đang ngồi đan bỗng thấy lão ta thở dài đánh phượt[49] một cái. Hỏi. Lão im. Gặng mãi lão ta mới buông một câu: "Biết thế này lấy cô vợ đui, què, mẻ, sứt cho xong!". Thì ra anh chàng ghen. Ghen với cái thằng trưởng phòng vật tư hồi trước sáng nào cũng đi xe máy qua đèo mình đến xí nghiệp. Khốn nạn, cái thằng cổ châu Á, má châu Phi, răng Thổ Nhĩ Kỳ, dáng đi Ả Rập. Tớ nghĩ thế, im re[50]. Một tháng liền tớ mặc cái quần lụa bạc và đánh cái áo nhuộm pin đèn[51] hồi chiến tranh hay mặc. Một hôm lão hỏi: "Áo trắng đâu sao không mặc?". Tớ đáp: "Mặc thế không sợ người ta cướp mất vợ anh. Vợ anh đẹp như cái tép kho tương. Kho đi kho lại nó trương phềnh phềnh[52]". Lão tủm tỉm[53] cười. Hết cơn! Dạo đó, lão chưa về hưu!

Lý ngẩng lên, mắt liếc láo đảo quanh[54], rồi cúi xuống.

— Thật ra cái lão trưởng phòng vật tư ấy mà, chỉ phải cái đại gái. Xấu khổ xấu sở mà lại si tình! Nói riêng với cậu nhé. Tiền nong ăn tiêu thế này phần chính là dấn vốn của tớ cũ và tiết kiệm của ông Đông, nhưng cũng còn phần nữa là tớ vay của hắn ta.

— Chết, chị đừng nên thế!

Phượng thốt kêu. Lý lắc đầu lia lịa:

— Đừng lo! Với lại hắn ta giàu lắm. Này, thằng cha kỳ lắm cơ. Một lần lên phòng lão chơi, đang ngồi, bỗng "bịch" một cái sau lưng. Thì ra một cái ba lô ở gác xếp[55] rơi xuống. Mở ra, toàn vé xổ số. Lão ham chơi xổ số lắm. Mà số đỏ, trúng bạc nghìn luôn xoành xoạch[56].

Lúc ấy đã ngả chiều. Hai mâm cỗ đã sắp sẵn, chỉ còn hai bếp dầu đang đun nồi mọc[57], nồi vây[58]. Hai người phụ nữ đang lau bát đĩa, bỗng cùng ngẩng lên. Luận đứng ở cửa bếp từ lúc nào, đang hít hà vui vẻ:

— Chốc nữa được ăn cỗ của chị Lý thật bằng ăn yến[59] của vua rồi. Nấu ăn ngon nhất Hà Nội này là chị đấy, chị Lý ạ.

Lý đặt chồng bát con xuống mâm, cười tung tóa[60]:

— Thật là chẳng được miếng thịt miếng xôi, cũng được lời nói cho tôi bằng lòng. Gớm, nghe mà mát cả ruột. Ông Đông nhà cậu không bao giờ nói nổi một góc câu của cậu[61] đâu. Đến gọi mình ông ấy cũng có bao giờ gọi là *em* đâu. Có lúc còn gọi là *mẹ thằng Dư* nữa kia! Quê quá xá[62]. Này, nhưng cậu Luận, không phải nịnh. Đi bóc tỏi!

Phượng bật cười. Luận đứng ngay đơ:

— Nói thật lòng mà chị bảo là nịnh. Phải nói là chị tài thật. Món gì chị làm cũng ngon. Như cái món dưa muối khô, phải nói là rất tuyệt. Nhưng, chị Lý ạ, em sợ nhất là mùi tỏi.

— Rõ thật khẩu thiệt đãi can qua[63] chưa! Thế thì đi rửa rau sống. Phượng rang ít lạc, chốc nữa cho hai anh em nhà hắn vừa nhắm rượu vừa đấu hót[64] cho mà nghe.

— Chị Lý ạ, chị chiếu cố cho, tay em bị nẻ...

— Ông vừa vừa chứ[65]!

Lý nguýt ông em chồng, cười khanh khách, nhấc rổ rau đi đến cạnh Luận:

— Này, chú Luận, mấy ông con bàn chuyện gì từ trưa tới giờ thế?

— Tào lao[66] ấy mà.

— Này, tôi bảo. Ông cụ đang có lộc, có khước, cứ nói thẳng cho ông cụ biết chuyện thằng Cừ trốn ra nước ngoài đi, việc gì phải giấu.

Luận lúng túng:

— Chị bảo cụ có lộc, có khước[67]...

— Này - Mặt Lý lóe sáng ranh mãnh[68] - có biết sáng cụ đi chữa giầy rồi đến nhà ai không? Bà Chí lang vườn[69]! Các cụ hẹn nhau sau Tết đi chơi hội đấy. - Lý chợt nghiêm mặt, đổi giọng. - Còn việc nữa, chú phải nói với cụ ngay đi. Tôi không có đóng vai dâu trưởng ngày Tết dắt díu nhau về làng đâu nhé. Dâu trưởng là bà Hoài. Ước gì[70] bà ấy hiện ra ngay đây lúc này nhỉ.

Trong bếp, Phượng nhìn ra, bỗng nhiên lặp lại ý của Lý:

— Ừ, ước gì chị Hoài hiện ngay ra trước cổng bây giờ nhỉ. Anh Luận à, lâu lắm rồi em chưa được gặp chị ấy đấy. Giờ mà chị Hoài lên đây ăn Tết thì hay quá anh nhỉ!

*   *   *

Cầu được, ước thấy[71]. Người phụ nữ mà Lý và Phượng cùng ao ước hiện ra, thật như đã hiện ra ngay trước cổng nhà, vào đúng lúc cả nhà đang tíu tít vào buổi cúng tất niên[72] chiều ba mươi Tết.

Nghe tiếng chuông điện, Phượng chạy ra cửa. Trước hai cánh cổng sắt là một phụ nữ nông thôn trạc năm mươi, người thon gọn trong cái áo bông trần hạt lựu[73]. Chiếc khăn len nâu thắt ôm một khuôn mặt rộng có cặp mắt hai mí đầm thắm[74] và cái miệng tươi. Người phụ nữ đó đeo một cái tay nải[75] nặng, dáng vừa đi bộ từ ga xe lửa về, không có cái vẻ ngác ngơ lạ lẫm, nhưng hai con mắt đậm nỗi bồi hồi.

Phượng kéo cánh cửa sắt, dè dặt:

— Bác... bác hỏi ai ạ? A, có phải bác là...là chị Hoài không ạ?

— Cô Phượng đấy như[76]?

Phượng quay ngoắt về sau, reo to:

— Chị Hoài! Chị Hoài lên, anh Đông, chị Lý, anh Luận ơi!

Sự việc diễn ra quá ư đột ngột! Đông, Lý, Luận hấp tấp từ phòng khách ùa ra vệt đường lát xi măng đi qua vườn cây ra cổng, nhìn thấy chị Hoài thật rồi mà vẫn còn ngơ ngơ ngác ngác, nửa tin nửa ngờ. Chị Hoài lên! Lên đúng chiều ba mười Tết! Thật ngoài sức tưởng tượng! Trong tâm ức vẫn là có hình bóng chị Hoài, chị Hoài, vợ anh cả Tường liệt sĩ. Chị Hoài, dâu trưởng, nết na, thuỳ mị. Trong tiềm thức vẫn sống động một chị Hoài đẹp người, đẹp nết. Nhưng bây giờ chị Hoài đã có một gia đình riêng với những quan hệ riêng, lo toan riêng, nên vẫn nhớ, vẫn quý, vẫn yêu chị ấy, mà lại không dám, không nỡ níu kéo chị về mình. Quan hệ của chị ở đây đẹp nhưng buồn. Chị có quyền quên mà không ai được trách cứ[77]. Vậy mà, vậy mà lúc này trước cánh cổng là chị.

Phượng sôi nổi, nồng hậu:

— Em mừng quá, chị Hoài ơi. Để em xách tay nải cho.

Lý ôm chầm[78] người phụ nữ đã một thời là dâu trưởng, nức nở:

— Đúng là có linh tính nhé. Chị xem lời em nói có thiêng không? Em vừa nói: Ước gì chị Hoài hiện ra bây giờ nhỉ!

— Hơn chục năm nay chị Hoài chưa lên Hà Nội rồi đấy. - Luận nói. Chị Hoài tươi tỉnh:

— Làm gì[79]! Đám cưới chú và cô Phượng chị còn lên dự cơ mà. Mới có chín năm thôi. Bận quá. Nhà nông chẳng bao giờ hết việc. Ông đâu?

Luận ra vẻ thành thạo:

— Tháng này đã cấy đâu chị? Ông ở trên nhà, có lẽ sắp xuống đấy.

— Dưng mà còn dở[80] khoai tây. Còn họp Đại hội. Định đi từ sớm kia, mà công kia việc nọ cứ dồn tới.

— Cứ vứt toạch[81] công việc một chỗ đã, chị ạ, - Lý chêm, hai mắt tít lại. - Đời người chỉ những lo cùng lo có chết!

— Ông có khỏe không, hai cô?

— Ông không khoẻ lắm, chị ạ. - Phượng đáp, chưa hết mừng rỡ. - Gặp chị ở ngoài đường không chắc em đã nhận ra được đâu. Hôm cưới em, chị mặc áo vét[82] như cán bộ kia.

Luận đi cạnh chị Hoài, nghiêng đầu:

— Thì chị vẫn là chủ nhiệm chứ, chị Hoài?

Người phụ nữ cười:

— Vẫn, nhưng tôi chuyển sang làm chủ nhiệm hợp tác xã đan dệt thảm ngô rồi. Đấy, cái bãi sỏi hồi chú về chơi, đi thuyền ra, xem chọi trâu ấy, giờ bạt ngàn là ngô. À, cô Phượng chuyển được công tác về dưới này rồi nhỉ. Thôi thế cũng mừng. Rồi lo cho bà , cho cháu về dần, cô ạ.

Phượng nắm tay chị Hoài:

— Sao chị biết em chuyển công tác về dưới này?

— Ông viết thư cho tôi. Ông kể hết. Cả chuyện cậu Cừ. Thế nên tôi mới sốt ruột, phải lên ngay. Tôi sợ ông buồn.

Đưa mắt nhìn Phượng, Luận nhận ra Phượng buột khỏi tay chị Hoài. Phượng cúi mắt chớp chớp vì một cảm kích bất ngờ. Người phụ nữ tưởng đã cắt hết mối dây liên hệ với gia đình này, vẫn giao cảm[83], vẫn chia sẻ buồn vui và cùng tham dự cuộc sống của gia đình này. Luận đã tụt lại phía sau cùng Phượng, anh muốn gần gũi Phượng trong mối đồng cảm này. Phía trước, Lý kéo tay chị Hoài, vui vẻ quá mức, cùng Đông đưa chị vào phòng khách.

Trong phòng khách đã bày cỗ cúng. Đông xúc ấm pha trà, Lý sà[84] xuống tay nải cùng chị Hoài.

— Chẳng mang được cái gì lên đâu. - Chị Hoài xởi lởi[85]. - Cái Ngoan, thằng Tùng cứ nhét vào, rồi giục: Mẹ đi đi, không ông buồn, các chú, các cô mong! Đây là gạo nếp tăng sản của nhà. Cái giò thủ anh ấy gói đấy. Ông thích ăn giò thủ[86] lắm đấy, cô Lý ạ. Còn bọc này là sắn dây[87]. Trẻ con nó giã, nó rây đấy. À cái giống mướp hương này thơm ngon mà to quả lắm. Cô Phượng cất đi mà gieo. Gieo đêm nay là tốt nhất đấy. Ở nhà, trồng bờ ao, có quả hai cân bảy kia. Ờ, cho nó leo bờ tường. À, ông thợ mộc còn đấy không? Mấy con rồi? Chú Đông tóc bạc nhưng vẫn khoẻ nhỉ! Cháu Dư hay gửi thư về không? - Cô Lý trông không nhận ra được nữa. Trẻ như gái mười tám ấy!

Lý tít mắt, hai má hây hẩy:

— Ông Đông sắp thành ông DiLặc⁸⁸ rồi, chị ạ. Còn em, bệnh đấy chị ơi...

Cầu thang có tiếng ba toong chống lịch kịch. Phượng và Luận chạy ra chân cầu thang.

Ông Bằng đã xuống hết bậc. Đã đến lúc phải xuống để cúng, cũng là lúc ông nghe thấy xôn xao tin chị Hoài lên. Ông cố đi cho ngay ngắn. Trông ông cao, gầy hơn mọi ngày, nhưng trang trọng, chỉnh tề hơn, mặc dầu vẫn là bộ comlê⁸⁹ đen, kẻ sọc mờ⁹⁰, cài khuy chéo. Có lẽ do gương mặt ông ánh lên cái cảm xúc của con người trước ngưỡng cửa của năm mới, do con mắt đã qua khỏi căn bệnh, sáng dậy, át đi vẻ già nua, tàn lụi và nỗi ưu tư còn ghi vết ở trên trán, và nếp da xệ⁹¹ ở hai bên cằm.

Ông sững lại khi nhìn thấy Hoài, mặt thoáng một chút ngơ ngẩn. Rồi mắt ông chớp liên hồi, môi ông lật bật không thành tiếng, có cảm giác ông sắp khóc oà.

Hoài gần như không chủ động⁹² được mình, chị lao về phía ông Bằng, quên cả đôi dép, đôi chân to bản, gót nứt nẻ thâm đen, giẫm trên nền đá lạnh, kịp hãm lại khi còn cách ông già hai hàng gạch hoa.

— Ông!

Người phụ nữ thốt lên một tiếng như tiếng nấc. Và giọng ông Bằng bỗng khê đặc, khàn rè:

— Hoài đấy ư, con?

Phượng quay mặt đi, mắt ngấn lệ không nỡ nhìn cảnh gặp gỡ, không nỡ thấy đôi gót chân nứt nẻ của chị Hoài, ngực dội lên những cơn sóng nghẹn ngào và hai cánh mũi se se cay. Cảnh gặp gỡ vui mừng nhiễm một nỗi tiếc thương, đau buồn, ê nhức⁹³ cả tim gan.

Ông Bằng nén xúc động, rút khăn tay, chấm kẽ mắt:

— Anh ấy và các cháu vẫn khoẻ cả chứ, con?

— Thưa ông, bốn cháu của con nhờ trời vẫn khoẻ mạnh cả. Cháu đầu đi bộ đội đóng ở biên giới Hà Tuyên vừa rồi hết nghĩa vụ, về xã tham gia sản xuất. Cháu thứ hai học lớp mười. Cháu gái thứ ba học lớp tám. Cháu trai út học lớp sáu. Nhà con, cảm ơn ông, vẫn được bình thường[94]. Anh ấy giờ tham gia uỷ ban xã. Lẽ ra, anh ấy thu xếp công việc được cũng lên kính thăm ông dịp này. Cả các cháu nữa, bốn đứa, đứa nào cũng đòi đi. Nhất là thằng lớn, nó cứ bảo mấy lần nó qua Hà Nội mà chưa được vào nhà thăm ông, lần này rỗi rãi nó phải đi...

Câu chuyện của người phụ nữ nông thôn có cái vẻ kể cà[95] đã đưa cuộc gặp gỡ ra khỏi những chấn động tình cảm bất thường. Và Lý đã hí húi xếp xong mâm cúng, nhảy từ cái ghế đẩu xuống, xoa xoa hai bàn tay rất ý tứ[96] trước ông Bằng:

— Ông ạ, con đề nghị thế này, hàn huyên còn nhiều chuyện, để lát nữa tha hồ. Giờ, mời ông lại khấn cho lễ cúng gia tiên bắt đầu ạ.

Mọi người dạt[97] ra, để trống một khoảng rộng trước bàn thờ.

Ông Bằng soát lại hàng khuy áo, chỉnh lại cái cà vạt, ho khan một tiếng, dịch chân lại trước mặt bàn thờ.

Hương cháy, uốn cong một đoạn tàn, bốc toả một làn khói ảo mờ. Hai cái bánh chưng bọc lá xanh tươi, buộc lạt điều, xếp cạnh mâm ngũ quả và những chén rượu xinh xắn đặt rải hàng ngang trước bệ thờ. Ngọn đèn dầu lim dim[98] in cái chấm vàng vào dãy khung ảnh đặt sát tường. Ảnh song thân ở chính giữa; bên trái, ảnh bà Bằng mặt hoa da phấn[99], tóc vấn khăn nhung, phía phải, ảnh anh cả Tường áo trấn thủ ô quả trám[100] mũ calô[101] nghiêng, nét trắng đen đã phôi pha.

Ngước mái đầu hói, riềm tóc lơ thơ đã bạc hết, ông Bằng chắp hai tay trước ngực. Khói hương và khung cảnh trầm tĩnh đưa hiện tại về quá khứ. Thoáng cái, ông Bằng như quên hết xung quanh và bản thể. Dâng lên trong ông cái cảm xúc thiêng liêng rất đỗi quen thân và tâm trí ông bỗng mờ nhoà¹⁰², phiêu diêu¹⁰³ lãng đãng gần xa, ẩn hiện tầng tầng lớp lớp những ảnh hình khi tỏ khi mờ, chập chờn như trong chiêm bao. Thưa thầy mẹ đã cách trở ngàn trùng mà vẫn hằng sống cùng con cháu. Con vẫn văng vẳng nghe đâu đây lời giáo huấn của ông cha, tiên tổ. Con vẫn đinh ninh¹⁰⁴ ghi khắc công ơn sinh thành dưỡng dục của thầy mẹ, gia tộc, ông bà, cha mẹ, tổ tiên, con như thấy từ trong tâm linh, huyết mạch sự sinh sôi nảy nở¹⁰⁵, phúc thọ an khang của cháu con đời đời nối tiếp trong cộng đồng dân tộc yêu thương. Và em, cùng con trai cả của ba mẹ. Em cùng con đã mất và vẫn hằng sống, hằng vui buồn, chia sẻ, đỡ nâng dắt dìu tôi cùng các cháu, các con, các em...

Trong giây lát, nhập vào dòng xúc động tri ân tiên tổ và những người đã khuất, ông Bằng lâng lâng trong những hoài niệm hư ảo, thoát trần. Nhưng, ông chỉ ở trong dòng tình cảm trôi lững lờ đó trong giây phút. Quá khứ không cắt rời với hiện tại. Tổ tiên không tách rời với con cháu. Tất cả liên kết một mạch bền chặt thuỷ chung. Bởi vậy, ông lại trở về với những ngày đang sống, với những người đang sống. Mắt ông bỗng cay xè. Lòng ông bồn ngộn¹⁰⁶. Và ông vội cúi xuống, bật trên môi những lời cầu khấn thành kính và run rẩy:

— Hôm nay ngày ba mươi tháng Chạp năm Bính Tuất, buổi tất niên, con cùng các nam tử, nữ tử, tôn tử...

Rồi theo lời cha, Luận bỗng bấm tay Đông. Mặt Luận biến sắc. Rõ ràng là khi kể tên các con trai, ông cụ đã gạt tên thằng Cừ. Lý ngọ nguậy không yên, lát sau, ghé tai chị Hoài, hí hửng: "Chị ơi, em biết khấn đúng bài kinh nhà Phật cơ".

Mắt chị Hoài đăm đắm ngước lên bàn thờ. Và khi ông Bằng vừa buông tay chắp, rút mùi xoa lau mắt, lui ra, chị liền thế chân¹⁰⁷ ông cụ, hai tay nâng lên trước ngực.

*   *   *

Thật là một mâm cỗ quá ư thịnh soạn vào cái thời buổi đất nước còn rất nhiều khó khăn sau hơn ba mươi năm chiến tranh và so với đồng lương có hạn của cán bộ, công nhân, viên chức lúc này.

Tràn trề trên mặt bàn, chạm cả vào cành quất Lý cố tình để sát vào mâm cỗ cho bữa ăn thêm đẹp, thêm sang, là la liệt bát đĩa ngồn ngộn các món ăn. Ngoài các món thường thấy ở cỗ Tết như gà luộc, giò, chả nem, măng hầm chân giò, miến nấu lòng gà, súp lơ[108] xào thịt bò...- món nào cũng mang dấu ấn tài hoa của người chế biến - là các món khác thường như gà quay ướp húng lìu, vịt tần hạt sen, chả chìa[109], mọc, vây...

Đặc sắc nhất, mà có lẽ Lý muốn bộc lộ khiếu năng[110], cùng tấm lòng mình nhiều nhất ở đó, là các món vịt tần, vây và mọc, nhất là món mọc. Chị đã rất tỉ mỉ và kỹ tính hết sức khi chế biến món này. Miếng thăn[111] được chọn lựa, giã thật nhuyễn như[112] thay cho giò sống được chính tay chị trộn với mộc nhĩ, nấm hương, rồi nặn thành từng viên tròn trĩnh. Nồi nước dùng đảm bảo phải trong veo. Và chính tay chị vớt, chia đều ra từng bát nhỏ.

Mọi người vào mâm, hân hoan khác thường.

Hàng bên kia là ba chị em dâu. Phượng vẫn giản dị. Cũng không có gì hơn là cái áo buđông simili[113] màu cỏ úa và cái khăn nilông màu cà phê sữa. Chị Hoài cởi bỏ cái khăn. Hóa ra chị búi tóc[114], trông như một bà má miền Nam và rất thành thị. Nổi bật vẫn là Lý. Lý lộng lẫy trước hết nhờ ấn tượng của trang phục, cái áo bay[115] Đức màu hạt dẻ có mũ buông ở phía sau, đồng mầu, với cái quần may ống vẩy[116] đúng mốt đang thịnh hành. Chị rất hài lòng về tài tổ chức và sự bật nổi về hình thức của mình. Dưới ánh đèn nêông[117] tất cả những đường nét trên gương mặt chị, tất cả màu sắc và kiểu cách, đều bộc lộ hết vẻ đẹp tới độ cần thiết và gây một ấn tượng tâm lý mạnh mẽ với mọi người. Lý đẹp và sang như một diễn viên trên sân khấu; chị tỏa ra xung quanh một không khí thơm tho, hơi đài các, nhưng đáng yêu.

Hào hứng, sáng tươi nữa là Luận. Dong dỏng, thanh nhẹ trong bộ comlê tím than tuy cũ nhưng vừa giặt là cẩn thận, Luận có cái dáng thanh nhã của đàn ông thành phố. Buồn hơn cả vẫn là Đông, một thái cực đối lập với vợ. Đông không chịu sự chi phối của ngoại cảnh. Ngồi cạnh ông Bằng, Đông vẫn bộ quần áo bộ đội mùa đông kín cổ, nhầu nhầu màu cỏ úa.

Ông Bằng đưa mắt qua tất cả các con trai, con dâu lên tiếng trước tiên, ông muốn giữ thế chủ động:

— Hôm nay, ba rất vui. Nhưng, có một điều ba thấy chưa thật hài lòng. Đó là cây quất. Lý mua bao nhiêu? Những năm trăm... Tốn kém quá!

Mọi người đổ xô nhìn vào cây quất vòm bỗng nở, trĩu trịt quả đang rung rinh. Phượng đưa mắt nhìn Lý vừa lo lo vừa muốn chia sẻ. Nhưng, Lý đã nhanh nhẩu[118]:

— Thưa ông, ông tha lỗi cho con đã không xin phép ông trước. Thật tình thì con muốn nhân dịp vui sum họp này, có một cây cảnh tặng ông. Vả lại, hoa vô giá, cá vô ngần[119] ông ạ.

Luận cười rất tươi, đế thêm:

— Thôi, Tết nhất ông cũng phải cho phá luật một tí chứ ạ.

À lên một hồi cười tán thưởng. Ông Bằng gật gật đầu:

— Ba rất cảm động, các con ạ. Hôm nay sum họp, vậy là chỉ còn thiếu có Cần, nhưng nó cũng sắp về. - Ông cụ lại cố tình lờ thằng Cừ trong danh dách con cái. - Đặc biệt nhất là hôm nay có Hoài, Hoài ạ, thứ lỗi cho ba, ba thật không ngờ. Dân tộc mình sống có nghĩa, có tình, có những cái đó mới còn đất nước này. Ba muốn trước tiên chúc con, chúc vợ chồng con và các cháu...

Sáu cái cốc cùng nâng. Thân mật và xôn xang[120] lời chúc qua lại và tiếng keng của thuỷ tinh động chạm.

— Em chúc chị Hoài thật khoẻ thật vui.

— Thưa ông, con chúc ông mỗi năm mỗi khoẻ.

— Chúc cô chú Luận sang năm có thêm thằng cu.

— Thế thì em chịu, em chỉ bằng chị Lý thôi.

Luận giơ cốc:

— Một con là đủ rồi:

Lý lanh chanh:

— Chưa đủ.

— Còn chị? Thôi chị ơi. Một đứa trẻ ra đời là toàn xã hội thêm công thêm việc đó.

— Xã hội nào! - Lý the thé. - Tôi cai[121] rồi. Chứ tôi muốn, ai cấm được tôi. Dào ôi[122], vẽ[123] lắm. Con tôi, tôi đẻ tôi nuôi chứ!

— Chị chưa uống đã say rồi. Sinh đẻ ít, có kế hoạch là vũ khí chống đói nghèo đó chị Lý ơi.

— Còn lâu tôi mới say nhé. - Lý quát. - Tôi hỏi chứ ông có tới năm con. Ai nuôi cho ông?

Luận lừ mắt bà chị dâu. Đừng nên nhắc tới con số 5, động lòng ông cụ. Rồi lảng chuyện[124], Luận ngồi xuống, ghé về phía cha:

— Ba ạ, cây quất dẫu sao chơi rồi cũng còn sử dụng quả của nó được. Chứ cành đào năm sáu trăm bạc, mãn khai hết hoa là bỏ.

Ông Bằng lắc đầu:

— Mua cành đào mấy trăm bạc về chơi chỉ là lối chơi của anh trọc phú hợm của[125].

— Đúng là chơi hoa đã có mấy người biết hoa! - Lý đi tới, nghiêng xuống giữa Luận và ông Bằng vừa nói vừa đặt xuống bàn hai cái bát xinh xắn, ý nhị. - Ông xơi món này cho nóng ạ.

Luận giật lên, kêu to liên tiếp:

— Ối! Vây! Lại cả mọc nữa! Hoan hô chị Lý! Bà này cự phách[126] thật. Bằng chiêu đãi quốc tế đây.

Lý cười mãn nguyện:

— Phải thế chứ, không ông nhà báo đã đi ăn mòn bát đĩa thiên hạ[127] lại chê!

— Xuân thu nhị kỳ[128] thôi, bà chị ơi. Còn thì quanh năm suốt tháng... rau muống với cà thâm[129] thôi.

Lý giẫy nẩy:

— Điêu chưa kìa! Ông xem Luận nó có điêu không? Có bữa nào con lo mà không có miếng thịt, miếng đậu không? Không có à, cô Phượng biết không, là lão ta rên tấm liền: "Ăn thế này sao đủ calo mà làm việc được, chị Lý ơi!".

Phượng bụm miệng cười. Đông ngẩng lên, nghênh ngáo:

— Ơ, đĩa ớt để đâu rồi?

— Vừa có một hớp mà đã say! Đỏ lòm lòm ở ngay trước mặt ông không là ớt thì là cái gì đây. - Lý đay đả[130], vui vẻ ngồi xuống ghế của mình.

Không khí giản dị, đầm ấm dần. Và những câu chuyện đổi trao đã nổi lên râm ran, luôn chuyển dịch đề tài. Chuyện các món ăn và giá cả. Chuyện gia đình chị Hoài. Hồi ức về những ngày đã qua, về cái Tết cổ truyền, về hội hè tháng giêng, về các tệ lậu đang làm nhuốc nhơ bầu không khí tâm lý xã hội. Và, lát sau Đông và Luận lại kéo nhau vào cuộc đấu khẩu ít lâu nay đã thành thông lệ mỗi khi hai người ngồi với nhau. Có hơi men, Đông bốc[131], hăng hẳn lên. Bảo vệ quyết liệt cái thú chơi tổ tôm, ví nó "thanh tao" và "dân tộc tính", Đông lại còn cố lôi kéo cả ông Bằng về phe mình.

— Kệ, hoài hơi mà nghe hai lão gàn. - Lý bấm tay chị Hoài. - Chị ăn món vịt tần em làm đi. Có được không, chị?

— Cô làm khéo lắm.

— Về hưu em sẽ mở cửa hàng ăn đấy, chị ạ.

— Chị cho em một chân phụ động[132] nhé. - Phượng ngoảnh lại, vui đùa.

Chị Hoài nhìn Phượng, khe khẽ:

— Cô Phượng này, thế vợ con chú Cừ giờ ra sao?

— Em đang lo lắm, chị ạ.

— Thế bao giờ cô đón cháu Nga về dưới này?

— Em định ổn định xong công tác, nhà cửa, hộ khẩu, với lại để cháu học hết năm học đã. Thời buổi này, làm kế toán, tài vụ, em cũng lo lắm chị ạ.

— Cứ nguyên tắc, chính sách mà làm, cô ạ. Còn vợ con chú Cừ, cô bàn với vợ chồng chú Đông, chú Luận xem nên giúp đỡ thế nào. À mà cô ấy đã biết tin chú ấy chưa?

— Còn đang giấu cả ông đấy.

— Chị biết. Ông trong vẻ ngoài thì vui, nhưng khí sắc thì kém, xem ra phiền muộn nhiều.

Lý chỉ nhấm nháp[133] qua loa, còn thì nhập vai bà chủ bữa tiệc kiêm người phục dịch, hết nhấp nhổm[134] xem xét, lại lượn đi lượn lại tiếp rượu, thêm món ăn.

Thấy Đông vừa hỉ hả nâng cốc với ông Bằng, Lý vội bước lại, lừ mắt nhìn chồng:

— Anh Đông, ông bị cao áp huyết đấy.

Luận đẩn[135] cao hai ống tay áo:

— Ba để con thay. Nào, anh Đông. Trăm phần trăm nhé!

— Nửa thôi. Vì hôm nay giao thừa, còn phải đi chơi. Hôm nào thằng Cần ở Liên Xô về, sẽ *đấu* thật sự.

Ông Bằng ngồi, hai tay chắp bụng, giữa cái không khí tà tà[136] của bữa ăn đang huyên náo dần. Một hợp rượu, một bát mọc, nửa bát vây, đã no ứ lên rồi. Phần nữa, không ăn được vì cảm động, vì bồn chồn. Gia đình và sự sum họp đêm giao thừa, có gì đầm ấm, thiết tha hơn. Kỳ diệu thay thời khắc này. Thiêng liêng thay cái tế bào xã hội nhỏ nhoi này. Nhỏ nhoi vậy mà là nền móng, mà kết hợp trong nó bao quan hệ. Tình cha con, vợ chồng anh em, những quy tắc luân lý bất thành văn, bám rễ sâu vào huyết mạch, tâm cảm, giằng níu mọi người trong những giao kết, liên hệ vừa nghiêm chỉnh vừa thân mật. Nghĩ về gia đình, lòng ông bao giờ cũng êm ả, bao giờ ông cũng gắng tạo ra cảm giác yên lòng. Nhưng, ông biết là ông đã cưỡng lại sự thật nhất là từ những giây phút cuối cùng khi ông đứng trước bàn thờ nghi ngút khói hương. Gia đình ông, cái vùng không còn yên ổn nữa, nó đã phản chiếu tất cả cuộc sống ở ngoài đời; vả chăng mỗi người là con, là vợ, là chồng trong các mối quan hệ thì đồng thời cũng là một con người xã hội với tất cả những dấu ấn của thời đại. Sở nguyện của ông về một sự an bằng[137] đã trở nên bấp bênh. Bà Bằng mất, ông đã một lần chịu đựng nỗi bơ vơ trong khoảng thiếu hụt. Ông không nệ cổ[138], thụ động. ông vùng vẫy. Ông cần bạn và ông đã tìm thấy người bạn đó. Nhưng, việc đó giờ đây cũng có vẻ trớ trêu thế nào. Sum họp nhắc nhở đến kẻ vắng mặt, giờ ông mới nhận ra điều đó. Nghe Hoài và Phượng thì thầm, lòng ông lại nhói lên chuyện thằng Cừ hư đốn. Với bản lĩnh chủ động, ông lại chống đỡ, giữ thế quân bình. Thành ra, trong suốt bữa ăn ông cứ lửng lơ giữa hai trạng thái: Tin cậy và lo sợ, an toàn và bất ổn. Mãi tới lúc Lý kêu rạng rỡ: "sắp giao thừa rồi", ông mới trở lại nhập cuộc, mới lại nghe thấy tiếng nói của các con trai, con dâu. "Ông ạ - Hoài nhìn ông ngập ngừng. Chú Cần viết thư cho con, có nói chú ấy về sẽ xây dựng gia đình, chú ấy hỏi ý kiến con: Có được không?" Đông quay lại, lè nhè giọng rượu: "Thế là nó bỏ cái phó tiến sĩ để về lấy vợ à!" Phượng thì thào bâng quơ: Giờ này ở ngoài ga còn nhiều người nhỡ tầu, khổ, đêm đông rét mướt thế này, chắc gia đình họ mong lắm.

"Ngoài trời, mù mịt tối, mưa lâm thâm", Lý xuống bếp xách phích nước lên nói vậy. Đêm ba mươi, lại như thời tiết của bao nhiêu đêm ba mươi đã qua trong đời người. Lý pha cà phê, giọt cà phê, điểm nhịp thời gian trong cái cốc rỗng.

— Cho tôi nước chè thôi, cô Lý.

— Chị cứ uống đi, đêm nay hai chị em thức nghe đài. Phượng nói, đứng dậy thu bát đĩa. Lý kêu: "Để tất cả đây, Phượng. Mai hãy còn bát ăn, không phải rửa".

Tất cả chợt lặng đi, như nghe ngóng, đón đợi cái gì đó từ xa xăm.

Ông Bằng nghe rõ tiếng tim mình đập. Thời gian đang dò dề[139] những bước chân nho nhỏ. Kim giây đồng hồ trên tay Lý nhích chậm chạp. Lý bê cái ghế đẩu, đứng lên, mắc bánh pháo trước cửa buồng khách.

Ôi, giao thừa, cái đứt đoạn ước lệ chia thời gian trong chiều dài vô tận thành từng chặng. Giao thừa! Giao điểm của cũ mới, dấu chân của năm cũ, nốt nhạc đầu tiên của một hành khúc mới, sao mà gây cho ta nhiều hồi hộp đón chờ. Ôi, giao thừa!

Đột nhiên, ngực ông giật nhói. Luận vụt đứng dậy. Lý xoè diêm. Pháo ngoài phố váng đã nổ. Những quả pháo đầu tiên Lý châm ngòi lên tiếng. Căn buồng ran ran. Ngoài cửa sổ, cả một vùng trời đang ắng lặng bỗng bùng bùng náo động, hừng hừng đỏ, lấp lánh ánh lửa xanh hồng. Phượng kéo chị Hoài cùng chạy ra sân. Hai người đứng lại trong vườn cây, ngước nhìn trời. Vòn vọt[140] bay lên, rạch trên vòm trời đêm những vệt dài, những chùm sáng tím biếc, hoa cà[141], xanh chói, đỏ tươi.

Trong buồng, những người còn lại trở về ghế ngồi.

Đã bước một bàn chân lên bậc thềm năm mới. Bàng hoàng cái cảm giác đón nhận những điều chưa được biết. Thời gian đã mở ra một chiều dài mới mẻ và hành trình lại tiếp tục với những xúc cảm tinh khôi, pháp phỏng trước mọi rủi may khôn lường.

Phá vỡ cái không khí mờ mịt, bâng khuâng của khói pháo và cảm nhận, Luận đứng dậy định chúc ông Bằng nhưng ông già đã kéo áo Luận:

— Để ba nói mấy câu. - Mắt chớp chầm chậm, ông Bằng ngần ngừ lướt qua Đông, Luận, Lý. - Các con ạ, sang năm mới, ba chúc tất cả các con. Cái may mắn, cái tốt đẹp sẽ đến nhiều và vững bền mãi mãi. - Dừng lại một lát, nuốt khan[142] một hơi và gập mặt xuống[143], cổ ông nổi gân như đang có cơn co rút. - Lúc này đây ba sung sướng, ba hạnh phúc vì thấy các con phương trưởng, nên người. Tường ơi, con đã hy sinh vì nước, con không hiểu con đã có một người vợ quý đến dường nào...

— Ba!

— Luận để ba nói. Ba không sao đâu. Ba thật sự sung sướng, hạnh phúc. Còn nỗi đau đớn...

— Ba! - Luận kêu, lần này thật sự hoảng hốt và bàn tay vội nắm cánh tay ông già.

— Cứ để ba nói. Ba chịu đựng được. Các con đừng giấu ba nữa. Ba cũng không tự huyễn hoặc mình nữa. Chuyện thằng Cừ hư đốn, ba biết hết. Nó làm nhuốc nhơ gia đình, làm tủi hổ vong linh mẹ nó, anh nó. Nhưng, các con ạ, ba chắc chắn là nó không bỏ ra nước ngoài đâu. - Ông ngẩng lên, thái độ hiển hiện vẻ tự vệ. - Nó không tệ như thế được! Thực tế không thể có như thế được!

Lúc ấy, ở đám đất cạnh bếp, chị Hoài cầm đèn soi cho Phượng gieo hạt mướp hương. Rồi chị ngắt một cành mít non. Đem cành lộc vào nhà, chị nhận ra căn buồng chỉ còn có Lý. Mâm bát rếch đã thu vào một cái rổ lớn để ở góc buồng. Lý soi mặt trong cái gương nhỏ cầm tay, thắt lại lưng áo, chiếc ví da đen láng thũng thẳng[144] nơi khuỷu tay. Thấy chị Hoài, Lý cười:

— Chị hái lộc[145] rồi à? Bây giờ em mới đi đây. Chị buồn ngủ thì cứ ngủ trước với cái Phượng nhé. Ông, anh Đông và chú Luận vừa kéo nhau lên gác rồi.

注 释

1. tíu tít：忙乱，忙碌。
2. ngỡ ngàng：生疏，陌生。
3. sì tôn：卷式发型，波浪式发型。
4. cũn cỡn：短短的。
5. xơ xác：褴褛。本文中义为"头发长短不一"。
6. hồng nõn：嫩红。
7. quá tay：手重。
8. trẻ trung：充满活力，年轻。
9. hờn dỗi：使性子，怄气。
10. hai con mắt lá dăm：一对大而眼角尖的眼睛，越南人认为这种眼睛漂亮。

lá dăm 鸭舌叶，一种香菜叶。
11. nhóng nhánh：闪闪，闪烁。
12. tình tứ：含情脉脉；深情的，多情的。
13. tiên sư bố：用作詈词，义为"混蛋"。
14. đồ oe con：小家伙，小鬼，小孩。
15. xám nhờ：灰暗。
16. gia chánh, nữ công：家务活，针线活。
17. tinh tươm：就绪。
18. dao phay：菜刀。
19. kẻ chỉ：划线，线条。
20. ca ri：咖哩粉。
21. húng lìu：五香粉。
22. bột canh：汤料。
23. tháo vát：机敏，精灵，精明能干。
24. tắc trách：马虎了事，敷然塞责。
25. được chăng hay chớ：得过且过。
26. mảy may：丝毫，一丁点儿。
27. hoà quyện：融入，投入。
28. khôn：难于，难以。
29. tần：油焖。
30. không đừng được：止不住，情不自禁。
31. ăn diện ngất trời：很会穿戴，穿着非常体面。
32. nhấp nhổm：坐不稳，坐立不安。
33. chơi cho con mụ ấy một vố：跟她玩一玩，与她比一比。
34. voi đú chuột chù cũng đú：东施效颦。
35. cay như ớt：心里非常不舒服。
36. trạng chết thì chúa cũng băng hà：谁也跑不掉，下场谁也不比谁好。（出自越南民间故事 Trạng Quỳnh.）
37. hình nan hoa：车辐形（带辐条的车轮形）。
38. bẻ lưng：扳扳腰，弯弯腰。
39. đen láy：又黑又亮。
40. bia bọt hút xách：喝酒抽烟。
41. khăn voan：丝巾。
42. ngoạp：大口咬。
43. ra phết：很，十分，非常。
44. xế lô：三轮车（人力载客车）。
45. đến đầu đến đũa：有头有尾，有始有终。本文中义为"有结果"。
46. bạc mặt：劳碌，辛苦。
47. chàng màng：做表面文章，敷衍了事。

48. cười nhỏn nhẻn：不好意思地笑。
49. thở dài đánh phượt một cái：唉，叹了一口气。
50. im re：不作声，沉默。
51. pin đèn：电池。本文中义为"浅灰色"。
52. trương phềnh phềnh：鼓鼓囊囊。
53. tủm tỉm：微笑。
54. liến láo đảo quanh：不停地转动，本文中义为"扫视"。
55. gác xép：小阁楼。
56. xoành xoạch：不断地，接二连三地。
57. mọc：瘦肉猪皮丸子。
58. vây：鱼翅。
59. ăn yến：赴宴。
60. cười tung toá：大声笑。
61. một góc câu của cậu：说不上你的半句。
62. quê quá xá：特土。
63. khẩu thiệt đãi can qua：伶牙俐齿。
64. đấu hót：斗嘴。
65. ông vừa vừa chứ：适可而止罢。
66. tào lao：闲聊。
67. có lộc, có khước：义为"有喜事"、"有好事"、"心情好"。
68. ranh mãnh：鬼机灵，鬼聪明。
69. lang vườn：民间医生，江湖医生。
70. ước gì：多么希望，企盼。
71. cầu được, ước thấy：求什么得什么，如愿以偿。
72. tất niên：年终，岁末。
73. áo bông trần hạt lựu：小方格棉袄。
74. đằm thắm：浓厚，深厚。本文中义为"深情的"。
75. tay nải：布挎包。
76. như：是……吗（语助词，同 ư）。
77. trách cứ：责怪，抱怨。
78. ôm chầm：紧紧拥抱。
79. làm gì：哪会，怎能。
80. dỡ：拔，挖。
81. vứt toạch：抛下，放下。
82. áo vét：西装上衣。
83. giao cảm：息息相通，心心相印。
84. sà xuống：扑到。本文中义为"弯下身子来到"。
85. xởi lởi：大方，豪爽。
86. giò thủ：猪头肉肉团。

87. sắn dây：葛根。
88. Di lặc：弥勒佛。
89. comlê：西服套装。
90. kẻ xọc mờ：暗格子。
91. xệ：下坠。
92. chủ động：主动。本文中义为"控制"。
93. ê nhức：痛楚，隐隐作痛。
94. bình thường：平常。本文中义为"还好"。
95. kê cà：磨蹭。本文中义为"罗嗦"。
96. ý tứ：拘谨，规矩。
97. dạt：常用 giạt，打到一边。本文中义为"走到一旁"。
98. lim dim：睡眼朦胧。本文中义为"朦朦胧胧"。
99. mặt hoa da phấn：（妇女）花容月貌。
100. áo trấn thủ ô quả trám：斜方格棉背心。
101. ca lô：军便帽，船形帽。
102. mờ nhoà：模糊不清，恍惚。
103. phiêu diêu：飘渺。
104. đinh ninh：前后一致，始终如一；没有任何改变。
105. sinh sôi, nẩy nở：生长繁殖。
106. bồn ngộn：忐忑不安。
107. thế chân：代替。本文中义为"跟着"、"接着"。
108. súp lơ：菜花。
109. chả chìa：煎排骨。
110. khiếu năng：技巧，技能，能力。
111. thăn：猪牛等的脊肉，里脊。
112. nhuyễn nhừ：细碎。
113. buđông simili：混纺外衣。
114. búi tóc：盘头发。
115. áo bay：宇航服，飞行服。
116. ống vẩy：喇叭筒裤腿。
117. đèn nêông：霓虹灯，荧光灯。
118. nhanh nhẩu：敏捷，勤快。本文中义为"立即接过话茬"。
119. hoa vô giá, cá vô ngần：义为不能以钱计，无价。
120. xôn xang：激动，翻腾。本文中义为"喧哗"、"喧闹"。
121. cai：戒，戒除。本文中义为"做了绝育手术"。
122. đào ôi：（叹词）哎呀。
123. vẽ：出花花点子，多事儿。
124. lảng chuyện：转移话题。
125. trọc phú hợm của：摆阔的有钱人。

126. cự phách：出类拔萃（汉语借词：巨擘）。
127. ăn mòn bát đĩa thiên hạ：吃遍天下。
128. xuân thu nhị kỳ：一年中偶尔一两次。
129. cà thâm：蔫茄子。
130. đay đả：唠叨，絮叨。
131. bốc：（火、气）往上冒，本文中义为"激奋"。
132. phụ động：编外人员，临时工。
133. nhấm nháp：品尝，一点一点地咬着。
134. nháp nhổm：坐不稳。本文中义为"因忙而来回走动"。
135. đẩn：卷，捋。
136. tà tà：徐徐的，慢悠悠的。本文中义为"轻松悠闲"。
137. an bằng：平安。
138. nệ cổ：守旧。
139. dò dè：谨慎地移动，慢慢地靠近。
140. vòn vọt：急剧，急速。
141. hoa cà：茄子花。本文中义为"浅紫色"、"淡紫色"。
142. nuốt khan：干咽一下。
143. gập mặt xuống：低下头。
144. thũng thẳng：悬挂，悬吊。
145. hái lộc：采青，越南风俗。除夕夜到户外折树枝回家，新年将有运。

LÊ LỰU 黎 榴

  黎榴，1942 年 12 月 12 日生于越南兴安省洲江县新洲乡敏和村（thôn Mẫn Hoà xã Tân Châu huyện Châu Giang tỉnh Hưng Yên）的一个农民家庭。20 岁时参加越南人民军。在抗美战争中，黎榴毕业于越南作家协会（Hội Nhà văn）下所属的写作培训学校(trường bồi dưỡng viết văn)。曾任《第三军区报》（báo Quân khu Ba）记者，长山战场战地记者，越南《军队文艺》（Văn nghệ Quân đội）编辑部秘书。

  主要作品有：短篇小说《在你身后》（Ở phía sau anh, 1981）、《士兵的战场》（Mặt trận của người lính, 1986）、短篇小说集《持枪的人》（Người cầm súng, 1970）、长篇小说《开林》（Mở rừng, 1977）、《遥远的时代》（Thời xa vắng, 1986）、《不苟言笑的大校》（Đại tá không biết đùa, 1990）、《吴刚村的故事》（Chuyện làng Cuội, 1993）、《河底之波》（Sóng ở đáy sông, 1994）等。

  黎榴是一位从战士中成长起来的军旅作家。他的第一部小说集《持枪的人》就获得成功。他善于思索，勤于写作。农民出身的士兵是他多年的写作对象。写他们在战争年代的英雄事迹，也写他们在革新开放后的困惑和失误。他的作品语言朴实无华，内容真实可信，读后令人回味。

THỜI XA VẮNG (TRÍCH)
遥远的时代（节选）

长篇小说《遥远的时代》（1986）通过描写军人江明柴（Giang Minh Sài）的生活，反映了越南社会生活和人们的思想观念在战争年代和统一以后两个不同时代的变迁。江明柴出生在越南北方的一个农民家里。9 岁时，由父母包办娶了一个比他大好多岁的姑娘为妻。他不喜欢她。高中毕业那年的暑假里，他在一个偶然的环境里与邻村的一位名叫阿香(Hương) 的同班女同学发生了关系。全家人为此在村里抬不起头来。他一气之下，便离家参军去了。

在部队里，江明柴干得非常出色，但不能入党。理由是他和妻子关系不好。领导和战友都劝他和妻子和好。后来，单位派人陪同他回家与妻子圆房。这样，他才入党、提干。但他从不探亲。

战争结束后，战友们都转业回家与家人团聚了。江明柴不想回家，最后选择了上大学。在大学里，他学习成绩很好，还担任班长，校党委委员。整天学习、工作很紧张，感觉很充实，心情特别好。

社会生活变了，人们的观念也开始变化。原先要求他与妻子圆房的人们认识到当时的做法是由于社会环境和思想观念所致，江明柴的婚姻是不幸的。周围的人们主动帮他解除不幸婚姻，物色对象。最后江明柴找到了情投意合的终身伴侣阿洲（Châu）。本文所节选的第七章描写的是江明柴在重新追求幸福的过程中所度过的人生最美丽的时刻。

THỜI XA VẮNG (TRÍCH)

CHƯƠNG VII

Sài không thể ngờ rằng cuộc sống cực nhọc của người lính đối với anh lại thiêng liêng đến thế. Mười bảy năm vào bộ đội thì mười một năm ở chiến trường. Mười một năm phải đếm từng giờ, giành giật[1] với cái chết để cộng lại mới thành cái con số mười một ấy.

Đã có bao nhiêu nỗi bực tức, cáu giận, oán ghét và buồn phiền. Nhưng nó chả là gì trước cái sống, cái chết. Nếu không vì "dính" lai lịch nhà vợ anh đã trở thành Anh hùng lực lượng vũ trang quân giải phóng thì cũng không là gì trước cái chết của bạn bè, có người đã vì chính anh mà ngã xuống. Hàng chục người đã không tiếc thân mình cứu vớt anh giữa những cơn sốt ác tính, giữa những toạ độ bom, giữa cả vòng vây của giặc. Cảm động và đời đời mang ơn những người bạn đã cứu sống mình nhưng suốt mười một năm anh không nghĩ đến ngày trở về. Ngay ngày đất nước hoàn toàn giải phóng người từ các miền nhao đi tìm kiếm nhau, tìm về quê hương bản quán, hàn gắn, bù đắp lại những cắt chia, mất mát. Đồng đội anh cả trăm người như một đều tìm cách về phép, đi tranh thủ, đi công tác để được về quê. Không chỉ là thoả mãn những mong đợi nhớ thương biền biệt mà còn như để trình diện sự sống sót của mình với bố mẹ, vợ con, anh em làng xóm.

Riêng anh, mỗi lần nhớ đến quê hương nước mắt lại ứa ra vì nỗi cồn cào[2] nhớ từng miếng bánh đúc ngô chấm tương kho tép. Nhớ mẹ và chị Tính có lần bơi mủng đi hàng bốn năm cây số đưa lên trọ học lớp một ở nhà cô trên Năm Mẫu. Giữa mênh mang sóng nước vẫn nằm ngửa giãy đành đạch[3] trong lòng mủng chỉ vì có lẽ ngô rang anh Tính đã bốc mất mấy hạt. Mẹ và chị cứ phải dỗ dành như van, như lạy và thay nhau người giữ, người bơi kẻo mủng úp[4] đi. Nhớ những đêm bố kiệu trên cổ, nước ngập đến bụng, đến ngực bố, bố vẫn phải lò dò từng bước kiệu con hàng hai cây số xuống đình Hà Châu chỉ vì con đòi đi xem hát trống quân[5]. Mười một năm con đi, cả bố và mẹ đều không còn nữa, con trở về với ai! Đành rằng các anh chị có thể thương em như cha mẹ thương con nhưng đã hơn ba mươi tuổi đầu con không thể lang thang ăn gửi nằm nhờ[6] như thuở lên bảy, lên mười. Lại càng không thể ăn một bữa cơm chung, ở cùng một nhà với người đàn bà khiến anh giật thót[7] người mỗi khi có ai cất lên tiếng nói "vợ" anh. Sài đã nhờ anh Tính lĩnh hộ chế độ đi B để may sắm chi tiêu cho đứa con trai của mình. Anh tin là anh chị Tính còn lo cho cháu gấp nhiều lần như thế. Quê hương đau đáu da diết trong những đêm chập chờn mất ngủ trong từng miếng cơm, hớp nước nhưng anh như kẻ tội lỗi phải chạy trốn, giải phóng rồi cả hai miền Bắc-Nam xum họp, cả đất nước đoàn tụ và hàn gắn vết thương chiến tranh với những hậu quả của nó. Sau những cơn sốt rét anh vẫn nguyên lành chưa một lần bị thương nhưng anh không còn nơi chốn để trở về. Đành là thế. Đã đánh đổi hết nửa cuộc đời trai trẻ để đến bây giờ chỉ còn một quyết định cho riêng mình.

Không ai có thể bằng cách gì bắt tôi phải trở về sống với một người mà cả đời tôi không đủ can đảm để nói một tiếng "yêu". Giữa những ngày bối rối không biết đi đâu, về đâu anh nhận quyết định chuyển về trường đại học kỹ thuật quân sự. Anh sẽ đi học thêm và làm cán bộ giảng dạy của trường. Vậy là anh sẽ có một cái nghề, một cái "cần câu[8] cơm" cho phần còn lại cuả đời mình. Nhưng khi không còn những biến động của công việc anh có chịu đựng nổi một sự ổn định cô đơn không? Một người như từ trên trời rơi xuống cởi phá[9] cho anh niềm u uất xa ấy: Chính uỷ Đỗ Mạnh! Đã mười hai năm không gặp nhau, ông đã qua bao nhiêu chiến trường, qua bao nhiêu nhiệm vụ: Chủ nhiệm chính trị, phó chính uỷ rồi chính uỷ Sư đoàn. Hiện ông đang là chủ nhiệm chính trị một quân đoàn "con cưng[10]" của bộ tổng. Sài chỉ nghe đồn đại thế, có bao giờ anh lại dám nghĩ ông còn nhớ đến mình. Người đần đại hẳn đi, luống cuống mà không biết làm gì, anh, nhìn ông như chỉ chực oà khóc. Ông cũng nhìn anh từ đầu đến chân, cái miệng lúc nào cũng cười, cái mắt cũng như cười hóm hỉnh có phần hơi khô lại. Mái tóc mềm mại cắt thấp nhưng ngắn chỉ đủ độ dài để hơi cụp xuống trông đã lấm tấm như rắc phấn trên đầu.

Trên khuôn mặt quắc thước có phần đã xám đen tai tái và hai đuôi mắt đã hơi chảy xuống. "Gầy, xanh quá". ông lẩm bẩm như nói với riêng mình. Rồi sợ cái không khí nó nặng nề không cần thiết, ông tiếp "Cậu đi bao giờ, vào đâu mình không biết. Những năm đầu cũng không liên lạc được gì ra ngoài ấy. Dăm bảy năm sau này đọc những bài báo mình mới biết cậu đã vào chiến trường. Tốt lắm, rất tốt". Ông gật đầu như để những ý nghĩ tốt đẹp của ông về Sài lắng lại.

Đã đột ngột về chuyện ông đến, lại cảm động không ngờ ông vẫn quan tâm theo dõi mình mặt Sài đỏ bừng, anh đứng vụt dậy xin phép đi lấy nước. "Thôi ngồi đây nói chuyện, mình còn đi. Mình vừa mới ở Hà Nội, gặp Hà đã chuyển lên Bộ công tác. Hà cho mình xem tất cả thư từ của cậu. Gớm khiếp[11], làm gì mà anh kêu la rên rỉ ghê quá..." Đôi mắt ông hóm hỉnh nhìn anh và ông cười cợt[12] chế giễu. Sài vừa ngượng, vừa như chạm phải cái gì cố tránh, anh cũng đỏ mặt cười cười rồi cúi gầm xuống. Giọng ông nghiêm chỉnh như mọi việc đều dễ dàng chả có gì đáng phải quan tâm lắm: "Mình có bàn với Hà tìm cách "giải phóng" cho các cậu. Thực ra thì cô ta cũng chả sung sướng gì" Sài há mồm để hớp lấy từng lời của ông. "Hà sẽ về bàn với gia đình và chuẩn bị tư tưởng cho cô ấy. Bằng giá nào cũng dứt điểm[13] đi. Cứ giam hãm nhau mãi để làm gì chứ. Trời ơi, thật thế ư?" Mình cũng vừa bàn với Quang Văn. Cậu làm cái đơn xin ly hôn đi. Cục chính trị sẽ làm công văn đề nghị với toà án. Nếu cần sẽ cử cán bộ về trình bày với địa phương thái độ của đơn vị trước vấn đề này." Càng nghe Sài càng muốn nhảy tung[14] người lên mà kêu, mà reo hò[15] giống như mẹ kể năm đói người đang đổ ra, như chuối đổ bão[16] thì được lệnh vào ấp Cụ Hiên phá kho lấy thóc.

Cả làng, cả xã, cả tổng chạy đi kêu la đến khi xúc được thúng thóc về vẫn kêu gào, vẫn nhảy cẫng lên mà kêu, mà bàn tán. Không hiểu sao lại có sự lạ đời như thế. Cái công cuộc khởi nghĩa tháng Tám, cái cuộc cách mạng lại đến với Sài giản dị như thế này sao! Tim anh như thắt lại, cổ nghẹn ứ không thể nói được điều gì lúc này. "Điều cơ bản ở cậu bây giờ là tìm mọi cách lo cho nó hơn hẳn những đứa trẻ khác để nó khỏi tủi hận". Vâng, với cháu, nếu xẻ được người tôi ra tôi cũng không tiếc. Anh vẫn ngồi lặng hai hàng nước mắt rào xuống hai má, lặng lẽ chảy. Chính ủy không nén nổi xúc động, ông đứng dậy bực dọc[17]:

— Chỉ khổ thân thằng bé vô tội.

— Giá cách đây vài chục năm gia đình tôi và các thủ trưởng đừng bó buộc tôi thì làm gì đến nỗi.

— Đúng thế. Đúng? Nhưng anh có biết tại sao không? Biết Sài chưa thể trả lời, ông tiếp:

— Chính bản thân anh chất đầy cách sống của một anh làm thuê. Sẵn cơm thì ăn, sẵn việc thì làm chỉ hong hóng[18] chờ chủ sai bảo chứ không dám quyết đoán định đoạt một việc gì. Lúc bé đã đành, khi học hành đỗ đạt anh đủ tư cách làm một công dân, một người chiến sĩ tại sao anh không dám chịu trách nhiệm về nhân cách của anh? Sao anh không dám nói thẳng rằng: hoàn cảnh của tôi bị ép buộc như thế, nếu các anh cứ bắt ức tôi, tôi sẵn sàng đánh đổi tất cả dù phải trở về làm anh cày thuê, tôi cũng sẵn sàng để được sống tự do. Kẻ bị trói buộc không dám cựa mình giẫy giụa, chỉ hong hóng chờ đợi, thấp thỏm[19] cầu may, chả nhẽ một chính ủy trung đoàn như tôi lại xui anh bỏ vợ!

— Báo cáo thủ trưởng, thực ra lúc bấy giờ em rất sợ.

— Đúng. Nói như thế thì còn được. Chính tôi cũng sợ không dám can thiệp nhiều vào công việc của liên chi[20] và của ban chính trị. Sợ ai, sợi cái gì? Không biết. Nhưng cả một thời như thế biết oán trách ai. Mà để làm gì! Cái quan trọng là xử lý cái công việc trước mắt này. Bây giờ thì tự mình định đoạt lấy cuộc sống riêng của mình chắc anh sẽ không phạm sai lầm nữa. Nhưng tôi vẫn mong anh có một cái gì khác thế. Tôi với Hà bàn nhau "giải phóng" việc này cốt là tạo điều kiện cho anh phấn đấu.

*　　*　　*

Dường như mọi sự khổ hạnh của thuở nhỏ và những năm gian lao mà anh dũng ở chiến trường cốt để dành khi về đến Hà Nội niềm sung sướng hạnh phúc mới oà toá[21] bao bọc quanh người anh. Sài trở thành con người ở tất cả mọi lĩnh vực khiến nhiều kẻ phải mơ tưởng thèm khát. Đảng ủy viên nhà trường. Lớp trưởng lớp sau đại học. Một dũng sĩ mới nghe tên đã thuộc từ lâu. Ba mươi tư tuổi đã mang hàm thượng úy lúc này còn là trẻ, hiếm hoi. Đẹp trai, khoẻ mạnh, thông minh mà hiền, học như chơi mà vẫn xuất sắc nhất lớp... Nghĩa là anh đã trở thành nhân vật hoàn hảo cho sự lựa chọn khắt khe của những cô gái kiêu kỳ[22].

Hiểu chuyển ngành làm trưởng phòng tổ chức của một bệnh viện từ năm năm nay. Anh có một căn phòng riêng trong khu tập thể của cơ quan. Căn phòng hẹp ở ngay đầu hồi[23] của tầng một có thể nói nó tiện lợi nhất trong khu nhà này. Sài về ở cùng anh. Những ngày đầu, hai anh em lấy cơm ở bếp tập thể. Chiều thứ bảy Hiểu về quê, Sài hoàn toàn làm chủ căn phòng cho đến sáng ngày thứ hai. Nhưng nhà thường khoá cửa, có hôm Hiểu đi như thế nào thì lúc về vẫn y nguyên thế. Nhìn đôi dép cói đi trong nhà vẫn nghếch mũi vào nhau anh biết Sài chưa hề bước vào nhà. Những ngày ấy Sài đến ăn cơm ở nhà bạn. Nếu mỗi tuần chỉ ăn ba bữa vào chiều thứ bảy và ngày chủ nhật Sài tưởng phải đến hàng năm mới hết lượt. Có vô số bạn từ thời cùng học ở phổ thông, ở đại học, bạn ở chiến trường, bạn hiện tại, bạn của bạn, bạn của chú Hà, anh Tính, họ hàng và người làng đang ở Hà Nội. Người nào cũng muốn Sài đến ăn với họ một bữa cơm và hàn huyên thuở hàn vi của anh mà nhất định họ là người chứng kiến nhiều nhất, thông cảm hoặc khâm phục nhất. Mỗi lần về đến nhà bao giờ cũng có dăm bảy mảnh giấy gài vào cửa. "Sài về đến ngay tôi nhé". "Đúng kế hoạch tám giờ sáng ngày mai mình đợi Sài ở nhà". "Tại sao cậu lại lỡ hẹn. Hỏng bét²⁴ cả. Hẹn lại: Đúng 19 giờ 30 tối mai chủ nhật tại nhà mình". "Anh Sài ơi, em và bạn em đến thăm anh nhưng anh đi vắng, thôi để đến dịp khác vậy!". Không cần xem chữ ký cũng biết người hẹn hò là những ai, ở đâu! Những người đầy nhiệt tình ấy đều cùng một nhiệm vụ: giới thiệu với Sài một cô gái mà theo họ "Đẹp đôi nhất", "hợp hoàn cảnh của Sài nhất". "Đảm đang chiều chồng hết ý", "Nghề nghiệp vững, không bệnh tật gì". "Có nhà cửa đàng hoàng, bà mẹ còn khoẻ trông con tốt". Có đến hàng mấy chục cô gái để cho Sài lựa chọn và ngán ngẩm. Anh chán đến mức về sau anh từ chối tất cả sự hẹn hò của những người "đã tìm được một đám cho cậu". Anh Tính và chú Hà đều khuyên Sài nên về lấy vợ ở quê. Anh Tính đã để ý cho Sài một cô bán bách hoá, hai cô "cấp ba" và một cô ở huyện đoàn²⁵. Sài có phần phật ý với chú và anh. Anh có thừa khả năng để lấy một cô vợ công tác ở Hà Nội, việc gì phải về quê. Anh chỉ cần một tình yêu. Một tình yêu có thể bù đắp những ngày tháng khao khát đốt cháy cả cuộc đời ép buộc của anh chứ cần gì các thứ khác. Đã từng làm cho Sài khốn khổ về chuyện vợ con nên những người thân thích không ai nài ép²⁶ anh.

Một lần bạn của chú Hà gặp Sài ở giữa đường, ông dừng xe vồn vã "Tớ đã để ý cho cậu một con bé, lúc nào đến tớ đi" - "Vâng ạ" - "Hôm nào?" - "Chú cứ để cháu thư thư. Độ này cháu đang bận quá" - "Trong tuần tới được không?" - "Chắc chưa được ạ" - "Hay là mình đưa nó đến đấy" - "Thôi chú ạ. Cháu cũng chả mấy khi ở nhà" - "Thế này nhé, lúc nào cậu có thời gian gọi điện cho tớ. Tớ sẽ báo cho nó đến chỗ tớ hoặc đến chỗ cậu cũng được. Nghe tên cậu nó biết đấy. Nó bảo hồi còn là học sinh phổ thông đã nghe kể chuyện về gương chiến đấu của cậu, cảm động lắm. Yên trí, Hà nói với tớ cậu muốn hình thức phải tương đối nên tớ cũng chọn cho cậu một cô vừa ý". Sài phì cười "Cháu cũng đã được thấy nhiều cô "đẹp" lắm rồi ạ. Chắc cô này không bị tí mắt "gián rấm²⁷" thì cũng khá phải không chú" - "Bậy. Cứ gặp rồi anh sẽ mê" - "Cháu xin lỗi chú, cháu mệt về cái trò này lắm rồi. Hay là thế này. Trưa thứ bảy tuần sau chú bảo co ấy đến chỗ chú, cháu sẽ đến đấy. Nếu được, cháu mời chú với cô ấy lại chỗ cháu chơi. Thấy cháu không nói gì thì coi như giải tán tại chỗ khỏi mất thì giờ chú nhé".

Nhưng chính Châu, tên cô gái, lại không có thì giờ để nhận lời mời của anh. Chiều nay cô phải họp cơ quan, Sài hỏi nhỏ khi tiễn cô "Mai rỗi đến chơi" - "Em có chút việc không đi được" - "Có thể lúc nào tôi đến thăm Châu được không?" - "Thôi được, nếu rảnh chủ nhật sau em đến". Đã bàng hoàng khi mới nhìn thấy cô ta bây giờ càng khó hiểu trước những câu nói còn rất mập mờ[28]. Cả một tuần lễ anh phập phồng mong đến ngày chủ nhật. Chiều thứ bảy được nghỉ anh đi đã là bộ quân phục mùa đông bằng dạ[29] của sĩ quan và chiếc áo pôpơlin[30] trắng.

Đôi giày đen cũng được đánh xi bóng nhoáng. Rồi cạo râu, rồi đun nước nóng tắm, rồi dọn dẹp, lau chùi bày biện lại căn phòng cả một tuần bừa bộn[31] vì Hiểu nghỉ phép. Khoảng hơn mười giờ đêm, vào giờ này giữa đêm mùa đông đã là khuya khoắt anh vẫn cài cửa thật chắc để mặc quần áo và đi giầy. Quần áo là của anh, chiếc áo sơ mi trắng và áo len xanh cánh chả là của anh. Đôi giày đen cũng là của anh. Tất cả đều vừa vặn[32] nhưng mặc vào người cứ cứng nhắc, chân tay ngượng ngùng[33] thừa thãi như là quần áo mượn. Đêm thức khuya, sáng dậy lại rất sớm vẫn thấy rộn ràng sảng khoái. Đun nước pha vào phích, vào chái bếp hút điếu thuốc lào (chiếc điếu cày đã tìm chỗ dấu từ tối hôm trước). Vừa lờ đờ[34] say nhả khói vừa nhón từng chiếc cúc trên bộ đồng phục, đứng trước gương "mỏ neo" gài và ngắm. Lần này đã thấy "mềm" hơn tối qua. Anh đi đi, lại lại vung tay và bước đi cho nó quen, cho nhịp nhàng. Lúc bấy giờ mới bảy giờ rưỡi, cái giờ này anh bắt đầu phải để ý từng động tĩnh nhỏ ở phía cổng "thường trực". Anh khoanh hai tay trước ngực rồi chắp ra sau, đứng và đi, nhìn các thứ trong phòng và nghe ngóng ngoài cổng cho đến mười một giờ trưa không hề ngồi dù rất mỏi, không hề hút thuốc lào dù rất thèm. Có tiếng kêu "Anh Sài có khách", anh giật thốt lao bắn ra khỏi cửa. Lại hoá ra anh Tính khệ nệ[35] ôm cặp và xách ba bốn chiếc túi nhựa đầy nứt nở[36] các thứ. Sài hơi "lỡ tàu[37]" nhưng không buồn vì đã được "tiếp tế" và nhân tiện anh em "thống nhất" luôn. Sài nói với anh công việc cho ngày hôm nay nhưng mãi hơn mười hai giờ vẫn không thấy tăm hơi gì. Bận việc, quên số nhà hay vì sao? Người bạn của chú Hà cũng chỉ là bạn của anh trai cô ta và "tớ gợi ý thấy nó có vẻ mến cậu chứ tớ đã biết gì đâu". Tại sao một cô gái như thế đã hai mươi lăm tuổi mà chưa có người yêu? "Bao nhiêu cậu lao đến nó, có những cậu rất đẹp trai, phó tiến sĩ, có cả con cái thứ bộ trưởng nó đều không ưng cậu nào". Thế thì đã chắc gì cô ta yêu mình!

Buổi trưa, hai anh em ra ăn phở ngay quán trước cửa để Sài còn "gác". Cũng không có dấu hiệu gì. Sài tự trách mình không hợp đồng[38], dù không thể hẹn giờ chính xác thì cũng phải biết sáng hay chiều để khỏi mất thì giờ. Anh Tính ở lại theo ý Sài. Cả buổi trưa hai anh em cũng ngồi uống nước trà để đợi. Tính sốt ruột "Liệu thế nào?" - "Chậc[39]! Em cũng mới được giới thiệu, cô ta không đến cũng chả có vấn đề gì". Ba rưỡi chiều, anh Tính bảo để anh đạp xe về, tối có trăng chả lo gì. Sài chưa kịp nói thì cô ta cùng "Nghĩa bạn em" xuất hiện ở cửa. Hai chân Sài như ríu lại, anh quay ra mời mọc ríu rít dù các cô đã rất tự nhiên bỏ dép bước vào nhà. Châu đưa bó hoa hồng cho Sài tự nhiên và nói cũng tự nhiên: "Anh tìm lọ cắm hoa đi. Qua chợ thấy có hoa đẹp, tiện em mua". Anh tưởng là thế. Ra vòi lấy nước vào bình, Nghĩa cũng ra rửa tay bảo: "Nhân năm mới, chị Châu mua hoa tặng anh đấy". Anh bồi hồi[40] nhớ hôm nay là ngày tết dương lịch. Chỉ một lời mách, anh đã thấy tin cậy ở Nghĩa rất nhiều: "Em làm gì?" "Năm thứ hai trường thương nghiệp ạ" - "Nhà em có xa không?"- "Ngay trên gác nhà chị Châu, lúc nào đến đấy anh lên nhà em nhớ". "Biết chị Châu có cho đến không?" - "Tốt ấy chứ" - "Là lính, nhưng anh sợ đấu súng lắm" - "Hiện tại anh là kiện tướng không có đấu thủ" - "Nhưng anh vụng về[41] lắm"- "Anh có thế mạnh của anh chứ" - "Là gì" - "Em không hiểu nhưng chắc anh phải biết chứ".

Ngay tối hôm đó, buổi đi chơi đầu tiên của hai người anh mới có phần tin cô ta không đùa rỡn[42] mình. Tiễn hai người về đến nửa đường thì Nghĩa xin phép rẽ vào nhà bạn có việc. Hai người đạp xe qua khu nhà Châu lên đến đường Thanh niên. Chỉ chớm[43] đến đầu đường rồi đạp xe quay lại. Hình như Châu ngại sợ con đường không được "đứng đắn" ấy. Từ sáu giờ tối, đạp xe đến hơn mười giờ, hết phố nọ đến đường kia, vòng đi, vòng lại, không dừng ở đâu, không ăn uống gì. Nhiều lúc anh muốn ngồi lại chỗ nào đó, ăn một cái gì đó vì cả hai người cùng quá đói nhưng Châu nhất định không nghe.

"Ở chiến trường anh nhịn mấy ngày còn được kia mà! Thôi chịu khó một tý" "Nếu cứ bắt em ăn, em về đấy" "Đồng chí bộ đội phải gương mẫu chịu đựng gian khổ chứ".

Mỗi lần anh yêu cầu lại có một sự phản đối dịu dàng như thế. Nếu anh là cánh đồng khô nẻ thì cô là cơn giông, một cơn giông báo hiệu sự dịu mát rồi tan đi, sự khô héo[44] càng tăng lên gấp bội. Cô nói: Có lẽ em chả xây dựng gia đình nữa đâu. Trời ơi, một người con gái đẹp như tiên, thông minh và dịu dàng thế kia làm sao lại nói đến cái điều tuyệt vọng ấy. Thú thật với anh, em chán tất cả mọi thứ rồi. Ở đời này không có một người đàn ông nào tốt đâu.

Xin lỗi, các anh bộ đội em chưa hiểu lắm những thanh niên ở thành phố bây giờ họ hư hỏng không thể tin vào ai. Em rất ngại buổi tối ra khỏi nhà. Nghĩa cũng bảo chưa bao giờ thấy chị ấy đi buổi tối mà không có bạn gái đi cùng. Trường hợp ngoại lệ đầu tiên lại là đêm nay? Chả trách khi Nghĩa rẽ vào nhà bạn, cô ta đắn đo mãi mới để cho mình đưa về và vì mải câu chuyện thuận đà[45] đạp xe chứ chả chịu ngồi đâu. Cảm động mãi với những giây phút đầu tiên, Sài mới nói được những ý nghĩ đầu tiên của mình:

— Anh biết em đã vượt qua thói quen rất nghiêm ngặt để chúng mình có dịp nói chuyện với nhau.

— Không phải đâu, em cũng chả là người khắt khe gì nhưng anh thông cảm con gái chúng em không được buông thả như con trai các anh.

— Chả nhẽ bọn trai các anh buông thả, hư hỏng đến nỗi em không thể kiếm được một người ra hồn để xây dựng gia đình.

— Từ trước đến giờ thì chưa.

— Tại sao thế.

— Có rất nhiều người đến với em, nhưng người thì yêu hai mươi mét vuông nhà, và mẹ em còn khoẻ mạnh, người yêu cái công việc nhàn nhã và gần nhà của em, người yêu ông anh em làm vụ trưởng vụ tổ chức ở một cơ quan có thể cất nhắc họ nhanh chóng. Có người lại yêu bà chị gái em là cửa hàng phó cửa hàng thịt, có hai người bạn rất thân ở cửa hàng gạo, sau này chắc chắn hai cái khoản đó không phải lo lắng gì. Có người sau khi tìm hiểu đã yêu em đến điên cuồng chỉ vì biết chắc em không mắc bệnh truyền nhiễm, bệnh kinh niên nào, không phải hầu hạ vất vả. Không có ai vứt bỏ tất cả những cái đó để yêu em. Chỉ có riêng em không nhà cửa, không nghề nghiệp đầy bệnh tật và không nơi nương tựa, chắc chả có ai yêu em đâu.

Càng nghe, càng muốn nổi khùng[46] kinh tởm[47] cả lũ người thực dụng thô bạo. Vốn là thằng lính ở chiến trường không cần gì ngoài yêu thương và sống chết, anh cảm động đến kính nể[48] một tâm hồn cao thượng, một quan niệm hiếm hoi ở cô gái mới hai mươi lăm tuổi. Anh trân trọng đến lặng đi. Phải đạp trên một đoạn đường khá dài anh mới hỏi:

— Có bao giờ em nghe nói người lính ở chiến trường suy nghĩ và sống như thế nào không?

— Có chứ. Hồi nghe kể chuyện người bạn anh chỉ vì kiếm mấy nắm rau cho anh mà chết em đã khóc. Em rất thèm cuộc sống hồn nhiên[49] vô tư của các anh.

— Em có tin những cái đó bây giờ còn không?

Cô hơi quay mặt nhìn anh gật đầu.

— Tin.

Như sợ Sài đã ngầm hiểu rằng anh là tiêu chuẩn trong sự lựa chọn của cô, đi một đoạn nữa cô nói như chỉ để khẳng định cho bản năng tự vệ của mình.

— Nhưng cũng chả biết thế nào.

— Họ đã biến chất.

— Không hẳn như thế.

— Tại sao?

— Thú thật với anh em cũng đã yêu một người tuy chưa có gì sâu sắc nhưng người đó đã làm mất niềm tin của em.

— Anh cũng là kẻ như thế?

— Anh khác. Nhưng đừng bắt em phải tin ngay một cái gì.

Đấy là kết quả của cả một buổi tối mùa đông đạp xe rạc[50] cả người. Vừa mệt mỏi, sốt ruột trước sự bay lượn[51] chờn vờn[52] của một tình yêu như là chưa có, chưa phải thế. Nhưng có lúc đã thấy rất gần, chỉ cần nghiêng mặt một chút đã chạm vào làn da ấm áp khiến anh không thể nào yên, không thể nào không chới với túm vuốt[53] lấy từng chi tiết nhỏ nhất, "mổ xẻ" từng lời nói xem còn gì sâu xa ẩn giấu cho một mối tình sẽ tiến tới!

* * *

Biết em hay háo[54], xào su hào[55] xong Tính bớt lại một ít đổ nước đun làm canh. Trừ xoong cơm đang ủ còn đĩa trứng tráng, đĩa su hào, bát canh đều đã nguội tanh váng mỡ[56] hẳn thành ngấn trắng[57] ở quanh bát. Nấu cơm từ lúc 5 giờ, tức là ngay lúc em tiễn khách đi. Hơn mười giờ đêm vẫn chưa thấy em về, anh ngồi hút thuốc lào vặt. Ngồi chán rồi nằm, nằm chán quá anh dậy mang ấm chén và xách điếu cày ra máy cọ rửa.

Rồi móc đôi giầy vải ở gầm giường đầy cứt gián, cặn rác và đôi tất cứng quèo đã có thể bẻ gãy như bẻ bánh đa, một bộ quân phục vo tròn nhét ở chân giường, chiếc áo sơ mi trắng đen kịt ghét[58] ở cổ trải dưới chiếu. Tất cả được lôi ra máy nước vò xát[59] xà phòng rũ[60] đến lần thứ ba nước trong chậu vẫn đen đặc. Giặt rũ, lau chùi, quét tước móc máy[61] mọi chỗ trong nửa gian phòng ấy xong vẫn chưa thấy em. Anh sốt ruột nhưng không bực bội. Ở huyện anh là ông vua sẵn sàng cáu giận với nhân viên trong cơ quan và bí thư chủ tịch ở các xã lên khi họ làm trái ý mình. Ở đây, với em trai anh như kẻ hầu hạ không nề hà bất cứ việc gì. Ở huyện từ sáng sớm đến tối mịt anh phải nghiêm chỉnh gắt gỏng và cau có[62] chìa tay hờ hững[63] cho kẻ khác bắt. Ở đây, anh phải cười cợt vui vẻ, nói năng nhỏ nhẹ, dạ vâng vồn vã, bất cứ kẻ lạ người quen hỏi em mình, anh cũng chạy ra cửa đưa cả hai bàn tay bắt mà như vồ lấy bàn tay của khách .

Hà Nội người ta phải lịch sự thế. Trí thức là phải bừa bộn bẩn thỉu[64]. Đấy là cái ý nghĩ mới mẻ mà anh tin rằng ngay từ ông bí thư và bà chủ tịch ở huyện chưa nhận ra điều đó. Thật lòng, đến bây giờ mỗi lần lên với em anh vẫn thấy gò bó, tù túng[65] nhưng phải sống như để bù đắp lại cho nó tất cả những mất mát đau khổ nên phải cố. Phần khác quan trọng hơn, sự chạy vạy lo toan cho em suốt mấy chục năm qua của anh đã làm nên một thằng Sài đáng được kiêng nể quý trọng không những chỉ ở xã, ở huyện mà ngay ở Hà Nội nhiều người có tiếng tăm cũng quý mến, châm vập[66] nó. Nó và anh không thể là hai. Rất nhiều lần anh lặng lẽ thưởng thức niềm sung sướng với những lời trầm trồ khen: "Thằng Sài nhà ông Tính" - "Em trai ông Tính" - "Phải nói không có ai lo toan cho em như vợ chồng anh Tính" - "Cậu Sài được như bây giờ chính nhờ có công lao nuôi dạy của anh Tính". Nghĩa là không ai nhắc đến Sài lại có thể quên anh, dù không biết tên anh thì vẫn phải biết "Sài nó có ông anh cực kỳ". Bởi thế anh gánh chịu tất thảy mọi tai tiếng trong chuyện bỏ vợ của nó: "Tại vợ chồng nhà Tính không ưa em dâu mới sinh chuyện". - "Vợ chồng nó đang ăn ở yên lành với nhau, chỉ vì nhà anh Tính thâm thù bố nó, cậy thế ở trên huyện để rẽ duyên nó." Anh phải trả lời hàng chục đoàn kiểm tra về những đơn kiện của bố mẹ họ hàng nhà Tuyết, của cả những người vốn hiềm khích⁶⁷ với anh ở các xã, và các cơ quan trong huyện. Tất cả đều được bắt mối, được mách bảo, được cung cấp tài liệu, được chỉ dẫn để Tuyết đứng tên hàng chục lá đơn tố cáo đến tất cả các cơ quan tổ chức cán bộ và cơ quan pháp luật ở tỉnh và trung ương. Nếu không có sự bảo vệ chân lý của huyện uỷ, uỷ ban và sự quen biết của ông Hà, ít ra Tính cũng mất mặt trước sự ồn ã của khắp nơi. "Phen này thì tay Tính khốn đốn⁶⁸". Mà dù có mất hết Tính cũng sẵn sàng đương đầu để Sài không "dính líu" gì đến chuyện kiện tụng do sự phẫn nộ của Tuyết.

Gần năm mươi tuổi đầu sự phấn đấu của anh cũng đến thế, cứ túc tắc⁶⁹ dăm bảy năm rồu cũng đến về hưu. Anh dồn tất cả tình cảm sức lực, uy tín và cả tiền của, vào niềm hy vọng ở thằng em trai mà ai cũng thấy ở nó đầy những hứa hẹn tốt đẹp. Ăn cơm xong anh vẫn pháp phỏng⁷⁰ về công việc của em. Suốt một ngày ăn uống thất thường, đạp xe ngược gió rồi vất vả làm lụng đến lúc đã hơn mười một giờ khuya anh còn pha ấm trà có ý để anh em ngồi chuyện trò với nhau. Sự thể thế nào sáng mai anh đạp xe về cũng yên tâm. Anh chưa kịp nói gì Sài đã hỏi:

— Anh thấy thế nào ?

— Cũng được.

Sài có ý không bằng lòng với chữ "cũng" ấy. So với tất cả những cô gái mọi người giới thiệu cho Sài mà anh biết và ngay cả những cô anh định giới thiệu thì làm sao lại không kêu lên tiếng: "Khá quá". Biết em không vui anh vẫn dè dặt nói những nhận xét của mình.

— Hình thức thì rất khá, khoẻ mạnh, còn trẻ mà lương sáu ba là cao. Nhà cửa đàng hoàng...

Sài nghĩ bụng: như thế còn phân vân⁷¹ nói gì. Nhưng anh lại nói:

— Nhà cửa cần gì. Lộ cái đó ra cô ta nghĩ mình chỉ cố lấy cái nhà.

— Ừ, mình cũng chả cần thiết. Anh đã gửi tiết kiệm được dăm nghìn, "hoả hồng⁷²" chỗ nào đó cũng được vài ba chục mét. Nếu không, kiếm chỗ đất anh ngâm xoan⁷³ rồi. Gạch, ngói, xi măng, vôi để anh bảo bên vật tư huyện nó cho, làm vài ba gian cũng chả khó.

— Thế thì tính những cái đó làm gì. Căn bản anh xem tính tình cô ta thế nào?

— Nói chung có vẻ ngoan ngoãn, dịu dàng, nói năng hoạt bát lắm.

Con gái Hà Nội có học hành, nó phải như thế còn nói chung nói riêng gì nữa. Có thể nói, mọi phương diện không có gì anh phải chê, anh sẽ hãnh diện về cô em dâu của anh nhưng sao anh vẫn có vẻ chưa thật thoải mái. Chính cái điều Sài đang nghĩ là nỗi lo của anh. Anh rất sợ tình cảm của Sài phải chia sẻ cho người khác, anh không còn cái quyền được chăm lo cho nó nên anh mong muốn có được người em dâu phải lắng nghe, phải ngoan ngoãn chấp nhận mọi sự vun đắp, có thể coi như phục dịch[74] cũng được, của anh chị và các cháu, phục dịch cho các em. Nhưng với Châu, chỉ qua hơn một giờ tiếp xúc, rõ ràng Châu sẽ làm chồng, có quyền chi phối mọi tình cảm của Sài. Em mình đã bị lép vế huống hồ là anh chị thì có nghĩa lý gì.

— Anh chỉ sợ cô ta là trí thức, người thành phố, nhà mình quê mùa lụt lội[75], chị chú thì người tốt thật nhưng người cục mịch[76] chém to, kho mặn[77], các cháu thì nhem nhuốc[78] lúc chị em, thím cháu gặp nhau nó không được thoải mái.

— Đằng nào em cũng phải ở trên này. Một năm bất quá về quê vài ba lần, em nghĩ chả có vấn đề gì. Mà còn tìm hiểu chán, đã đâu vào đâu[79]. Chắc gì cô ta đã yêu em.

— Thì anh cứ phải đặt vấn đề như thế. Trong quá trình tìm hiểu em cũng trao đổi để cô ta thấy rõ hoàn cảnh nhà mình. Nhưng tình hình hôm nay thế nào?

— Chưa đâu vào đâu.

— Chắc có thế nào nó mới đem hoa đến tặng. Mà nói năng với anh có vẻ "anh em" thân tình lắm.

— Cũng không biết thế nào với con gái Hà Nội.

— Ừ, cứ phải tìm hiểu cho kỹ, không đi đâu mà vội. Đằng nào

mình cũng lỡ làng⁸⁰ rồi. Khổ, các cụ bảo cũng là cái số. Giá ngày xưa giải quyết quách⁸¹ đi vừa đỡ khổ vừa khỏi lỡ làng chuyện cô Hương. Càng ngày càng thấy cô ta tốt quá.

    Không ngờ kết cục câu chuyện lại ở chỗ ấy. Sự vô tình của Tính nhắc đến cô gái không hề liên quan gì trong chuyện này lại làm cả hai anh em cùng ngồi lặng lẽ. Hai chục năm trước đây họ đã từng ngồi với nhau lặng đi và có những nhận xét rất khác nhau. Cho đến bây giờ cái tình cảm của hai anh em nghĩ về cô ta trong lúc lặng lẽ này cũng vẫn khác nhau, rất khác.

*   *   *

    Mãi đến gần bảy giờ tối Sài mới đi gặp Hiệu trưởng. Ông hẹn anh sau giờ học buổi chiều tức là sau bốn giờ rưỡi nhưng đến bảy giờ Sài mới ra khỏi lớp. Cả tháng nay hôm nào Sài cũng đạp xe đến trường từ trước bảy giờ sáng và, sau bảy giờ tối mới về. Ngoài giờ học, anh phải phụ đạo cho những người trong lớp học chưa thật vững. Về nhà, anh thường học và đọc sách đến quá nửa đêm, có hôm đọc luôn đến giờ đi vào trường. Học và phụ đạo cho bạn bè, họp hành⁸² với trường, công việc của chi bộ, của đoàn trường⁸³, của lớp ... Việc gì anh cũng tận tuỵ đạt tới chất lượng gần như điển hình của toàn trường. Bận bịu⁸⁴ mà ăn ngủ lại kém, người anh vẫn khoẻ ra, lúc nào cũng cười cười hồn nhiên như cái sức lực trong anh còn dư thừa, còn có thể làm được nhiều việc nữa. Cái lý do tạo nên sức lực ấy nó đơn giản đến mức ai cũng có thể biết. Anh là con người hoàn toàn của mình, cho mình. Đến những ngày này anh mới thấy mình thực sự cần thiết sống, học và làm việc như để "trả thù" cho những ngày "đã mất", những ngày như là sống hộ người khác, làm hộ người khác.

    Nhưng còn điều quan trọng nữa chưa mấy ai biết: Anh đang yêu, mới được yêu, lần đầu tiên trong đời được biểu hiện một tình yêu không phải vụng trộm⁸⁵, không thì thụt⁸⁶ sợ hãi. Cái điều ông hiệu trưởng thông báo cho anh tối nay như là cái giấy chứng nhận về sự cố gắng của anh trong sáu tháng qua. Anh sẽ chuẩn bị để sau tết thi đi nghiên cứu sinh ngoài nước. Cái đó không thể coi là chuyện gì ghê gớm vào lúc này nhưng ở anh nó vẫn là quan trọng. Nó chứng tỏ ở bất cứ môi trường nào, suốt mấy chục năm qua anh cũng là người đứng ở phía trước. Nên tất cả thời gian đều thoải mái như hiện nay chắc anh đã làm được nhiều việc đáng kể nữa.

Tối hôm sau, thứ bảy Sài sẽ đi chơi với Châu. Sau ngày mồng một, lần đầu tiên (tất cả với anh đều là lần đầu tiên trong đời) được một người con gái đem hoa đến tặng có hai lần nữa anh gặp Châu. Một lần Châu đi với Nghĩa đến chỗ anh vào sáng chủ nhật và lần nữa anh đến thăm Châu và được cô giới thiệu với mẹ: "Anh Sài bạn con và Nghĩa !". Sau lần thứ nhất tiễn cô ra cổng anh nói nhỏ "Tối rỗi, đi chơi!". Cô lắc đầu nhè nhẹ: "Em chưa thể đi được". Lần thứ hai tiễn anh ra cửa nghe câu đó xong cô cười: "Cứ từ từ đồng chí bộ đội ạ. Thôi được, tối thứ bảy tuần sau" - "Mấy giờ" - "Bảy" - "Ở đâu" - "Đợi em ở đầu phố". Gần hai tuần lễ làm việc không hề biết mỏi mệt để đến chiều thứ bảy lại sửa sang bộ quân phục đã mặc trong lần đầu tiên cô đến thăm anh. Cả buổi chiều thậm thột[87] pháp phỏng nên mới sáu giờ anh đã tưởng là muộn. Đi sớm một giờ để phòng xe cộ hỏng. Đạp thật từ tốn[88] chậm rãi đến nơi cũng mới có sáu giờ mười lăm phút. Còn thảnh thơi[89] chán. Vào hàng uống chén nước, hút điếu thuốc lào cho đã.

Phải vào đến ba hàng uống nước và hút thuốc cùng với ba lần dắt xe đi đi, lại lại mới bảy giờ kém mười phút. Từ cái phút này thì anh phải "chốt" lại ở gốc cây sấu ngay ngã tư, quay mặt vào số nhà 57 có ban công[90] vòng chìa ra đường như cái nhòng[91] tát nước ở nhà quê. Cũng từ lúc này anh chỉ còn có hai việc: Chốc chốc lại nhìn đồng hồ và hút thuốc lá vặt. Từng phút, từng phút nhích đến bảy giờ đúng. Như thói quen hợp đồng giờ thông đường cho xe đi anh hồi hộp sửa sang lại đầu tóc, quần áo chờ đón một khuôn mặt rạng rỡ như bông hoa, nhưng lại từng phút, từng phút khắc khoải[92] trôi đi. Bảy giờ mười phải nén lại những hơi thở dài. Bảy giờ mười lăm: sự sôi sục ở trong người đã bốc lên nóng bừng ở mặt. Bảy giờ hai mươi, hơi dịu đi vì những giả thiết cho một tình huống bất trắc không lường trước được đặt ra. Bảy giờ hai mươi nhăm bắt đầu sự nghi ngờ và lòng tự ái trỗi dậy. Lần đầu tiên, chao ôi mới một tháng trời sao mà lắm lần đầu tiên đến thế. Lần đầu tiên anh bị cô bé kém mình gần chục tuổi đầu không giữ đúng giờ giấc quy định. Đúng bảy giờ rưỡi quyết định dắt xe quay lại. Nhưng chờ thêm vài phút nữa để phòng cho sự lỡ làng nào đấy. Chẳng hạn như sự sai lệch đồng hồ và trừ thời gian đi trên đoạn đường từ nhà ra đây mất hai phút. Bảy giờ ba ba phút dứt khoát dắt xe đi. Mình có tư cách, có cái thế của mình, việc quái gì phải để cô ta coi thường.

Xong, vẫn không thể ngồi lên xe, phải dắt, dắt xe đi chầm chậm và vẫn phải ngoái lại nhìn cái ngã tư. Sự ấm ức[93] đã kéo anh đi quá tầm nhìn không thể phân biệt người xe qua lại ngã tư, anh lại vội vàng cho xe xuống lòng đường, hấp tấp nhảy lên đạp trở lại như còn bỏ quên vật gì quý giá ở chỗ ngã tư ấy. Nhìn ngược, nhìn xuôi, theo hút những bóng người qua lại, anh cảm thấy có phần nhẹ nhõm. Coi như chấm dứt. Trước khi lên xe anh châm điếu thuốc. Lúc ngẩng lên đã thấy một khuôn mặt tươi cười vừa đi qua cột đèn về phía mình. Tự nhiên lại thấy nỗi bực bội dâng lên. Sẽ nói một câu gì đấy, sẽ biểu hiện một cử chỉ nào đấy để cô ta biết rằng mình không thể nào chấp nhận sự sai lệch đến mức này. Nhưng tiếng nói ngọt ấm[94] như cốc nước giải khát làm anh không có cớ gì mà bắt bẻ[95], mà cáu giận:

— Chờ em có lâu không?

Anh mỉm cười.

— Cũng kha khá.

Phải đến hàng chục năm sau anh mới có thể hiểu những cô gái từng trải ở thành phố không bao giờ họ đến đúng giờ trong những buổi hẹn hò khi anh chưa khiến tình yêu trong họ thành lửa khói mù mịt .

Còn lúc này dù chưa biết tí gì cái nguyên nhân bắt anh phải phơi mặt giữa từng chập gió mùa đông bắc lạnh buốt, anh cũng không thể cáu giận.

— Lai[96] em được không?

— Thì anh đã định cả đời sẽ lai em kia mà.

— Thôi đi, đừng có mà lợi dụng, chú lính ạ.

— Chả nhẽ khi anh nói "yêu em" lại mắc tội lợi dụng?

— Anh láu cá[97] lắm. Thế mà anh Tính lại kêu em mình lành như bụt.

— Bụt cũng còn đi lang thang để gà nó mổ vào mắt kia mà.

— Đúng là bộ đội. Ông nào tán cũng khiếp lên được[98].

Cái phút "xuất thần" ấy có được là nhờ vào thói quen tào lao của lính tráng[99], tuế toá[100] cho qua cơn bực bội, cho cô ta khỏi nhận ra mình là thằng hay dỗi vặt. Đến khi đứng trước sự trang nghiêm, trước một tình cảm vốn đã ao ước ở ngay trước mặt, cái bản tính rụt rè, thụ động chỉ biết bầy tỏ lòng thành thật như một cái bánh đã bóc sẵn lại trở về nhuyên vẹn trong anh. Hai người ngồi bên nhau đã khá lâu ở chiếc ghế đá dưới chân tượng Lý Tự Trọng ở đầu đường Thanh Niên, anh vẫn cứ run lên, không hiểu vì trời khuya lạnh hay vì chưa tìm ra được cớ gì để biểu lộ cái tình yêu đang rạo rực trong mình. Anh cúi xuống, hai tay che bớt khuôn mặt đầy nỗi xúc động của mình. Cô gái tủm tỉm cười như đã đọc được tất cả những gì anh vẫn tưởng mình chưa thể hiện ra ngoài.

— Em bảo nhé.

Anh ngẩng lên nhìn vào mắt cô hứng đợi một lời nói tiếp.

— Có yêu em thật không?

Anh chỉ muốn kêu toáng lên vì sung sướng, vì cả nỗi oan ức phải được than thở, dãi bày[101]:

— Tại sao em lại có thể hỏi anh điều đó.

— Tại sao anh lại yêu em? Giọng cô gái đã lạnh, nét mặt càng nghiêm trang. Đã nuốt mấy lần nước miếng cho cổ khỏi mắc mớ[102], tiếng anh vẫn cứ rời ra từng chữ:

— Anh chả biết nói với em thế nào. Những người lính các anh không ai có thể làm được việc gì khi lòng mình lạnh nhạt, hờ hững với nó.

Nghe anh nói tội nghiệp như một đứa trẻ mắc lỗi. Cô vẫn nhìn anh chằm chằm, đôi mắt như lúc nào cũng bốc lên ngọn lửa ngùn ngụt sức trẻ trung, nhìn anh như một lời cầu khẩn: Nói đi, anh nói nữa cho em nghe đi.

— Qua anh Tính và bạn của chú anh chắc em biết tất cả những gì đã xảy ra trong anh từ năm lên chín tuổi. Từ đấy anh chỉ muốn lao đi bất cứ đâu để tìm chỗ có thể chết, có thể không có ngày trở về ... Anh đã đánh đổi tất cả để mong đợi có được những lúc như thế này. Đến lúc này anh còn nỡ đùa cợt[103] lừa dối em ư.

Cô vẫn nhìn anh. Hai hàng nước mắt từ từ chảy ra ở hai cái vòm sáng như thiên thần ấy. Bỗng cô úp hai bàn tay vào mặt gục xuống khóc nức nở, mỗi lúc người cứ rung lên không thể kìm giữ, không thể dỗ dành. Có lẽ nào cái quá khứ nặng nề của anh lại trút lên đôi vai còn non trẻ của em, bắt em phải gánh chịu cả sự ngăn cản của gia đình, cả dư luận của xã hội! Em không đủ sức. Em không thể vượt qua? Anh cứ ngồi như kẻ tội lỗi đã gây ra tai hoạ không biết mình phải làm gì! Bằng những cử chỉ dứt khoát cô gái lấy khăn lau nước mắt và chải lại tóc, đứng dậy nói như ra lệnh:

— Thôi về đi.

Anh chỉ còn biết im lặng làm theo yêu cầu của cô. Thế là hết. Không hiểu sự ngu dốt nào lại đẩy anh đến hành động mù quáng nói ra những lời như là hù doạ[104], như đào một cái hố trước mặt khiến cô không thể bước qua. Đoạn đường im lặng của cả hai người là lời tuyên bố tuyệt vọng của một tình yêu mới nhen chớm nếu như không có một cử chỉ dịu dàng âu yếm và một lời dặn ở chỗ ngã tư đầu phố:

— Tối mai đến đây đón em.

* * *

Em yêu từ năm chưa đầy mười tám tuổi. Hồi ấy em mới thi đỗ vào đại học. Trường chúng em sơ tán ở một làng vùng núi trung du. Cả tháng đầu tiên làm hầm hố đắp nền, cắt cỏ tranh, làm nhà xây dựng trường. Công việc của bọn con gái chúng em được khoán hai chục tranh. Tự cắt cỏ phơi khô, tự xin tre chẻ hom, đánh lấy hai chục cái tranh, mỗi cái dài mét rưỡi nộp cho nhà trường. Sáng đi lên núi bòn[105] cỏ tranh, chiều xuống suối nhặt đá cuội[106] và hứng thờn bơn[107] đá. Những con cá mỏng dính[108], mình tròn có đuôi trông như cái quạt lá đề[109] nhưng chỉ to hơn cái cúc áo. Nó bám vào đá. Bắt nó chỉ việc nhắc hòn đá lên hứng ở dưới, tự nó rơi xuống là tha hồ mang về "cải thiện". Chiều nào cũng reo hò rầm rĩ và lo lắng hốt hoảng xô nhau lội té tát[110] đến chỗ "cá thờn bơn" và tranh nhau hứng. Có đứa bỏ cả khăn mùi xoa[111] trắng tinh ra hứng cá. Nhưng chiều nào cũng chỉ đủ cá bơn để thả lại con suối trong vắt. Rồi chiều hôm sau hàng chục đứa lại lôi nhau xuống suối bắt cá bơn "Cải thiện". Nếu không có cái trò ấy và lên đồi hái hoa thì buồn đến phát khóc lên được. Cùng sơ tán với chúng em có cơ sở của một xí nghiệp dược phẩm.

Họ đến đây từ mấy năm trước. Chúng em ở xen kẽ vào những nhà họ chưa ở hoặc họ dồn lại "nhường". Em và đứa bạn nữa ở sau nhà một "chú" công nhân điện. Gọi thế để "đẩy" các "chú" ra xa. Nhưng nếu lại tự xưng "chú" để mà khinh thường chúng em là trẻ con thì sẽ bị "hạ bệ" ngay. "Chú" thợ điện hơn em chín tuổi, bằng tuổi anh nhưng đừng tự ái nhé, trông chú ta trắng trẻo đẹp trai tưởng mới độ hăm hai, hăm ba. Đi đứng, nói năng đàng hoàng, lịch lãm. Không biết ở chỗ làm, ăn mặc thế nào, lúc về bao giờ "chú" cũng gọn gàng giản dị mà đẹp. Trời nóng vẫn quần xanh, sơ mi trắng. Trời lạnh mặc chiếc áo len gụ[112] cộc[113] tay, hoạ hoằn mới khoác chiếc áo bông xanh phía ngoài. Hàng chục ngày đi qua sân, hôm nào cũng trông thấy nhau nhưng không ai hỏi ai. Đến hôm guốc của hai đứa đều tung hết quai mà không kiếm ra đinh, bọn nó cứ đẩy em đi xin. Thì đi. Vì biết chắc bên ấy có rất nhiều loại đinh mà. Em vào gần đến cửa cứ chần chừ không biết xưng hô thế nào vì thấy anh ta đã xưng chú với nhiều đứa bạn em ở lớp. Đang ngập ngừng nghe tiếng hỏi rất dịu dàng: "Cần gì đấy cháu?" Ức vì cái kiểu khinh thường ấy nhưng không thể phản đối: "Dạ, bên này có đinh không ạ" - "Đóng guốc hả, chú có đây". Giá thử một đồng một cái đinh cũng mua để khỏi nghe cái kiểu cách xưng hô của anh ta. Đã thế thì cứ tôn anh ta lên đã sao. "Dạ, thưa chú, chú có kìm búa không?" "Có" - "Chú có da hoặc cao su cho cháu làm nẹp" - "Không có. À để chú cắt một tí dây buộc xe đạp có được không?" - "Cũng được ạ. Cháu cám ơn chú". Cả hai bên đều nói năng ngọt xớt, dù đều sẵn sàng phì cười về cái trò ấy. Nhưng phải nói "chú" đóng vai khá nhuần nhuyễn[114]. Cần gì thì giúp tận tình nhưng không vồ vập[115] vồn vã. Cũng như đánh đàn ghi ta và hát rất hay nhưng chưa hôm nào nghe thấy "chú" đàn hát. Đêm nào cánh công nhân, có người trông còn già hơn "chú" cũng đến thăm bọn em. "Chú" thì dửng dưng, nằm nhà đọc sách. Cả mấy tháng trời như thế. Em đến khốn khổ về sự quấy rầy của các kỹ sư, dược sĩ của xí nghiệp, các thầy, các anh ở các lớp trên của trường. Đã đến lúc không chịu được nữa em trốn sang "chú" mượn sách đọc. Sách "chú" không nhiều nhưng toàn những tiểu thuyết như "Con đường đau khổ", "Anna Kalênina" v.v.... Em mê đọc sách từ bé, từ khi học cấp II, nhất là mấy năm học cấp III. Mẹ em sợ ảnh hưởng đến học tập cấm đọc truyện. Thành ra những quyển sách đã nhầu nát, với em vẫn là mới mẻ. Có truyện đọc em có cớ để không tiếp khách và đỡ khỏi lên đồi hái hoa, xuống suối hứng cá bơn để giải buồn. Em cũng trở nên thân với "chú". Bất cứ lúc nào cần đọc sách và nghe đàn, nghe hát, "chú" cũng chiều. Hai "chú cháu" cứ tự nhiên, thoải mái như họ hàng thật. Chính những ngày ấy anh ta yêu em. Lúc đầu em thấy đột ngột và sợ. Về sau em yêu thực sự. Lúc yêu em mới biết anh ta đã có vợ hai con. Em giật mình và đau khổ khi biết chuyện đó. Song em không thể cưỡng được mình. Em chỉ cần yêu người nào yêu em thực sự, không cần biết có ai. Em bảo anh ta đưa em về nhà để em nói với chị vợ là giữa em với chị là hai người phụ nữ đều không có tội tình gì, đều có quyền yêu người mình yêu. Bây giờ tuỳ anh ấy, anh có quyền lựa chọn tình yêu ở một trong hai chị em mình. Anh bảo em liều đến thế kia mà. Nhưng anh ta không làm. Anh ta bảo cứ để anh liệu, khong cần gì phải ầm ã[116] lên. Em tin anh ta, em tin những lúc anh ta khóc bên em về nỗi đau khổ bị bó buộc, khóc cả vì sự sung sướng được đến với em. Anh ta bảo: "Nếu ở đời này hạnh phút là có thật, tình yêu là có thật, thì chính em đã đem đến cho anh cái chân lý ấy. Em là người bạn lớn, người thầy lớn của anh". Nhưng anh ta có làm gì đâu. Nói đúng ra cũng làm một cách thụ động chứ không phải có sự kiên quyết dứt bỏ. Nhận ra điều đó, em đã bắt anh ta phải chấm dứt kể cả trong ý nghĩ về em. Tuy mới là những lời nói, chưa có gì phải ân hận, thú thật với anh khi yêu anh ta, em chưa một lần đi chơi như thế này. Nhưng dù sao, cái niềm tin trong em cũng đã mất. Bây giờ chả còn gì để mà tin ai nữa.

— Chả nhẽ đến lúc này em vẫn không phân biệt được giữa giả dối và lòng thành thật?

Cô im lặng trút một hơi thở dài. Sự xúc động thực sự đến lặng đi lại ở người con trai. Không ngờ có một người con gái thành thật với tình yêu của mình đến thế. Mạnh mẽ và sòng phẳng[117]. Chỉ cốt một tình yêu thực, không cần che giấu, không lẩn tránh sự lầm lỡ đã qua. Không sợ bất cứ một cái gì. Hiếm có một người con gái tự nghiêm khắc với mình như thế. Sài ngẩng lên nhìn vào khuôn mặt hơi cúi của em.

— Chả nhẽ anh cũng là kẻ tiếp tục đánh cắp tình yêu của em!

Cô bé rụt rè nhìn vào nỗi dằn vặt[118] hiện cả ở cái miệng đang khép lại, đôi mắt đau đáu nhìn vào đêm sương mờ mịt phủ trên mặt hồ lạnh ngắt. Bằng sự từng trải của mình, cô biết ngay từ khi mới gặp, con người này không hề dối trá điều gì. Đấy là điều cô đang cần, rất khao khát một con người không biết dối trá, không biết màu mè[119], yêu cô thực và lo toan cho cô cũng là sự thật. Anh vẫn nói như kẻ phạm lỗi chính là mình.

— Anh có thể bù đắp những gì em cảm thấy thất vọng trong tình yêu của mình, được không?

Cô bé gật đầu chấp nhận. Anh tiếp:

— Những ngày vừa qua mới chỉ yêu em ở cái vẻ đẹp cả về con người lẫn vẻ dịu dàng, thông minh vốn có ở em. Cho đến lúc này anh càng thấy sự va vấp đã khiến em trở nên sâu sắc rất nhiều. Anh chỉ muốn làm bất cứ việc gì để em hiểu rằng anh đã yêu em cả những gì tốt đẹp, cả những gì còn là khuyết tật nếu có. Sài sợ không nói ra, cô ta không hiểu hết mình, anh vẫn nhận ra mình đang nói vào khoảng trống giữa hai người. Châu đang cúi như suy tính điều gì. Sài im lặng, lúc lâu cô mới bảo:

— Anh nói nữa đi.

— Hình như em không yêu anh.

— Anh thích thế à.

— Anh chỉ còn thiếu nước nhảy xuống Hồ Tây vào lúc này nếu em muốn.

— Nhảy xuống đi.

Anh có cớ để đứng phắt dậy để cô nhận thấy kiên quyết của mình rồi ngồi xuống sát lại hơn.

— Khổ nhiều quá rồi, anh rất sợ sự đùa bỡn.

— Anh cho là em đùa bỡn à?

— Chưa bao giờ anh nghĩ như thế. Nhưng anh rất sợ sự im lặng của em.

— Chả nhẽ em thích thú đến chỗ này để đùa với anh cho vui.

— Có bao giờ em nói được với anh cái điều anh mong đợi ấy đâu.

— Anh chỉ thích nói ra mồm ư?

— Hoàn toàn không, nhưng anh lại thích nghe cái tiếng mà anh cho là rất thiêng liêng ấy.

— Thế đã bao giờ anh hỏi em một cách nghiêm chỉnh chưa.

— Bây giờ nhé.

Cô hơi mỉm cười gật đầu. Rồi cô lại mỉm cười lắc đầu. Vốn có một thói quen "ăn chắc, mặc bền"[120] anh không thể tin một cái gì chưa thực sự nắm chắc ở tay mình. Bỗng khuôn mặt anh sụp xuống, dù đã cố nén một hơi thở dài. Anh ngồi, đầu hơi cúi, quay nghiêng mặt ra phía hồ ào ào gió. Đột nhiên một tiếng "chút" rất nhanh ở má anh. Quên hết mọi sự, anh nhanh nhẹn quay lại giữ lấy khuôn mặt đang tươi cười sung sướng và áp khuôn mặt lạnh giá của mình, đôi môi khô se của mình trùm lên hàm răng trắng bóng đang cười ấy. Cái phút trở ngại lớn lao đã qua rồi, hai cánh tay anh ghì xiết lấy tấm lưng tròn lẳn[121] của em, cả hồ nước, cả cây cối, cả khách sạn Thắng Lợi bên kia lung linh ánh sáng đều chao đảo, nghiêng ngả, không thể nào buông lơi, không thể nào kìm giữ nổi khát cháy của cả hai con người tràn đầy sức lực. Cho đến khi các ghế đá, gốc cây xung quanh đã hết bóng người cô gái hỏi trong hơi thở gấp gáp như đã nghẹt lại: "Có thích không?". Tất nhiên là người con trai gật đầu và để rồi từ giờ phút này họ không phải nói năng bóng gió, dò xét nông sâu. Một cuộc sống thực sự của hai con người đã bắt đầu phải lo toan, tính đếm kể từ cái đêm nay, cái đêm ở bên Hồ Tây này không thể nào quên.

注 释

1. giành giật：争夺，竞争。本文中义为"拼搏"、"挣扎"。
2. cồn cào：肠管蠕动。本文中义为"牵肠挂肚"。
3. giãy đành đạch：打滚挣扎。本文中义为"伸胳膊踢腿发脾气"。
4. ụp：倾覆。本文中义为"翻掉"。
5. trống quân：军鼓调，越南民间曲调的一种，多为男女对唱。
6. ăn gửi nằm nhờ：寄人篱下。
7. giật thót：惊吓，吓一跳。
8. cần câu cơm：本文中义为"饭碗"。
9. cởi phá：解除。
10. con cưng：宠儿，骄子。
11. gớm khiếp：恐怖之极，太可怕了。本文中为叹词"真行"。
12. cười cợt：笑谑，笑耍。
13. dứt điểm：在一定时间内完成；球赛中得分。本文中义为"了结"。
14. nhảy tung：高兴得跳起来，蹦起来。
15. reo hò：欢呼。
16. chuối đổ bão：像香蕉遭暴风而倒似的。本文中义为"涌向"。
17. bực dọc：恼怒。
18. hong hóng：热切盼望，翘首以盼。
19. thấp thỏm：忐忑。
20. liên chi：党、团总支。
21. oà toá：涌出。
22. kiêu kỳ：骄傲。
23. đầu hồi：山墙。
24. bét：糟透了，差极了。
25. huyện đoàn：县团委。
26. nài ép：强求，软磨硬缠。
27. mắt gián rấm：疤瘌眼儿。常用 mắt gián nhắm。
28. mập mờ：模糊；含糊不清。
29. dạ：呢子，毛料。
30. pôpơlin：府绸。
31. bừa bộn：凌乱。
32. vừa vặn：合适，正好。
33. ngượng ngùng：羞涩，难为情。本文中义为"不自然"。
34. lờ đờ：呆滞。
35. khệ nệ：（因负重）行走笨拙貌。
36. nứt nở：胀裂。
37. lỡ tàu：误车，误船。本文中义为"失望"。

38. hợp đồng：合同。本文中义为"事先约好"。
39. chặc：咂嘴发出之声。
40. bồi hồi：局促不安。
41. vụng về：笨拙的，不灵活的。
42. đùa rỡn：同 đùa bỡn, đùa nghịch，嬉戏，耍笑。
43. chớm：开始露出，刚露出。本文中义为"刚到"，"刚出现"。
44. khô héo：枯萎，凋谢。
45. thuận đà：顺势。
46. nổi khùng：发怒，发狂。
47. kinh tởm：可怕，惊恐。
48. kính nể：敬畏。
49. hồn nhiên：天真，纯真，纯朴。
50. rạc：筋骨酥散。本文中义为"累得散了架"。
51. bay lượn：翱翔。
52. chờn vờn：盘旋，盘绕，团团转。
53. chới với túm vuốt：伸长胳膊往空中抓、摸。本文中义为"尽力捕捉"。
54. háo：上火。
55. su hào：苤蓝。
56. váng mỡ：油皮，油衣。
57. ngấn trắng：白痕，白纹。
58. ghét：垢泥。
59. vò xát：搓擦。vò xát xà phòng：打肥皂。
60. rũ：常用 giũ，抖。本文中义为"过水"、"清洗"。
61. móc máy：揭短。本文中义为"搜寻"、"搜索"。
62. cau có：皱着眉头。
63. hờ hững：同 hững hờ, hẵng hờ，冷淡。
64. bẩn thỉu：肮脏的，污秽的。
65. tù túng：囚禁。本文中义为"憋闷"。
66. chầm vập：同 chầm bập，殷勤，热情。
67. hiềm khích：嫌隙。
68. khốn đốn：困难，艰难。
69. túc tắc：慢慢过去。
70. pháp phỏng：悬心，提心吊胆。
71. phân vân：犹豫不决，迟疑。
72. hoả hồng：红利，中介费。
73. ngâm xoan：浸苦楝子树，泡苦楝子树。本文中义为"做盖房子的准备工作"。苦楝子树越浸泡越硬，用做房梁。
74. phục dịch：服役，服务。
75. lụt lội：充斥。本文中义为"彻头彻尾"。

76. cục mịch：粗笨的，愚钝的。
77. chém to kho mặn：粗俗，大老粗。
78. nhem nhuốc：肮脏，脏兮兮的。
79. đã đâu vào đâu：八字还没有一撇呢。
80. lỡ làng：同 nhỡ nhàng，耽误，迟误。
81. quách：干脆，索性。
82. họp hành：开会。
83. đoàn trường：校团委。
84. bận bịu：忙碌。
85. vụng trộm：偷偷地，悄悄地。
86. thì thụt：偷偷摸摸，鬼鬼祟祟。
87. thậm thọt：常用 thậm thụt，鬼鬼祟祟。本文中义为"坐立不安"、"心神不定"。
88. từ tốn：态度温顺谦虚。本文中义为"徐缓"、"从容"。
89. thảnh thơi：逍遥，舒畅。本文中义为"时间还很多"。
90. ban công：阳台。
91. nhòng：戽斗（即 gàu）。
92. khắc khoải：忐忑不安。
93. ấm ức：憋气，忿忿不平。
94. tiếng nói ngọt ấm：温馨甜美的话语。
95. bắt bẻ：指责。
96. lai：用自行车驮带。
97. láu cá：鬼聪明，鬼机灵儿。
98. Ông nào tán cũng khiếp lên được：人人都很会花言巧语。人人都很会讨人喜欢。
99. lính tráng：士兵，兵壮。
100. tuế tóa：(说话) 随随便便，说完了事。
101. dãi bày：陈述。
102. mắc mớ：缠绕，羁绊，不顺。本文中义为"喉咙不通畅"。
103. đùa cợt：逗乐，开玩笑。
104. hù dọa：突然发出喊声吓唬。
105. bòn：一点点地收集。
106. đá cuội：卵石。
107. thờn bơn：比目鱼。
108. mỏng dính：极薄。
109. lá đề：菩提树叶。
110. té tát：水花四溅。
111. khăn mùi xoa：手绢儿。

112. gụ: 红木（多纹，易擦亮，为制家具的良材）。本文中义为"深红色"。
113. cộc: 短。
114. nhuần nhuyễn: 运用熟练而自然。
115. vồ vập: 巴结。
116. âm ã: 嘈杂，吵闹。
117. sòng phẳng: 直爽，爽快，态度分明。
118. dần vặt: 折磨，困扰。
119. màu mè: 花言巧语。
120. ăn chắc mặc bền: 经久耐穿。本文中义为"实打实"、"丁是丁卯是卯"。
121. lẳn: 紧实貌。

NGUYỄN HUY THIỆP 阮辉涉

  阮辉涉，1950年7月26日出生，越南河内市清池县（huyện Thanh Trì thành phố Hà Nội）人。1970年毕业于河内第一师范大学历史系（khoa Sử Đại học Sư phạm I Hà Nội），曾在越南西北山区执教约10年。1980年调到河内在教育部工作，后调地图局地图测量技术公司（Công ty Kỹ thuật trắc địa, Cục Bản đồ）工作。1990年加入越南作家协会（Hội Nhà văn Việt Nam）。现在河内市从事文学创作。

  主要作品有：短篇小说《湄姑娘》（Cô My, 1986）、《滑痕》（Vết trượt, 1986）、《街坊传说》（Huyền thoại phố phường, 1987）、《森林之盐》（Muối của rừng, 1987）、《水神之女》（Con gái Thuỷ thần, 1992）、短篇小说集《退休将军》（Tướng về hưu, 1988）、《如丝丝清风》（Như những ngọn gió, 1995）、《阮辉涉选集》（Tuyển tập Nguyễn Huy Thiệp, 1996）等。

  20世纪80年代后期，阮辉涉在越南文坛上一出现就受到了人们的广泛注意，并引起争论。尽管意见各不相同，但大多数人都认为他是一个实力派作家。其作品的出现使小说界普遍觉得"不能再像过去那样进行创作了"。他的作品充满生活气息，对社会不同阶层不同职业的读者都具有吸引力。他所塑造的人物形象体现的某种思想，值得人们深思。

TƯỚNG VỀ HƯU
退休将军

短篇小说《退休将军》(1987) 通过描写一位 70 余岁的退休少将阮椿 (Nguyễn Thuấn) 在家的所见所闻, 反映越南统一后至 20 世纪 80 年代中期的社会问题和人们的思想观念、心态世相。阮椿常年在部队, 很少回家。偶尔回家一次, 住的时间也很短。家人对他几乎没有什么了解。现在退休回来了, 妻子有病, 儿子在一家物理研究院任工程师, 儿媳阿水 (Thuỷ) 在妇产医院上班。家里还有两个孙女以及在他家寄住的老基 (ông Cơ) 和他的女儿茉莉 (cô Lài)。阮椿在乡下的同父异母弟弟阮俸 (Nguyễn Bổng) 愚昧、卤莽、俗不可耐, 给他添了不少的麻烦。儿媳阿水 (Thuỷ) 是一个十足的实用主义者, 她的许多言行使这位退休将军不能接受。他显得与现实生活格格不入, 越来越怀念部队的生活。退休在家使他明显地苍老了。妻子去世后, 他应邀重返原先所在部队, 精神振奋, 仿佛找到了自己的归宿, 直至最后离开人世。

TƯỚNG VỀ HƯU

I

Khi viết những dòng này, tôi đã thức tỉnh trong vài người quen những cảm xúc mà thời gian đã xoá nhoà, và tôi đã xâm phạm đến cõi yên tĩnh nấm mồ của chính cha tôi. Tôi buộc lòng làm vậy, và xin người đọc vì nể nang những tình cảm đã thúc đẩy tôi viết mà lượng thứ cho ngòi bút kém cỏi của tôi. Tình cảm này, tôi xin nói trước, là sự bênh vực của tôi đối với cha mình.

Cha tôi tên Thuấn, con trưởng họ Nguyễn. Trong làng, họ Nguyễn là họ lớn, số lượng trai đinh có lẽ chỉ thua họ Vũ. Ông nội tôi trước kia học nho, sau về dạy học. Ông nội tôi có hai vợ. Bà cả sinh được cha tôi ít ngày thì mất, vì vậy ông tôi phải đi bước nữa. Bà hai làm nghề nhuộm vải, tôi không tường mặt, chỉ nghe nói là một người đàn bà cay nghiệt vô cùng. Sống với dì ghẻ, cha tôi trong tuổi niên thiếu đã phải chịu đựng nhiều điều cay đắng. Năm mười hai tuổi, cha tôi trốn nhà ra đi. Ông vào bộ đội, ít khi về nhà.

Khoảng năm ... cha tôi về làng lấy vợ. Chắc chắn cuộc hôn nhân này không do tình yêu. Mười ngày nghỉ phép bề bộn công việc. Tình yêu đòi hỏi điều kiện, trong đó thời gian cũng cần.

Khi lớn lên, tôi chẳng biết gì về cha mình cả. Tôi chắc mẹ tôi hiểu về cha tôi cũng ít. Cả đời cha tôi gắn với súng đạn, chiến tranh.

Tôi đi làm, lấy vợ, sinh con. Mẹ tôi già đi. Cha tôi vẫn đi biền biệt. Thỉnh thoảng cha tôi cũng ghé về nhà nhưng những lần về đều ngắn. Cả những bức thư cha tôi gửi về cũng ngắn, dầu rằng dưới những dòng chữ, tôi biết ở đấy chứa nhiều tình thương cùng với âu lo.

Tôi là con một, tôi đã chịu ơn cha tôi về đủ mọi mặt. Tôi được học hành, được du ngoại. Cả những cơ sở vật chất gia đình cũng do cha tôi lo liệu. Ngôi nhà tôi ở ven nội, xây dựng trước khi cha tôi về hưu tám năm. Đấy là một biệt thự đẹp nhưng khá bất tiện. Tôi đã xây cất dựa theo thiết kế của một chuyên gia kiến trúc trứ danh, bạn của cha tôi. Ông này đại tá, chỉ thạo việc xây doanh trại.

Năm bảy mươi tuổi, cha tôi về hưu với hàm thiếu tướng.

Mặc dầu biết trước, tôi vẫn ngỡ ngàng khi cha tôi về. Mẹ tôi đã lẫn[1] (bà hơn cha tôi sáu tuổi) vì vậy thực ra ở nhà chỉ có mình tôi có những tình cảm đặc biệt với sự kiện này. Mấy đứa con tôi còn bé. Vợ tôi biết ít về ông, vì hai chúng tôi lấy nhau khi mà cha tôi đang bặt tin tức. Bấy giờ đang có chiến tranh. Tuy thế, ở trong gia đình, cha tôi bao giờ cũng là hình ảnh của niềm vinh dự, tự hào. Cả ở trong họ, trong làng, tên tuổi cha tôi cũng được mọi người ngưỡng vọng.

Cha tôi về nhà, đồ đạc đơn sơ. Cha tôi khoẻ. Ông bảo: "Việc lớn trong đời cha làm xong rồi!". Tôi: "Vâng". Cha tôi cười. Tâm trạng xúc động lây sang cả nhà, mọi người chuếnh choáng[2] đến nửa tháng trời, sinh hoạt tuỳ tiện, có hôm mười hai giờ đêm mới ăn cơm chiều. Khách khứa đến chơi nườm nượp. Vợ tôi bảo: "Không để thế được". Tôi cho mổ lợn, đi mời họ hàng làng nước đến để chia vui . Làng tôi tuy gần thành phố nhưng mà tập tục nông thôn còn giữ.

Đúng một tháng sau, tôi mới có dịp ngồi với cha tôi bàn chuyện gia đình.

II

Trước khi kể tiếp, xin nói về gia đình tôi:

Tôi ba mươi bảy tuổi, là kỹ sư, làm việc ở Viện Vật lý. Thuỷ, vợ tôi, là bác sĩ, làm việc ở Bệnh viện sản[3]. Chúng tôi có hai con gái, đứa mười bốn, đứa mười hai. Mẹ tôi lẫn lộn, suốt ngày chỉ ngồi một chỗ.

Ngoài những người trên, gia đình tôi còn có ông Cơ và cô con gái gàn dở của ông.

Ông Cơ sáu mươi tuổi, quê Thanh Hoá. Vợ tôi gặp cha con ông khi nhà của họ bị cháy, cơ nghiệp mất sạch. Thấy cha con ông tốt bụng, đáng thương, vợ tôi sắp xếp cho họ ở với chúng tôi. Cha con ông ở dưới nhà ngang, sinh hoạt riêng rẽ nhưng mọi chế độ thì do vợ tôi chu cấp. Không có hộ khẩu, họ không có những tiêu chuẩn lương thực, thực phẩm như những người dân khác trong thành phố.

Ông Cơ hiền hành, chịu khó. Thường ông đảm nhiệm việc chăm vườn tược, lợn gà và đàn chó giống. Nhà tôi nuôi chó béc-giê[4]. Tôi cũng không ngờ việc kinh doanh chó lại thu lợi lớn. khoản thu này trội nhất trong nhà. Cô Lài mặc dầu gàn dở nhưng lại xốc vác và nội trợ giỏi. Vợ tôi dạy cô cách thức nấu bóng⁵, nấu nấm, nấu gà hầm. Cô bảo: "Cháu chẳng ăn thế bao giờ". Cô không ăn thật.

Cả hai vợ chồng và hai con tôi không phải lo toan công việc gia đình. Từ ăn uống, giặt giũ, tất cả giao cho hai người giúp việc. Vợ tôi cầm chịch⁶ các khoản chi tiêu. Tôi bận nhiều việc, hiện đang vùi đầu vào công trình ứng dụng điện phân.

Cũng cần nói thêm: quan hệ tình cảm của vợ chồng tôi êm thấm. Thuỷ có học thức, sống theo lối mới. Chúng tôi suy nghĩ độc lập, nhìn nhận vấn đề xã hội tương đối giản dị. Thuỷ am tường các việc lo liệu kinh tế cũng như dạy dỗ con cái. Còn tôi, hình như tôi khá cổ hủ, đầy bất trắc và thô vụng⁷.

III

Tôi quay lại đoạn kể cha con tôi bàn việc gia đình. Cha tôi bảo: "Nghỉ rồi, cha làm gì?". Tôi bảo: "Viết hồi ký". Cha tôi bảo: "Không!". Vợ tôi bảo: "Cha nuôi vẹt xem". Trên phố dạo này nhiều người nuôi chim hoạ mi, chim vẹt. Cha tôi bảo: "Kiếm tiền à?". Vợ tôi không trả lời. Cha tôi bảo: "Để xem đã!".

Cha tôi cho mỗi người trong nhà bốn mét vải lính. Ông Cơ và cả cô Lài cũng thế. Tôi cười: "Cha bình quân!". Cha tôi bảo: "Đây là lẽ sống". Vợ tôi bảo: "Cả nhà đồng phục thì thành doanh trại". Mọi người cười ồ.

Cha tôi muốn ở một phòng dưới dãy nhà ngang giống như mẹ tôi. Vợ tôi không chịu. Cha tôi buồn. Việc để mẹ tôi ăn riêng, ở riêng làm ông bứt rứt. Vợ tôi bảo: "Tại mẹ lẫn". Cha tôi đăm chiêu.

Tôi cũng không hiểu sao hai đứa con gái của tôi ít gần ông nội. Tôi cho chúng học ngoại ngữ, học nhạc. Chúng lúc nào cũng bận. Cha tôi bảo: "Các cháu có sách gì mang cho ông đọc". Cái Mi cười, Còn cái Vi bảo: "Ông thích đọc gì?". Cha tôi bảo: "Cái gì dễ đọc". Hai đứa bảo: "Thế thì không có". Tôi đặt báo hàng ngày cho ông. Cha tôi không thích văn học. Văn chương nghệ thuật bây giờ đọc rất khó vào.

Một hôm tôi đi làm về, cha tôi đứng ở dãy nhà vợ tôi nuôi chó và gà công nghiệp⁸. Trông ông không vui. Tôi hỏi: "Có chuyện gì thế?". Ông bảo: "Ông Cơ và cô Lài vất vả quá. Họ làm không hết việc. Cha muốn giúp họ được không?". Tôi bảo: "Để con hỏi Thuỷ". Vợ tôi bảo: "Cha là tướng. Về hưu cha vẫn là tướng. Cha là chỉ huy. Cha mà làm lính thì dễ loạn cờ". Cha tôi không nói năng gì cả.

Cha tôi nghỉ hưu nhưng khách khứa nhiều. Điều đó làm tôi ngạc nhiên, thậm chí thích thú. Vợ tôi bảo: "Đừng mừng ... Họ chỉ nhờ vả. Cha ạ, cha đừng làm gì quá sức". Cha tôi cười: "Chẳng có gì đâu. Cha chỉ viết thư" ... Thí dụ: ...*Thân gửi N. tư lệnh quân khu ... Tôi viết thư này cho cậu ...Hơn năm mươi năm, đây là lần đầu tôi ăn tết mồng ba tháng ba dưới mái nhà mình. Hồi ở chiến trường, hai đứa chúng mình đã từng mơ ước. v.v* ... Cậu nhớ cái xóm ven đường, cô Huệ đã làm bánh trôi bằng bột mì mốc. Bột mì bê bết trên lưng v.v ...Nhân đây, M. là người tôi quen, muốn được công tác dưới quyền của cậu. v.v ... ". Cha viết như thế có được không?" Tôi bảo: "Được". Vợ tôi bảo: "Không được!" Cha tôi gãi cằm: "Người ta nhờ mình".

Cha tôi thường bỏ thư viết vào phong bì đựng công văn bằng giấy cứng, cỡ 20x30, trên có in chữ *Bộ Quốc phòng*, rồi đưa cho người nhờ vả mang đi. Sau ba tháng, hết sạch loại phong bì ấy. Ông làm phong bì bằng thứ giấy bìa học sinh⁹ cũng to bằng cỡ 20x30. Một năm sau, ông cho thư vào thứ phong bì bình thường vẫn bán ở quầy bưu điện, giá năm đồng một chục cái.

Tháng bảy năm ấy, tức là ba tháng sau ngày cha tôi về nghỉ, chú họ tôi, ông Bổng, cưới vợ cho con.

IV

Ông Bổng với cha tôi là anh em cùng cha khác mẹ. Thằng Tuân con trai ông làm nghề đánh xe bò. Hai cha con đều ghê gớm, to như hộ pháp, ăn nói văng mạng. Thằng Tuân lấy vợ lần này là lần thứ hai. Vợ trước bị đánh đau quá, bỏ đi. Ra toà, nó khai là vợ theo trai, toà phải chịu. Cô vợ lần này tên là Kim Chi, làm nghề nuôi dạy trẻ, con nhà có học hẳn hoi, xí xớn[10] thế nào nghe nói có thai với nó. Kim Chi là cô gái đẹp, làm vợ thằng Tuân đúng là *"hoa nhài cắm bãi cứt trâu*[11]*"*. Thâm tâm chúng tôi, không ưa cha con ông Bổng, khốn nỗi *"một giọt máu đào hơn ao nước lã*[12]*"*, giỗ tết vẫn phải đi lại nhưng mà ngày thường cũng nhạt. Ông Bổng hay nói: "Quân trí thức khốn nạn! Rẻ dân lao động! Nể bố nó, không tôi cạch cửa[13]!". Nói thế ông Bổng vẫn sang vay tiền. Vợ tôi khe khắt, bao giờ cũng bắt ông phải ký cược. Ông Bổng rất ức. Ông nói: "Mình là chú nó, trót vay nợ nó mà nó cư xử hệt như địa chủ". Nhiều món nợ ông cứ lờ đi không trả.

Cưới vợ cho con, ông Bổng nói với cha tôi: "Anh phải đứng ra chủ hôn. Bố cháu Kim Chi vụ phó, anh là tướng, thế là "môn đăng hộ đối". Sau này các cháu nhờ phúc của ông, như tôi là thằng phu xe, báu gì!" Cha tôi bằng lòng.

Đám cưới ngoại ô lố lăng và khá dung tục. Ba ô tô. Thuốc lá đầu lọc nhưng gần cuối tiệc hết sạch, phải thay bằng thuốc lá cuốn. Năm mươi mâm cỗ nhưng ế mười hai. Chàng rể mặc comlê đen, *cravát*[14] đỏ. Tôi phải cho mượn cái *cravát* đẹp nhất trong tủ áo. Nói là mượn, chắc gì đòi được. Phù rể[15] là sáu thanh niên ăn mặc hệt nhau, đều quần bò, râu ria rất hãi. Đầu tiệc là dàn nhạc sống chơi bài Ave Maria[16]. Một anh cùng hợp tác xã xe bò thằng Tuân nhảy lên đơn ca một bài khủng khiếp:

> ừ ... ê... cái con gà quay
> Ta đi lang thang khắp miền giang hồ
> Tìm nơi nào có tiền
> Tiền ơi, mau vào túi ta
> ừ... ê... cái con gà rù...

Sau đó đến lượt cha tôi. Ông luống cuống, khổ sở. Bài văn chuẩn bị công phu hoá thừa. Kèn clarnét[17] đệm rất bậy bạ sau dấu chấm câu. Pháo âm ĩ. Trẻ con bình luận nhảm nhí. Cha tôi nhảy cóc[18] từng đoạn. Ông cầm tờ giấy mà run bắn người. Một sự ô hợp láo nháo thản nhiên rất đời, thô thiển, thậm chí còn ô trọc nữa làm ông kinh hãi, đau đớn. Ông vụ phó thông gia cũng đâm hoảng hốt, luống cuống, làm đổ cả rượu xuống váy cô dâu. Chẳng nghe thấy gì. Dàn nhạc sống át đi bằng những ca khúc vui vẻ quen thuộc của các ban nhạc Beatles[19] và Abba[20].

Sau đó, rắc rối đầu tiên đến với cha là việc Kim Chi sinh cháu chỉ sau hôm cưới chục ngày. Gia đình ông Bổng bê bối. Ông say rượu, tống cổ con dâu ra cửa. Thằng Tuân cầm dao chém bố, may trượt.

Vô phương[21], cha tôi phải đón cháu dâu về nhà. Gia đình tôi thêm hai khẩu. Vợ tôi không nói năng gì. cô Lài thêm một trách nhiệm. Được cái cô Lài vô tâm, tính lại yêu trẻ.

V

Một tối, tôi đang đọc *Sputnhich*[22], cha tôi lặng lẽ đi vào. Ông bảo: "Cha muốn nói chuyện với con". Tôi pha cà phê, cha tôi không uống. Ông hỏi: "Con có để ý công việc của Thuỷ không con? Cha cứ rờn rợn[23]".

Vợ tôi làm việc ở bệnh viện sản, công việc là nạo phá thai. Hàng ngày các rau thai nhi bỏ đi Thuỷ cho vào phích đá đem về. Ông Cơ nấu lên cho chó, cho lợn. Thực ra điều này tôi biết nhưng cũng bỏ qua, chẳng quan trọng gì. Cha tôi dắt tôi xuống bếp, chỉ vào nồi cám, trong đó có các mẩu thai nhi bé xíu. Tôi lặng đi. Cha tôi khóc. Ông cầm phích đá ném vào đàn chó *béc giê*: "Khốn nạn! Tao không cần sự giàu có này!" Đàn chó sủa vang. Ông bỏ lên nhà. Vợ tôi đi vào nói với ông Cơ: "Sao không cho vào máy xát? Sao để ông biết?" Ông Cơ bảo: "Cháu quên, cháu xin lỗi mợ".

Tháng mười hai, vợ tôi gọi người bán sạch đàn chó *béc giê*. Vợ tôi bảo: "Anh thôi hút thuốc *Galăng*[24] đi. Năm nay nhà mình hụt thu hai mươi bảy nghìn, chi lạm mười tám nghìn, cộng là bốn mươi lăm nghìn."

Kim Chi hết thời gian nghỉ, đi làm. Nó bảo: "cám ơn anh chị, em đưa con về nhà đây". Tôi hỏi: "Về đâu?". Thằng Tuân đã bị bắt giam vì tội côn đồ. Kim Chi đưa con về nhà của bố mẹ đẻ. Cha tôi đưa về tận nơi bằng xe tắc-xi thuê riêng. Cha tôi ở chơi với ông vụ phó bố của Kim Chi một ngày. Ông này vừa đi công tác ở Ấn Độ về, ông biếu cha tôi một mảnh lụa hoa và nửa lạng cao tổng hợp[25]. Cha tôi cho cô Lài mảnh lụa hoa, cho ông Cơ nửa lạng cao.

VI

Trước tết Nguyên đán, ông Cơ nói với cả hai vợ chồng tôi: "Cháu xin cậu mợ một việc". Vợ tôi hỏi: "Việc gì ?". Ông Cơ nói vòng vèo, chẳng đâu vào đâu. Đại để ông ấy muốn về thăm quê. Ở với chúng tôi sáu năm, cũng có dành dụm, ông Cơ muốn về bốc mộ[26] bà vợ. Để lâu ngày chắc ván đã sụt. *"Nghĩa tử là nghĩa tận*[27]*".* Ở thành phố, cũng muốn về thăm họ hàng làng xóm cho nó mát mặt. Bây giờ đã vậy, sau này *"cáo chết ba năm quay đầu về núi*[28]*".* Vợ tôi cắt lời: "Thế bao giờ đi?". Ông Cơ gãi đầu: "Đi mười ngày, về Hà Nội trước hăm ba tết". Vợ tôi tính: "Được. Anh Thuần này (Thuần là tên tôi), anh có nghỉ phép được không?". Tôi bảo: "Được". Ông Cơ bảo: "Chúng cháu muốn mời ông về quê chơi. Như đi du lịch". Vợ tôi bảo: "Tôi không thích. Thế ông bảo sao?" Ông Cơ bảo: "Ông đồng ý rồi. Không có ông, cháu cũng chẳng nhớ đến việc cải mộ nhà cháu". Vợ tôi hỏi: "Thế hai cha con có bao nhiêu tiền?". Ông Cơ bảo: "Cháu có ba nghìn, ông cho hai nghìn là năm". Vợ tôi bảo: "Được, đừng lấy hai nghìn của ông, tôi bù cho hai nghìn ấy, lại cho thêm năm nghìn. Thế là hai cha con có chục nghìn. Đi được".

Trước hôm đi, vợ tôi làm cơm. Cả nhà ngồi ăn, có cả ông Cơ, cô

Lài. Cô Lài vui lắm, mặc bộ quần áo mới may bằng vải cha tôi cho hôm về. Cái Mi và cái Vi trêu: "Chị Lài xinh nhất". Cô Lài cười thỏn thẻn: "Chả phải. Mợ mới xinh nhất". Vợ tôi bảo: "Em đi chú ý đỡ ông những khi tàu xe". Cha tôi bảo: "Hay thôi không đi?". Ông Cơ giãy nảy: " Chết! Cháu đã điện rồi. Mang tiếng[29] chết!". Cha tôi thở dài: "Tôi có tiếng gì mà mang?".

VII

Cha tôi đi Thanh Hoá cùng ông Cơ và cô Lài vào sáng chủ nhật. Tối thứ hai, tôi đang xem tivi thì nghe tiếng "huỵch", vội chạy ra ngoài thấy mẹ tôi ngã gục góc vườn. Mẹ tôi lẫn bốn năm nay, cho ăn biết ăn, cho uống biết uống, phải giục đi ngoài. Mọi hôm có cô Lài săn sóc không sao. Hôm nay tôi sơ ý, cho ăn mà không giục đi ngoài. Tôi đỡ mẹ tôi vào, bà cụ cứ gục mặt xuống. Không thấy có vết đau. Nửa đêm tôi dậy, thấy mẹ tôi lạnh toát[30], mắt dại đi. Tôi sợ, gọi vợ tôi. Thuỷ bảo: "Mẹ già rồi". Hôm sau mẹ tôi không ăn. Hôm sau nữa cũng không ăn, không chủ động đi ngoài. Tôi giặt giũ, thay chiếu. Có ngày mười hai lần. Tôi biết Thuỷ và hai con tôi ưa sạch sẽ nên tôi thay giặt luôn, không giữ ở nhà mang ra tận kênh đào. Thuốc đổ vào cứ trớ[31] ra.

Hôm thứ bảy, mẹ tôi bỗng ngồi dậy được. Đi lững thững một mình ra vườn. Ăn được cơm. Tôi bảo: "Mừng rồi". Vợ tôi không nói năng gì, chiều hôm ấy thấy mang về chục mét vải trắng, lại gọi cả thợ mộc. Tôi hỏi: "Chuẩn bị à?". Vợ tôi bảo: "Không".

Hai hôm sau, mẹ tôi nằm liệt, lại bỏ ăn, lại đi ngoài như cũ. Người dốc nhanh, thải ra thứ nước - nâu sền sệt rất khắm. Tôi đổ sâm. vợ tôi bảo: "Đừng đổ sâm. khổ cho mẹ". Tôi oà khóc. Rất lâu tôi mới oà khóc như thế. Vợ tôi nín lặng, rồi lại bảo: "Tùy anh".

Ông Bổng sang thăm. Ông nói: "Bà ấy cứ xoay ngang xoay dọc trên giường thế này là gay go lắm đấy". Lại hỏi: "Chị ơi, chị nhận ra em không?". Mẹ tôi bảo: "Có". Lại hỏi: "Thế em là ai?". Mẹ tôi bảo : "Là người". Ông Bổng khóc oà lên: "Thế là chị thương em nhất. Cả làng cả họ gọi em là đồ chó. Vợ em gọi em là đồ đểu. Thằng Tuân gọi em là đồ khốn nạn. Chỉ có chị gọi em là người".

Lần đầu tiên, cái ông chú đánh xe bò, lỗ mãng, táo tợn làm đủ mọi điều phi nhân bất nghĩa hoá thành đứa trẻ ngay trước mắt tôi.

VIII

Cha tôi về đến nhà thì sáu tiếng sau mẹ tôi mất. Ông Cơ và cô Lài nói: "Tại chúng cháu. Chúng cháu ở nhà thì bà không mất". Vợ tôi bảo: "Nói nhảm". Cô Lài khóc: "Bà ơi, bà đánh lừa con bà đi? Sao bà không cho con đi hầu bà?". Ông Bổng cười: "Mày muốn đi hầu bà thì đi, tao cho đóng ván". Khi liệm mẹ tôi, cha tôi khóc, ông hỏi ông Bổng: "Sao người bà ấy rút nhanh thế? Người già ai cũng chết khổ như thế này à?". Ông Bổng bảo: "Anh lẩm cẩm. Hôm nào nước mình cũng có hàng nghìn người chết khổ nhục vật vã đau đớn. Mỗi lính tráng các anh, 'đòm' phát là sướng".

Tôi cho bắc rạp[32], bảo thợ mộc đóng quan tài. Ông Cơ cứ loay hoay bên đống ván vợ tôi cho xẻ hôm trước. Ông thợ mộc quát: "Sợ chúng ông ăn cắp gỗ à?". Ông Bổng hỏi: "Ván mấy phân". tôi bảo: "Bốn phân". Ông Bổng bảo: "Mất mẹ bộ xalông. Ai lại đi đóng quan tài bằng gỗ dổi[33] bao giờ? Bao giờ bốc mộ. Cho chú bộ ván". Cha tôi ngồi âm thầm, trông rất đau đớn.

Ông Bổng bảo: "Chị Thuỷ luộc cho tôi con gà, nấu hộ nồi xôi". Vợ tôi hỏi: "Mấy cân gạo hả chú?". Ông Bổng bảo: "Mẹ mày, sao hôm nay cứ ngọt xớt[34] thế? Ba cân". Vợ tôi bảo tôi : "Họ hàng nhà anh kinh bỏ mẹ".

Ông Bổng hỏi tôi: "Nhà này ai *chủ trì kinh tế?*". Tôi bảo: "Vợ cháu". Ông Bổng bảo: "Đấy là ngày thường. Tao hỏi *đám ma này thì ai chủ trì kinh tế?"* Tôi bảo: "Vợ cháu". Ông Bổng bảo: "Không được con ơi! Khác máu tanh lòng³⁵. Tao bảo bố mày nhé". Tôi bảo: "Ông để con". Ông Bổng bảo: "Đưa tao bốn nghìn. mày định làm bao nhiêu mâm?". Tôi bảo: "Mười mâm". Ông Bổng bảo: "Không đủ cho *đô tuỳ* rửa ruột. Mày bàn với vợ mày đi. Bốn mươi mâm". Tôi đưa cho ông bốn nghìn rồi vào nhà. Vợ tôi bảo: "Em nghe hết rồi. Em tính ba chục mâm, tám trăm đồng một mâm, ba tám hai tư. Hai tư nghìn. phụ phí sáu nghìn. Việc mua bán em lo. Cỗ giao cho cô Lài. Đừng nghe ông Bổng. Lão ấy đểu lắm". Tôi bào: "Ông Bổng cầm bốn nghìn rồi". Vợ tôi bảo: "Buồn anh lắm". Tôi bảo: "Anh đòi lại nhé". Vợ tôi bảo: "Thôi, coi như trả công. Lão ấy tốt nhưng nghèo".

Phường bát âm³⁶ đến bốn người. Cha tôi ra tiếp. Nhập quan lúc bốn giờ chiều. Ông Bổng cạy miệng mẹ tôi cho vào chín đồng vừa tiền chinh Khải Định, vừa tiền một hào nhôm. Ông bảo: "Để đi đò". Lại cho vào cỗ bài tổ tôm³⁷, có lẫn cả mấy quân tam cúc³⁸. Ông bảo: "Không sao, ngày xưa bà ấy vẫn chơi tam cúc".

Đêm ấy, tôi thức canh quan tài mẹ tôi, ngẫm nghĩ lan man đủ điều. Cái chết sẽ đến với mỗi chúng ta, chẳng trừ ai cả.

Ngoài sân, ông Bổng với mấy bác *đô tuỳ* ngồi đánh tam cúc ăn tiền. Khi nào kết tốt đen³⁹, ông Bổng lại chạy vào vái quan tài mẹ tôi: "Lạy chị, chị phù hộ cho em để em vét thật nhẵn túi chúng nó".

Cái Mi, cái Vi cũng thức với tôi. Cái Mi hỏi: "Sao chết đi qua đò cũng phải trả tiền? Sao lại cho tiền vào miệng bà?". Cái Vi bảo: "Đấy có phải ngậm miệng ăn tiền không bố?". Tôi khóc: "Các con không hiểu đâu. Bố cũng không hiểu. Đấy là mê tín". Cái Vi bảo: "Con hiểu đấy. Đời người cần không biết bao nhiêu là tiền⁴⁰. Chết cũng cần".

Tôi thấy cô đơn quá. Các con tôi cũng cô đơn. Cả đám đánh bạc. Cả cha tôi nữa.

IX

Từ nhà tôi ra nghĩa địa đi tắt chỉ năm trăm mét nhưng đi đường chính qua cổng làng phải hai cây số. Đường bé, không đẩy xe đòn[41] được mà phải khiêng vai. *Đô tuỳ* thay nhau đến ba chục người, có nhiều người vợ chồng tôi không biết tên gì. Họ khênh quan tài hồn nhiên như việc bình thường vẫn làm, như khênh cột nhà. Vừa đi vừa nhai trầu, hút thuốc, tán chuyện. Khi nghỉ, đứng ngồi ngổn ngang ngay bên quan tài. Có người nằm lăn ra nói: "Mát thật, không bận cứ ngủ đây đến tối". Ông Bổng bảo: "Các bố[42] ơi, đi đi còn về nhắm[43]". Thế là đi. Tôi chống gậy giật lùi trước quan tài theo tục lệ *"cha đưa mẹ đón[44]"* Ông Bổng bảo: "Bao giờ tôi chết, đô tuỳ của tôi toàn dân cờ bạc, cỗ không thịt lợn mà thịt chó". Cha tôi bảo: "Chú ơi, lúc này mà chú đùa à?". Ông Bổng nín bặt, lại khóc: "Chị ơi, chị đánh lừa em chị đi... Chị bỏ em chị đi...". Tôi nghĩ: "Sao lại đánh lừa? Chẳng lẽ người chết đều đã đánh lừa người sống cả sao? Bãi tha ma này toàn quân lừa lọc?".

Chôn cất xong, mọi người về nhà. Bày ra một lúc hai mươi tám mâm. Nhìn mâm cỗ, tôi thật kính trọng cô Lài. Mâm nào cũng gọi: "Lài đâu?". Cô Lài miệng dạ tíu tít, chạy ra bê rượu, bê thịt. Đến tối, cô Lài tắm giặt, mặc quần áo mới ra hương án khóc: "Bà ơi, cháu xin lỗi bà, cháu không đưa bà ra đồng... Hôm trước bà thèm canh cua, cháu ngại làm, bà chẳng được ăn... Bây giờ đi chợ, cháu biết mua quà cho ai?...". Tôi thấy đắng ngắt. Tôi nhớ đã chục năm nay tôi chưa lần nào mua được cho mẹ chiếc bánh hay là gói kẹo. Cô Lài lại khóc: "Cháu ở nhà thì bà có chết không bà?". Vợ tôi bảo : "Đừng khóc". Tôi cáu: "Cứ để cho cô ấy khóc. Đám ma không có tiếng khóc buồn lắm. Nhà mình có ai biết khóc bà cụ thế đâu?". Vợ tôi bảo: "Ba mươi hai mâm. Anh phục em tính sát không?". Tôi bảo: "Sát".

Ông Bổng bảo: "Tôi đi xem giờ. Bà cụ được *một cái nhập mộ, hai cái trùng tang, một cái thiên di*[45]. Có yểm bùa[46] không?". Cha tôi bảo:

"Bùa con khỉ. Trong đời mình, tôi chôn ba nghìn người chẳng có người nào thế này". Ông Bổng bảo: "Thế là sướng, "đòm" phát là xong". Ông giơ một ngón tay trỏ làm hiệu bóp cò.

X

Tết năm đó, nhà tôi không mua hoa đào, không gói bánh chưng. Chiều mồng hai, đơn vị cũ của cha tôi cho người về viếng mẹ tôi. Biếu năm trăm đồng: Ông Chưởng, phó của cha tôi bây giờ lên tướng, ra mộ thắp hương. Anh Thanh đại uý cần vụ đi theo rút súng bắn ba phát lên trời. Sau này, trẻ con trong làng kháo bộ đội bắn hai mốt phát đại bác viếng bà Thuấn. Ông Chưởng hỏi cha tôi: "Anh muốn về thăm đơn vị dối già[47] không? Tháng năm tập trận. Đơn vị cho xe về đón". Cha tôi bảo: "Được".

Ông Chưởng đi thăm cơ ngơi nhà tôi, có ông Cơ hướng dẫn. Ông Chưởng bảo cha tôi: "Cơ ngơi của anh *ác* thật. Vườn cây, ao cá, chuồng lợn, chuồng gà, biệt thự. Thế là vững tâm". Cha tôi bảo: "Con tôi làm đấy". Tôi bảo: "Đấy là vợ cháu". Vợ tôi bảo: "Cô Lài chứ". Cô Lài cười thổn thển, dạo này đầu cứ gật gật liền hồi như bị động kinh: "Chả phải". Cha tôi đùa: "Thế thì do mô hình V.A.C[48]".

Sáng mồng ba. Kim Chi đi xích lô bế con về thăm. Vợ tôi mừng tuổi một nghìn. Cha tôi hỏi: "Thằng Tuân có thư từ gì không?". Kim Chi bảo: "Không". Cha tôi bảo: "Lỗi ở bác đấy. Tao không biết mày có chửa". Vợ tôi bảo: "Chuyện ấy là thường. Bây giờ làm gì có trinh nữ. Con làm ở bệnh viện sản, con biết". Kim Chi ngượng. Tôi bảo: "Đừng nói thế. Nhưng mà làm trinh nữ thì mệt thật". Kim Chi khóc: "Anh ơi, đàn bà chúng em nhục lắm. Để con gái ra, em cứ nát ruột nát gan". Vợ tôi bảo: "Tôi còn hai con gái cơ". Tôi bảo: "Thế các người tưởng làm đàn ông thì không nhục à?". Cha tôi bảo: "Đàn ông thằng nào có *tâm* thì nhục. *Tâm* càng lớn, càng nhục". Vợ tôi bảo: "Nhà mình nói năng như điên khùng cả. Thôi đi ăn. Hôm nay có cô Kim Chi, tôi đãi mỗi người một con gà hầm tâm sen[49]. *Tâm* đấy. Ăn là trên hết".

XI

Gần nhà tôi ở có cậu Khổng, trẻ con gọi là Khổng Tử. Khổng làm ở xí nghiệp nước mắm nhưng lại thích thơ, làm thơ gửi báo *Văn Nghệ*. Khổng hay sang chơi. Khổng bảo: "Thơ *siêu* nhất[50]". Cậu đọc cho tôi nghe Loócca[51], Uýtxman[52] v.v... Tôi không thích Khổng, ngờ ngợ cậu ta sang chơi vì một cái gì phiêu lưu còn hơn cả thơ ca nữa. Một bận, thấy trong giường ngủ vợ tôi có một tập thơ chép tay. Vợ tôi bảo: "Thơ của cậu Khổng anh có đọc không?". Tôi lắc đầu. Vợ tôi bảo: "Anh già rồi". Bất giác tôi thoáng rùng mình.

Một hôm bận trực cơ quan nên tôi về muộn. Cha tôi đón cổng, ông bảo: "Thằng Khổng sang chơi từ chập tối. Nó với vợ mày cứ rúc rích với nhau, bây giờ chưa về, chướng quá". Tôi bảo: "Cha đi ngủ đi, để ý làm gì?". Cha tôi lắc đầu, bỏ đi lên gác. Tôi dắt xe máy ra đường, phóng lang thang khắp phố cho kỳ hết xăng. Tôi dắt xe đến ngồi ở một góc vườn hoa như một tên du thủ du thực. Có một cô mặt đánh phấn đi ngang qua hỏi: "Ông anh ơi, có đi chơi không?". Tôi lắc đầu.

Khổng có ý tránh mặt tôi. Ông Cơ ghét lắm, một hôm bảo tôi: "Cháu đánh nó nhé?". Suýt tôi gật đầu. Lại nghĩ: "Thôi".

Tôi vào thư viện mượn thử ít sách. đọc Loócca, Uýtxman... tôi cứ mơ hồ thấy những nghệ sĩ trác tuyệt là những con người cô đơn khủng khiếp. Bỗng thấy thằng Khổng có lý. Chỉ tức nó đểu. Sao nó không đưa thơ nó cho người khác xem mà lại đưa cho vợ tôi?

Cha tôi bảo: "Anh nhu nhược. Duyên do là anh *đếch* sống được một mình". Tôi bảo: "Không phải, cuộc đời nhiều trò đùa lắm". Cha tôi bảo: "Anh cho là trò đùa à?". Tôi bảo: "Không phải trò đùa, nhưng cũng không phải nghiêm trọng".

Cha tôi bảo: "Sao tôi cứ như lạc loài?".

Cơ quan định cử tôi đi công tác phía Nam. Tôi bảo vợ tôi: "Anh đi nhé?". Vợ tôi bảo: "Đừng đi. Mai anh sửa cửa nhà tắm, cái cửa hỏng rồi. Hôm nọ cái Mi đang tắm, thằng Khổng đi qua định giở trò đểu làm nó hết hồn. Thằng khốn nạn ấy em cấm cửa rồi". Vợ tôi oà khóc: "Em thật có lỗi với anh, với con". Tôi khó chịu quay đi. Nếu có cái Vi bây giờ thì nó sẽ hỏi tôi rằng: "Bố ơi, đấy có phải là nước mắt cá sấu⁵³ không?".

XII

Tháng năm, đơn vị cũ cho xe về đón cha tôi. Anh Thanh đại uý cầm thư của ông Chưởng về. Cha tôi cầm thư run run. Thư viết: "... *Chúng tôi cần anh, mong anh...nhưng anh đi được thì đi, không ép*". Tôi nghĩ cha tôi không nên đi nữa nhưng nói ra bất tiện. Cha tôi già sụp hẳn đi từ khi về hưu. Hôm nay cầm thư, thấy ông nhanh nhẹn và trẻ trung hẳn. Tôi cũng vui lây. Vợ tôi chuẩn bị đồ đạc cho vào cái sắc du lịch. Cha tôi không nghe, ông bảo: "Cho vào ba lô".

Cha tôi đi chào làng nước⁵⁴ một lượt, ra cả ngoài mộ mẹ tôi, lại bảo anh Thanh bắn ba phát súng lên trời. Buổi tối cha tôi gọi ông Cơ đến cho hai nghìn, bảo khắc một cái bia đá gửi về Thanh Hoá đánh dấu mộ vợ. Cha tôi lại gọi cô Lài đến bảo: "Cháu lấy chồng đi". Cô Lài oà khóc: "Cháu xấu xí lắm, chẳng ai lấy. Lại cả tin nữa". Cha tôi nghẹn ngào: "Con ơi, con không hiểu rằng cả tin chính là sức mạnh để sống hả con?". Tôi cũng không ngờ những điều như thế lại là điềm báo chuyến này cha tôi ra đi không về.

Trước khi lên xe, cha tôi lấy trong ba lô quyển vở học sinh. Ông đưa cho tôi. Ông bảo: "Trong này cha có ghi chép ít điều, con đọc thử xem". Cái Mi, cái Vi chào ông. Cái Mi hỏi: "Ông đi ra trận hả ông?". Cha tôi bảo: "Ừ". Cái Vi hỏi: "*Đường ra trận mùa này đẹp lắm* có phải không ông?". Cha tôi chửi: "Mẹ mày! Láo!".

XIII

Cha tôi đi được vài ngày thì ở nhà xảy ra chuyện cười nôn ruột. Số là ông Cơ cùng với ông Bổng vớt bùn dưới ao (vợ tôi trả ông Bổng hai trăm đồng một ngày công, cơm nuôi), bỗng thấy một cái đít chum nổi lên. Hai ông hì hục đào, lại thấy một đít chum nữa. Ông Bổng đoán chắc các cụ ngày xưa chôn của. Hai ông bảo với vợ tôi. Thuỷ đến xem, cũng lội xuống đào. Rồi cả cô Lài, cả cái Mi, cái Vi. Cả nhà bê bết bùn đất. Vợ tôi bắt phải ngăn ao, lại đi thuê máy bơm về tát nước. Không khí thật nghiêm trang. Ông Bổng thích lắm: "Công tao thấy trước, cứ phải chia tao một chum." Hì hục một ngày, đào được hai cái chum sứt trong chẳng có gì, ông Bổng bảo: "chắc còn nữa". Lại đào. Được thêm một cái chum nữa. Cũng vỡ. Cả nhà mệt lả. Bụng đói cồn cào. Vợ tôi sai mua bánh mì về ăn lấy sức đào tiếp. Đào gần chục mét thì vớ được cái lọ sành. Cả nhà mừng rỡ, ai cũng đoán vàng. Mở ra trong ấy thấy toàn một chuỗi "Bảo Đại thông bảo" bằng đồng đã han rỉ cả. Lại thấy một cái mề đay[55] mủn nát. Ông Bổng bảo: "Thôi chết, tao nhớ ra rồi. Ngày xưa tao với trùm Nhân ăn trộm ở nhà Hàn Tín, bị đuổi, trùm Nhân vứt cái lọ này xuống ao". Cả nhà được một mẻ cười nôn ruột. Trùm Nhân là tên ăn trộm khét tiếng ở vùng ngoại ô. Hàn Tín trước kia là lính thuộc địa cho Tây, tham gia phong trào "Rồng Nam phun bạc, đánh đuổi Đức tặc[56]". Cả hai đã chết mục xác từ thuở nào thuở nào[57]. Ông Bổng bảo: "Không sao, bây giờ cả làng này chết tao cũng đủ tiền đi đò nhét vào miệng họ".

Sáng hôm sau, ngủ dậy thì tôi nghe thấy có tiếng gọi cổng. Tôi ra thấy Khổng đứng ngoài. Tôi nghĩ: "Mẹ khỉ, cái thằng đểu này là điềm gở nhất của số phận mình". Khổng bảo: "Anh Thuần ơi, anh có điện. Ông *cụ mất rồi!*"

XIV

Điện của ông Chưởng: *"Thiếu tướng Nguyễn Thuấn, hy sinh khi làm nhiệm vụ hồi... giờ... ngày... mai táng tại nghĩa trang liệt sĩ hồi... giờ... ngày..."*. Tôi lặng người. Vợ tôi xếp đặt mọi việc rất nhanh. Tôi ra thuê xe, về nhà đã thấy gọn đâu vào đấy. Vợ tôi bảo: "Khóa cửa nhà trên. Ông Cơ ở lại".

Xe đi Cao Bằng theo đường số Một. Đến nơi thì lễ an táng cha tôi cử hành đã được hai tiếng đồng hồ.

Ông Chưởng bảo: "Chúng tôi có lỗi đối với gia đình". Tôi bảo: "Không phải thế. Đời người có mệnh". Ông Chưởng bảo: "Cha anh là người đáng trọng". Tôi hỏi: "Theo nghi lễ quân đội hả chú?". Ông Chưởng bảo: "Cụ ra trận địa, đòi lên chốt". Tôi bảo: "Cháu hiểu rồi, chú đừng kể nữa".

Tôi khóc. Chưa bao giờ tôi khóc như thế. Bây giờ tôi mới hiểu khóc như cha chết là khóc thế nào. Hình như đấy là cái khóc lớn nhất đời một con người.

Mộ của cha tôi đặt trong nghĩa trang liệt sĩ. Vợ tôi mang theo máy ảnh bảo chụp mấy kiểu. Hôm sau tôi xin về luôn, ông Chưởng giữ lại nhưng tôi không nghe.

Đường về vợ tôi bảo xe đi chậm. Ông Bổng lần đầu mới được đi xa thích lắm. Ông bảo: "Nước mình thật đẹp như tranh. Bây giờ tôi mới hiểu vì sao phải yêu đất nước. Chứ ở quê ta, dù ngay Hà Nội có văn minh thật, tôi chẳng thấy yêu gì cả". Vợ tôi bảo: "Tại chú quen đấy. Ở nơi khác người ta cũng thế, họ lại thấy yêu Hà Nội". Ông Bổng bảo: "Thế là nơi này yêu nơi kia, người này yêu người kia. Tất cả đều đất nước mình, nhân dân mình cả. Vậy thì đất nước muôn năm, nhân dân muôn năm! Hoan hô đèn cù[58]!".

XV

Có lẽ câu chuyện của tôi kết thúc ở đây. Sau đó nếp sống của gia đình tôi trở lại như là trước ngày cha tôi nghỉ hưu. Vợ tôi tiếp tục công việc bình thường. Tôi đã hoàn thành công trình nghiên cứu điện phân. Ông Cơ trở nên ít nói, một phần vì bệnh cô Lài nặng hơn. Lúc rỗi, tôi giở đọc những điều cha tôi ghi chép. Tôi hiểu cha tôi hơn.

Trên đây là những sự việc lộn xộn của hơn một năm cha tôi nghỉ hưu mà tôi chép lại. Tôi coi đấy như nén hương thắp nhớ người. Nếu có ai đã có lòng để mắt đọc điều tôi viết, xin lượng thứ cho tôi. Tôi xin cảm tạ.

Hà Nội
1988

注　释

1. lẫn：混淆，杂乱。本文中义为"糊涂"、"神志不清"。
2. chếch choáng：天旋地转。本文中义为"失去了往日的平静"。
3. Bệnh viện Sản：妇产医院。
4. chó béc-giê：军犬，警犬。
5. bóng：油炸猪皮，鱼肚。
6. cầm chịch：掌握，掌管。
7. thô vụng：粗俗，笨拙。
8. gà công nghiệp：肉鸡（机械化培育的鸡）。
9. giấy bìa học sinh：学生包书皮用的纸，牛皮纸。
10. xí xớm：胡闹，瞎闹。
11. hoa nhài cắm bãi cứt trâu：俗语，鲜花插在牛粪上。
12. một giọt máu đào hơn ao nước lã：血比水浓。
13. cạch cửa：把门堵住。
14. cravát：领带。
15 phụ rể：伴郎。
16. Ave Maria：万福玛利亚。

17. Kèn cla-ri-nét：法语词，同 clarinet，单簧管。
18. nhảy cóc：（读书时）跳（行、段）。
19. Beateles：英国甲壳虫乐队。
20. Abba：瑞典乐队名。
21. vô phương：没办法，别无他法。
22. Sputnhich：苏联杂志《伴侣》。
23. rờn rợn：有点儿发毛。
24. thuốc Galăng：Galăng 牌香烟（走私进入越南的一种印度香烟，1986、1987 年在越南盛行）。
25. cao tổng hợp：合成膏药。
26. bốc mộ：迁葬，改葬。
27. nghĩa tử là nghĩa tận：尽力去完成对死者的情义（人死不言其过）。
28. cáo chết ba năm quay đầu về núi：游子思乡。
29. mang tiếng：蒙受不好的名声。
30. lạnh toát：冰凉的，冷冰冰的。
31. trớ：（婴儿吃奶过多或体弱引起）呕奶。本文中义为"呕吐"。
32. bắc rạp：搭祭棚，设灵堂。
33. dổi：（植）塌榔木属植物的一种（分布于越南的宣光、永福、富寿、安沛、清化等省）。
34. ngọt xớt：（说话）委婉动听但不真诚。
35. khác máu tanh lòng：不同宗，心狠毒；外人总是外人。
36. phường bát âm：吹鼓班（为死者送葬时的吹鼓队伍）。
37. tổ tôm：越南的一种纸牌，共 120 张，5 人玩。牌名有"万"、"索"、"文"等。
38. tam cúc：三菊（越南的一种纸牌，共 32 张，牌名有 "车"、"马"、"炮"等）。
39. kết tốt đen：tốt đen 是黑卒（牌名，三菊里最低的一张牌）。kết 是碰牌，和牌。
40. ngậm miệng ăn tiền：指人死后，敛尸时塞在死者嘴上的元宝、铜钱或者硬币，俗称"缄口钱"。
41. xe đòn：戴柩车。本文中义为"灵车"。
42. bố：对男性朋友或小孩的戏称，义为"爷儿们"。
43. nhắm：下酒。本文中义为"喝酒"、"吃饭"。
44. cha đưa mẹ đón：送葬（父送母迎，越南的一种送葬风俗。送父葬，长子披麻戴孝拄着棍子走在棺材后面；送母葬，长子披麻戴孝捂嘴挂着棍子在棺材前面退着走）。
45. một cái nhập mộ, hai cái trùng tang, một cái thiên di：（迷信的说法）如果死的时间不好，一个人死了，家人或亲属中当年还会死一个人（重丧），挖墓穴会遇到大石头或旧墓穴，需要另挖墓穴（迁移）。

46. yểm bùa：（迷信的说法）掩符镇邪。
47. đối già：（一生中）最后一次。
48. mô hình VAC: 菜园-池塘-猪圈模式（mô hình vườn-ao-chuồng，越南经济发展的一种模式）。
49. tâm sen：莲子。
50. Thơ siêu nhất：诗是最高超的，诗是最妙的。
51. Loóc ca：人名，西班牙诗人。
52. Uýt-xman：人名，美国诗人。
53. nước mắt cá sấu：鳄鱼眼泪。本文义为"假慈悲"、"假惺惺"。
54. làng nước：本乡本土。本文义为"邻里"。
55. mê đay：法语 médaille 的变音，指越南封建殖民时期的勋章、奖章。
56. phong trào "Rồng Nam phun bạc, đánh đuổi Đức tặc"："南龙喷银，驱逐德寇"运动（指第一次世界大战时期，越南是法国的殖民地，法国遭德国侵略，越南的官僚、资本家捐钱捐物、出人帮助法国驱赶德寇。Rồng Nâm：安南龙）。
57. thuở nảo thuở nào：很久以前。
58. đèn cù：走马灯（一种中秋节小孩玩的灯笼）。本文中义为"转来转去仍在自己的土地上"。

TÔ HOÀI 苏 怀

　　苏怀，原名阮莲（Nguyễn Sen），1920年9月27日出生在河内市慈廉县义都镇（thị trấn Nghĩa Đô huyện Từ Liêm thành phố Hà Nội）。籍贯河东省清威县（huyện Thanh Oai tỉnh Hà Đông）。1941年发表童话小说《蟋蟀漂流记》（Dế mèn phiêu lưu kí）。1943年开始参加印度支那共产党领导的文化救国会（Hội Văn hoá cứu quốc）在河内市的地下活动。越南八月革命成功后负责《救国报》（báo Cứu quốc）的工作。1945~1948年任《越北救国报》(báo Cứu quốc Việt Bắc）记者、主任。抗法战争期间大部分时间在越北地区生活，深入了解各地少数民族的生活，并成为越南描写少数民族的著名作家。1957年参与发起成立越南作家协会（Hội Nhà văn Việt Nam），并长期担任越南作家协会领导职务。

　　他的作品涵盖小说、札记、回忆录、剧本、电影文学剧本和文学评论等多种体裁，但以儿童文学作品和反映西北少数民族生活的作品最负盛名。

　　主要作品：童话故事《蟋蟀漂流记》（Dế mèn phiêu lưu kí, 1941）、短篇小说集《救国山》（Núi cứu quốc, 1948）、《西北的故事》（Truyện Tây Bắc, 1953）、长篇小说《他乡》（Quê người, 1943）、《十年》（Mười năm, 1957）、《西部》（Miền Tây, 1967）、《少年黄文树》（Tuổi trẻ Hoàng Văn Thụ, 1971）、《家乡》（Quê nhà, 1970）、电影剧本《阿甫夫妇》（Vợ chồng A Phủ, 1960）、回忆录《自传》（Tự truyện, 1965）、《山区日记》（Nhật ký vùng cao, 1969）、《苏怀选集》（Tuyển tập Tô Hoài, 共三集, 1993）和《儿童故事选集》（Tuyển tập truyện viết cho thiếu nhi, 共二集, 1994）等。

　　苏怀是一位在许多题材创作上都获得成功的多产作家，是对越南现代文学的发展作出重要贡献的作家之一。小说《西北的故事》获 1954~1955 年越南文艺协会小说创作一等奖（Giải nhất tiểu thuyết giải thưởng Hội Văn nghệ Việt Nam 1954~1955），《他乡》获 1970 年河内文艺协会一等奖（Giải A Hội Văn nghệ Hà Nội），《西部》获 1970 年亚非作家协会奖（Giải thưởng của Hội Nhà văn Á Phi）。1996 年获胡志明文学艺术奖（Giải thưởng Hồ Chí Minh về văn học-nghệ thuật, đợt I—1996）。

苏怀的作品语言生动，有幽默感，人物形象刻画细腻。他对自然景物和民俗的描绘极具特色。

HAI ĐỨA TRẺ ĐỢI ĐI
两个待离开的小孩

短篇小说《两个待离开的小孩》（1987）描写的是陂（Bi）和莴（Vô）这两个美裔越南小孩在等待被移民局送往美国时的真实感人的故事。陂和莴是美国侵越战争遗留下来的特殊孩子。他们的父亲都是美国兵，母亲是越南人。战争结束后，美军撤退了，他们的母亲都建立了家庭。陂和莴由各自的外婆抚养长大。最后分别时，一幕幕亲人之间难舍难分的情景，读来令人心酸落泪。这篇故事反映了越南战后社会生活的一个层面。越南战争结束已经十几年了，但战争给越南人民留下的心灵创伤是无法愈合、无法弥补的。

HAI ĐỨA TRẺ ĐỢI ĐI

Khách sạn ba sao nhất thành phố này ở trên đường cạnh con sông chảy ngang qua giữa quang cảnh sầm uất[1] những phố chính. Chỉ mới ba bốn giờ sáng, tiếng xe lam[2] đã phành phạch[3] dưới cửa sổ. Với cái thói ít ngủ của tôi, thế thôi cũng vừa lúc lên sân thượng làm vài động tác thể dục và xem thành phố phương nam thức dậy trong ánh nắng chói chang⁴ ngay từ những vườn dừa lửa tủa⁵ đến tận chân trời.

Thế mà đã thấy bên cửa sổ một chú bé đứng im đấy. Thoạt nhìn biết ngay nó lai Mỹ. Nó gầy quá, tròng mắt nâu nhạt, tóc hoe hoe phờ phạc.

Nó trạc trên mười tuổi. Mỗi khi trông thấy những đứa trẻ lai chạc tuổi ấy, bao giờ cũng khiến người ta nghĩ ngay tới những ngày to lớn của đất nước cách đây trên mười năm, tiếp theo công cuộc xây dựng lại thành phố, kề bên còn biết bao sự việc, hệ luỵ, tâm tư, ngổn ngang, dai dẳng đến tận bây giờ. Thoạt đầu, tôi cũng chỉ thoáng để ý, nhưng rồi liền mấy hôm đều như thế, cứ tinh mơ đã thấy nó đứng chỗ cửa sổ ấy, mà thông thường thì trẻ con vào giờ giấc này chưa thể mở mắt được. Nó cứ nhìn ra mọi hoạt động trên sông sớm, bến đò máy sang Thủ Thiêm, sang Khánh Hội đã tấp nập. Một chiếc cần cẩu cạnh mặt nước đã bắt đầu chạy lên chạy xuống, trong khói hàn xì xoèn xoẹt⁶ ánh xanh loé. Nhưng dường như nó cũng chẳng nhìn cái gì cả. Môi nó trễ ra và con mắt thờ ơ lạ lùng.

Ở phòng ăn, tôi hỏi anh Dưỡng xem thằng bé ấy là thế nào. Anh Dưỡng bảo tôi:

— Thằng Bi đó, chú không nhận ra nó à?

— Bi nào?

— Cái thằng Mỹ lai vẫn bán thuốc lá với bà ở góc phố mà...

— Ờ...ờ...

Thế thì tôi nhớ ra rồi, thằng bé vẫn còm nhỏm⁷, mặc dầu gần hai năm tôi mới trở lại đây. Mấy năm qua có dịp đến trọ khách sạn này, tôi đã quen mắt trông thấy ở chỗ góc đường ngay trước mặt, có một bà già bán thuốc lá bày trong cái thùng con con.

Sở dĩ người ta dễ nhớ bà già bán thuốc lá là vì bà có thằng cháu Mỹ lai. Thằng bé hiền lành thơ thẩn cạnh bà, đôi lúc ra thắp nén hương cắm chỗ gốc cây me. Những hôm vắng người mua thuốc lá, bà hay giục cháu phải coi chừng thắp hương liền liền, đừng để cháy hết rụi[8] mà sái[9]. Nó ngồi ngay đấy, cầm quyển sách "Măng non" chốc lại mở ra đọc, chốc lại châm hương, nhưng hễ có người khách nước ngoài nào đi qua, nó giơ tay xin tiền.

Khách cũng thường cho nó tiền. Có khi cả cái hộp quẹt vỏ nước ngoài, một quả xoài, quả măng cụt. Có lẽ, con mắt và suy nghĩ của người khách đến Sài Gòn hôm nay, trông thấy thằng bé, có thể tưởng như khám phá ra cái tò mò mỉa mai đáng giận đáng thương lẫn lộn bởi tận mắt nhìn cái xót xa của một thời người Mỹ làm chúa tể ở đây.

Ồ, thế thì tôi nhớ rồi. Phải, thằng Bi.

— Dạ thằng Bi, thằng Cục, thằng Hòn gì cũng vậy thôi. Cái mặt nó thế, chứ nào nó biết Mỹ mẽo[10] phương nào. Bây giờ thấy nói là thằng bố để nó xin bảo lãnh cho nó đi, nó vô ở đây đợi đi. Chẳng biết thật thế hay lại mưu mẹo gì của bọn nó.

Tôi được biết công việc của cơ quan di cư hợp pháp của Liên Hiệp Quốc có trụ sở ở thành phố này, chuyên lo liệu mọi việc hoà hợp gia đình như thế, mà mỗi việc phải làm không việc nào giống nhau, biết bao khó khăn, rắc rối. Nhưng là một bộ máy, bộ máy thì phải có kế hoạch, có công việc nhất định. Mẹ của Bi được đề nghị viết một cái đơn, với tư cách pháp nhân của người đã sinh ra đứa trẻ bằng lòng cho nó đi, cam đoan không làm điều gì cản trở việc đó. Rồi công tác cơ quan lo tiếp là đưa đứa trẻ vào ở khách sạn. Bi được quần áo mới. Bi được ăn giờ giấc như mọi người khách và vì Bi mới 13 tuổi, còn là trẻ con, nên Bi được phát một thứ đồ chơi, cái tàu hoả, tàu và toa tàu xinh xinh bằng bao diêm, nối vào nhau dài như cái đòn gánh, có thể tháo rời từng toa được, có thể lên dây cót cho tàu chạy trên đường ray vòng tròn. Đồ chơi rắc rối, có thể chơi cả ngày không chán. Nhưng chỉ thấy Bi xách ngược lủng lẳng cái đoàn tàu, có khi lại chống cả xuống, như cái gậy, đứng cửa sổ nhìn ra ngoài kia.

Má Bi từ Vũng Tầu về ký giấy cho con đi. Má Bi lấy chồng đã lâu. Anh ấy làm công nhân ngoài cảng dầu lửa Vũng Tầu. Chẳng biết cái đứa con là thằng bé Mỹ lai có tổn hại gì đến hạnh phúc của hai người bây giờ, nhưng nhất định là không tiện rồi. Bi không được đi theo má. Bi ở với bà ngoại. Đã ngót mười năm qua rồi.

Đêm ấy, rồi mấy đêm nữa, má Bi và bà Bi, lúc thì má khóc, lúc thì bà chửi má, đánh má rồi bà cũng khóc, cứ lung tung như những người lên cơn điên. Và Bi xin bà Bi thương mẹ con Bi, cho Bi đi. Vài năm nữa, lớn nó đi làm có tiền, nó không dám quên ơn bà đâu, rồi nó gửi "thùng đồ" về biếu bà. Bà Bi nắm tóc dìm đầu má xuống, gào lên: tao không cần tiền bạc, tao không thèm "thùng đồ", cháu tao ở với tao mười năm nay rồi, bây giờ mày dứt ruột tao, mày ném nó xuống biển, mày là quân giết người. Cút đi! Cút đi! Mày có chồng con tử tế rồi, người ta có hỏi đến thì mày bảo mày không biết, ai làm gì được mày, mày thò mặt lên đây làm gì, làm giấy tờ gì... Bây giờ mày bắt cháu tao đi đâu?

Những lúc thê thảm ấy, thằng Bi cứ trân trân nhìn bà lại nhìn má, rồi lúc nó ôm bà, lúc nó ôm má, có lúc nó bênh bà, nắm tóc má rồi lại khóc như bà, như má.

Nhưng rồi giông gió cũng qua đi. Đến hôm ấy, lại chính bà Bi phải đưa cháu đến cái cơ quan làm việc thiện kia. Má Bi ở nhà. Má Bi định đợi đến lúc bà trở về, hỏi han xem thế nào. Nhưng nghĩ sao, má Bi lại bỗng sợ cái lúc ấy quá, má Bi về ngay Vũng Tầu rồi.

Ngoại dắt cháu đến đây. Nói là Bi đưa bà đi mới đúng, còn ngõ ngách nào ở vùng những phố đông đúc này mà Bi không thuộc vanh vách[11].

Rồi người ta đem Bi đến khách sạn này. Bà cũng đi cùng với Bi. Ngày nào Bi chẳng ngồi lề đường bên kia nhìn sang cái "ô-ten"[12] sang trọng ấy. Chẳng lạ, chỉ có cái mà Bi nghĩ thích là từ hôm nay có lẽ bà cháu được vào ở đây.

Hai bà cháu bước vào cái phòng rộng ngợp mắt. Cuối trong[13], ba cái thang máy lên xuống vi vút như thùng kéo nước giếng, hai bà cháu ngồi đấy đợi.

Có một người ra đưa Bi vào thang máy lên phòng. Bi không kịp nói gì với bà. Nhưng Bi cũng không có vẻ lo lắng. Bi không biết vào thang máy thế nào, nhưng Bi biết có cái cầu thang bên cạnh xuống tận tầng trệt[14]. Chỉ ngồi một lát rồi Bi lẻn xuống thang gác chạy sang góc phố, chỗ bà vẫn ngồi bán thuốc lá. Để Bi kể với bà mọi thứ vừa qua.

Bi hơi pháp phỏng[15], nhưng mừng quá, lại thấy bà ngồi bên gốc me. Cây hương đã khói xanh ngơ ngất lên. Bi kể chuyện trong khách sạn, cây hương đã tàn. Bi ra cắm cây khác. Bi chợt quay lại nhìn thấy nước mắt bà đọng hai bên nếp má nhăn nheo. Đến xế trưa, có người ra gọi Bi vào ăn cơm. Bi còn chạy ra bờ sông mua cho bà đĩa cơm cá kho rồi Bi mới vào khách sạn. Nhưng tối hôm ấy, Bi phải nằm ở buồng một mình thì Bi bắt đầu nghĩ đến những chuyện không thể hiểu, không có thể như thế. Rồi buồn ngủ quá. Bi thiếp đi lúc nào không biết.

Bi ra gốc me từ mờ sáng.

Bi ra đợi bà. Một lúc nữa, đến chuyến xe lam thứ mấy bà mới lên. Không ngờ, Bi đã thấy bà ngồi đấy rồi, như là cả đêm qua bà ngồi đợi Bi bên gốc me ấy.

Bi bảo bà:

— Chiều nay, lúc nào dọn hàng đi gởi đồ thùng rồi ngoại cho con về với. Con không ngủ ở trong nhà kia đâu.

— Không được, con ạ.

— Bà bảo sao?

— Bây giờ con là của người ta. Con phải ở đấy rồi con đi.

— Con đi đâu?

Bi thấy mắt bà lại đỏ hoe. Bi lẳng lặng ngồi xuống ghế cạnh bà và chỉ nói:

— Con về với ngoại đó.

Lúc ăn cơm chiều xong, nó ra thì không thấy bà. Nhưng Bi cũng chẳng lo. Từ đây về Phú Nhuận, Bi không lạ đường chỗ nào. Thế là Bi đi luôn. Bà ngoại vừa trông thấy Bi, đã la lên: không được! không được! Bà phải dẫn cháu đi, không có thì người ta xuống bắt, không về được đây đâu.

Nói thế, rồi bà cũng vẫn ngồi yên nhìn cháu bà lại chấm nước mắt. Bi có vẻ yên trí, chui vào màn, nằm ngủ luôn. Hôm sau, hai bà cháu cùng nhau lên phố sớm.

Bộ máy cơ quan tiếp tục làm những việc cho Bi đi mà không bao giờ Bi có thể biết. Bi chỉ biết hôm ấy ở khách sạn ra, Bi lại không thấy bà. Lần này Bi cảm thấy một nỗi lo khác mọi khi. Bi hớt hải chạy về nhà. Cái mái che ni-lông và giấy dầu lộn xộn vẫn đấy, nhưng trong lều trống không.

Đêm hôm sau về cũng không thấy bà. Các nhà xung quanh bảo không biết. Bi khóc, lạy người ta chỉ giùm ngoại, nhưng ai cũng lắc đầu bảo thật không biết ngoại Bi đi đâu. Sáng ra gốc me cũng không thấy. Cái thùng kính đựng thuốc gửi nhà kia bà cũng mang đi rồi.

Sáng sớm, cứ thấy Bi đứng ủ ê trong cửa sổ nhìn ra mà không nhìn thấy gì cả. Hay là chăm chú nhìn xuống đường xem có thấy ngoại đi qua không. Cái bàn ăn của Bi được trải khăn trắng bông, bát đĩa, lọ tiêu, lọ muối, đủ như mọi bàn xung quanh của người lớn và của người nước ngoài. Nhưng Bi ngồi im lìm, không ngẩng mặt.

Tôi vào qua cạnh bàn Bi, Bi đứng lên, chắp hai tay đến nghẹo cả vai, lễ phép chào:

— Chú mời cơm.

Rồi Bi lại ngồi xuống, lầm lì và cơm.

Tối xâm xẩm[16], vẫn thấy Bi đứng ngó ra cửa sổ. Hôm nào cũng trông thấy, tưởng như đứa trẻ trơ trọi kia cũng là những bức tượng trang trí người bắt cá, người kéo vó đặt dọc dài hành lang. Bỗng nghe nấc lên một tiếng gọi "Ngoại ơi". Ngoài kia, trời đã tối, chỉ có ánh đèn thấp thoáng trên ngọn cây me.

Tôi rón rén đi qua, không muốn để Bi biết có người đằng sau lưng.

* * *

Giữa mấy ngày ấy, tôi lại được chứng kiến cái cảnh một thằng Bi nữa đến ở khách sạn. Thật tên nó là thằng Vồ không trùng tên với Bi, nhưng mà nỗi nhà thì cũng não lòng na ná như Bi. Không hiểu ai lại lấy tên con cá về đặt cho nó, mà ngoài Phan Rang làm gì có cá vồ, lại cả họ. Nguyễn Văn Vồ cẩn thận. Vồ ở ngoài Phan Rang vào.

Bà cụ loà mắt, đi vịn một tay lên vai một chú bé Mỹ đen. Không rõ cái ông đứng tuổi xách túi và cầm chiếc gậy của bà cụ đưa hai bà cháu đến tận đây, là người nhà giúp bà cụ đi tàu từ Phan Rang vào hay chỉ là khách qua đường có lòng tốt.

Bà cụ sờ soạng ngồi xuống ghế. Các nhân viên cơ quan quốc tế ra đón. Mỗi người mới đến được một cốc nước cam ướp đá vàng thơm đặt trên bàn trước mặt. Chú bé lai đen cầm cốc, uống luôn một hơi. Bà cụ hỏi:

— Đây là đâu?

Một người đáp:

— Thưa má, đây là khách sạn. Cháu Nguyễn Văn Vồ sẽ ở đây, đợi mấy hôm nữa. Chúng tôi đã đăng ký cháu đi chuyến máy bay thứ năm này.

Bà cụ đã cầm cốc nước cam cháu vừa đặt vào tay, lại run rẩy để xuống. Thằng Vồ giục bà:

— Ngoại uống nước cam đá đi.

Nhưng ngoại nó vẫn ngồi yên.

Một cán bộ lại nói, như cắt nghĩa lại để bà cụ hiểu hơn:

— Cơ quan quốc tế xin cám ơn cụ đã đưa cháu vào tận đây. Cháu Vồ sẽ do cơ quan quốc tế chịu trách nhiệm, cho đến khi cháu lên máy bay. Bây giờ xin mời cụ về nghỉ.

Bà cụ hỏi:

— Thầy[17] về đâu? Tôi đợi nó về ăn Tết mà.
— Mời cụ trở về Phan Rang.
— Tôi về Phan Rang...

Rồi một điều bất ngờ xảy ra, nhốn nháo từ các cô bán bách hoá trong quầy hàng lưu niệm, ở chỗ bưu điện, cả mấy cậu gác thang máy hốt hoảng xúm đến. Bà cụ ngã rụi ngay xuống đấy, như cây gỗ lăn ra.

Xe cấp cứu được gọi đến ngay. Mọi người vực bà cụ, với túi sống áo[18] và cả cái gậy vào xe. Vỗ vẫn ngồi ngớ ra, như chưa kịp hiểu. Đến lúc người ta khiêng bà và cả mọi thứ của bà bỏ vào xe cấp cứu rồi, thằng Vỗ vụt đứng phắt dậy hét toáng: Ngoại! Ngoại! Rồi nhào bổ ra xe.

Nhưng mọi người đã nắm được Vỗ lại.

Người ta dỗ Vỗ nín, rồi cũng hệt như đối với Bi. Vỗ được phát quần áo, đôi dép mới. Vỗ được cái tàu hoả dài, thêm chiếc ô-tô xanh biếc. Nhưng Vỗ đã quẳng phăng tất cả xuống sân gạch và cứ khóc âm lên. Khuôn mặt đen bóng như hun khói của nó, nước mắt đầm đìa loang loáng, trông dễ sợ. Người ta dỗ khéo rồi đưa Vỗ vào phòng. Vỗ kêu la náo động một tầng nhà.

Đến đêm, tiếng kêu khóc của nó, cả trên tầng năm cũng nghe được. Mà cái thằng Vỗ lai đen khóc mới khoẻ làm sao. Từ chặp tối, có lẽ tới suốt sáng. Khi thành phố lên đèn, bên kia sông đã im tiếng búa máy đập, ánh lửa hàn xanh lét đã tắt và cái cần cẩu vàng rờn đưa đi đưa lại đã đứng im, vẫn nghe những tiếng gọi, tiếng kêu rống lên dưới tầng ba. Đến rạng sáng, tiếng xe lam chạy ma-dút[19] qua dưới đường, phành phạch đầu cửa sổ nọ sang đầu kia, vẫn nghe lẫn trong đó những tiếng khắc khoải rền rĩ sớm mai: Ngoại ơi! Ngoại cho con về! Ngoại ơi! Ngoại cho con về...

Rồi mấy hôm Vỗ cũng nín khóc, có lẽ bởi tới bữa ăn, chú Dưỡng nhà bàn đã vào tận buồng dắt Vỗ ra. Vỗ được để ngồi cùng bàn với Bi. Cái bụng đói của trẻ con thấy thức ăn cũng dễ khiến nó nhãng dần cơn hờn. Trên bàn ăn sớm, cạnh bát phở, mỗi đứa vẫn được để cái đoàn tàu đồ chơi sơn xanh. Vồ cũng trạc tuổi Bi, nhưng Vồ đen bóng, to lớn, cao gần gấp đôi thằng Bi trắng xanh nhợt lẻo khoẻo, mặt buồn rười rượi.

Tôi hỏi anh Dưỡng:

— Sao bảo Mỹ không nhận trẻ lai đen?

— Vậy đó, chú ạ. Nhưng chắc thằng Vồ con sĩ quan đến cấp nào đó. Lai đen mà con lính thì chính phủ Mỹ mới không nhận.

— Ồ cái thằng...

Cuộc đời của Vồ ở tận Phan Rang, nhưng cũng chẳng khác mấy với bạn Bi ở Sài Gòn. Mẹ Vồ đi lấy chồng từ lúc Vồ còn bé lắm. Má lấy chồng xa mãi đâu, Vồ cũng không biết. Vồ cũng không thấy mặt dượng. Chỉ biết mỗi năm, đến ngày giỗ ông Ngoại, thấy má về, có lần đi với người đàn ông lạ hoắc, không biết có phải là dượng, Vồ không dám hỏi. Năm nào má cũng bế con về, mỗi năm bế thêm về một đứa, bây giờ cả thảy bốn đứa. Có lúc Vồ ngồi trong buồng một mình với má, má vuốt tóc Vồ, má vuốt mặt Vồ, má khóc. Vồ cũng khóc. Nhưng không hiểu sao, ở ngoài sân ngoài cửa, má cấm không cho Vồ chơi với các con má.

Ngoại Vồ cũng có cái thùng kính đựng thuốc lá, như của ngoại Bi. Chỉ khác, cái thùng thuốc lá của ngoại Vồ đặt ngay trước cửa nhà. Nhưng ngoại Vồ khác ngoại Bi, ngoại Vồ kém mắt, mấy năm nay thì loà hẳn. Vồ đi học về, Vồ giúp ngoại làm hầu hết mọi việc, Vồ đi chợ, Vồ nấu cơm. Khách hỏi mua thuốc lá, Vồ bán chưa bao giờ nhầm tiền.

Vồ cũng còn một chuyện nữa khác Bi mà Vồ không ngờ vừa kể xong chuyện ấy, Bi đã oà khóc. Ấy là cái hôm Vồ sắp ra tàu với ngoại vào đây, má về ở với Vồ mấy ngày liền. Đêm nào Vồ cũng được nằm với má. Má không ngủ. Má chỉ nằm ôm Vồ, nước mắt ràn rụa.

Từ hôm hai đứa bé đợi đi được cùng ngồi ăn một bàn và giám đốc khách sạn cũng xin với cơ quan quốc tế cho hai đứa con được ở cùng buồng, chẳng phải vì không có tiêu chuẩn ở buồng riêng hay thiếu buồng, không lúc nào chúng nó rời nhau. Những lúc hai đứa đứng trên cửa sổ nhìn ra ngoài sông, nét mặt Bi không đờ đẫn như mọi khi nữa. Bi chỉ trỏ cắt nghĩa cho Vồ biết những thứ dưới đường, dưới sông, những tàu thuyền chạy xé nước mà chắc ngoài Phan Rang không có.

Một hôm, quãng mười giờ sáng, có ô-tô đưa Bi và Vồ ra sân bay. Thứ năm, máy bay ở Băng Cốc sang. Thế là chuyến đi xa của hai đứa trẻ bắt đầu. Nhưng mà không ai nói trước cho chúng nó biết điều gì, người ta chỉ sửa soạn các thứ cho chúng nó. Mỗi đứa đeo cái túi in chữ "Hàng không Pháp" xanh lơ, trong túi đựng thêm bộ quần áo, lại thêm ống thuốc và bàn chảy răng - mà chúng nó không dùng bao giờ.

Hai đứa trẻ cũng chẳng hỏi đi đâu. Chỉ thấy được đưa ra khỏi khách sạn, vào ô-tô, thì vừa lạ vừa như hay hay.

Ngồi trên xe, đột nhiên, Vồ hỏi chú lái:

—Chú cho cháu về Phan Rang ăn tết với ngoại? Hôm nào hay hôm nay ạ?

Chú lái xe quay đầu lại cười lạnh lẽo và không trả lời. Bi ngồi im. Bi lơ đãng nhìn nhà và xe vùn vụt qua hai bên. Đến lúc xe vượt cầu sang Phú Nhuận, tự dưng Bi nhắm mắt lại.

Xế trưa, xe trở về khách sạn. Tôi trông thấy chỉ có mình thằng Vồ chạy lên buồng. Rồi nghe tiếng nó kêu khóc váng lên: Ngoại! Ngoại ơi!

Hỏi ra mới biết không có máy bay Băng Cốc tới, chuyến đi phải hoãn tuần sau. Ô-tô chở hai đứa trẻ về đến chỗ có đường rẽ vào chợ Phú Nhuận, chẳng biết thằng Bi trông thấy ngoại nó hay chỉ là một người giống ngoại nó, nó la gọi: Ngoại! Ngoại! Rồi xô cửa xe toang ra, nhảy đại xuống đường. Bi bị gãy cánh tay, phải đưa vào bệnh viện rồi.

Mấy hôm sau, tôi cũng rời khách sạn. Không biết đến hôm nào hai đứa mới đi được.

注 释

1. sầm uất：兴盛的样子。
2. xe lam：机动三轮车。
3. phành phạch：拟声词，本文中指机动车发动的声音"扑、扑"。
4. ánh nắng chói chang：耀眼且炎热的阳光。
5. lủa tủa：丛密貌。
6. xoèn xoẹt：拟声词，本文中指气焊时所发出的声音"哧、哧"。
7. còm nhỏm：瘦筋巴骨的。
8. rụi：相当于 trụi，义为"精光"、"干净"、"光秃秃的"。
9. sái：相当于 xái，本文中义为"灰烬"。
10. Mỹ mẽo：什么美国。Mẽo 是无义语素，加上含有贬义。
11. thuộc vanh vách：非常熟悉，背得滚瓜烂熟。
12. ô-ten：旅馆。
13. cuối trong：最里头，最里面。
14. tầng trệt：最低层，最底层。
15. pháp phỏng：忐忑不安。
16. tối xâm xẩm：傍黑。
17. thầy：在本文中相当于 thì，义为"那么"、"然而"。
18. sống áo：常写成 xống áo，衣服。
19. ma-dút：柴油。

NGUYỄN KHẢI 阮 凯

阮凯，原名阮孟凯（Nguyễn Mạnh Khải），1930年12月3日出生于河内市一个职员家庭。16岁时，抗法战争爆发，刚刚读完中学三年级便参军入伍，曾当过护士。1949年担任兴安省（tỉnh Hưng Yên）《民兵报》（Dân quân）记者，1951年在第三战区《战士报》（Chiến sĩ）编辑部任秘书。1956年起在《军队文艺》（Văn nghệ Quân đội）杂志社任职。1957年加入越南作家协会（Hội Nhà văn Việt Nam）。1988年以大校军衔转业到越南作家协会工作。历任越南作家协会第二、三、四届执行委员会委员、常务委员会委员（ủy viên thường trực khoá 2, 3, 4 Ban chấp hành Hội Nhà văn Việt Nam），越南作家协会第三届执行委员会副主席等职。越共党员。

主要作品有：短篇小说《花生收获季节》（Mùa lạc, 1960）、短篇小说《大校先生与老和尚》（Ông đại tá và sư già, 1993）、中篇小说《光荣的女儿》（Người con gái quang vinh, 1951）、中篇小说《一段路程》（Một chặng đường, 1962）、《再走远一点》（Hãy đi xa hơn nữa, 1963）、《归来的人》（Người trở về, 1964）、中篇小说《云中之路》（Đường trong mây, 1970）、《上岛》（Ra đảo, 1970）、《县主席》（Chủ tịch huyện, 1972）、《战士》（Chiến sĩ, 1973）、报告文学《他们活着并在战斗》（Họ sống và chiến đấu, 1966）、《西原的三月》（Tháng ba trên Tây Nguyên, 1976）、剧本《革命》（Cách mạng, 1978）、长篇小说《建设》（Xây dựng, 1951）、《冲突》（Xung đột, 上下卷, 1956）、《父亲、儿子和……》（Cha và con, và..., 1979）、《岁末相逢》（Gặp gỡ cuối năm, 1982）、中篇小说《一个河内人》（Một người Hà Nội, 1989）、长篇小说《对一次死亡的调查》（Điều tra về cái chết, 1994）、《阮凯短篇小说选》（Truyện ngắn Nguyễn Khải, 1996）等。

阮凯善于捕捉社会生活中的一些敏感问题为自己提供创作素材,作品涉猎较广,对人物内心活动的描绘细腻深刻。他往往能恰到好处地运用朴实无华的大众化语言,塑造出一个个真实质朴、个性鲜明的人物形象。2000 年,阮凯获胡志明文学艺术奖(Giải thưởng Hồ Chí Minh về văn học-nghệ thuật, đợt II—2000)。

NẮNG CHIỀU
夕 阳

短篇小说《夕阳》(1989)通过描写一位年逾古稀老人的黄昏之恋的故事,反映了在越南革新开放的社会大环境下,人们在思想观念上所发生的深刻变化。作品的主人公黛姐(chị Đại)和帛姐(chị Bơ)是一对年逾古稀的表姐妹。年轻时她们共同生活在一个大家族中。帛姐生性忠厚淳朴,手脚勤快麻利,是一把干活的好手。黛姐则性格开朗,做事泼辣,整个家庭大大小小的事情,哪一件也少不了她的操持。帛姐年轻时曾与一位给弟妹们辅导功课的家庭教师阿福相识并相爱,但由于封建的门户观念的阻碍,使她与爱情和婚姻失之交臂。她的大半生都是在为家庭的无私奉献和孤独中度过的。越南革新开放的大潮再一次猛烈地冲击了长期以来禁锢着人们思想上的封建残余,也彻底改变了帛姐的命运。在黛姐的多方努力和热情帮助下,在亲人们的充分理解和积极支持下,帛姐终于冲破封建传统观念的重重束缚,迈出了勇敢的一步,迎来了无限美好的黄昏之恋,一对古稀老人终成眷属。他们相依相伴,共度幸福的晚年。

NẮNG CHIỀU

1

Chị Bơ đe tôi:

— Nếu cậu lại đem chuyện của chị với anh ra viết văn viết báo thì đừng có vác mặt đến đây chị chị em em nữa nhá!

Khốn nỗi[1], cái thằng viết lại vốn có tật thích lôi việc của nhà ra viết. Chuyện hay thì giấu đi, còn chuyện dở thì phóng đại lên. Nên anh em họ hàng phải từ bỏ, vợ con phải giận hờn[2], bè bạn cũng gớm mặt[3]. Nói tốt về mình là người viết hồi ký, là người bình thường với cái tâm lý thông thường mượn bút mực để tự khoe. Còn kể xấu mình, tự bới móc[4] mọi thói tật của mình thì đích thực là anh nhà văn rồi. Tại sao thế! Tôi cũng không hiểu nữa. Có thể là cái nghiệp dĩ[5] của những người cầm bút chăng? Nhưng lần này tôi viết về bà chị tôi với ông anh rể muộn mằn[6] có khác với những chuyện trước. Lần này tôi chỉ có khoe thôi. Tôi khoe cái hay cái đẹp cái phúc đức[7] của dòng họ nhà tôi, nếu như đây đó thấp thoáng[8] một nụ cười, thì cũng là cái mỉm cười hiền lành, vui một chút, nghịch một chút cho câu chuyện được đậm đà[9].

2

Tức là chị Bơ tôi bằng lòng đi lấy chồng. Lấy chồng lần thứ nhất là chỉ vừa mới năm nọ. Tôi năm nay đã xấp xỉ sáu mươi tức thì[10] chị tôi không còn trẻ nữa. Năm chị tôi nhận lời xuất giá, là vừa tròn bảy chục tuổi. Chị Đại, cũng là một bà chị khác của tôi, là em dâu ông Nguyễn Thế Truyền, đứng ra mai mối. Trong họ nhà tôi, đàn ông thì hiền lành, nhút nhát, làm gì cũng sợ, chỉ cầu được yên thân, còn phần lớn các bà lại hết sức ghê gớm, ăn nói ghê gớm, hành động táo bạo, còn các trò chơi của mấy bà thì vô cùng quái đản. Chị Đại bảo tôi với cái giọng thản nhiên nhất:

— Chúng tao định gả chồng cho bà Bơ, mày thấy thế nào?

Tôi hét lên:

— Sắp xuống lỗ còn đi lấy chồng, các bà tính toán rõ hay!

Chị Đại vẫn nói dửng dưng[11]:

— Chúng mày đều là quân ích kỷ. Chỉ nghĩ tới mình mà không nghĩ đến người. Mày sợ xấu hổ à?

— Chứ lại không[12], thiên hạ họ biết chuyện phải cười đến vỡ bụng.

Ai cười mặc kệ họ. Là việc hay việc tốt chứ có phải việc xấu đâu mà sợ họ cười.

Tôi vẫn vùng vằng[13]:

— Chị tính lại đi, không phải chuyện đùa đâu. Vỡ lở[14] ra là tai tiếng[15] lắm. Chị Đại đã hơi cười cười:

— Để tao tính lại nhá. Mấy chục năm nay chị Bơ chỉ ở với gia đình cô Hoàng. Nay vợ chồng cô ấy đi Pháp rồi thì chị Bơ ở với ai? Hay là xuống ở với vợ chồng mày.

Tôi lắc đầu:

— Nhà tôi như trại lính, bà Bơ không chịu xuống đâu. Ở với chị có được không?

Chị Đại vẫn cười:

— Ở thế nào được. Một bà già đã đủ để con cháu nó cần nhằn[16] rồi, hầu thế nào được cả hai.

Tôi bắt đầu phân vân:

— Cũng khó nhỉ, tuổi già ở chòm chõm[17] một mình là nguy lắm, lúc đêm hôm[18]...

Chị Đại thủng thẳng[19] tính:

— Ở một mình cũng vẫn được, nhưng đêm phải có người đến cùng ngủ. Mày hoặc vợ mày, hoặc con mày phải thay nhau mà đến, lúc khỏe không đến cũng được, nhưng lúc ốm đau là phải đến.

Sự phản đối của tôi đã bớt hăng hái tới già nửa[20] vì cái viễn cảnh phải cắt phiên nhau xuống cùng ở với bà Bơ. Là mẹ thì buộc phải đến rồi, không thích không vui cũng phải đến. Nhưng là chị, là bà chị họ, cũng phiền nhỉ... à, thế mà khó giải quyết đấy. Nói gì thì nói[21], cách tính toán của chị Đại là hết sức thiết thực. Nhân nghĩa hão, sĩ diện dởm[22], người khổ càng khổ hơn vì có ai chịu đưa tay cho kẻ bất hạnh víu lấy đâu. Trong họ nhà tôi có nhiều bà đẹp đẽ hẳn hoi, có học thức hẳn hoi, làm phu nhân cũng còn được hưởng hồ làm vợ làm mẹ như mọi người mà đành chịu cảnh phòng không chỉ vì những tính toán không đâu vào đâu của các bậc cha mẹ. Thời Mỹ lại đòi chỉ gả con cho những gia đình quan lại, môn đăng hộ đối, là dở hơi[23] hết sức. Đi làm dâu những gia đình đã tàn lụi[24], với những bà mẹ chồng hút thuốc sâu kèn[25], nói năng đài các[26] nhưng một xu không dính túi, những ông chồng quen thói ăn chơi nhưng chẳng có nghề ngỗng gì, ra thở vào than vì thời thế đã đổi thay, thì còn khổ cực, nhục nhã hơn con ở. Thà ở vậy mà hóa hay[27]. Chị Bơ tôi sở dĩ muộn chồng vì cả một thời son trẻ[28] chả ai để ý đến chị cả. Là con ông bác họ lên ở với chú thím với các em. Tiếng là người trong gia đình nhà quan, nhưng cô cháu nghèo làm sao dám so bì với các bà em phú quý. Đã nghèo lại không được đẹp, lại ăn mặc xuềnh xoàng, nói năng rất ít, luôn luôn xuất hiện ở phía sau, là người rất cần thiết cho mọi người nhưng vẫn bị mọi người quên bỏ. Chị bị bỏ quên cũng vì chị không bao giờ đòi, chị cam phận[29], lại tự khép mình vào cái khuôn khổ lễ giáo đã không còn mấy ai theo nữa. Các bà chị con ông bác tôi vẫn chê chị Bơ là người cổ mà, trời đất ơi, đã nghèo lại còn cổ thì coi như số phận đã được an bài rồi.

3

Cái chuyện vui lúc tuổi đã xế chiều của bà chị tôi được bắt đầu như sau:

Cách đây khoảng bảy, tám năm, một bà chị khác lập nghiệp ở xứ Bờ Biển Ngà[30] có làm giấy bảo lãnh cho chị Bơ sang ở bên đó. Hai bà vốn hợp tính nhau từ thời con gái, về già đều là những tín đồ rất nết na của đạo Phật, có ăn ở với nhau ít năm cuối chắc cũng êm ấm. Đã nghĩ mọi việc xong xuôi chỉ còn đợi ngày đi thì bà bên kia lại viết thư về báo hoãn, vì nghe đâu chính phủ bên ấy sẽ thay đổi, sẽ đổ hẳn, nên vợ chồng phải di chuyển cơ nghiệp qua Pháp. Nói vậy thì biết vậy, chứ còn cái gì sau đó ai mà biết. Chị Đại phàn nàn với tôi: "Bà Bơ tuổi Sửu, cái số ấy là vất vả lắm, một đời hầu hạ các ông em bà em, rút lại tay trắng." Xưa nay chị Bơ chỉ biết sống cho các em, dựa dẫm[31] vào các em, vui buồn hộ mọi người, nay các em kéo nhau đi tuốt tuột[32], còn trơ lại có một mình, ăn không ra bữa, ngủ không ra giấc, chẳng có cái gì riêng để mà lo mà buồn, đi lại như cái bóng, va vào cái này đụng vào cái kia của hai căn buồng vừa ẩm vừa tối, nghĩ thật tội. Ai cũng than thở là rất tội mà không một ai mở miệng mời bà chị nhất họ tới ở nhà mình để tiện bề[33] chăm sóc, vợ chồng tôi cũng thế. Lúc khỏe đã vậy, lúc ốm thì sao, ốm một trận rồi chết cũng đã vất vả, lại ốm đến vài năm mới thật rầy rà[34]. Cũng may trong họ còn có chị Đại. Chị có quyền la mắng tất cả mà không ai dám giận vì chị ăn ở rất thật lòng, lại rất thạo việc. Việc người sống và người chết của cả một họ mà không có chị dúng tay vào là y như bê bết[35]. Nói cho đúng chị cũng không dúng tay, một ngón tay cũng không động đậy, mà chỉ dùng miệng thôi, tính giùm cho thôi. Cái việc này thì thủ tục phải như thế này, sự chi tiêu phải như thế này, và chị cắt đặt[36] luôn, một lũ con cháu và kẻ ăn người làm cứ thế mà chạy. Và chị đã lặng lẽ đảo ngược cái vận số của chị Bơ bằng một bài toán đến thần tình[37]. Số là[38] cách đây đã nửa thế kỷ, có một anh thanh niên con nhà nghèo nhưng rất đẹp trai và học cũng giỏi, vừa đỗ bằng Thành chung[39] xong, tới gia đình ông bác tôi làm người kèm học[40] cho mấy ông anh còn nhỏ tuổi. Người ra mở cửa đóng cửa cho thầy giáo trẻ là chị Bơ, năm đó cũng khoảng mười tám đôi mươi. Đi lại được vài năm thì anh giáo trẻ ngỏ lời xin được cưới chị Bơ, vì anh đã tìm được việc làm ở một nhà thương nào đó. Vậy là cả nhà cười, cười lăn cười lộn. Là cười cái táo tợn của một thằng con trai chẳng biết trời cao đất dầy gì, mới dám mở mồm đòi làm cháu rể cụ Thượng. Cháu cũng như con, phải tìm cửa tương xứng để gả bán[41] chứ. Người con trai vì xấu hổ, vì giận thân[42] không đến nữa. Vậy là thôi. Theo chị Đại, hình như chỉ có một lần ấy, cái lần duy nhất ấy, có một người đàn ông để ý đến chị Bơ, quý mến cái dịu dàng, cái lặng lẽ, cái đảm đang của chị và mong mỏi được mời chị về sống với nhà mình. Rồi anh ta lấy vợ, để một bầy con, rồi góa vợ và lấy một đời vợ nữa, lại thêm mấy đứa con và góa vợ lần thứ hai. Người đàn ông có cái số phận vất vả ấy tên là Phúc, cái năm bắt đầu câu chuyện cảm động này đã bẩy mươi mốt tuổi, hơn bà chị tôi một tuổi. Tôi cũng chưa rõ, do một tình cờ nào mà chị Đại được biết ông Phúc sắp đi Pháp theo giấy bảo lãnh của con. Cái kế hoạch đầy tính nhân đạo và thực tế của chị lập tức thành hình và lập tức chuyển động. Chị nhờ một cô cháu có quan hệ họ hàng với ông Phúc tới bàn với ông, bằng cách nào đó có thể đưa chị Bơ đi, sang tới Pháp các bà em sẽ tới đón chị về ở nhà họ, vì anh chị em không có quyền đứng ra bảo lãnh nhập cảnh. Ông Phúc bằng lòng ngay và nói thêm: "Nhưng phải làm giấy giá thú mới hợp lệ!". Chị Đại đã trả lời liền, giá thú thì giá thú, sang tới Pháp là hết giá trị, mà cũng chả cần làm giấy ly hôn, còn lấy được ai nữa mà cần giấy ly hôn. Tôi hỏi chị Đại:

— Lần đầu chị bàn với chị Bơ cái chuyện này, chị Bơ bảo sao?

Chị Đại cười:

— Giẫy nẩy như đỉa phải vôi. Mặt mũi đỏ nhừ đỏ tử[43]. Gái chưa chồng nói chuyện hôn nhân ai chả thế.

Tôi cũng phì cười:

— Cái bà này có những sáng kiến đến quái đản.

Chị Đại lườm nhẹ tôi, nói đay[44]:

— Nếu mày không thích thì mày mời bà ấy về ở nhà mày. Cho tao được rảnh nợ.

Tôi nín lặng. Chị Đại nói tiếp:

— Bà ấy chửi tao một lúc rồi ngồi im. Tao chỉ hỏi lại có một câu:

tùy bà, nếu bà không bằng lòng thì bảo tôi để tôi còn có lời nói lại.

— Chị Bơ bảo sao?

— Còn bảo sao! Bảo là tùy cô, cô muốn làm gì thì làm chứ tôi không biết.

— Vậy là xong à?

— Xong chứ, người ta vẫn còn vướng vất cái tình cũ mới đưa vai ra gánh lấy, chứ vui vẻ quái gì.

4

Vậy là chị tôi đi lấy chồng, nói cho đúng là giả đò[45] lấy chồng, về danh nghĩa vẫn có giấy giá thú, nhưng ông ở nhà ông, bà ở nhà bà, cơm ai nấy ăn, giường ai nấy nằm, không có gì khác trước. Chị Đại với chị Hoàng là hai bà hay nói tục nhất họ, nói những chuyện đến các em và các cháu ngồi nghe cũng phải đỏ mặt, nên chị Đại cũng có những lời bình luận về sự ở riêng này, chị nói tục lắm tôi không tiện viết ra đây. Tôi có nghe nói bữa hai ông bà dắt nhau ra phường đăng ký hôn thú, cô ủy viên thư ký phường hỏi bà cụ theo đúng thủ tục: "Thưa bác, bác kết hôn lần này là lần thứ mấy?". Bà cụ cúi gầm mặt không dám trả lời, ông cụ phải nói thay "Lần thứ nhất". Lấy chồng lần thứ nhất mà không có chạm ngõ[46], không ăn hỏi[47], không cưới xin gì cả, đến bữa cơm thân mật trong gia đình cũng phải hai tháng sau mới dám làm, nghĩ cũng tội. Mà là con cháu nhà quan hẳn hoi. Tháng đầu chị tôi đi lấy chồng, tôi không dám lại thăm. Sợ chị tôi ngượng, tôi cũng sợ tôi ngượng. Nhưng tôi vẫn thấp thỏm[48] đợi cái bữa ăn mà bà chị và ông anh sẽ mời. Nói cho thật, không phải vì miếng ăn, mà muốn đến để "quan sát" một chút. Chắc là bà chị tôi cũng biết thế nên nhất định bà không mời cái thằng em mất nết, chuyện bố mẹ nó, nó còn chẳng tha, huống hồ chuyện của các bà chị. Chị Đại gọi bữa cơm đó là bữa cơm đoàn kết, cái từ cách mạng dùng vào trường hợp này thật là khéo quá. Chứ còn biết gọi gì khác. Sau bữa cơm hai họ chừng vài ngày, bà Bơ cũng làm một bữa cơm thân mật chỉ mời riêng có ông Phúc và mấy người con của ông lại ăn thôi. Bà lão nấu ngon quá, nghề riêng mà, nên chỉ mấy ngày sau ông lão lại mò đến xin ăn một bữa nữa. Rồi ngày nào cũng đến đòi ăn, ăn bữa trưa. Rồi ăn cả bữa tối. Rồi đòi ngủ lại, vì say quá, vì trời tối quá, thiếu gì lý do xin được ngủ lại của một ông già đang ngất ngây[49] trước hạnh phúc mới. Tôi toét miệng cười. Chị Đại trợn mắt nhìn tôi, quát to: "Thằng mất dậy! Mày nghĩ gì mà lại cười, hả!".

5

Phải hơn hai tháng sau tôi mới được gặp cả hai vợ chồng bà Bơ. Là nhân ngày giỗ ông nội tôi, tức ông ngoại bà Đại, ông chú bà Bơ, tại nhà ông anh trưởng họ. Bà đến trước đã cả giờ rồi mới thấy ông đến. Chả ai chào ai, cứ như người dưng[50]. Tuy ông Phúc đã ngoài bảy chục tuổi nhưng còn đẹp lão lắm, vóc dáng cân đối đi lại nhanh nhẹn, cái miệng và con mắt của ông già khi cười khi nói còn rất là lẳng[51]. Đàn ông như thế nếu muốn lấy một bà trong ngoài bốn mươi chả có gì là khó. Lại có tiền nữa. Quả tình ông ấy đối với bà chị tôi vẫn còn vương vấn phần nào cái hương vị của mối tình đầu. Là vẫn không ngớt nghĩ về nhau, nghĩ về một cô gái nhút nhát, lặng lẽ, có thể làm người vợ hiền, người mẹ đảm không ngờ số phận lại hẩm hiu[52] đến thế. Khi ông ấy chưa đến, chị Đại có hỏi bà Bơ: "Bà đã dặn kỹ địa chỉ chưa? Nhà trong hẻm, lối đi lắt léo[53] là khó tìm lắm". Bà Bơ trả lời ngắn gọn: "Đã bảo rồi". Chị Đại lại hỏi: "Ông ấy vẫn đi xe đạp à? Đừng ỷ vào sức khỏe, ngã chết có ngày". Vẫn trả lời rất ngắn gọn: "Nói mãi nhưng không nghe". Tôi nghiêng mặt cười mủm mỉm, vì chợt nghĩ cách xưng hô của những cặp vợ chồng trẻ mới cưới cái thời còn đánh Pháp. Vào bữa ăn, tôi được xếp ngồi cạnh bà Bơ và ông chồng. Bà Đại ngồi phía đối diện với ông trưởng họ. Ông trưởng họ là người hết sức thật thà, có nghề xem tử vi và tướng mặt, nghe ông ấy nói về vận số, ai cũng vừa lòng, vì mọi cái xui xẻo[54] đã thuộc về năm qua tháng qua, còn tháng tới và năm tới chỉ gặp toàn những may mắn.

Ông trưởng họ ngắm nhìn bà Bơ rồi tán: "Khí sắc chị Bơ rất vượng, năm tới là chuyện vui lắm". Bà Đại buông một câu, nghe muốn nổi da gà: "Năm tới bà Bơ có tin vui, hả?". Tất cả mọi người đều cúi mặt, không ai dám nhếch môi. Mặt bà Bơ tái đi, còn ông chồng thì quay lại nhòm vợ rồi cười hề hề. Cái giống đàn ông thật quá tệ[55]! Ông trưởng họ vẫn tiếp tục tán tụng bà chị hết sức hồn nhiên: "Chị dạo này trông đẹp hẳn ra". Rõ nỡm[56]. Khen một bà lão đẹp ra, vậy mà cũng đòi làm thầy tướng số! Lại vẫn bà Đại bình luận: "Cái đó đã hẳn, khỏi cần phải cậu nói". Tất nhiên tôi phải tế nhị hơn ông trưởng họ, nên tôi không nói gì cả, cũng không nhìn chăm chú vào một ai, chỉ lắng nghe và thoáng nhìn thôi. Tôi để ý thấy chị Bơ vẹo cổ tay cầm đôi đũa của ông chồng lấy giấy bản[57] lau qua một lượt, rồi lại lau qua cái bát ăn. Chị không nói một lời và mắt vẫn nhìn thẳng. Lúc ăn cơm, chị gắp một miếng thịt gà, dùng tay lọc xương ra, lại xé miếng thịt cho nhỏ, rồi gắp vào bát của chồng. Cái ông chồng đến là nhõng nhẽo[58], chỉ đợi vợ gắp thức ăn mới ăn, cho gì ăn nấy, không tự đụng đũa vào bất cứ món nào khác. Chị Đại nhận thấy ngay, chị quát lên: "Cái ông này đại lãn[59] nhỉ, mắt bà ấy đã lòa dở[60], không hầu vợ thì thôi lại bắt vợ hầu mình". Ông chồng lại há mồm ra cười, hàm răng giả thật đều và thật trắng. Cuối bữa ăn, nhà chủ đưa cho mỗi người một cái khăn tay dấp[61] nước nóng, ông Phúc mở khăn lau mặt rồi đưa cho vợ. Bà vợ cầm lấy cái khăn lau dở của chồng lau luôn mặt mình. Tôi cúi mặt xuống, sống mũi cay xè[62], chỉ muốn nhỏ ra mấy giọt nước mắt của yêu thương.

6

Lấy chồng được nửa năm thì chị Bơ phải đi mổ mắt. Một mắt bên phải mờ hẳn đi như có màng kéo, bác sĩ bảo phải mổ. Chị đến nằm ở nhà thương Điện Biên Phủ, cô gái út của ông chồng xách hai túi to vừa quần áo vừa đồ dùng vặt vãnh[63] theo mẹ kế cùng vào bệnh viện. Mẹ nằm trên giường, cô con chồng trải mảnh ni lông nằm dưới chân giường, mà là con gái nhà giàu, là tiểu thư. Anh trai và chị dâu thì phóng xe máy đưa cơm ngày hai buổi, vợ đưa cơm trưa, chồng đưa cơm chiều, rồi bón cơm cho mẹ, ép mẹ ăn từng thìa, tiền tiêu như nước. Bữa tôi tới thăm chị Bơ, chị đã được tháo băng mắt, nhưng phải mang kính, nhìn mọi thứ vẫn còn mờ mịt. Chị em trò chuyện được một lúc thì ông Phúc tới. Bà đi bệnh viện được vài ngày thì ông ở nhà bị vấp ngã[64]. Ngã nhẹ thôi nhưng đi lại đã phải dựa vào cây gậy. Ông chống gậy lò dò[65] bước vào, cô con gái vội kéo ghế mời bố ngồi kề giường mẹ. Ông kẹp cây gậy trong đùi, đưa tay nắm lấy bàn tay gầy guộc của bà vợ, hỏi nhỏ nhẹ: "Đêm qua bà có ngủ được không? Con mắt mổ còn nhức lắm không?". Bà Bơ trả lời: "Thưa, đã đỡ nhiều ạ, đêm qua chỉ thức có một lần thôi ạ". Con gái nói thêm: "Đêm qua mẹ ngủ say lắm, trưa nay mẹ dùng cơm cũng đã được trên lưng bát". Bà Bơ vẫn để ông lão nắm lấy tay mình, than thở: "Thưa, con mắt tuy đã lành nhưng cái nhìn còn kém lắm, chỉ sợ nó kém mãi thì không làm gì được, ông lại vất vả". Một bà nằm giường bên, cũng ngồi gần đó bắt chuyện: "Bà cụ cứ sợ con mắt bị hỏng con cháu phải hầu, thêm bận họ ra". Ông Phúc nói rất to: "Bà nhà tôi cứ hay nghĩ quẩn[66], mình hầu hạ chúng nó cả một đời, nay chúng nó có phải hầu lại mình cũng chỉ vài năm chứ mấy. Chả là cái tuổi chúng tôi cũng sắp được về hầu các cụ tôi rồi". Tôi nghe ông anh rể nói chỉ muốn bật kêu lên: "Anh ơi, anh là người đàn ông chung tình nhất, rộng lượng nhất. Ước gì bọn em được tốt như các anh".

7

Bà Bơ ở bệnh viện về được vài tháng, con mắt bị mổ sáng lại dần, bà lại đi chợ, lại nấu cơm ngày ba bữa hầu ông, thì ông chồng lại bị ngã lần thứ hai. Là do ông vẫn đi xe đạp, cái chân đau vừa khỏi lại nhảy lên xe liền, rồi vấp té[67], tuổi già té xe[68] đâu phải chuyện nhỏ, nhưng ông lão khoẻ chỉ nằm viện có mấy ngày, các khớp xương đã hết sưng nhưng phải nằm, như người liệt. Tôi đến thăm thấy ông nằm đọc sách, chăn nệm trắng tinh, vẻ mặt thỏa mãn như rất bằng lòng với số phận. Chỗ ông nằm thì cực kỳ sạch sẽ, nhưng cái chỗ của bà nằm bừa bộn như cái bếp. Đúng là cái bếp thật với đủ thứ dụng cụ phức tạp để phục vụ cho cái ăn của người nằm phòng trong. Mà hầu hạ một cách tươi vui, như được dịp báo đáp một ơn nghĩa rất khó trả. Lần nào tôi đến thăm, chị cũng bảo: "Anh vừa nhắc đến cậu, cứ thắc thỏm[69] đã lâu không thấy cậu đến". Rồi bắt phải ở lại cùng dùng cơm với anh. "Anh ăn một mình buồn lắm". Bữa cơm hàng ngày do chị tôi nấu vẫn rất ngon, nấu ngon hơn nhiều bà vợ. Miếng bít tết[70] thật mềm, bát canh cá dưa thật ngon, đến đĩa dưa đĩa cà muối cũng thơm ngon lạ thường. Lần nào ngồi vào ăn tôi cũng hỏi: "Thế chúng nó đâu cả?". "Chúng nó" không phải là người của gia đình nhà gái. Không có người nào bên họ nhà gái tới hầu hai ông bà những lần ốm đau, đến thăm thì có, mồm mép đỡ chân tay[71] thì có. "Chúng nó" đây chỉ là mấy người con và cháu của ông anh rể tôi thôi, nhưng gọi thế cho nó thân, vừa thân lại vừa khéo, là không phân biệt con ông hay con bà, là con của cả ông và cả bà. Ông anh rể như có biết cái ý tứ ấy nên ông trả lời: "Cậu tính, bây giờ chỉ có hai vợ chồng già hầu nhau chớ trông cậy thế nào được bọn nó. Tôi đau thì bà hầu tôi, bà đau thì tôi hầu bà. Nói dại[72], bây giờ bà nhà tôi cũng đau nốt, thì tôi phải tự bò ra bếp nấu cháo nấu cơm chứ biết gọi ai". Chắc không chỉ là một câu nói nịnh mà còn là cái tình thực. Bao giờ ông anh tôi nói tôi đều muốn ứa nước mắt cả.

8

Ông anh rể tôi hóa ra phải nằm thật, nằm đã hai năm nay, nằm ở nhà vợ vì ông đã quyết định về ở hẳn với bà. Có một lần tôi than thở với chị Đại về cái nghiệp báo[73] nặng nề của chị Bơ một đời người vất vả, đã nghĩ về già được thảnh thơi chút ít lại lẩm cẩm[74] đi rước một người đàn ông xa lạ về hầu, cái số kiếp gì lại đen đủi[75] đến thế.

Chị Đại quắc mắt[76] nạt nộ[77] ngay, theo chị hai năm qua là quãng đời đẹp nhất của bà Bơ, được hai năm ấy rồi có phải chết cũng thỏa. Tôi vẫn nhăn răng ra cười, hơn bảy chục tuổi đầu vẫn phải đi chợ, phải nấu ăn ngày ba bốn bữa, thi thoảng có tạt qua các em, ngồi chưa nóng chỗ đã láo liên[78] đòi về, "vì anh ở nhà có một mình", ngày không được nghỉ mà đêm ngủ cũng không đẫy giấc[79], sống như thế lại bảo là rất thỏa, có mà điên. Chị Đại nhìn tôi một cách rất khinh bỉ rồi giảng giải:

— Một đời bà Bơ có cái gì là của riêng mình đâu, đến một thằng đàn ông của riêng mình cũng không có. Bây giờ bà ấy đã có một ông chồng, là của riêng bà ấy, là mon homme[80], là ông nhà tôi, ông xã nhà tôi, nó vui lắm, hãnh diện lắm, không nói ra nhưng cứ nhìn mặt là tao biết. Hầu hạ một ông già nửa liệt nửa què mà mặt tươi hơn hớn[81] cứ như người vừa bắt được của, mắt mày mù hay sao mà không nhận ra? Còn tao ấy à, tao lại khác, tao lấy chồng từ năm mười bảy tuổi, ăn ở với nhau trên năm chục năm mới dứt được cái nợ đời, ở với nhau lâu quá tức là nợ, hầu một thằng đàn ông trên nửa thế kỷ lắm lúc muốn phát điên lên, nó chán quá, nhàm quá, ngày nào cũng làm từng ấy việc, nói từng ấy câu, giận hờn nhau cũng là trong bài bản[82] đã quen thuộc. Chán muốn chết. Nên đã có lần tao đi mẹ nó sang Mỹ, ở cả năm với con gái và con rể, trông con cho chúng nó, để cho đời nó khỏi nhàm.

Ồ, lại ra là thế[83]. Hình như là thế thật vì có thấy chị Bơ phàn nàn gì về những vất vả của chị đâu, mà lại còn vui lắm, lại chẳng ốm đau gì, cứ khỏe ra, mắt như sáng dần, đi lại phăm phăm[84], nói năng cũng nhiều hơn và hoạt bát tinh tường hẳn. Cái sức mạnh thầm kín nào đã khiến một bà lão trẻ hẳn lại, vui hẳn lại, có vẻ ham sống hơn trước, còn dám tính toán cả những việc của tương lai? Là tình yêu chăng? Này, các bạn trẻ, các bạn chớ vội cười. Các bạn chớ có nghĩ một cách tự phụ rằng chỉ ở lứa tuổi của các bạn mới biết mãnh lực của tình yêu. Không nên chủ quan như thế! Các bà nội cũng vẫn có, nếu như cái ma lực ấy các cụ không tiêu xài[85] quá phung phí lúc thiếu thời.

Trong số các bà chị và ông anh còn đang sống ở thành phố, tôi rất thích đến thăm và tán chuyện với chị Bơ và ông chồng rất tốt bụng của chị. Cũng như trước đây tôi đã nghiền[86] đến chơi với chị Hoàng, dầu rằng mỗi lần gặp, chị đều trêu chọc tôi, chửi thẳng chửi xéo tôi vì tôi là thằng cộng sản rắn mặt[87] như lời đồn đại[88] trong họ. Chị chửi tôi, chửi cộng sản, nhưng chị chửi có duyên quá nên tôi vẫn năng[89] đến. Đến với chị Bơ tôi lại có một nhu cầu khác. Tôi lặng lẽ ngắm nghía ông anh rể ngồi lom khom trên ghế, cây gậy kẹp trong đùi, vừa nhìn vợ làm cơm, vừa kể chuyện Đông Tây kim cổ, chuyện vui và cả chuyện buồn, giọng kể ngọt ngào, âu yếm, còn bà vợ chạy lui chạy tới, quay trước quay sau, hai bàn tay không lúc nào ngưng nghỉ, chốc chốc lại quay mặt về phía chồng, hỏi một cách thơ ngây[90], một cách nũng nịu[91]: "Lại ra thế hả ông?", "Con người đẹp thế, tốt thế mà bạc phận ông nhỉ?" Ăn cơm xong, ông ngồi hút thuốc lá, bà ngồi sát cạnh, đặt bàn tay gầy guộc nhăn nheo lên đùi chồng, ông chồng nắm chặt lấy bàn tay ấy, nắn bóp các ngón và trò chuyện với tôi, thỉnh thoảng lại hỏi vợ, "Ngón tay bà sao lạnh thế, lòng bàn tay cũng lạnh, bà đưa hộp dầu tôi xoa cho". Lạy trời cho anh chị tôi được sống thêm mươi năm nữa, cho đời thêm ấm áp, thêm đẹp. Và tôi thầm cảm ơn chị Đại, một bà chị hễ mở miệng nói là ai cũng ngán nhưng ai cũng thương vì khẩu xà mà tâm phật[92]. Chỉ có cái tâm tốt của con người mới làm nẩy nở được những cái mầm yêu thương đang bị thui héo[93] ở đâu đó.

Ngày 27-11-1989

注 释

1. khốn nỗi: 本文中为感叹词, 义为 "没办法"、"没辙"。
2. giận hờn: 忿恨, 愤慨。
3. gớm mặt: 讨厌, 因厌恶而不愿见面。
4. bới móc: 抖搂, 翻找出。
5. nghiệp dĩ: 汉语借词 "业已", "cái nghiệp dĩ" 在本文中是指长期以来形成的特性、职业习惯等。
6. muộn mằn: 过迟（多指婚育方面）。
7. phúc đức: 福德, 幸运。
8. thấp thoáng: 若隐若现闪现。
9. đậm đà: 浓郁, 甘醇。
10. tức thì: 义为 "即时"、"马上", 在本文中义为 "与此同时"。
11. dửng dưng: 漫不经心。
12. chứ lại không: 为什么不, 当然。
13. vùng vằng: 扭动身体表示不满貌。
14. vỡ lở: 败露, 露出去。
15. tai tiếng: 名声不好, 背上坏名声。
16. cằn nhằn: 怨言, 嘟嘟囔囔。
17. chòm chõm: 蹲踞。
18. đêm hôm: 夜间。
19. thủng thẳng: 慢腾腾, 慢条斯理。
20. già nửa: 大半, 多半。
21. nói gì thì nói: 日常口语, 义为 "不管怎么说"。
22. nhân nghĩa hão, sĩ diện dởm: 俗语, 义为 "死要面子活受罪"。
23. dở hơi: 古怪, 怪诞。
24. tàn lụi: 凋萎。本文义为 "败落"。
25. thuốc sâu kèn: 一种手工卷的纸烟, 一端粗一端细, 形似喇叭。
26. nói năng đài các: 指说话的口气很大。
27. hoá hay: 即 hoá ra hay, 日常口语, 义为 "倒是更好"。
28. son trẻ: 年轻。
29. cam phận: 认命。
30. Bờ Biển Ngà: 地名, "象牙海岸", 今科特迪瓦。
31. dựa dẫm: 依附, 依赖。
32. tuốt tuột: 所有, 统统, 全都。
33. tiện bề: 方便, 便于。
34. rầy rà: 累赘, 麻烦。
35. bê bết: 指事情或工作停滞不前, 毫无进展。本文中义为 "不成功"、"失败"。

36. cắt đặt：安排。
37. thần tình：神奇。
38. số là：口语用词，常用于句子开头，表示进一步解释，相当于汉语"是这样的"。
39. bằng Thành chung：越南旧时高小毕业证。
40. kèm học：辅导（功课），多指学生由家庭教师进行课外辅导。
41. gả bán：许配。
42. giận thân：生气。
43. đỏ nhừ đỏ tử：（因羞涩）满面通红。
44. nói đay：唠叨，絮叨。
45. giả đò：假装。
46. chạm ngõ：相亲。
47. ăn hỏi：越南旧时男方求婚的程序之一，过礼，亦称"问名礼"。
48. thấp thỏm：忐忑，心里打鼓。
49. ngất ngây：如痴如醉。
50. người dưng：路人，外人。
51. lẳng：风骚，轻佻。本文中义为"有魅力"。
52. hẩm hiu：不幸，多舛。
53. lắt léo：曲折，弯曲。
54. xui xẻo：倒霉。
55. quá tệ：坏极。
56. rõ nõm：嗔怪语，一般用在关系亲密的人之间，义为"胡闹"、"胡说"等。
57. giấy bản：毛边纸。
58. nhõng nhẽo：撒娇，扭扭捏捏。
59. đại lãn：大懒汉。
60. loà dở：（眼睛）昏花。
61. đấp：浸湿，沾湿。
62. cay xè：发涩。
63. vặt vãnh：零碎，零星。
64. vấp ngã：绊倒。
65. lò dò：蹑手蹑脚。
66. nghĩ quẩn：多虑。
67. vấp té：跌倒。
68. té xe：从车上跌倒。
69. thắc thỏm：心神不宁。本文中义为"念叨"。
70. bít tết：牛排。
71. mồm mép đỡ chân tay：指光说不干，耍嘴皮子。
72. nói đại：（口头用语）说句不吉利的话。

73. nghiệp báo：恶报。
74. lẩm cẩm：昏昧，糊涂。
75. đen đủi：倒霉。
76. quắc mắt：瞪着眼睛。
77. nạt nộ：呵叱。
78. láo liên：（眼珠子）转来转去。本文中义为"找借口"，"找理由"。
79. đẫy：饱饱的，足足的。
80. mon-homme：（法语词）我的男人、丈夫。
81. hơn hớn：满面春风。
82. bài bản：正规的，正儿八经的。
83. lại ra là thế：却原来是这样。
84. phăm phăm：气势凶猛，勇猛。本文中义为"腿脚利索"。
85. tiêu xài：挥霍。
86. nghiền：迷，着迷。本文中义为"喜欢"。
87. rắn mặt：义为"任性的"、"难以管教的"。
88. đồn đại：风传。
89. năng：经常，常常。
90. thơ ngây：幼稚无知，天真。
91. nũng nịu：忸怩作态，撒娇。
92. khẩu xà mà tâm phật：刀子嘴豆腐心。
93. thui héo：枯萎，凋谢。

TẠ DUY ANH 谢维英

谢维英，原名谢曰勇（Tạ Viết Dũng），笔名老谢（Lão Tạ）、平心（Bình Tâm）等，1959 年 9 月 9 日生，河西省章美县（huyện Chương Mỹ tỉnh Hà Tây）人。曾在部队服役十年，任营部通信参谋。退伍后在和平（Hoà Bình）水电站工地工作，开始从事文学创作。后入阮攸创作学校（Trường Viết văn Nguyễn Du）第四期学习。毕业后留校任教至今。1993 年加入越南作家协会（Hội Nhà văn Việt Nam）。

主要作品有：短篇小说集《越过誓言》（Bước qua lời nguyền, 1990）、《轮回》（Luân hồi, 1994）、《一群野鸭》（Lũ vịt trời）、短篇小说《揽仁树边》（Bên gốc bàng, 1997）、长篇小说《序曲》（Khúc dạo đầu, 1991）、《老苦》（Lão Khổ, 1992）、少儿中篇小说《草衣侠士》（Hiệp sĩ áo cỏ, 1993）；主编过《短篇小说和散文的创作艺术》（Nghệ thuật viết truyện ngắn và ký, 2000）一书。

BƯỚC QUA LỜI NGUYỀN
越过誓言

短篇小说《越过誓言》写于 1989 年。1990 年出版后，美国、法国、俄罗斯等国分别译成英文、法文、俄文出版。故事里的主人公阿四（cậu Tư）和贵英（Quý Anh）是同村人，小学同学。阿四出身贫农，贵英是地主的女儿。他们两家有世仇：阿四的爷爷和叔叔都死在贵英父亲的手里。阿四家与贵英家势不两立。贵英因出身不好，从小自卑，小伙伴们常欺负她。一次，在野外放牛时，贵英又遭小伙伴们的欺负。出于同情，阿四帮助了她。阿四和贵英之间渐渐产生了感情，阿四的父母坚决反对。但最终阿四的父母还是接受了这对年轻人的正常恋爱。

《越过誓言》所反映的内容非常丰富，标志着某种时代的结束，一个新时代的到来。仇恨的成见可能会变成某种誓言，人们之间的爱情可能因自己的誓言而被扼杀。为了实现和满足人的最高的人性要求——爱的渴望，除了越过誓言，没有别的道路可走。

BƯỚC QUA LỜI NGUYỀN

Năm lên bảy tuổi tôi đã được giáo dục khá cẩn thận về vị trí mà tôi đang chiếm một khoảng tí teo giữa cuộc đời mênh mông này. Tôi phải nhớ rằng thành phần gia đình tôi bần nông. Dĩ nhiên bần nông là gì, nó khác gì địa chủ, phú nông ở chỗ nào thì tôi không biết. Đầu óc trẻ con của tôi làm sao hiểu được những qui định thiêng liêng ấy.

Khi lật tập hồ sơ mỏng teo, có lẽ cũng đơn sơ như tâm hồn tôi, cô giáo dạy vỡ lòng tôi, xinh đẹp như tiên sa, lẩm bẩm: "Thành phần cơ bản". "Được". Rồi cô trịnh trọng tuyên bố: "Kể từ hôm nay em có nghĩa vụ phải làm sáng danh cha anh mình".

"Làm sáng danh cha anh mình". Nghe mù mờ mà hấp dẫn quá. Bởi vì ít nhất có một đứa trong lớp "không được làm sáng danh cha anh mình".

Con bé có cái tên rất thành thị: Quý Anh. Nó kém tôi một tuổi, là đứa duy nhất trong lớp có lý lịch phức tạp như lời người lớn vẫn nói. Ngày ngày nó đi học cùng với chúng tôi nhưng bao giờ cũng sau một đoạn.

— Mày là con địa chủ bóc lột!

Văng vẳng bên tai Quý Anh suốt thời cấp một là những lời trêu chọc như vậy. Dường như ý thức được số phận của mình, nó luôn luôn sợ hãi xung quanh. Chiếc mũ rơm bao giờ cũng che sụp gần hết mặt. Vào lớp nó khép nép ngồi ở bàn cuối.

Khi cô giáo của chúng tôi giảng bài "Đôi bạn" thì Quý Anh trở thành một tên tội phạm thực sự. Đoạn con hươu được con rùa mách, đá lão địa chủ ngã nhào, một đứa ngồi giữa lớp hét toáng lên: "Bố con Quý Anh đấy! Chết cha bọn địa chủ đi!". Cả lớp cười khoái chí trong khi Quý Anh gằm mặt xuống bàn. Nó không khóc nhưng gương mặt đờ đẫn tới mức chính cô giáo cũng phải chữa lại: "Không phải bố Quý Anh đâu. Chỉ là một thằng bạn của bố em ấy thôi".

Tan học, đám trẻ con chúng tôi ùa nhau chạy trên đê Chùa. Quý Anh tụt lại, lủi thủi như con chó con bị đàn ruồng bỏ. Nó tưởng thế là thoát, nào ngờ hôm đó chúng tôi quyết định "đấu" con bé thay bố nó.

Mặt tái mét, Quý Anh bị xô đi đẩy lại, đứng vào giữa vòng tròn. Thoạt đầu một đữa con gái trong đám bần nông cầm roi quất vào người Quý Anh:

— Tại sao mày bóc lột nhân dân?

Quý Anh ôm chặt chiếc cặp sách, mắt trống rỗng, nhìn đám đông. Một hòn đất nát bay thẳng vào mặt con bé: "Khai mau!" Lại một hòn nữa rồi cả trận mưa đất trút lên toàn thân Quý Anh. Nó vội ngồi thụp xuống[1], đưa tay gỡ đất và xoa lên vết thương. Không hé nửa lời.

— Thôi tha cho nó, hôm sau lại đấu tiếp.

Hôm sau, tháng sau và suốt một thời trẻ con. Chúng tôi không ngớt hành hạ Quý Anh. Có hôm mặt nó tím bầm. Cũng có bận nó khóc, còn đa phần nó đều gắng chịu đựng, một sự chịu đựng mà ngay cả lúc lớn tôi vẫn không sao giải thích được.

Bố Quý Anh là lão địa chủ nòi. Thấy bảo[2] trước kia lão gian ác có hạng. Sau cải cách ruộng đất, gia sản của lão bị xé nát và vợ chồng lão phải dựng lều ra ở rìa làng. Chẳng biết ngày xưa lão lý trưởng ấy ăn gan uống máu ra sao, nhưng khi tôi lớn lên chỉ thấy lão nhu mì như hòn đất. Suốt ngày lão câm lặng, cặm cụi cùng vợ con cày xới mảnh vườn tí tẹo. Ra đồng, lão lý trưởng xưa kia cũng đứng riêng một chỗ. Gặp từ đứa trẻ lên sáu, nhất nhất lão đều lên tiếng chào trước.

Một hôm tôi bảo với bố tôi:

— Ông Hứa ngày xưa ác bá ra sao, mà ngày nay ông ấy hiền thế.

Bố tôi trợn mắt:

— Mày sắp quên mối thù rồi đấy. Chẳng qua thời này là thời của bần-cố nông thì lão phải chịu đấy con ạ. Mẹ tiên sư, giá lúc nó xua tuần đến đốt nhà ông nội mà mày được chứng kiến nhỉ!

— Lão Hứa xua hả bố?

— Chứ còn ai vào đấy. Thằng Tư Vê đeo kiếm dài chấm đất lúc nào chẳng cặp kè với lão Hứa, ai dám ho he. Gớm, nó chả hiền sớm cho đấy.

Và để tôi ghi mối thù vào xương tuỷ, mỗi ngày bố tôi lại kể cho tôi nghe một câu chuyện thời xưa về sự tàn ác của lão Hứa. Mỗi ngày một chuyện, lời kể của ông tuyệt vời như kể chuyện cổ tích, khiến tâm hồn tôi thấm đẫm[3] những hồi ức kinh hoàng không bao giờ còn hong khô được nữa.

* * *

Sau tròn mười năm, kể từ ngày tôi khóc thầm ra đi, tôi lại trở về cái nơi ghi dấu mãi tuổi thơ cay đắng của tôi. Bố tôi già đi ghê gớm. Tóc ông bạc như cước[4], xơ xác trên chiếc trán bị thời gian đào rãnh lô xô. Em út tôi lớn phổng lên thành một thiếu nữ xinh đẹp. Mười năm trước, chính nó từng họa theo lời bố tôi để thét lên: "Anh hèn hạ lắm! Anh cút đi cho bớt tai tiếng". Lúc đó nó mới 12 tuổi, nổi tiếng là đứa bé có bản lĩnh. Nó giống bố tôi như đúc cả về hình thức lẫn tính cách. Giờ đây em tôi, con bé chỉ thích đeo kiếm đóng vai nữ tướng hồi bé vồ lấy tôi khóc nức nở. Nó khóc thổn thức, ai oán đến nỗi tôi phải ngồi thụp xuống gạt nước mắt. Đến lượt mẹ tôi, bà chỉ dám khóc thầm sau tấm màn che gió. Lâu lâu bà mới cất tiếng:

— Đưa anh đi rửa ráy, con!

Đấy là bà bảo em tôi. Ôi trái tim người mẹ, bao giờ cũng có chỗ cho ta, sau khi mệt mỏi về trú ngụ. Bố tôi thì khác, ông xúc động theo kiểu của người cha. Ông ngồi ở bàn, vầng trán vằng vặc như chính người đang tính toán tiếp con đường công nghiệp mà người mở cho tôi, bị đứt đoạn mười năm. Cặp mắt người vốn nổi tiếng một vùng vị độ thấu xa[5], không mảy may lộ liễu người mừng hay coi đó chỉ là chuyện trẻ con.

Tôi đến ngồi ghé trên chiếc tràng kỷ nhẵn bóng, đối diện với bố tôi.

— Mười năm anh đi những đâu?

— Thưa thầy, con đi gần hết cái đất nước này.

— Anh thấy nó rộng hay hẹp?

...

— Chưa vượt biên chứ?

Tôi vẫn im lặng, bắt gặp cái nhìn chia sẻ từ sau cánh cửa của em gái tôi. Tiếng bố tôi vẫn đều đều:

— Mười năm anh học được cái gì mang về?

— Con học được nhiều thứ. Nhưng cái quí nhất mà cuộc đời cho con là phải biết tự định đoạt lấy mình.

— Nghe nam nhi đấy. Giỏi!

Tiếng "giỏi" mà bố tôi buông ra cũng giống như dấu chấm hết một đoạn văn hay nhưng với ông không lọt được lỗ tai. Tiếng "giỏi" ấy còn có nghĩa "Được, để xem". Hết chuyện. Tôi uể oải đứng dậy theo em gái tôi ra phía bể nước. Nó cầm chiếc khăn mặt chờ sẵn ở cửa, cầm tay tôi kéo như chạy.

— Anh chấp[6] bố làm gì! Càng lớn em càng thương bố. Cuộc đời cũ vầy vật[7] bố đến mức bố không thể quên được nó. Nhưng thôi, thế là thoát.

Đứng xem tôi hành hạ chiếc khăn mặt, nó tỉ tê:

— Anh về mà xem làng xóm, thay đổi khủng khiếp. Mấy chục năm xây dựng mà cứ xác xơ như trong cảnh "Tắt đèn". Lớp người tuổi bố chết gần hết rồi. Vẫn hẹn nhau xuống mồ nữa cơ.

— Những ai mà chết gần hết?

— Ngoài bố ra còn ba vị nữa đang thập thò miệng lỗ. Cho các vị đi hết đi để đến lượt anh em mình làm chủ thế giới. Đến khổ với các vị.

— Vẫn thù nhau à?

— Thù càng ác liệt. Ngày mai anh sang chơi ông Mịch mà xem. Tuy tím tái hết chân tay đấy nhưng vẫn hỏi luôn mồm thằng ấy, thằng nọ có vác mặt đến không thì lót lá dắt ra ngõ⁸ hộ.

Nước mắt làm đầu óc tôi bớt nặng nề. Nhưng càng tỉnh táo tôi càng như bị ném vào tình thế phải che chắn tứ bề. Sẽ ứng xử ra sao cho ba vuông bảy tròn giữa những người cứng đờ vì thiên kiến. Cuộc đời chiến sĩ chỉ dạy tôi điều đơn giản, nếu kẻ thù ở hướng nào thì phải quay súng về hướng ấy. Còn nếu nó ở bốn phía thì chính mình phải nổ tung! Trong trường hợp này, quá lắm tôi cũng chỉ đến mức - như mười năm trước - gào to lên lời nguyền rủa độc địa cho cái mảnh đất đầy thù hận này chìm lặng đi.

Tôi theo em gái ra thăm khu nghĩa địa. Quê tôi vẫn có thói quen chỉ tin vào người chết! Khu nghĩa địa của làng tôi lúc đầu chỉ có độc chiếc mả ngựa. Một vị tướng, không rõ từ thời nào, đã an táng con chiến mã của mình khi con ngựa đầy chiến tích ấy đến làng tôi thì gục xuống chết. Khi tôi lớn lên người ta vẫn gọi khu đất hoang ấy là "gò con ngựa", mặc dù chính thức là nơi yên nghỉ của những người đã hưởng đủ của Trời. Giờ đây bãi nghĩa địa bị chia cắt làm năm - bảy mảnh. Những người bình thường khi sống, thì lúc chết ngôi mộ của họ xem ra cũng hiền lành. Làng tôi gọi đấy là khu bình dân. Sau hàng rào quét sơn trắng nổi lên đám mộ được xây cất công phu thò ra thụt vào, chạy song song nhau. Rồi lại một đám khác, lù lù mấy nấm đất cao ngang đầu, trên nóc đều có cây thiên tuế uốn éo một cách dị dạng. Tách biệt với khu bình dân và khu phú quí lại có một khu khác thập thò vài chục mô đất sè sè, nom hiu quạnh như lũ mộ vô chủ, cả năm nay may lắm được một lần hương khói vào dịp Thanh minh.

Em gái tôi trở thành người hướng dẫn đắc lực:

— Đám trắng toát kia là của mấy ông phó Cả, phó Hai, phó Ba. Lần này thì chắc không bị đào nữa.

— Sao? Ai đào?

— Người ta đồn các ông phó mang theo vàng xuống âm phủ nên dân đào vàng bán xới[9] họ đào...

— Còn đám kia?

— Đám ấy của ông phó Hộ. Thật là lúc chết vẫn muốn lù lù trước thiên hạ.

— Cuối cùng cũng chỉ là nắm đất với một dúm xương tàn.

Tôi nói bâng quơ như một ý tưởng đến chợt.

— Đúng - em tôi đồng tình - Giá lúc sống các vị biết cho điều ấy nhỉ.

Ngừng một lát, em gái tôi tiếp:

— Trông thì "gia phong" thế thôi - là em bảo cái đám mộ kia kìa. chứ lúc hấp hối các vị mới lộ chân tướng thật, nghĩ mà rùng mình.

— Có chuyện gì thế?

— Khi cụ Hộ - bố của ông phó - hấp hối, cụ mới đưa ra bảng phân vai[10]. Đứa trước đây là cháu bây giờ thành con. Đứa trước đây là em thì bây giờ lên chú... đến nỗi đám con cháu thảm hại ấy như lạc vào mê cung ngôi bậc[11]. Hoá ra thời mấy chục năm trước, khi các ông phó đi lính đồn trú cho Pháp thì cụ Hộ ngủ cả với mấy cô con dâu. Bà nào có mang liền lên bốt ở với chồng vài tháng.

— Mảnh đất chết tiệt - Tôi muốn gào thật to vào bầu trời thẳm sâu, tôi muốn gào xuống tận âm ty địa ngục cho quỷ thần nghe thấy, biết rằng chẳng để làm gì.

— Thôi anh ạ! Cuối cùng họ chỉ còn lại trước cuộc đời bằng độc một mô đất. Cứ chia đều cho mỗi vị một nén.

Tôi làm theo lời em gái tôi, lòng không chút cảm xúc. Những nấm đất! Những nấm đất vô tri, lạnh lẽo. Các vị sống thế nào thì chết cũng thế ấy - Tôi nguyền thầm.

Chợt tôi phát hiện có một mô đất bẹp gí ở rìa khu bình dân, sát mép nước. Tuồng như nó cố tình lút xuống để người sống khỏi ngứa mắt.

Thấy tôi ngẩn ngơ nghi hoặc, em gái tôi vội nói:

— Lão Hứa đấy. Lão chết hồi năm kia sau 7-8 năm ỉa đái ra quần. Làng không cho lão vào nghĩa địa nên lão đành ở tạm đấy. Hôm đưa tang lão, thối khắp làng đến nỗi ruồi xanh đuổi theo quan tài đông hơn ong vỡ tổ. Mấy ngày sau thán khí còn chưa hết khiến mấy chục con chó hóa dại một lúc rồi theo lão cả. Chỉ tội cho chị Qu...u...ý Anh và cái Quý Hương...

"Quý Anh!" - Ký ức tôi bật chồm dậy như con ngựa chứng chưa thuần. Phút chốc những kỷ niệm mặn chát một thời của tôi vụt hiện lên, tươi rói[12] như vết thương đang ứa máu.

— Cô ta bây giờ như thế nào? Giọng tôi như vọng về từ một thế giới khác.

—... Chị ấy vẫn chờ anh. Cả làng bảo chị ấy mắc nghiệp chướng do lão Hứa gây ra. Nhưng chỉ mình em biết chị ấy chờ anh...

* * *

Trong những câu chuyện bố tôi kể thì ông và cuộc đời xưa kia là hai nhân vật chính, đối nghịch nhau suốt cuốn tiểu thuyết đầy máu và nước mắt. Ông tổ bốn đời của tôi vốn nghèo rớt mồng tơi. Chẳng hiểu sao cụ rất giỏi chữ Nho.

Chính nhờ cái vốn chữ thánh hiền ấy mà cụ tôi, dù suốt đời cùng đinh vẫn được đám hào lý gờm nhất. Sau vụ cha con lão Lý Bá khuynh gia bại sản chỉ vì một bài thơ của cụ, thì cụ bốn đời của tôi vị liệt vào hạng nguy hiểm cho đám chức sắc từ Chánh tổng trở xuống. Vậy mà cụ tôi vẫn sống ngoài tám chục tuổi, ung dung thoát tục như một ông tiên.

Ông nội tôi không thừa hưởng được số chữ của cụ tôi nên đám hào lý coi nhờn[13]. Sẵn mối thù "Bố nợ con trả", ông tôi bị chèn ép suốt một đời. Tuy thế ông nội tôi cũng nuôi chí lớn lắm. Ông tôi vờ cúi rạp dưới chân đám quan lại, xin được một chân Trương tuần. Kỳ thực ông tôi ngầm thu nạp khoảng hai chục thanh niên trai tráng, định đánh úp nhà chánh tổng. Việc bại lộ, ông tôi bị trói nghiến giữa đình suốt hàng tháng trời, kỳ đến tróc hết da vì đòn mới thôi. Bị bãi chức, ông tôi quay về cày chia cấy rẽ[14], lòng vẫn ôm ấp một mưu đồ lớn.

Chuyện ông tôi bị lão Hứa đánh giập phổi[15] là chuyện sau này. Chỉ biết rằng lúc hấp hối, ông tôi dặn lại truyền cho con cháu: "Còn làng Đồng thì còn mối thù với thằng Hứa và con cháu hắn".

Bố tôi kể: Chú Hai tôi chết vì thiếu đúng một bát cơm nguội. Sau này cứ vào ngày mồng 5 tháng ba âm lịch, bố tôi lại dậy từ nửa đêm, xúc một bát cơm nguội để trước mặt. Ông ngồi lặng hàng giờ, mặt đanh lại như sắt thép. Chú Hai tôi chết quá tang thương. Chuyện đó tôi thuộc lầu[16] từ bé. Mãi khi đã lớn thỉnh thoảng tôi vẫn nằm mơ gặp chú, hoàn toàn do tôi tưởng lại từ bố tôi mô tả: "Đầu to, cao lòng khòng, toàn thân là một cái khung bằng xương". Nhưng thôi, để yên cho bố tôi kể.

Dạo ấy bố tôi 16 tuổi, làm thằng ở chăn trâu cho chánh tổng. Hằng ngày bố tôi sống chết cũng phải ăn cắp được một giỏ cơm nguội về cho bà nội và hai chú tôi. Hôm ấy không hiểu sao bố tôi không về. Bà tôi và hai chú chờ mãi cho đến khi chú Ba tôi chết lả[17] trong giấc ngủ. Chú Hai tôi đói quá tính đường đi ăn cướp. Chú đi dật dờ[18] ở chợ, mắt vờ không thấy gì. Kỳ thực chú đã liếc thấy ở dãy hàng quà có người đang đưa lá bánh vừa bóc lên miệng liếm. Chú tôi dật dờ đến gần. Vụt! Chú tôi chao mất miếng bánh của người đàn bà nọ trong nháy mắt. Thế là loạn chợ, tiếng kêu cướp, tiếng đuổi nhau, tiếng đòn gánh nện chát chúa... Chú Hai tôi phóng vù xuống mép sông, phồng mồm nhai miếng bánh, lưng ròng máu vì mấu đòn gánh[19] bổ dọc.

    Bố tôi lại ăn cắp được cơm. Bố tôi đi tìm chú Hai tôi. Anh em gặp nhau, chú tôi sợ ăn đòn bỏ chạy. Bố tôi cầm bọc cơm gào đứt hơi suốt mấy làng ven sông Đáy. Hôm sau bố tôi tìm được chú Hai tôi ở Tràng Cát, một làng nổi tiếng nhiều cướp. Chú tôi ăn cắp ngô non bị đám trương tuần chôn sống. Rồi chính họ lại bới chú tôi lên - cho khỏi thối làng - bó chiếu giúp bố tôi. Bố tôi kể đêm ấy mưa bão, bố tôi vác chú Hai về nhà cũng vừa sáng. Sẵn có cái hố ngập nước, bố tôi thả tõm chú Hai xuống đó, mắt chú tôi vẫn mở trừng trừng.

    Lần nào nghe bố tôi kể, tôi và em út tôi đều chứa chan nước mắt. Bố tôi bảo: "Chỉ vì một bát cơm nguội mà chú chúng mày chết. Mà bát cơm nguội ấy thằng Hứa giật đoạn trên tay tao đổ cho chó".

    Sau đận ấy bố tôi hận đời quyết chí bỏ lên rừng cũng đúng vào dịp lão Hứa được bổ làm lý trưởng. Lão biết bố tôi đi đâu nên thi thoảng lại đến hạch sách ông nội và mẹ tôi. Sau đêm Chánh tổng chết hụt vì lưu đạn của du kích, lão Hứa lấy cớ điệu ông tôi ra đình, bắt xin lỗi chính quyền tề vì trót đẻ ra bố tôi. Ông tôi không nghe. Lão Hứa sai tuần đem diêm đến đốt nhà ông tôi. Ông tôi vác mã tấu đứng đối diện, thề sống mái một phen. Đến đêm, lão Hứa xua lệ ập đến, trói nghiến ông tôi kéo ra đình. Sáng hôm sau ông tôi chỉ còn như miếng giẻ đẫm máu. Mẹ tôi đem ông về. Mỗi ngày ông thổ ra một ít huyết tươi. Biết sắp chết, ông bắt mẹ tôi phải ghi lại lời nguyền. Mẹ tôi kể, sát ngày ông tôi về trời, ông dặn mẹ tôi sau này phải đẻ ít 3 thằng con trai.

*   *   *

    Năm tôi lên 10 gia đình tôi đang ở thời kỳ đại thịnh. Khỏi phải nói khi có quyền trong tay bố tôi đã đè bẹp, nghiền nát đám quan lại cũ ra sao. Lão Hứa tất nhiên thuộc đối tượng đầu tiên ông nghĩ đến. Lão bị tịch thu đến cả chiếc lư hương, khu trại cũ bị san phẳng thành ruộng. Lão sống thui thủi như con chó lạc loài. Thằng cháu họ một thời cặp kè bên lão cũng quay lưng lại lão. Để nịnh bố tôi, ông Tư Vê đã ỉa vào cửa nhà lão cả đống tướng.

Một hôm, dạo đó tôi 12 tuổi, tôi bắt gặp lão Hứa bới trộm khoai lang. Lão địa chủ cũ nhìn trước rồi nhìn sau rồi chùi củ khoai vào vạt áo, đưa lên miệng nhai ngấu nghiến. Lão đói. Con cái lão cũng bị bỏ đói. Sau Quý Anh, lão còn bắt vợ rặn[20] cho lão thêm một đứa nữa đặt tên Quý Hương. Quý Hương giống chị như hai giọt nước, đẻ cùng tháng với em út tôi. Thấy bảo hôm đón con bé, lão Hứa định ngầm bóp chết. Lão cần có đứa con trai để hy vọng đến ngày nào đó gia thế nhà lão lại phất lên. Chờ đúng lúc lão Hứa đang phồng má trợn mắt, tôi hét lên:

— Có thằng ăn trộm!

Lão Hứa suýt ngã vì sợ và xấu hổ. Lão nhè[21] vội miếng khoai, xoa tay vào áo, dùng chân lấp lại chỗ đất lão vừa bới rồi quay lưng định lủi mất. Hình ảnh chú tôi chết đói, hình ảnh ông tôi chết vì đòn như kêu gào tôi trả thù. Tôi muốn nhân cơ hội này đâm cho lão Hứa một nhát[22]. Có lẽ bộ mặt tôi lúc ấy gờm ghiếc lắm nên lão Hứa co rúm[23] lại.

— Lão Hứa!

Lão địa chủ xưa kia đổ khuyu xuống.

— Lão có biết lão mắc tội gì không?

— Cậu Tư ơi, tôi đói quá!

— Lão đói nhưng lão chưa chết. Còn chú ta ông ta đều chết về tay lão thì lão tính sao?

Lão Hứa mếu xệch miệng. Tôi tiếp:

— Chỉ vì một bát cơm nguội mà chú ta thành ma đói. Lão có nhớ không?

— Tôi nhớ.

— Tại sao lão ác thế?

— Tôi van cậu Tư. Thì ông nhà đã đòi đủ ở tôi rồi mà!

— Chưa được bao nhiêu. Hôm nay lão phải trả nốt.

Tôi tiến lên, gí thanh nứa vạt đầu vào cổ lão Hứa. Lão địa chủ xưa kia vội đưa tay túm ngang chiếc que.

— Kìa cậu Tư, tôi cắn cỏ tôi lạy cậu. Cậu thử hỏi ông nhà xem, có phải có lúc tôi đã tử tế với ông nhà không?

— Còn ông ta và chú ta, lão tử tế thế đấy à?

— Cậu Tư ơi! - Lão Hứa cuống quít đẩy thanh nứa đang bị tôi ấn mạnh thêm - Cậu cứ lớn lên đi cậu sẽ hiểu tôi chả là cái gì trước số phận, trước thời thế. Tôi có trực tiếp đánh ông cậu đâu. Tôi có trực tiếp chôn sống chú cậu đâu. Cuộc đời cũ nó ắt phải như thế.

— Tôi không đủ sức hiểu những lời lão Hứa nói. Đại loại lão muốn bảo tôi rằng việc làm của lão xưa kia với việc bố tôi tịch thu tài sản của lão, cả hai việc ấy đều do cuộc đời muốn thế. Tôi còn đang do dự không biết có nên lấy của lão một tí máu cho mát lòng ông và chú tôi, thì từ đâu Quý Anh hớt hải chạy ra. Thấy cảnh đó mặt nó cắt không còn giọt máu. Trông thấy con, lão Hứa vội kêu lên:

— Quỳ xuống đi con! Quỳ xuống xin cậu Tư và ông bên nhà đi con.

Quý Anh từ từ quỳ xuống, hai tay chắp trước ngực. Trông nó đối nghịch gay gắt với lão bố phàm tục của nó. Sau này mỗi lần bắt gặp một tiên đồng trong các cuốn tiểu thuyết, tôi thường nhớ đến Quý Anh ở giây phút ấy. Khuôn mặt nó trong veo, cặp mắt trong veo với hai lọn tóc lắc lư bên má. Xin đừng nghĩ đơn giản về trái tim cậu bé tuổi 12 như tôi. Lòng tôi sóng sánh[24] như bát nước đầy...tôi để tuột thanh kiếm tráng sĩ vì một lời khẩn nguyện dâng lên từ đất: "Cậu và tôi... và những mùa vàng rực nắng[25], chúng ta cũng là con đẻ của một cuộc đời không thù hận".

Hẳn lúc ấy tôi chỉ còn cảm thấy có gì đó khác thường đã xảy ra trong trái tim bé con của tôi. Nhưng khi tôi bắt đầu hiểu cuộc đời tôi cứ nhớ có một lời khấn thầm như thế ngấm vào tôi. Có thể, nó đến bằng thứ giấc mơ thanh sạch ở tuổi chớm lớn. Nhưng bao giờ lời khấn thầm ấy cũng đi cùng hình ảnh Quý Anh quỳ trước tôi từ buổi đấy. "Cậu và tôi ..." lẽ nào điều ấy đã xảy ra khi vào một đêm nào đó tôi úp mặt lên gối khóc nức nở, quằn quại trong nỗi ân hận đành chịu mang tội với ông và chú Hai tôi.

*   *   *

Tuổi thơ của tôi được nâng lên từ những cánh diều. Chiều chiều trên bãi thả, không cứ gì chúng tôi, người lớn cũng hò hét nhau thả diều thi. Diều của người lớn làm bằng cả cây tre, to mấy người khiêng. Lúc thả lên trời, cánh diều khổng lồ ấy chao lắc[26] như chảo đồng. Ở dưới đất, đám người lớn có vẻ bị lùn đi một chút, đang ăn thua nhau từng tấc một. Họ mượn cánh diều để ám chỉ sự phát lộc[27] của gia đình nhau. Tôi còn nhớ đã xảy ra ẩu đả đẫm máu vì những cuộc thi diều. Con lợn, năm chục cân làm giải thi, cứ từ chuồng nhà này sang chuồng nhà kia sau những thông báo sốt dẻo[28] từ bãi thả.

Cánh diều của trẻ con chúng tôi mềm mại như cánh bướm, thanh sạch vì không hề vụ lợi. Trong khi người lớn chạy bật móng chân để rong diều thì đám mục đồng chúng tôi sướng đến phát dại nhìn lên trời. Sáo lông ngỗng[29] vi vu trầm bổng. Sáo đơn[30] rồi sáo kép[31], sáo bè[32]...như gọi thấp xuống những vì sao sớm. Có cảm giác diều đang trôi trên dải ngân hà! Người lớn sợ bóng đêm như sợ mất con lợn cứ thu diều về dần, bỏ mặc chúng tôi với bầu trời tự do, đẹp như một thảm nhung khổng lồ. Có cái gì cứ cháy lên, cháy mãi trong tâm hồn chúng tôi. Sau này tôi hiểu đấy là khát vọng. Tựa như khi tôi đọc truyện cổ tích và ước thành chàng hoàng tử lao vào chém mãng xà bảy đầu cứu nàng công chúa. Chỉ có trăng, sao và những cánh diều hộ mệnh. Tôi đã ngửa cổ suốt một thời mới lớn để chờ đợi một nàng tiên áo xanh bay xuống từ trời. Bởi vì tôi bao giờ cũng hy vọng khi tha thiết cầu xin: "Bay đi diều ơi! Bay đi..." Cánh diều tuổi ngọc ngà[33] đứt dây bay đi, mang theo nỗi khao khát héo mòn[34] của tôi.

Cho đến một hôm cánh diều trở lại thật. Nó xác xơ, ủ rũ và bị xách ngược lên, tàn nhẫn như người ta xách con cá.

— Cháu nhặt được ở Đồng Cát.

— ...

—Cháu biết ngay là diều của cậu đứt dây. Cậu xé vở dán diều à?

— ...

—Bố cháu bảo cháu mang trả lại cậu. Cậu đã ôn bài cô giáo cho chưa?

Con em út tôi nghe thấy giọng nói ngập ngừng của Quý Anh, lao vụt ra như con chèo bẻo:

— Ai cho mày đến nhà tao. Cút ngay đồ bóc lột.

Quý Anh co người lại, câm lặng trở lui. Vốn sống bằng mặc cảm[35] bị khinh ghét từ bé, nó và những đứa con lão Hứa đều xưng cháu với bất cứ ai trong làng. Nó sẵn sàng im lặng để một đứa lên ba cào vào mặt.

Dạo ấy chân ruộng gieo mạ chưa bị tận dụng tăng vụ như bây giờ. Sau khi đưa hết mạ xuống đồng cấy, chân ruộng ấy bị bỏ rơm cho đến lúa mạ sau. Thật là một thời kỳ hiếm có mà trời ban cho bọn trẻ chúng tôi. Không bị ngăn cản, đám cây cút kít, cỏ rày, cỏ mật[36]...mọc nhanh như có phép, tạo một cái thảm cỏ xanh tuyệt đẹp chạy hút đến tận bờ đê là nơi mặt trời thường nhô lên mỗi sáng. Chúng tôi bỏ mặc lũ trâu chạy ăn tự do trên cánh đồng. Từng đàn chèo bẻo sà xuống bắt ruồi, thỉnh thoảng lại xoẹt cánh[37] ngang mặt chúng tôi.

Có hôm bọn tôi chạy dẻ[38] vì một đôi vợ chồng chèo bẻo mất con. Giống chim này say đòn, sẵn sàng bổ toác đầu đối phương, bất kể đó là người.

Quý Anh cũng có mặt trong đám trẻ chăm trâu. Lẽo đẽo theo nó là con Quý Hương. Hai chị em Quý Anh cùng với chiếc rổ sề, bao giờ cũng cặm cụi một chỗ kiếm rau lợn.

Con trâu nhà Quý Anh vốn nổi tiếng hung dữ. Ngoài hai chị em Quý Anh, bất kể ai có ý định đến gần nó, đều có thể bị húc lòi ruột. Ấy vậy mà trước hai cô chủ nó hiền lành đến đáng ngờ.

Dạo ấy "cu Nhỡ" mới lớn, là con trâu giống duy nhất trong làng. Nó cậy uy thế có bộ cà, độc chiếm đàn trâu cái vừa béo mượt trở lại sau vụ cày. Nó luôn canh cánh cảnh giác con Sừng Măng nhà Quý Anh là đối thủ cuối cùng khiến có còn kiêng mặt[39]. Sở dĩ gọi là con Sừng Măng vì cặp sừng của nó ngắn cụn, to và nhọn như hai chiếc măng. Khi lao vào đối thủ, đôi sừng ấy lợi hại vô cùng. Nó có thể móc mắt, đâm thủng hầu đối phương mà không bị đánh trả.

Hôm ấy đám trẻ trâu[40] chúng tôi đang mải quần nhau với đôi vợ chồng chèo bẻo mất con. Từ trên ngọn cây gạo, vợ chồng chèo bẻo thi nhau chửi chúng tôi. Ý chừng nó bảo "Lũ sát nhân kia! Chúng mày giấu con bà ở đâu. Che p he. P che.p he.p... bà thì móc mắt chúng mày ra". Khi con chèo bẻo vợ chồng chõ mõ[41] chửi một cách chua ngoa thì bất thần thằng chồng cục súc thu người lại, lao như tên bắn vào đám trẻ chúng tôi. Lúc đến gần, mắt nó lóe lên như hai cục than, bộ móng chụm lại, chỉ nhãng ý tí là thủng đầu với nó. Tuy đã chuẩn bị trước nhưng bao giờ chúng tôi cũng bị bất ngờ, đánh vụt vu vơ vào chỏm đuôi[42] con chèo bẻo rồi lăn ra cười như nắc nẻ.

— "Chẹ.p hẹ.p... chồng bà thương lũ chúng bay đầu xanh tuổi dại đây".

— "Lần này thì mày chết. Chỉ một nhát là tụi ông nướng chả".

— "Choẹt!"

— "Ai chà!"

Cứ như thế chúng tôi quên bẵng mất đàn trâu không hề biết Cu Nhỡ và Sừng Măng đã hẹn đấu phân vai. Anh hùng vô song! Phải có một con đàn em kia. Như một cuộc đấu danh dự, hai con vật đều cố tỏ ra đàng hoàng. Nhận được lời thách, Cu Nhỡ tách đám trâu cái luôn sán đến bên nó, tiến dần về điểm hẹn. Con Sừng Măng cũng lợi dụng hai cô chủ mải kiếm rau đã rất sẵn sàng đón đợi. Cu Nhỡ ghếch cổ[43] lên chào. Sừng Măng gật đầu đáp lễ. Cu Nhỡ hỏi: "Ông nghĩ kỹ chưa?" Sừng Măng đáp: "Thằng oắt con lêu lổng, để xem mày được mấy hơi".

Hai con vật phóng vào nhau bằng tất cả niềm căm thù bấy lâu bị dồn ép. Con Sừng Măng không vội đánh. Nó chỉ né mình tránh những nhát đòn trời giáng của Cu Nhỡ. Hăng máu vì liên tiếp trượt đòn, Cu Nhỡ càng lồng lên, mắt đỏ ối như lửa. Mặt đất ầm ầm rung động đến mức vợ chồng chèo bẻo quên cả đánh chúng tôi, dỏng tai nghe ngóng.

Cu Nhỡ vẫn lao vào như hóa dại nhưng không sao dứt điểm được với lão Sừng Măng. Con Sừng Măng vốn lõi đời trong nghề giang hồ, vẫn trơ ra như đá. "Thằng tráng niên ngu ngốc, liệu mà ông cho mày hết thói huênh hoang". Phầm! "Lão già quỷ quyệt, thời của lão còn đâu nữa!" Phầm! "Đánh với chác!⁴⁴ Mày chỉ được cái tài lừa bọn đàn bà con gái". Phầm! Phầm! Phầm!... Đám đất dưới chân Cu Nhỡ tung lên. Một mũi sừng của nó đã gại được vào yết hầu con Sừng Măng, đủ làm đỏ một đám ruộng.

— Chết cha con Sừng Măng đi! Chết cha quân bóc lột đi.

— Gọi chị em con Quý Anh ra đây mà xem. Cu Nhỡ lột da con Sừng Măng.

Nhận được lời cổ vũ, Cu Nhỡ càng lao vào như điên. Tuy trúng đòn, con Sừng Măng vẫn không hề nao núng. Nó xoay người một cách mau lẹ, lựa đối thủ vào miếng. Cu Nhỡ hở đòn do một giây chủ quan khiến mảng yết hầu phơi ra trước mặt cặp mắt lão Sừng Măng cáo già. Phụp! Chiếc sừng sắc như dao cắm vào quá nửa cổ Cu Nhỡ. Nhưng giết Cu Nhỡ có lẽ không phải là mục đích trận đấu của Sừng Măng. Nên sẽ buồn chán khi không có kẻ nào đáng mặt thán phục nó. Nhưng nó phải dạy cho gã tráng niên ngu ngốc kia hết thói hợm đời. Rút khỏi cổ Cu Nhỡ, Sừng Măng luồn ngay chiếc sừng đỏ máu ấy vào giữa đoạn sừng đối thủ rồi khẽ lắc nhẹ một cái. Khi Cu Nhỡ thoát ra được, trông nó thật thảm hại. Một bên sừng bị gãy, lủng lẳng rủ xuống khiến đến lúc nó già nó còn khổ sở vì bị đám trâu cái coi thường. Con Sừng Măng phóng theo một đoạn, cốt cho đúng luật rồi tế một mạch đến cúi đầu chịu tội trước hai cô chủ.

Bọn trẻ chúng tôi sững sờ một lúc rồi ùa xuống cầm đất ném chí tử vào con Sừng Măng. Lúc đầu con vật gườm gượm lại. Nhưng bọn trẻ chúng tôi dùng cả lửa quăng lên lưng con vật khiến nó tung vó chạy thục mạng. Bọn trẻ đang cơn khát trả thù bèn quay ra túm lấy chị em Quý Anh. Con Quý Hương so vai rụt cổ[45], mặt cắt không ra máu. Nó được ưu tiên còn bé, tha cho về trước nhưng cấm không được hé với người lớn nửa lời.

Quý Anh bị túm tóc lôi ra trước bãi đấu. Nó ngầm đưa mắt cho tôi, đầy lên lời van xin được cứu mạng. Tôi muốn gần đám bọn chăn trâu nhưng rất sợ bị chúng gán cho tôi có tình ý với con địa chủ. Trời sập tối rất nhanh. Bình thường như mọi khi, chờ trăng lên là chúng tôi dong trâu về. Nhưng mải "tra tấn" Quý Anh, chúng tôi bỏ mặc vầng trăng bơ vơ một mình.

Quý Anh bị trói vào cây phi lao cụt ngọn, miệng mím chặt nhìn vào cánh đồng mênh mông. Đám trẻ ồn ào phân công nhau kiếm phương tiện tra tấn. Một đứa thò ngay chân xuống nước để nhử lũ đỉa bám vào rồi bắt lấy. Cái giống thân mềm này chỉ cần nom thấy đã ghê tởm. Vậy là lát nữa nó sẽ bò loe ngoe[46] trong ngực Quý Anh. Một tụi khác chạy tản đi tìm tóm[47] những con loăng quăng[48] lúc nào cũng nhan nhản trên đường. Những con loăng quăng không làm chết được ai, nhưng chỉ cần chạm vào nó đã đủ chết khiếp. Chúng tôi thấy trước tiếng rú thảm thiết của con bé bị trói kia. Với riêng tôi có lẽ do trái tim mách bảo[49], tôi còn nghe thấy cả tiếng thì thầm: "Lên trời tôi sẽ bóp cổ cậu".

Tôi chùng chình nán lại trước khi đám trẻ trâu chạy tản đi thực hiện nhiệm vụ của từng đứa. Khi tôi quay lại nhìn Quý Anh tôi thấy mắt nó sáng như hai viên bi thuỷ tinh. Tôi chạy vụt đến bên cây phi lao cụt, quỳ hẳn xuống dùng cả răng lẫn tay dứt tung lớp dây quấn từ ngực đến chân Quý Anh.

— Chạy đi!

— Cậu Tư chạy với cháu.

Chúng tôi nhằm bờ đê, chạy lọp bọp qua ruộng nước. Giả sử lũ bạn tôi có nhìn thấy, chúng cũng tưởng đồng bọn đang đuổi con rắn nước nào đó. Và lát nữa trở lại không thấy Quý Anh đâu, thì chính chúng lại đem lũ con vật bắt được ra tra tấn. Những con đỉa sẽ bị kẹp vào giữa ống cỏ, suốt cho đứt đuôi. Kỳ đến chán trò, đứa nào đứa ấy mới lo cuống lên tìm trâu của mình.

Chúng tôi chui vào một chiếc hầm tránh bom nổi trên bờ đê. Quý Anh chưa hết run ngồi ép vào vai tôi.

— Cậu Tư bao nhiêu tuổi?

— Mười lăm ... còn mày?

— Cháu mười bốn.

— Sao mày nhớn thế.

— Cháu là con gái mà. Cậu Tư xem này.

Quý Anh cầm tay tôi thản nhiên đặt vào ngực nó. Xin thề là bàn tay tôi lúc ấy trong trắng như thiên thần nên tôi rất thích chí[50] trước một bí mật. Tôi lật úp lật ngửa bàn tay, cốt để xoa lên hai trái vú mềm như nhung, hơi răn rắn[51] ở đầu, không bợn lên một vụ lợi nào, tựa như tôi vẫn xoa đầu con mèo, hay vạch quần tóm chim một thằng bé con nào đó...

— Cháu mặc quần "con" rồi đấy.

— Để làm gì?

— Cậu chả biết được. Mới lại[52] phải tội chết... Sau này lớn nhất định cháu với cậu đẻ chung một đứa con. Chỉ cần cậu sờ ngực cháu như lúc nãy là cháu đẻ.

Đêm hôm ấy, sau một hồi hút chết vì mất trâu, tôi nằm mơ được ngủ với một cô tiên. Chợt khi cô kéo đầu tôi vào ngực cô, có cái gì rút dọc sống lưng tôi. Cô tiên cười đưa cho tôi bông hoa thần lấy từ ngực cô. Tôi lên cơn sốt mê man, mặt mày xây xẩm như bị ai bắt vía. Sáng ngày ra tôi thấy mẹ tôi lo lắng nhìn tôi.

— Có làm sao không hở mẹ?

— Chuyện bình thường con trai mẹ ạ. Từ giờ con là một chàng trai và phải có trách nhiệm với việc làm của mình.

Tôi đã từ giã tuổi thơ bằng một giấc mơ.

*   *   *

Bố tôi kể:

Làng Đồng xưa kia vốn chỉ là một bãi đất bằng dùng làm nơi để cày bừa nhà Chánh tổng. Trong năm gia đình đầu tiên đặt tên "Đồng" cho làng tôi, có ông tổ bốn đời của tôi. "Đồng" có nghĩa là cùng một lòng, cùng một chí hướng và cùng lấy một họ. Về sau dân tứ chiếng kéo đến. Đôi vợ chồng phu phen phiêu bạt trên đường kiếm ăn; một ông cướp chán nghề, quàng vào một ả nào đó tự dưng thích sống yên ổn. Rồi có khi là ông mõ làng khác bị đuổi, đến xin giữ nguyên nghề... Làng rộng dần cho đến bây giờ.

Thấy cái miếng đất "gan chó" trở nên mầu mỡ riêu cua, Chánh tổng xin quan huyện cho đặt lý trưởng. Lão Hứa nhảy tót lên ngồi mâm nhất. Cũng bắt đầu từ đó chữ "Đồng" mất hẳn ý nghĩa bởi làng bị cắt thành năm bảy miếng, do năm bảy ông anh bà chị "hùng cứ một phương". Tuy nhiên tất cả đều bị đặt dưới sự kìm tỏa[53] của lão Hứa.

Không biết từ bao giờ làng có lời nguyền: con trai con gái trong làng không được lấy nhau? Sau khi lão Hứa bị tước triện bạ[54] và chính quyền của lão sụp đổ, lời nguyền kia không những không mất đi mà còn có thêm những lý do bổ sung để tồn tại một cách tai quái. Chính quyền của lão Hứa đã rất thành công khi tạo ra những mối hằn thù sâu sắc giữa những cuộc đời đều phải đánh vật để sống. Người ta bắt đầu lục lại gia phả để định giá trị từng nhóm họ. Bố tôi là chủ tịch xã nên nhóm họ của ông thuộc loại danh giá nhất. Theo đó đến cánh nhà ông phó Hộ, rồi đến cánh các ông phó Nhất, Nhị, Tam... Bất cứ mối quan hệ nào cũng bị đem ra xét xử thật sự. Đã từng xảy ra một thảm kịch yêu đương ở làng Đồng. Một cô gái thuộc nhóm họ có ông tổ làm nghề cướp, đem lòng yêu chàng trai bạ cư⁵⁵ ở đầu làng. Họ đã cố hết mức để chỉ hai người biết với nhau. Nhưng làm sao mà giữ kín được bất cứ một chuyện gì ở làng tôi? Bên nhà gái như động mả, họp lại nhau vật ngửa cô gái ra, cạo trọc đầu bôi vôi, dọa sẽ trầm hà nếu không đích thân tố cáo anh chàng kia can tội rủ rê.⁵⁶ Chàng trai bị điệu ra trước hội nghị nhân dân (Hội nghị nhân dân hẳn hoi) để lĩnh hàng trăm lời nguyền rủa. Anh bị đặt trước hai điều kiện. Hoặc phải quỳ xuống xin lỗi cả làng, hoặc cút về cái nơi ông bố bà mẹ tội lỗi của anh đã sinh ra anh. Tuy bố tôi lúc ấy đang nổi tiếng vì có tầm nhìn xa, khi được hỏi ý kiến cũng tặc lưỡi: "Lệ làng như thế nào cứ vậy mà làm". Trong thâm tâm ông biết điều đó là sai. Nhưng sự nghiệt ngã trước cái nghĩa vụ phải bảo vệ danh giá cho nhóm họ mình, đã đẩy ông đến chỗ hành động theo cảm tính.

Có lẽ mọi chuyện sẽ qua đi nếu hàng tháng sau tình yêu của đôi trai gái nọ không cứ bị đem ra phỉ báng như một tội lỗi. Một đêm đôi trai gái ấy hẹn nhau ở ngôi nhà thờ Tổ của làng. Sau khi nguyền rủa cả trái đất, họ đã hiến thân cho nhau và chết trần truồng trên bệ thánh.

Sự kiện đó tác động trước hết đến các bà mẹ. Bắt đầu từ buổi đi học, mỗi chúng tôi đều được kể cho nghe rành rẽ về từng nhà một trong làng. Tựa như đứa nào dại dột quan hệ với con nhà này nhà nọ sẽ bị tuyệt nòi tuyệt giống vì phải trả nợ thay "ông tổ 5 đời nó đức mỏng như bàn tay". "Thằng bố nó ngày xưa chuyên đi lừa lọc". "Cái năm cải cách, con mẹ nó chả vơ từ cái sanh thủng⁵⁷"...

Với riêng tôi và anh chị em tôi, đứa nào cũng thấm đẫm vào trí nhớ một câu bất hủ: "Lão Hứa và con cháu lão là kẻ thù truyền kiếp".

Ai ngờ tôi là đứa phản bội bố tôi trước tiên, mặc dù tôi được dạy dỗ khá cẩn thận về địa vị gia đình mình, nhưng hễ bắt gặp Quý Anh là tôi quên tất. Quý Anh vào tuổi 17, đẹp như tiên sa. Tôi sẵn sàng cãi nhau với bố tôi để bênh vực Quý Anh.

Một hôm bố tôi đi họp về, quăng chiếc cặp lên bàn là quát gọi mẹ tôi.

— Bà có biết chuyện gì đã xảy ra trong nhà này không?

Mẹ tôi lo lắng nhìn tôi.

— Tư! - Bố tôi quay sang tôi - Mày quan hệ với con Quý Anh từ bao giờ?

— Từ ngày chúng con còn để chỏm.

Bố tôi ngã uỵch xuống ghế thở dốc. Ông căm ghét nhìn về phía tôi nhưng không ngớt lời nguyền rủa mẹ tôi. Chờ còn hai mẹ con, mẹ tôi mếu máo hỏi tôi:

— Con nói thật đi, có đúng con giăng dện[58] với con Quý Anh không?

— Con yêu cô ấy.

Trời đất ơi! - bà chu chéo - Mày có biết nó mang dòng máu của ai trong người không? Của kẻ đã giết ông và chú mày.

Thấy tôi im lặng mẹ tôi dịu giọng: - Có đời thuở nhà ai lại như thế bao giờ. Rồi người ta ỉa vào cửa nhà mày. Con không thấy anh em phó Hộ nó đặt về[59] đấy à?

— Mẹ chấp làm gì bọn loạn luân ấy...

— Mày phải thôi ngay hoặc tao thắt cổ tao chết.

— Thì thôi! - tôi gắt lên - Con trai mẹ chả cao giá lắm đấy.

— Dù sao con cũng phải nghĩ đến bố con. Khối kẻ chỉ chờ nhà ta hở ra là chọc vào, con có lớn mà không có khôn.

Chưa bao giờ tôi căm ghét đồng loại đến thế. Nửa đêm tôi lén dậy trốn khỏi nhà cùng với cây vồ sàn bằng gỗ lim. Đây rồi, sự ngu ngốc, thói dởm đời[60], lòng thù hận, đều về những cây nấm độc này. Tôi đập nát tất cả bảy chiếc miếu thờ để suốt đêm ấy tôi ngồi khóc âm thầm như một kẻ bị ruồng bỏ.

Bây giờ các vị đã nằm cả ở đây, nơi trước kia chỉ là cái gò con ngựa. Bỗng dưng tôi cảm thấy cô đơn. Đời người thật ngắn ngủi. Đôi khi có cảm giác người ta chưa kịp để lại gì cho trần thế, đã mất hút trong sự lãng quên khắc nghiệt. Không biết ở dưới mồ có còn vị nào chưa yên giấc? Tôi tha thứ cho các Người. Bởi vì ngày ấy cũng đã mười năm. Mười năm đủ cho tôi thấm thía nỗi đau của cả mấy thế hệ mà số phận bị nhào nặn bằng một bàn tay phàm tục.

Giờ đây ở giữa sự hoang lạnh của khu nghĩa địa, tôi lại nhớ đến cái đêm khủng khiếp ấy. Tất cả các vị nằm đây đều có mặt để xét xử chúng tôi. Đêm ấy không có trăng nhưng đầy sao và hương thơm mùa màng tỏ ra từ đất. Lần đâu tiên trong đời, trái tim tôi như hòn than cháy ngút trong ngực, khi tôi biết cảm nhận sự kỳ diệu của da thịt... Tôi và Quý Anh, hai kẻ trong trắng như nhau, tội lỗi như nhau đã bước quá lời nguyền, đã ân xá cho nhau trong sự chứng kiến của các thiên thần. Và đêm ấy các vị đã bọc chặt chúng tôi bằng dáo, mác, bằng nỗi căm ghét phi lý. Dưới ánh đuốc, các vị có thể thấy rõ dù chết chúng tôi cũng không rời nhau. Vậy mà các vị cứ quấn chặt chúng tôi bằng vòng lửa của địa ngục khiến tôi hét lên:

— Đâm đi! Các người cứ lấy máu chúng tôi sẽ thấy nó mặn như nhau, đỏ như nhau... vì chúng ta đã được hoài thai từ một bà mẹ nhân hậu hơn bà mẹ đã sinh ra các người.

Cả làng - hẳn là các vị còn nhớ - đã không ai dám tiến thêm nửa bước. Tôi gào tiếp:

— Các người chỉ quen để ý nhau từng lời, từng chữ, rình xem mâm cơm nhà khác có thịt cá không để quy kết, bôi nhọ. Nhưng xóm làng tiêu điều thì các người bỏ vắng. Các người thành kính dựng người chết dậy để thờ trong khi đó nhẫn tâm đẩy kẻ đang sống, đang yêu xuống mồ. Chúng tôi căm ghét và thương hại các người.

Tôi biết tóc bố tôi đã bạc đi một cách khủng khiếp một phần vì những đau khổ tôi trút lên cuộc đời Người.

*　　　*　　　*

Mọi việc tôi làm trong kỳ nghỉ phép đều không lọt mắt bố tôi. Ông đáp trả bằng sự im lặng. Đợi đến khi tôi xếp đồ vào ba lô, ông mới bắt ngờ hỏi tôi:

— Tại sao con Quý Anh nó không đến?

— Cô ấy sợ.

Bố tôi gục xuống và khi ông ngẩng lên tôi tưởng như không tin ở mắt mình. Mặt ông bị vò nát bởi hàng trăm nếp gấp khắc nghiệt. Trên khuôn mặt ấy tôi lại thấy cái quá khứ vật vã đẫm máu và nước mắt mà bố tôi vừa căm ghét vừa hãnh diện. Trên khuôn mặt ấy như vừa thoáng hiện hình ảnh ông tôi, chú tôi, bị xé nát trong tiếng kêu cứu tuyệt vọng. Giá còn nước mắt hẳn ông đã khóc. Tiếng ông khô khốc[61]:

— Chờ nhau ngần ấy năm... thời buổi này không dễ có mấy người. Anh chị đã quyết, tôi cũng không dám cản. Nhưng tôi chỉ xin ở anh một yêu cầu.

— Vâng, bố cứ nói.

— Anh cứ đợi khi nào tôi chết hẳng đưa nó về ở nhà này. Tôi biết nói ra điều ấy không xứng đáng với một ông bố. Nhưng tôi không thể... anh hiểu ý nguyện của tôi chứ?

Bố tôi lại gục xuống như vừa bị cả khối nặng khủng khiếp đè lên vai. Hình như ông đã khóc được.

Sông Đà tháng 4 -1989.

注 释

1. ngồi thụp xuống：蹲下来。
2. thấy bảo：听说。
3. thấm đẫm：铭刻。
4. bạc như cước：白如银丝。
5. thấu xa：高瞻远瞩。
6. chấp：理睬。
7. vầy vật：困扰。
8. lót lá dắt ra ngõ：赶走。Lót lá 含有不愿亲手拉，怕脏了手的意思。
9. bán xới：背井离乡。

10. phân vai：分配角色。本文中义为"说清身份"、"说明身份"。
11. ngôi bậc：辈分。
12. tươi rói：鲜亮,鲜活。
13. coi nhờn：轻视。
14. cày chia cấy rẽ：佃耕。
15. đánh giập phổi：打破了肺。
16. thuộc lầu：背得滚瓜烂熟。
17. chết lả：瘫在那儿死了。
18. dật dờ：东倒西歪地。
19. mấu đòn gánh：扁担头,扁担卡子（钩住筐绳的突出物）。
20. rặn：憋劲。本文中义为"生（孩子）"。
21. nhè：吐出。
22. đâm cho ...một nhát：捅……一下。
23. co rúm：缩成一团。
24. sóng sánh：荡漾。
25. mùa vàng rực nắng：晴好日子。
26. chao lắc：摇晃。
27. phát lộc：发财。
28. sốt dẻo：崭新的。
29. sáo lông ngỗng：鹅毛哨。
30. sáo đơn：单管哨（用鹅毛制作）。
31. sáo kép：双管哨（用鹅毛制作）。
32. sáo bè：多管哨（用鹅毛制作）。
33. tuổi ngọc ngà：本文中义为"青春少年"。
34. nỗi khao khát héo mòn：失望。
35. mặc cảm：自卑,伤感。
36. cây cút kít,cỏ ray, cỏ mật：本文中泛指各种野生草木。
37. xoẹt：拟声词,（裂帛之声）嗤啦。
38. chạy de：逃命。
39. kiềng mặt：回避,远避。
40. đám trẻ trâu：放牛娃。
41. chõ mõ：把嘴朝向。
42. chỏm đuôi：尾羽。
43. ghếch cổ：扬扬脖子。
44. đánh với chác：打斗。
45. so vai rụt cổ：耸肩缩脖,缩成一团。
46. bò loe ngoe：蠕行。
47. tóm：抓。
48. con loăng quăng：跟头虫。

49. mách bảo：告诉，告知 。
50. thích chí：怡然自得，心情舒畅。
51. rắn rắn：有些硬。
52. mới lại：再说（乡下语言）。
53. kìm toả：控制。
54. triện bạ：印章。
55. bạ cư：泊居，客居。
56. can tội rủ rê：犯拐骗罪。
57. sanh thủng：破锅。
58. giăng dện：感情瓜葛，来往。
59. đặt vè：编顺口溜。
60. dởm dời：乖戾，古怪。
61. khô khốc：干巴巴的。

LÊ MINH KHUÊ 黎明奎

黎明奎，1949 年 12 月 6 日生于清化省静嘉县安海乡(xã An Hải huyện Tĩnh Gia tỉnh Thanh Hoá)。高中毕业后参加了抗美救国青年突击队 (Đội thanh niên xung phong chống Mỹ)。1969 年她任《前锋报》(báo Tiền Phong)记者。1973~1977 年先后任解放广播电台 (Đài Phát thanh Giải phóng) 和越南电视台 (Đài Truyền hình Việt Nam) 记者。1978 年至今，在越南作家协会出版社任文学编辑 (biên tập viên văn học Nhà xuất bản Hội Nhà văn Việt Nam)。1980 年加入越南作家协会 (Hội Nhà văn Việt Nam)。

主要作品有：短篇小说集《夏季的高峰》(Cao điểm mùa hạ, 1978)、《团结》(Đoàn kết, 1980)、《一个远离城市的下午》(Một chiều xa thành phố, 1987)、《小悲剧》(Bi kịch nhỏ, 1994)、长篇小说《穿蓝色旗袍的少女》(Thiếu nữ mặc áo dài xanh, 1984)、《我不忘》(Em đã không quên, 1990)；90 年代后期的短篇小说有《季末的一场雨》(Cơn mưa cuối mùa)、《幼鹅》(Ngỗng non)、《伟大的美元》(Đồng đô la vĩ đại) 等。

黎明奎开始时写抒情小说，90 年代的作品多是批判、讽刺社会生活中的一些不正常现象。

MỘT BUỔI CHIỀU THẬT MUỘN
一个很晚的下午

短篇小说《一个很晚的下午》写于1990年。作品主人公阿姮（Hằng）在16岁那年还是个中学生的时候，一次骑自行车链条掉了，一位路过的法国留学生帮她安好。此事给她带来了一生的不幸。公安人员一直盯梢她。很长时间后，在一家商店里，阿姮又遇到了该留学生。他给了她一张名片。阿姮一出商店就被带上警车送到公安局进行盘问、审查。从此，阿姮变得沉默寡言，失去了少女的天真、活泼。阿姮的父亲和哥哥在南方战场上牺牲后，她被送往国外学习。她很少跟人接触，回国后一直过着独居生活。当阿姮的同事阿新（Tân）对她有好感时，阿姮却远离而去。

作品以批判的态度，反映了越南极左时期社会生活的一个侧面。它带给人们心灵的创伤久久难以医治，耽误了多少人的青春岁月，甚至一生。

MỘT BUỔI CHIỀU THẬT MUỘN

Ở cơ quan thuộc hệ thống các viện nghiên cứu này có hàng ngàn nhân viên, ít ai biết mặt ai. Có biết thì cũng sơ sơ thôi. Gần cổng cơ quan có quán giải khát. Các trí thức không biết tiêu phí thời gian vào đâu, đành phải cho cuộc đời sủi bọt[1] trong bia, trong màu đen như đêm của cốc cà phê... Tân cũng là người hay tiêu phí tám giờ vàng ngọc bằng cách này.

Tân đang ngồi cùng anh Quang để tranh luận về tử vi thì Vận, một cậu sinh viên mới ra lò[2] đưa cho anh cái phong bì. Chị Hằng gửi cho anh!

Vận bỏ đi. Tân bóc thư. Đằng sau tấm danh thiếp là một lời mời: "Tôi có chuyện quan trọng muốn nói với anh. Nếu anh có lòng tốt, xin hãy tới nhà tôi vào tối thứ hai này. Đừng cho ai xem thư".

Chuyện gì quan trọng? Anh cho thư vào túi, không nghĩ ngợi lắm. Khi người ta mới hơn ba mươi tuổi, có gì đáng phải để tâm nhiều. Và thời buổi, tương lai mông lung như sương mù, sống được ngày nào thì hưởng thú vui ngày đó. Được chừng nào cũng tốt.

Tân tà tà nói với mình như vậy. Nhưng rồi lại nhớ tới chị Hằng. Anh có đôi ba lần nói chuyện với chị. Một lần, nghe chị đọc báo cáo khoa học. Chị là phó tiến sĩ, đã lớn tuổi, không có gì đặc sắc ngoài một đôi mắt rất đẹp. Những đôi mắt kiểu[3] của chị thường là thừa hưởng của một dòng họ, trong đó có bà nội, bà ngoại, mẹ... là những người đẹp. Chị ăn mặc không phô trương ồn ào như những người cỡ tuổi chị. Nhưng chị có một vẻ sợ sệt rất lạ, phải tinh mắt mới nhận thấy. Một lần anh chào chị, chị quay phắt lại, tái mặt, nhìn anh trừng trừng... Lúc này Tân mới thấy lạ về điều đó. Còn nhìn chung, chị lặng lẽ, có vẻ yên phận với những công việc hóc búa[4] trong khoa học mà một người đàn bà thường quá sức khi theo đuổi nó. Nhìn chị, cánh con trai thường thấy trọng như với một người chị cả. Ngoài ra không có gì khác.

Anh Quang thấy Tân cất thư vào túi ngồi yên, anh nheo mắt[5] cười cười:

— Bà ấy cần gì cậu? Lại họp hành gì chắc?

Tân lắc đầu. Anh Quang bảo:

— Lạ quá, ở cái xứ này mà mấy bà cứ thích làm bà Quiri[6]. Bà Quiri mà đi xe đạp tàng[7], cả tháng ăn không bằng một bữa quà của mấy mụ áp phe[8]. Người cứ khô như rau muống già. Đàn bà phải thế kia. Nhìn rõ thích!

Anh chỉ một cô đang đi qua. Cô này bán giải khát trong viện. Một cô gái mũm mĩm[9], mát mẻ, gió hơi cù[10] vào mang tai đã rụt cổ cười rúc rích, hay đỏ mặt, tay chân như sẵn sàng buông xuôi... Trông cô hay hay, mềm mềm và mời gọi[11], như một cái nệm mút[12].

Anh Quang nhắn nha[13]:

— Cũng lạ. Bà Hằng này người giỏi giang tuấn tú, thế mà từ trẻ đến giờ không hề yêu ai. Cũng chả có ý định về gia đình chồng con.

— Sao anh biết?

— Tao học với nó từ thời phổ thông còn gì. Hồi xưa xinh lắm!

Tân thờ ơ nghe anh Quang nói và nghĩ: số phận người khác, phải đâu là chuyện mà mình quan tâm.

Buổi chiều ở chỗ để xe đạp Tân thoáng thấy chị Hằng. Không hiểu sao chị quay đi khi anh định đến chỗ chị. Tối thứ hai đó anh không đến nhà chị. Sáng thứ ba anh gõ cửa phòng làm việc. Chị mặc áo choàng trắng, tay mang găng cao su. Chắc sắp vào phòng thí nghiệm. Tân nhìn khuôn mặt tái nhợt, đôi mắt đen nồng nàn không hợp với phòng thí nghiệm. Tân hỏi:

— Chị hẹn tôi mà tôi bận không tới được. Chắc là chị có công việc. Chị nói ở đây cũng được.

Một thoáng sắc lạnh chạy lướt qua đôi mắt chị:

— Không, không thể nói ở đây. Mà thôi, tôi đã tìm thấy cái cần tìm. Định nhờ cậu nhưng xong rồi.

Có ai gọi chị sau cánh cửa. Chị biến đi thật nhanh. Đôi mắt giận dữ của chị ám[14] ảnh Tân. Chiều hôm ấy Tân bỏ buổi chơi quần vợt[15] trong sân viện, về nhà sớm. Anh mới ly hôn vài tháng nay. Chưa có con cái. Cuộc sống vợ chồng không đến nỗi nào nặng nề, nhưng hai đứa cứ như hai mũi tên bay ngược chiều nhau. Vợ Tân là ca sĩ, hát trong dàn nhạc thanh niên của thành phố. Xuất hiện những mối quan hệ chằng chịt. Cô có cái ảo tưởng của tuổi trẻ là đời thênh thang[16], không cần biết đâu là chỗ nên dừng. Còn Tân, anh luôn cảnh tỉnh cô trước những giới hạn của kiếp người. Tân và cô giống như đôi bạn trên sàn nhảy[17]. Cả hai kịp nhận ra là đèn sắp tắt và phải về chỗ của mình.

Trong cái thế giới bực bội như cơn nhức đầu này, gia đình cần dòng nước mát chứ không phải là sức nóng của những trận đụng độ bỏng rát[18]. Sau khi li hôn, cả hai đều thấy thanh thản. Cả hai nhẹ nhõm chào nhau khi gặp ngoài đường. Thỉnh thoảng không có bạn nhảy, cô còn đến kéo anh đi. Đã ba lần cô giới thiệu anh với những người yêu mới nhưng hình như chưa xong với ai.

Mẹ Tân đã nhắm[19] cho anh một cô gái mới, có sắc đẹp chói lọi. Một khuôn mặt kiểu Hồng Kông, thứ mốt được ưa chuộng bây giờ. Rất nhiều lần anh nhận nhầm cô ngoài phố. Tóc quăn, mũi thẳng tắp như nặn, cái miệng xinh xắn vui tươi, đôi kính đắt tiền che nửa mặt. Lạ một điều là các bà, các cô có kiểu mặt này lại giống nhau tới cả dáng đi, cách cười nói. Tân không rung động nhiều mỗi khi đi chơi với cô ngoài phố. Cô là sản phẩm của hàng hóa nhập ngoại, của hè đường ánh sáng muôn màu, của tiệm ăn, sàn nhảy... cô trưng ra đầy đủ những gì người ta khao khát sau những năm dài sống khắc khổ. Cô tỉnh táo, đơn giản, dễ mủi lòng[20] và chóng quên như đứa trẻ. Có lẽ anh cũng cần một người đàn bà như thế.

Trông thấy anh về cô thường đứng bật dậy, cười nói huyên thuyên. Trong rạp chiếu phim cô cắn hạt hướng dương tí tách và hồn nhiên tung cả đống vỏ dưới chân. rồi cô đưa tay cho Tân. Qua bàn tay, cô muốn trao cả đời sống nhỏ nhặt của cô cho một người đàn ông ba mươi hai tuổi, quá nhiều so với tuổi hai mươi mốt của cô.

Nhưng những ngày như thế, Tân lại nhớ tới chị Hằng. Thôi thì cứ đến xem sao. Ít quen thân chị nên đây là lần đầu tiên anh đến chỗ chị. Hóa ra chị sống một mình trên gác hai của một trong những cái tàu chợ[21] đinh tai nhức óc của thành phố, một thứ biệt thự cổ, xưa kia là tổ ấm của một gia đình trung lưu, khi cách mạng tràn vào, nó bị chia năm xẻ bảy và oằn[22] xuống dưới sức nặng của quá đông người. Dưới cửa sổ là vòi nước công cộng. Bên kia là chợ trời. Căn phòng 15 mét vuông của chị ở giữa hai túi từ ngữ[23] khủng khiếp của chợ búa. Chị đóng cửa sổ, âm thanh tạp nham[24] bị tống hết ra ngoài. Tân quan sát căn phòng. Mọi thứ ngăn nắp, êm ái, có vẻ như sẵn sàng đón ai. Mùi nước hoa tội nghiệp tỏa ra từ màn cửa, từ giá sách, từ khăn trải bàn và...cả mái tóc của chị. Không hiểu sao anh thấy phật lòng. Anh cảm thấy như chị chờ đón anh. Một nhà khoa học, là phụ nữ chăng nữa, cũng có cần đến sự êm ái quá mức như thế này không? Gần nhà Tân có một tay họa sĩ quân đội. Hắn sống một mình, xa cách vợ và bầy con ở nông thôn. Hiện có một căn phòng và cách bài trí của hắn giống như của tay thợ săn cáo già giăng bẫy lũ nai tơ[25]. Tượng thần vệ nữ, một cành cây thực vươn ra từ góc phòng làm rợp mát không gian, cái giường trải khăn gấm thêu... Có nhiều con nai tơ lành lặn đã bị dập bẫy. Tân rất ác cảm với cái phòng của hắn. Và lạ thay, cảm giác đó lại xuất hiện khi anh tới đây.

Thoạt tiên đôi mắt chị Hằng sáng rực lên vì ngạc nhiên, vì vui sướng. Tân có cảm giác thế, khi bước vào và hơi cúi đầu chào chị. Tân ngại ngần khi ngồi vào cái ghế tựa có lót nệm, tay khuỳnh[26] ra và chạm vào lớp vải mềm mại. Mọi thứ thuận tiện chứ không khập khiễng như nhà anh. Tân hỏi, chị nói. Chị nói gì đó, anh lại hỏi cái gì đó. Nói chung Tân không được dễ chịu. Bức tường trước mặt có bức tranh vẽ theo phong cách cổ điển: cây cầu giữa khu rừng đang chuyển màu xanh đêm, ánh nước suối hơi tím biếc. Ngắm bức tranh, Tân chạnh lòng[27] lo cho chị: Sự cô đơn mênh mông của người đàn bà gần bốn mươi tuổi. Tân nghĩ đến những người đàn bà nạn nhân của chiến tranh. Bạn trai của họ đã chết. Họ nhọc nhằn[28] gánh tuổi tác trên vai, cùng với nhan sắc mỗi ngày một mất. Thế hệ mới lớn lên, đi lướt qua cuộc đời họ như những chùm bóng màu ngày hội[29]... văn chương lúc này hay nói tới chuyện ấy, dần lay động cả những người trẻ tuổi thành đạt chưa một lần cầm súng. Tân hỏi:

— Trước kia chị có ở chiến trường à?

— Sao lại hỏi thế?

— À, vì tôi nghĩ những người cỡ tuổi chị hay đi...

— Tôi đi làm cái gì?

Tân lấy làm lạ với cách nói ngược của chị. Ở xứ này, không ai nói thế. Chị trấn an anh: Bố và hai anh trai chị đều chết ở chiến trường Tây Nguyên. Như thế đủ chưa? Chị hỏi. Tân gật. Chị chỉ đi học thôi. Học đại học ở nước ngoài, thêm bốn năm trên đại học. Lao đầu vào cái của quỉ đó, chị cũng đã thành một thứ nạn nhân cho những gì tối tăm, cuồng dại, không thực tế. Người đàn bà không nên để hết cuộc đời vào chuyện súng ống, vào những đề tài này kia... Điều đó chị nói với Tân như một hơi thở nhẹ. Tân thấy chị chợt lặng lẽ và sự lặng lẽ đó làm cho anh cảnh giác. Tân chào chị để ra về. Và anh hỏi để cho có chuyện vì có lẽ anh đã biết được điều chị cần ở anh, chị cần ai đó bên cạnh vì có quá nhiều nỗi niềm và sự trống vắng làm chị sợ, không hiểu anh đoán có trúng không, nhưng ý nghĩ đó làm Tân hơi bực mình. Tân có cuộc đời dù không đặc biệt, nhưng chị làm sao đủ sức ngoái lại phía sau để đuổi kịp tuổi trẻ?

Tân nhắc lại để kéo chị ra khỏi những phút giây trầm mặc:

— Chị còn cần tôi nữa không?

— Không, xin lỗi đã làm anh vất vả... một chuyện thuộc về chuyên môn thôi, nhưng tôi đã giải quyết xong rồi.

*   *   *

Tân tìm cách tránh chị. Nhưng chỉ ít ngày sau anh nhận thấy nghĩ như vậy là thừa. Chị tránh anh. Hoặc nếu không tránh được, chị gật đầu chào một cách lạnh lẽo. Vẻ mặt lạnh lùng kia của chị đôi khi cũng làm Tân cáu: rõ là một gái già lõi đời[30]. Cáu xong lại thấy vô lý. Rõ ràng có cái gì đó đã kéo chị đi và chị không còn để ý đến anh nữa.

Tân tiếp tục đi chơi với cô bé tóc quăn, nghe tiếng hạt hướng dương tí tách, ngửi mùi phấn Thái Lan trên đôi má, mùi dầu gội đầu Pháp, và đôi khi xách hộ cô cái ví Nhật bản tuyệt đẹp làm bằng thứ da mềm. Khi cô quàng cánh tay trần lên cổ anh, chiếc đồng hồ Thuỵ Sĩ đeo ở cổ tay nhỏ nhắn ép vào gáy làm Tân thấy nhồn nhột[31]. Tiếng cười nói của cô cũng tạp nham và thấp lè tè[32]. Nói chung, khác với thời kỳ đầu vui vẻ, dạo này cô hay gây cho anh cảm giác chán chường[33]. Tân trở lại trạng thái lừng khừng[34] sau khi ly hôn với vợ trước, và ngày ngày cứ sống tà tà như vậy.

Dạo này có rất nhiều thứ hội thảo ở trong viện và cuộc nào Tân cũng thấy chị Hằng. Những cuộc hội thảo phần lớn là vô bổ, nhưng đi cho vui. Trong những buổi đó, anh hay quan sát chị Hằng. Chị buồn đến nỗi anh cảm thấy chỉ cần một lời nói nhẹ nào đó, chị cũng có thể khóc.

Vào một buổi chiều, chuyến xe của viện đưa một số cán bộ về kiểm tra mấy công trình thực nghiệm ở một thành phố nhỏ. Xe đã đông người, Tân tìm xuống ghế cuối cùng để có thể ngủ một giấc, 10 giờ đêm tới nơi nghe nói phải ra hiện trường ngay. Tân ngửa đầu, nhắm mắt được mấy phút thì có ai đó ngồi xuống bên cạnh. Tân nhìn sang: chị Hằng. Hình như lúc này chị mới thấy anh, và chị đứng dậy ngay, nhìn xem phía trên còn ghế không. Xe bắt đầu chuyển bánh. Tân kéo tay chị ra hiệu cho chị ngồi xuống bên cạnh. Tân hỏi:

— Đã hai tuần nay tôi không thấy chị. Chị biến đi đâu lâu nay thế?

Chị sửa soạn chỗ ngồi cho thoải mái rồi cười nhè nhẹ:

— Tôi biến làm gì? Biến đi đâu được?

Xe ra khỏi thành phố. Trời đã sẫm chiều[35]. Cuối thu, hơi lạnh se se[36]. Bỗng dưng một nỗi buồn vô cớ tràn ngập tâm hồn, nó đến một cách khó hiểu, không cần thiết nhưng ta không có cách gì chống lại được. Thỉnh thoảng cũng có những phút mà bọn làm khoa học các anh gọi là "sự xa xỉ quá xá" như thế. Người đàn bà ngồi bên cạnh để hai bàn tay vào lòng, mắt nhìn qua cửa sổ. Đột nhiên không còn tuổi tác, không còn những ràng buộc làm trở ngại, chị như một cô gái nhỏ trước mắt anh. Tân quàng cánh tay qua vai chị. Chị không giật mình, không đỏ mặt giằng ra, chị để yên lặng và một lúc sau, chị nhẹ nhàng đặt cánh tay anh xuống. Một lúc rất lâu, như có sự thông cảm từ xưa, Tân nói:

— Chị kể đi, vì sao chị sống khổ như thế?

– Tôi đâu có khổ gì? Nhưng thôi, tôi có điều này muốn nói... Rồi chị kể cho anh nghe, giữa tiếng xe rì rì, tiếng chị chỉ đủ để cho hai người...

Hóa ra chị có tuổi trẻ, có tình yêu. Dạo đó chị học hết phổ thông trung học, chị mặc quần lụa đen tóc tết hai bím[37] dài, đi guốc nhựa cao gót. Thứ mốt phổ biến của các cô gái xứ Bắc thời chiến tranh. Con đường Cổ Ngư giữa hai hồ nước, vào một buổi trưa mùa thu vắng người, chiếc xe đạp Thống Nhất chị mượn của mẹ bị tuột xích[38]. Chị loay hoay mướt mồ hôi, không thể nào cho xích vào được. "Tôi có thể giúp cô không?"

Một giọng là lạ, không phải là thứ giọng con trai nông choèn choèn[39] mà chị vẫn nghe. Đây là thứ giọng nói trầm ấm, giàu âm sắc, không phải sản sinh ra từ xứ sở nghèo hèn. Chị ngẩng đầu, một người châu Âu, một khuôn mặt trẻ, tóc nâu, mắt nâu, đẹp đến mức trái tim mười sáu tuổi của chị đau nhói.

– Tôi có thể giúp cô! - Anh ta nói và cúi ngay xuống. Bàn tay rắn rỏi, thành thạo. Chỉ cần 3 phút, cái xe đã sửa chữa xong. Cám ơn! Không có gì! Họ nói và nhìn nhau. Tất cả những phiền toái[40] lùi xa, chỉ còn có họ.

– Anh người nước nào, sao anh nói tiếng Việt giỏi thế?

– Gọi tôi là Lu-i. Tôi người Pháp, học tiếng Việt ở đây.

– Tôi là Mai! - Chị nói tên hồi nhỏ mẹ vẫn gọi chị, và chìa tay cho anh.

– Mai, Mai - anh nhắc lại và cười. Có những nụ cười "con người[41]" đến thế. Chưa bao giờ chị trông thấy một người đàn ông cười có thể đẹp đến thế khiến người ta cũng muốn sống đẹp được như thế...Hai hồ nước như xao động. Họ nhìn nhau lạ lùng, như người nọ phát hiện ở người kia những gì mình đi tìm kiếm lâu nay.

– Cô đẹp lắm. Cho phép tôi gặp lại nhé. Ở đây, vào ngày nào đó trong tuần.

— Không! - Chị bỗng nói to - không được.

— Tại sao?

Một người đàn ông áo sơ mi trắng, quần xanh, đi giày bộ đội đạp xe qua. Lại đạp xe lại. Một đôi mắt hung dữ nhìn xoáy vào mặt chị. Chị ớn lạnh[42], nổi da gà. Người ta vẫn bảo ở nước này, nói chuyện với người nước ngoài, không cần biết là chuyện gì, có thể bị theo dõi, bị bắt... - không, không thể được! - Chị lắc đầu mạnh làm người thanh niên không hiểu gì hết. Có lẽ anh sợ mình đã xúc phạm đến tính e dè của thiếu nữ Á Đông. Anh muốn đạp xe theo. Chị xua tay dữ dội và lên xe phóng thật nhanh. Người thanh niên lạ lùng nhìn theo chị. Chị đạp xe qua phố đông. Cảm thấy ai đó đang đi theo mình. Chị đạp nhanh ông ta đạp nhanh. Đạp chậm ông ta cũng chầm chậm. Chị ngoặt sang đường vắng người. Vẫn có ai đó đạp xe theo sau. Chị dừng xem mua cái bánh mì ở quầy bánh lưu động. Một người đàn ông cũng dừng xe dưới gốc cây, châm thuốc hút. Chị lên xe, ông ta đi theo. Tim chị đập như phát cuồng. Chị run rẩy ngồi vào mâm cơm. Mẹ chị lo lắng hỏi sao thế? Chị thì thầm: không hiểu có cái gì làm con rất sợ.

Đêm ngủ chị mơ thấy một đôi mắt như hai cục than dí vào thái dương, nóng quá chị thét lên. Đi chợ, đi xếp hàng mua gạo, vào thư viện đọc sách... lúc nào cũng có người đi theo... Nhiều khuôn mặt khác nhau, nhưng giống nhau ở cái màu đen xạm[43], ở cái nhìn khủng khiếp, làm nổi gai ốc. Còn chàng thanh niên kia, hầu như anh ta đi tìm chị khắp thành phố. Anh ta đi xe đạp, len lỏi vào cả những phố nhỏ vắng nhất, và hay quay nhìn các cô gái giống chị. Đi ra đường chị phải đội nón để che khuất mái tóc và khuôn mặt mình. Thế rồi một buổi tối ở hiệu sách, chị chạm trán với anh. Chị không chạy được. Anh đứng trước mặt chị, thở mạnh vì vui sướng: - Tôi đã tìm thấy cô rồi - anh giơ tay ngăn không cho chị chạy - Xin cô, một phút thôi...

Anh ta nói một cái gì đó, giọng xúc động. Nhưng, chị đã tái nhợt[44]. Anh có vẻ muốn đưa tay đỡ chị. Chị không thể nghe anh nói gì được nữa khi thấy một người áo sơ mi trắng đi tới dựa vào quầy sách, giả bộ nhìn đầu để sách. Người thanh niên đưa cho chị cái cacvidit[45].

— Xin cô cầm lấy khi nào có điều kiện cô gọi điện cho tôi. Tôi rất muốn gặp cô.

— Vâng, vâng!

— Cô sợ hãi cái gì thế?

— Tôi sợ lắm. Đừng tìm gặp tôi nữa. Tôi không được phép.

— Tại sao?

— Tôi không biết. Nhưng khổ lắm... chị thốt lên những tiếng đó rồi quay ngoắt đi. Nhưng chị không thể bỏ đi trước cái nhìn của người thanh niên. Chị nhìn vào mắt anh, bất chấp cái sợ, và cười để anh yên tâm.

Chị đi vào lối nhỏ để về nhà. Đường vắng. Một chiếc xe commăngca[46] xịch[47] tới, phanh kít bên cạnh chị. Những bàn tay hùng hổ kéo chị lên xe. Chị kêu. Ai đó bịt mồm chị. Đúng con này! Một giọng đàn ông thô lỗ: khám xem nó nhận gì ở thằng kia! Ông ta giật lấy tấm danh thiếp chàng trai Pháp đưa mà chị chưa kịp xem. Xe chạy từ từ qua các phố. Người ta đi lại. Chị hoảng sợ vì bỗng chốc mình bị tách rời khỏi dòng đời bình thường kia. Chị hét: Tôi làm gì nào? Các ông là ai. Chị hỏi nhiều lần, vùng vẫy, bấu[48] cả vào cánh tay người lái xe. Người lái xe có vẻ mặt chịu được nhất trong đám đàn ông ngồi quanh, nói giọng Nghệ: chúng tôi là thanh niên cờ đỏ, có việc cần hỏi cô. "Nhưng tại sao bắt tôi lên xe?" Không ai trả lời câu chị hỏi. Chị tuyệt vọng cào cấu. Có sẵn một cái dây dù. Chị bị trói quặt tay ra phía sau. Xe chạy ra quảng trường trung tâm, đi chậm lại cho một người đàn bà dắt đứa trẻ qua đường. Đám đàn ông bàn nhau cái gì đó, thì thầm nói về cácvidit. Rồi họ lục túi xách tay của chị. Xem kỹ từng trang trong cuốn sách chị mới mua. Giở cái khăn tay gói mấy quả táo chị nhét vào túi lúc chiều mà quên không ăn. Những câu hỏi tới tấp: - Cô gặp thằng này mấy lần?

— Hai lần thôi!

— Tại sao cô bày ra cái trò hỏng xe?

— Không, tôi hỏng xe thật - chị khóc òa lên như đứa trẻ - Các ông sao thế? Xe tôi hỏng thật đấy.

— Đừng nói láo!

Nước mắt dàn dụa, tay bị trói, chị quệt[49] mắt vào đầu gối.

— Nội dung các cuộc gặp?

— Không có gì cả. Chỉ nói những câu bình thường.

— Nhắc lại!

Chị nhắc lại những chữ chị và người thanh niên Pháp nói với nhau, vì chị rất nhớ. Những lời lẽ thông thường nhưng hàm chứa tất cả những gì họ dành cho nhau. Chị nhắc lời nói, nhưng không thể miêu tả cho họ biết ánh mắt của chàng trai Pháp, và tiếng đập của trái tim chị. Những câu hỏi tới tấp hơn nữa, về gia đình và bố mẹ chị. Đám đàn ông nhìn nhau khi chị nói bố và hai anh đang ở mặt trận.

Một tuần sau đó là phòng giam ở quận. Những cô gái điếm, những người bán hàng rong, những kẻ ở nhà ga không có giấy tờ tuỳ thân. Người ta gọi chị lên ba lần, vào ban đêm để cho tình cảnh có vẻ rùng rợn hơn. Cả ba lần chị nhắc lại họ tên tuổi, nhắc lại những lời chị đã nói trong xe, giữa đám đông đàn ông hung dữ. Rồi người ta lập biên bản với nội dung: quan hệ bất chính với người nước ngoài. Chị phải ký. Phải hứa không được tiếp tục, có bất cứ dấu hiệu nào ở "gã thanh niên kia", chị phải báo cho công an biết. Chị bước ra khỏi cổng công an quận và từ phút ấy, chị đã mất tuổi trẻ, mất lòng tin, sự vô tư nhẹ nhõm[50]. Chị hay giật mình, tay chân bủn rủn[51] khi có người gọi bất chợt. Hàng tháng trời chị không dám ra đường vì nhìn thấy cái xe commăngca nào, chị cũng sợ. Chị sợ nhìn thấy bất cứ gương mặt ngoại quốc nào. Ban đêm chị không dám ngủ một mình. Hôm nào mẹ chị đi làm ca ba, chị cũng thức đợi bà về. Nhưng thật lạ lùng, xen vào những cơn sợ hãi ấy, là một niềm khắc khoải[52], đau như chưa có cái gì đau đến thế, khi chị nghĩ đến người thanh niên đầu tiên trọng cuộc đời chị. Chị biết anh vẫn đi tìm chị, bằng xe đạp, qua các phố. Có một lần chị suýt gặp anh. Anh ngồi trên xe cùng với một người đàn ông trước cửa hàng dành cho người nước ngoài. Anh không nhìn thấy chị. Và chị khóc, những giọt nước mắt trẻ thơ, dành cho người yêu.

— Với tình yêu, chỉ cần chừng ấy gặp gỡ và chừng ấy lời nó, đâu có cần gì nhiều, phải không?

Chị không nhìn mà hỏi Tân câu ấy. Tân tư lự:

— Chắc Lu-i là gián điệp, hay đại loại[53] một cái gì đó.

— Không đâu. Mẹ tôi có hỏi kỹ một người quen, chức gì cao lắm trong ngành an ninh. Lu-i chỉ là một sinh viên bình thường, một người hoàn toàn vô hại.

— Sao chị còn được đi học ở nước ngoài?

— Một năm sau, cả bố và hai anh trai tôi đều báo tử. Người anh cả tôi được phong là anh hùng. Nhờ có họ mà tôi được đi học. Nhưng ngay khi học ở nước ngoài, hình như tôi vẫn bị canh chừng[54]. Tôi cảm thấy thế, không biết có đúng không?

— Những chuyện kỳ quái!

— Không kỳ quái đâu. Thời trẻ tôi nghĩ khác. Bây giờ tôi nghĩ ở xứ sở nghèo hèn của mình người nước ngoài thường được đánh giá cao thế đấy. Họ là thượng đế mà - chị cười chua chát, nói thêm:

— Họ biến tôi thành một bà già, từ ngày ấy. Hơn hai mươi năm, tôi chỉ là một người già cả[55]. Tôi mất hết nhuệ khí. Tôi sợ hãi triền miên.

— Cũng tại chị, quá nhạy cảm, không tốt.

— Có lẽ cũng tại tôi.

— Bây giờ chị còn sợ không?

— Không, đến tuổi này, người đàn bà có đủ tất cả, hầu như đã ngủ yên. Tôi sợ gì nữa, không còn gì để sợ...

Trời đã tối. Tân thấy chị như còn nhỏ bé hơn, và anh cảm nhận được đau khổ của chị. Chị nói thế, vì chị yêu mãnh liệt lắm. Yêu người thanh niên xa lạ kia. Chị ngả đầu vào vai Tân thốt lên:

— Tôi chán! - Tân nắm tay chị. Bàn tay run rẩy, trẻ trung, khao khát chứ không tuyệt vọng như chị nói. Khi anh định ôm vai chị trong bóng tối đã tràn ngập chiếc xe, chị khẽ đẩy anh ra: - Không, không cần nữa. Hôm nọ tôi cần anh, anh là người duy nhất trong những người sống quanh mà tôi không thấy xa lạ. Tôi đã gọi, anh không đến. Bây giờ thì thôi.

Tân tiếp tục đi chơi và tiếp tục chán cô gái sắp cưới làm vợ. Lấy cô anh sẽ bê[56] nguyên si màu sắc của vỉa hè, của tiệm nhảy, của các nhà hàng xa hoa sang trọng... vào gia đình. Và qua mặt nàng anh có đủ tất, chỉ trừ những cảm xúc anh đã có với người đàn bà đau khổ, nhà khoa học, một con người bị tước mất lòng yêu đời, tình yêu ngay từ ngày bước chân vào cuộc sống. Có khi đám đàn ông kia chỉ thi hành một công vụ bình thường: ngăn chặn một quan hệ không bình thường. Họ có biết đâu họ đã giết chết linh hồn của một con người bé nhỏ.

Dạo này chị Hằng càng như thu mình lại hơn. Chị ít xuất hiện ở các cuộc họp viện. Chị đang chủ nhiệm đề tài máy chống ẩm dùng trong công nghiệp. Tân đến cả phòng làm việc, cả ở nhà, đều không thấy chị. Tân sốt ruột, lo lắng, và thấy ngạc nhiên; đối với cô vợ trước, với cả cô gái sắp làm vợ, anh chưa có cảm giác lo lắng cho họ bao giờ.

Vào một đêm giá lạnh, Tân đạp xe qua suốt thành phố để đến chỗ chị. Tân lo lắng không thừa. Chị đã gói ghém hành lý để chuyển vào sống ở phía Nam với mẹ và người chị dâu, vợ người anh hùng đã chết. Nhà cửa phong quang[57]. Bức tranh vẽ theo phong cách cổ điển cũng đã được đóng gói, để trên đi văng[58]. Chị mặc một cái váy len cao cổ, dài tới đầu gối. Chị hoàn toàn như một thiếu nữ. Tân ôm chị, cảm thấy toàn thân chị run rẩy.

— Tại sao chị đi?

— Tôi trốn anh.

— Điều đó cần đến thế cơ à?

— Cần lắm. Tôi phải đi thôi. Tôi không sống nổi ở đây nữa...

Đêm mùa đông dài, giá buốt. Hai người hoàn toàn không chợp mắt. Chị nồng nàn[59] mà vụng dại[60] như một đứa trẻ. Thân thể trinh nguyên của người đàn bà làm chàng trai xúc động dữ dội. Anh thương chị thắt lòng...

Ngoài kia là đêm mùa đông. Con tàu ở ga hú còi. Chỉ còn vài ngày nữa, Tân xa chị vĩnh viễn. Anh biết sau những phút này, hai người sẽ không bao giờ gặp nhau nữa.

1990

注 释

1. sủi bọt：起泡沫。
2. ra lò：出炉。本文中义为"（从学校）毕业"。
3. kiểu：式样。
4. hóc búa：伤脑筋，难对付。
5. nheo mắt：眯着眼。
6. bà Quiri：居里夫人。
7. xe đạp tàng：旧自行车。
8. áp phe：倒卖。
9. mũm mĩm：丰满，丰润。
10. cù：胳肢。
11. mời gọi：性感撩人，吸引人。
12. nệm mút：软床垫，软垫子。
13. nhẩn nha：不慌不忙。
14. ám ảnh：打搅，困扰。
15. quần vợt：网球。
16. thênh thang：宽阔的，平坦的。
17. sàn nhảy：舞池。
18. đụng độ bỏng rát：激烈的遭遇战。
19. nhắm：选择。
20. mủi lòng：感动，动心。
21. tàu chợ：原义为慢车（火车），引申为多户杂居处。
22. oằn：弯曲。
23. túi từ ngữ：嘈杂（因为在市场上，人们用各种话语大声嚷着、吵着，所以作家在这里用 túi từ ngữ 来形容嘈杂的集市）。

24. tạp nham：混杂，混合。
25. nai tơ：幼鹿。
26. khuỳnh：拳曲（手、腿等）。
27. chạnh lòng：动心，痛心。
28. nhọc nhằn：辛劳，艰辛。
29. những chùm bóng màu ngày hội：节日里的彩球。
30. lõi đời：饱经世故。
31. nhồn nhột：痒痒。
32. thấp lè tè：矮矬。本文中义为"声音很低"。
33. chán chường：厌烦，心灰意懒。
34. lừng khừng：暧昧，态度含糊。
35. sẩm chiều：傍晚，黄昏。
36. lạnh se se：有点冷。
37. bím：辫子。
38. tuột xích：脱链。
39. choèn choèn：浅的。
40. phiền toái：烦恼，烦闷。
41. con người：本文中指可信的人，可靠的人。
42. ớn lạnh：冷飕飕。
43. đen xạm：黝黑。
44. tái nhợt：苍白。
45. cacvidit：名片。
46. commăngca：（军队或公安用的）大吉普车，军用指挥车。
47. xịch：歪斜。
48. bấu：掐住，抓住，撕。
49. quệt：涂抹。本文中义为"擦"。
50. nhẹ nhõm：轻松。
51. bủn rủn：疲软，软弱无力。
52. khắc khoải：忐忑。
53. đại loại：大致，大体。
54. canh chừng：提防。
55. già cả：老，年纪大。
56. bê：抱起。
57. nhà cửa phong quang：房屋敞亮。
58. đi văng：躺椅。
59. nồng nàn：浓厚，深厚。本文中义为"情深意浓"。
60. vụng dại：不懂事。

TRANG THẾ HY 庄世熙

庄世熙，原名武重景（Võ Trọng Cảnh），笔名有范武（Phạm Võ）、闻凤美（Văn Phụng Mỹ）、潮峰（Triều Phong）、武爱（Vũ Ái）、文明品（Văn Minh Phẩm）等。1924年10月9日生，槟椥省周成县右定乡（xã Hữu Định huyện Châu Thành tỉnh Bến Tre）人。庄世熙参加过1945年八月革命、抗法战争和抗美救国战争。1981年加入越南作家协会（Hội Nhà văn Việt Nam）。

主要作品有：短篇小说集《外婆家乡的大晴天》（Nắng đẹp miền quê ngoại, 1964）、《暖雨》（Mưa ấm, 1981）、《爱人与秋天》（Người yêu và mùa thu, 1981）、《第十三个伤痕》（Vết thương thứ mười ba, 1989）、《哭声与歌声》（Tiếng khóc và tiếng hát, 1993）等。

庄世熙主要写短篇小说，反映普通人的普通生活。他的短篇小说《龙须阿香》（Anh Thơm râu rồng）获1960~1965年阮庭昭（Nguyễn Đình Chiểu）文学奖，短篇小说集《哭声与歌声》（Tiếng khóc và tiếng hát）获1994年越南作协奖。

TIẾNG KHÓC VÀ TIẾNG HÁT
哭声与歌声

短篇小说《哭声与歌声》写于1990年，描写的是越南革新开放初期河内的社会生活的一个侧面。通过一位剧作家和他的画家朋友阿海（Hải）的邻居，一位卖香烟的中年女子的对话和耳闻目睹的事

thực, nói lên người dân cuộc sống còn rất nghèo khó, lạc hậu. Đồng thời cũng vạch trần một số hiện tượng không lành mạnh trong đời sống xã hội. Cuộc sống hiện thực nhắc nhở nhà văn phải luôn nhớ phản ánh nỗi đau khổ và tiếng nói của nhân dân.

TIẾNG KHÓC VÀ TIẾNG HÁT

Chị bán thuốc lá hỏi tôi:

— Chắc cậu cũng là họa sĩ như ông Hải, chủ nhà này?

— Không. Nhưng nghề ổng với nghề tôi có bà con gần với nhau. Tôi viết tuồng, đem một kịch bản lên sân khấu đòi hỏi sự góp sức của nhiều người trong đó có ông họa sĩ.

— Hèn chi[1]!

— Hèn chi là sao?

— Mới quen nhau mấy bữa đã hỏi tùm lum[2] đủ thứ chuyện mà toàn là chuyện bá láp[3]. Thành ra tôi cũng phải đáp lại bằng những chuyện... tầm ruồng[4] để phá huế[5]... Nhưng có cái này hơi khó hiểu là cách lắng nghe của cậu: chăm chỉ không ra chăm chỉ mà lơ đãng cũng không ra lơ đãng, rồi có lúc lại nhìn tôi chăm bẩm[6] coi kỳ cục[7] lắm.

Tôi cười gượng, hơi mắc cỡ:

— Xin lỗi chị nếu như...

— Cậu đừng ngại, tôi thiệt tình[8] lắm. Đàn ông nào lẳng lơ sàm sỡ[9] với tôi, tôi "trị" liền trước mặt và tại chỗ chớ không để bụng rồi chê bai[10], cười nhạo[11] sau lưng người ta đâu... Tôi nói "kỳ cục" tại vì tôi không hiểu nên không biết nói thế nào cho đúng. Bây giờ thì tôi biết rồi...

— Biết cái gì?

— Lúc lơ đãng chắc cậu nhớ đến một người nào đó có giọng nói giống tôi...

— Giỏi! Phải nói là cực kỳ giỏi. Được một người như chị đi guốc trong bụng[12] là một hân hạnh lớn.

Chị bán thuốc lá mỉm cười thân ái, môi dưới hơi trề ra theo kiểu cách của một phụ nữ đứng tuổi biết rõ nhan sắc đang suy tàn của mình vẫn còn sức quyến rũ, muốn chê bai một câu nịnh đầm[13] rẻ tiền mà không nỡ nói ra lời vì thương người đối thoại. Chị nói tiếp:

— Lúc chăm chỉ lắng nghe chắc cậu nghiệm[14] để đánh giá coi giọng nói của tôi có "ăn micro[15]" hay không, nhứt là còn ma lực câu thính giả nữa hay không... Còn chăm bẩm nhìn tôi là để cân nhắc coi có nên mượn ánh đèn sân khấu dụ dỗ bà già chưa hết duyên này bỏ nghề bán thuốc lá để học làm đào già chuyên đóng vai mụ hay không.

Tôi lắc đầu:

— Tôi không yêu nghề đến mức như chị tưởng đâu. Lúc ngồi nói chuyện với chị, cái nghề bạc bẽo[16] của tôi nó bỏ rơi tôi để "đi chỗ khác chơi" và đi rất xa... Thực ra, tôi hỏi chị những gì tôi quên hết rồi, còn những lời chị nói, tôi có nghe đâu mà nhớ hay không nhớ. Tôi gợi chị chỉ cốt để nghe giọng nói của chị thôi. Giọng của chị lạ lắm. Ngồi bên cạnh chị, nghe chị nói, có lúc nhìn thẳng vào mắt chị nữa, mà lại giống như ngồi một mình sau giấc ngủ, hồi tưởng lại giọng nói mơ hồ của một người nào đó rất thân nhưng không nhớ là ai, nghe được trong một giấc chiêm bao buồn...

Chị bán thuốc lá quay mặt nhìn thẳng vào mắt tôi, đưa một ngón tay trỏ lên, đe:

— Tán hả? Mấy tuổi? Ba mươi tám à. Vậy là phải biết phận làm em. Nè, nói trước cho mà liệu, lỡ đã khai nghề nghiệp rồi thì đừng có "dê" tôi nghe chưa. Tôi bể[17] mấy ông văn nghệ sĩ lắm. Hồi trước đã bể rồi, bây giờ tưởng đỡ hơn, té ra càng bể thêm.

— Bể vì vụ gì?

— Lúc còn nghèo khổ, hễ mở miệng ra là bênh vực người nghèo khổ, tới khi ngồi nhà hàng, uống rượu Tây, đi xe hơi, nghĩa là khi đã chen lấn[18], bươi quào[19] thoát ra khỏi cái kiếp nghèo rồi thì những người nghèo không còn có mặt trong cuộc đời này nữa. Hóa ra cái khối người nghèo khổ trước kia đấu lưng[20] lại làm diễn đàn để họ đứng lên đó mà kêu ca rên xiết[21] cho cái thân phận riêng của chính họ mà thôi.

— Chị có chừa chỗ[22] cho một ngoại lệ nào không?

— Rất tiếc là ngoại lệ hơi ít, nhưng cũng có. Như ông họa sĩ Hải, bạn của cậu, nhờ cậu giữ nhà dùm[23] đây nè. Hồi mới quen, tôi rất ngán ổng. Một con người ít nói dễ sợ! "Chọc lét[24] ổng hồi đầu hôm, ổng đợi tới khuya ổng mới cười". Một chị bán đậu hủ non[25], ngày nào cũng ghé xin nước rửa chén, ghẹo ổng như vậy rồi lặp đi lặp lại hoài, ổng làm thinh. Một bữa nọ ổng quật lại. "Cũng còn tùy thuộc là chọc trúng nhằm chỗ nào... Chị tưởng chị ăn nói với đàn ông như vậy là có duyên lắm hả?". Chị bán đậu hủ hoảng hồn luôn. Tôi hỏi sao ổng ghét phụ nữ quá vậy, ổng bảo tôi đừng có gieo tiếng dữ, ổng sợ phụ nữ chứ đâu dám ghét. Cho đến lúc cưới vợ, gần bốn mươi tuổi, ổng chỉ có thiện cảm với một người phụ nữ duy nhất mà thôi. Đó là mẹ ổng. Ổng nói ổng mang ơn bà xã đã chữa lành dùm ổng một chứng bệnh tưởng đâu nan y: bịnh sợ phụ nữ. Bây giờ thêm được một cô thầy thuốc nhỏ nữa là đứa con gái mười một tuổi.

— Phải đếm thêm chị nữa chớ.

— Cũng có thể. Ổng có vẽ tặng cho tôi một tấm hình. Ổng nói chân dung nghệ thuật vượt thời gian, không phải hình truyền thần kiểu hình thờ[26]. Do ổng cao hứng chớ tôi đâu dám đèo bòng[27]. Lúc cầm tấm hình, tôi ngạc nhiên đến sững sờ rồi sau đó là buồn. Gương mặt của một bà già nào chớ không phải gương mặt của tôi mà tôi nhìn mỗi ngày trong gương soi. Ổng nói: "Nếu chị không chết sớm, năm năm nữa chị sẽ giống tấm hình này - Chị nhớ kỹ lời tôi nói nhé - Chị sẽ biến dạng để giống tấm hình, còn tấm hình là vật vô tri, nó cứ y nguyên như vậy hoài". Tôi đem về nhà, lồng kiếng[28], treo một chỗ rất khuất trong buồng ngủ không dám cho ai thấy vì tự ái. Tôi không nhìn nó thường rồi tôi quên nó đi. Cách đây vài tuần, tôi lau bụi phủ mờ mặt kiếng, nhìn kỹ và cảm động đến ứa nước mắt. Ổng nói năm năm, mới có một năm mà tôi đã thấy tôi bắt đầu giống tấm hình rồi. Và chắc chắn bốn năm nữa, gương mặt tôi sẽ giống y như vậy. Không biết ổng dòm kỹ tôi hồi nào, nhìn lén tôi cũng chưa hề bắt gặp. Vậy mà lúc vẽ tôi, ổng vẽ thuộc lòng. Điều làm tôi cảm động là ổng vừa vẽ vừa phải áng chừng[29] coi trong năm năm, dung nhan vốn không mấy gì xinh đẹp lắm của tôi sẽ tàn tạ, héo úa đi cỡ nào. Trong cuộc sống bấp bênh này, nó làm cho người nghèo già đi rất nhanh... Sao? Có nghe tôi nói không hay là nghe ai nói trong chiêm bao?

— Nghe chớ. Nghe rất kỹ.

Tôi đáp cầm chừng[30] rồi lặng im. Đột nhiên tôi chạnh lòng thương người họa sĩ nghèo, một nghệ sĩ đàn anh, bạn thân của anh tôi chứ không phải của tôi nhưng rất thương tôi. Giờ này, vợ anh và đứa con gái nghỉ hè đang ở nhà bà nội tại quê anh. Còn anh thì chắc đang gây một đống un[31] lớn, lửa ít khói nhiều để đuổi muỗi tại một cụm rừng đước[32] ở mũi Cà Mau. Hôm mượn tôi đến ở giữ nhà giùm trong một tháng, anh khoe mới nhận được đơn đặt hàng của một Việt kiều. Ông này, gốc người Cà Mau muốn đem về Pháp một bộ bình phong sơn mài vẽ cảnh rừng đước. Ngoài chức năng trang trí, nó sẽ giúp ông chống chọi với nỗi buồn xa xứ.

Hộ của anh Hải gồm một cái nhà để xe hơi, bây giờ là xưởng vẽ và một căn phòng nhỏ vốn là chỗ ở của bồi bếp[33]. Trước kia cái cơ ngơi nhỏ này là bộ phận của một biệt thự lớn mà người chủ bây giờ là một viên chức nhà nước cấp cao đã về hưu. Ngôi biệt thự và hộ của anh Hải được ngăn tách biệt ra bằng một dãy tường cao mới xây từ khi ngôi biệt thự được tân trang thành khách sạn mini.

Mới có hơn tám giờ tối, con đường đã im vắng như phố nhỏ tỉnh lẻ mặc dù cách đây chỉ 300 mét, nó giao tiếp với một con đường lớn giờ này xe cộ còn nườm nượp, ồn ào. Mưa lất phất[34] từ chập tối[35], bây giờ coi mòi[36] muốn nặng hột.

— Ướt, ướt! Nhắc xít[37] cái ghế đẩu vô - Chị bán thuốc lá vừa ra lịnh vừa chỉnh lại tấm bạt làm mái che chiếc xe đẩy của chị... - Mắc cỡ hả? Tôi ăn nói dữ dằn³⁸ vậy chớ hiền khô³⁹ hà. Cậu em dám làm hỗn, dê bà chị, bà chị chỉ vả⁴⁰ miệng thôi chớ không có ăn tươi nuốt sống⁴¹ đâu mà sợ.

Xéo xéo bên kia đường⁴², dọc theo dãy tường cao của một cụm biệt thự, dưới tán một cây bã đậu⁴³ mà gai nhọn đã bị gọt bỏ để nó không đâm vào lưng người đứng dựa, một cặp thanh niên đang mua bán ái tình theo vị thế⁴⁴ người bán đứng mà người mua cũng đứng. Chị bán thuốc lá nói, giọng buồn gần như khóc:

— Đừng dòm! Người ta mắc cỡ tội nghiệp. Chẳng qua cũng chỉ vì nghèo. Lột bỏ hết⁴⁵ các thứ tiện nghi sang trọng, phơi trần ra, thì các cuộc mua bán thịt người tại những khách sạn nhiều ngôi sao cũng tục tĩu⁴⁶ dơ hầy⁴⁷ như vậy mà thôi... Tôi nói nghèo đây là nói về phía người bán, phía người mua đôi khi có những kẻ không nghèo nhưng cao lương mĩ vị mãi sanh nhàm⁴⁸, muốn ăn thử cá kho khô quẹt⁴⁹ coi nó ngon ra làm sao. Nhắc xít cái ghế vô, tôi nói tiếp về ông họa sĩ Hải cho nghe. Hồi tôi thương lượng gởi chiếc xe đẩy này, ổng bảo tôi coi góc sân nào vừa ý, cứ việc đẩy vô đó, đừng nói chuyện tiền bạc gì hết. Ba tháng sau tôi mới mở miệng: "Anh Hải à, tôi nghèo thật, nhưng anh cũng không khá gì hơn tôi đâu...". Ông nạt tôi liền: "Chị còn nói chuyện tiền bạc nữa, tôi nghỉ chơi với chị luôn. Chị không tin ở tấm lòng của một người cùng giai cấp với chị sao... Xin lỗi chị, tôi quen miệng... Phải nói là cùng thân phận dễ nghe hơn, mình đang sống trong một xã hội không có giai cấp mà nói giai cấp nghe "quê" quá!...". Người như vậy khi thoát khỏi kiếp nghèo sẽ không bao giờ quên người nghèo... Nói cho đỡ buồn thôi, ổng đầu thai biết mấy kiếp nữa mới hết nghèo... Biểu đừng có ngó qua bên, à mà quên nữa, nghề của cậu đòi hỏi cậu phải nghe nhìn không bỏ sót một thứ gì... Muốn nhìn ở tầm gần không? Bữa nào tôi giới thiệu cho một con nhỏ câm?

— Câm à?

— Câm bẩm sinh, nhưng không điếc. Mụ bà thương bù lại cho nó một gương mặt và một vóc mình coi được lắm. Mỗi tối, một thằng ma cô[50] chở nó đến bằng xe đạp, cỡ mười một giờ đến rước nó về. Đêm nào không kiếm được khách, thằng ma cô đánh nó, nó khóc. Tiếng khóc của đứa con gái câm bị đánh khó ai nhại[51] giống lắm, nó thảm thiết quá chừng, nghe hoài hằng đêm, vậy mà hễ nghe là ruột gan mình quặn thắt[52]. Đêm nào kiếm được khá tiền, thằng ma cô khen nó giỏi, ôm hôn nó, nó cũng la ớ ớ gần như nó khóc, nhưng người nào nghe quen như tôi và ông Hải thì biết là nó hát chớ không phải khóc. Ông Hải còn phân biệt được là nó thuộc tới ba bài hát nữa kia. Đưa cái này lên sân khấu chắc là hơi khó, nhưng đó là nghề của cậu, lo gì... Thôi mình vô, mưa lớn quá rồi.

* * *

Chị bán thuốc lá đưa cho tôi một điếu thuốc thơm không đầu lọc. Chị biết thói quen của tôi chỉ hút một điếu thuốc thơm lúc sáng sớm với tách cà-phê rồi suốt ngày hút toàn thuốc đen loại nặng. Chị hỏi:

— Sao? Phân biệt được chưa? Hơn nửa tháng rồi. Nghe nhiều rồi.

Tôi lắc đầu:

— Xin chịu thua. Khóc la ớ ớ mà hát cũng la ớ ớ làm sao phân biệt nổi.

— May mắn cho những người nghèo khổ vì cậu chỉ là một người viết tuồng. Không phân biệt được tiếng khóc với tiếng hát, chỉ báo hại[53] cho cái phận bất tài của mình thôi, không báo hại ai. Nếu rủi ro[54] cậu được giao cho một chức tước gì đó có dính dấp[55] tới số phận của những người nghèo khổ...

Bị xúc phạm hơi đột ngột, tôi nổi nóng và u mê[56], nói bậy:

— Số đông người nghèo khổ biết nói nhiều hơn câm.

Chị bán thuốc lá nhìn tôi, mỉm cười độ lượng:

— Nhưng họ không nói. Tiếng la ớ ớ của một cô gái điếm câm dẫu sao cũng là những âm thanh để cậu nghe mà phân biệt cô khóc hay cô hát. Một người nghèo khổ biết nói mà làm thinh không nói đưa cho cậu mảnh giấy ghi câu đố: "Đố ông thầy tuồng biết trong bụng tôi đang khóc hay đang hát?". Đó mới là chuyện hiểm hóc[57]... Cậu em à, hôm nọ, em nói rằng nghề viết tuồng của em là một nghề bạc bẽo. Chị biết em không nói thật lòng đâu mà em nói lẫy[58]. Bây giờ chị nói thật lòng với em đây: nếu như em thực sự yêu nghề... thì em phải lắng nghe cho được ngôn ngữ lặng thầm[59] của những người đau khổ biết nói mà làm thinh không nói.

Khi bắt đầu xưng chị, gọi tôi bằng em, giọng nói của chị bán thuốc lá ngọt ngào hơn, gây xao xuyến[60] mạnh hơn vào bẩm sinh nhạy cảm của tôi. Nhưng lạ thay, cái thói mơ mộng vặt thường ngày của tôi lại bay bổng đi đâu mất. Tôi không nghe lời nói của chị vang vọng mơ hồ từ một giấc chiêm bao buồn. Tôi nghe đó là lời răn dạy rất nghiêm có giá trị thức tỉnh cao của một hiện thực đau khổ nhắc nhở người cầm bút đừng bao giờ đánh mất cái điểm tựa đáng tin cậy của mình là nỗi đau khổ lớn của số đông thầm lặng.

8-1990

注 释

1. hèn chi：难怪，无怪乎。
2. tùm lum：丛茂，丛杂。本文中义为"杂乱无章"。
3. bá láp：不正经。
4. chuyện tầm ruồng：无聊的故事，乱七八糟的事。
5. phá huề：打个平手。
6. chăm bẳm：专心一意。
7. kỳ cục：乖戾，怪诞不经。
8. thiệt tình：（南部方言）真情（同 thật tình）。
9. sàm sỡ：粗俗，粗鄙。
10. chê bai：耻笑。
11. cười nhạo：嘲笑。
12. đi guốc trong bụng：洞悉内情，深知别人心事。

13. nịnh đầm：奉承、讨好（女人）。
14. nghiệm：验证，验。
15. ăn micro：适合麦克风，适应麦克风。
16. bạc bẽo：薄情。
17. bể：厌烦。
18. chen lấn：挤占，挤进，挤入。
19. bướu quào：（鸡、猫等）扒、抓。本文中义为"钻营"。
20. đấu lưng：背靠着背。本文中义为"协力，合力"。
21. rên xiết：痛苦地呻吟。
22. chừa chỗ：留空位，留位子。
23. dùm：帮忙。
24. chọc lét：胳肢。
25. đậu hủ non：豆腐。
26. hình thờ：供像。
27. đèo bòng：羁绊，挂累，负担。本文中义为"自己讨要"。
28. lồng kiếng：装上玻璃镜框。
29. áng chừng：估计，大约。
30. cầm chừng：适可而止的，有节制的。
31. un：熏。本文中义为"烟"。
32. đước：（植）红茄冬。
33. bồi bếp：男仆。
34. mưa lất phất：毛毛细雨（lất phất 轻而细小）。
35. chập tối：薄暮，入夜。
36. coi mòi：看样子，看起来。
37. nhắc xít：挪动，移动。
38. dữ dằn：凶狠。
39. hiền khô：（面容）和善，善良。
40. vả：捆，打耳光。
41. ăn tươi nuốt sống：生吞活剥。本文中义为"吃掉"。
42. xéo xéo bên kia đường：路的斜对面。
43. cây bã đậu：巴豆树。
44. vị thế：地位，位置。本文中义为"姿势"。
45. lột bỏ hết：剥光，扒光。本文中义为"全部去掉"。
46. tục tĩu：粗野的，猥亵的。
47. dơ hầy：肮脏，污秽。
48. sanh nhàm：生厌。
49. cá kho khô quẹt：烧得干干的鱼。
50. ma cô：皮条客。
51. nhại：学舌，模仿。

52. quận thắt: 缩紧。
53. báo hại: 招灾，牵累，连累。
54. rủi ro: 不幸，倒霉。
55. dính dấp: 相干，关联。
56. u mê: 愚昧，愚笨，懵懂。
57. hiểm hóc: 难解决的，难对付的。
58. nói lẫy: 说气话。
59. lặng thầm: 沉默，静默。
60. xao xuyến: 激动，不安。

NGUYỄN THỊ THU HUỆ 阮氏秋惠

阮氏秋惠，1966年8月12生，槟榴省盛富县（huyện Thạnh Phú tỉnh Bến Tre）人，是女作家阮氏玉秀（Nguyễn Thị Ngọc Tú）的女儿。大学毕业后，在越南文化通信部（Bộ Văn hoá Thông tin）《文化艺术杂志》（Tạp chí Văn hoá Nghệ thuật）编辑部任编辑。后从事编剧工作，为电影编辑。1996年加入越南作家协会（Hội Nhà Văn Việt Nam）。现为越南电视台电视片制作部主任（Trưởng phòng phim truyền hình Đài truyền hình Việt Nam）。

主要作品有：中篇小说《等待的时刻》（Một khoảng chờ đợi, 1986，获1986年河内文艺协会文学二等奖）、短篇小说集《天堂之后》（Hậu thiên đường, 1994）、《巫师》（Phù thuỷ, 1995）、短篇小说《半辈子》（Một nửa cuộc đời, 1995）、《留下的财产》（Của để dành, 1997）、《楼梯》（Câu thang, 1997）、《神话》（Huyền thoại, 1999）等。

阮氏秋惠是一位勤奋创作的年轻女作家。她的许多作品都得了奖，拥有广大的读者，尤其得到大、中学校学生的喜爱。

HẬU THIÊN ĐƯỜNG
天堂之后

短篇小说《天堂之后》（1994）获《军队文艺杂志》（Tạp chí Văn Nghệ Quân đội）1994年短篇小说竞赛一等奖。这是一篇描写爱情、婚姻、家庭的短篇小说。通过小说主人公母女俩的亲身经历，反映了越南当代社会中婚恋生活的一个侧面。作品主人公"我"16年前曾踏入爱情的天堂，感到无比的幸福。但很快就下了地狱，被人抛弃，独自一人抚养孩子。从此，"我"一天到晚在外面泡，总是很晚才回家，从不关心女儿的成长。但是，女儿非常乖巧、听话。自己上下学，回家后洗衣、做饭，屋子收拾得干干净净。里里外外一把好手。一次，女儿过生日，因"我"不喜欢热闹，就让女儿与她的同学、朋友们到外面去过。"我"独自在家，寂寞无聊。"我"无意中看到桌角处的日记本，便拿起来翻看。发现女儿已经长大，正在谈恋爱，爱着一个有妻子和两个孩子的男人。女儿在重演"我"16年前的一幕。"我"感到非常可怕，终日提心吊胆，担心女儿终将会面临被人抛弃的那一天。

作者运用意识流的创作手法，把"我"的内心活动表现得淋漓尽致。

HẬU THIÊN ĐƯỜNG

Tôi cứ tưởng là mình đã quên mọi chuyện từ lâu.

Bỗng dưng. Chiều nay. Tất cả ùa về. Đầy ắp ứ[1] như thể có ai đó thu gom[2] mọi thứ vào một cái bao tải to tướng, buộc chặt nút lại. Và nay, đem mở oà ra trước tôi. Đủ đầy. Nguyên vẹn.

Khi tôi chợt hiểu ra ở đời, mọi sự đều có thể xảy ra như thế cả thì cũng muộn quá rồi. Tuổi già sầm sập[3] chạy đuổi sau lưng. Tôi thì quyết giỡ trò ú tim với nó bằng cách làm sao chạy trốn được nó càng lâu càng tốt.

Hôm nay sinh nhật con gái. Nó tròn mười sáu tuổi. Mặt con gái tôi giống người bố của nó. Nó không bao giờ biết điều đó vì khi nó hiện hữu trên đời này thì người thực sự là bố của nó đã ở một nơi xa tít tắp. Bây giờ, khi tôi bốn mươi tuổi, chợt thấy tại sao lâu nay tôi để tuổi thơ của con trôi qua trong nỗi buồn của sự cô đơn, và hứng chịu nỗi cay đắng của một người đàn bà bị phụ bạc. Bỗng nhiên. Lâu lắm rồi, tôi lại thấy tội nghiệp nó. Ngày xưa, đã một lần tôi thấy tội nghiệp nó, khi chạy ra đón tôi đi họp về. Nó với tay đỡ lấy bó hoa của tôi, và ngã lăn xuống cầu thang. Máu trên đầu nó loang xuống mặt. Nó không khóc, chỉ mím môi lại và bảo: Không sao đâu mẹ ạ. Không đau đâu. Mẹ về, con mừng quá. Tôi đỡ nó dậy và nói: Thì đã bao giờ mẹ không về đâu. Chỉ sớm hay muộn thôi. Nó hơi cố cười, dù tôi biết lúc ấy, nó rất đau: Mẹ về sớm, hôm nay lại là sinh nhật con. Mẹ mua hoa cho con, con sung sướng quá nên chạy ra đón. Tôi cay đắng nhận ra là con nói với tôi bằng tất cả tình cảm và sự mong chờ tình yêu của tôi với nó. Còn tôi. Lúc ấy. Tôi không hề nhớ rằng hôm nay là sinh nhật nó. Bó hoa ấy cắm ở hội nghị. Tan họp, hai, ba người đàn ông loe xoe[4] lôi nó ra khỏi những cái lọ và kính cẩn tặng tôi. Họ rất biết kết hợp những nhu cầu của bản thân và hoàn cảnh khách quan bên ngoài, làm sao vừa được lòng những người đàn bà như tôi, và họ thì chẳng mất gì cả. Chỉ có con tôi là khổ thôi. Cái sự sinh nó ra trên đời này cũng vậy. Ngày ấy. Khi sung sướng, chúng tôi chỉ nghĩ đến mình. Nhưng khi đau khổ, tôi lại hay mang nó ra mà soi, mà ngắm, và nhìn nó như chướng ngại vật cản trở tôi trên bước đường đời. Nó chẳng có tội gì. Nó là sản phẩm của nỗi đam mê. Ai sướng, ai hạnh phúc. Nó không biết. Chỉ được biết và được hưởng sự cô đơn, nỗi bị dần vặt mà thôi.

Tôi cho con gái một trăm nghìn để làm sinh nhật. Mặt nó dại đờ đi vì sung sướng trước một hành động đẹp nhưng hiếm hoi của tôi. Tôi nuôi nó tương đối đầy đủ nhưng không mấy khi chăm sóc. Mà con gái lớn thì thích được chăm sóc. Khi ở nhà thì bố mẹ, lớn lên thì người tình và sau đó là của chồng. Nó bảo: Con sẽ được mua những gì con thích, phải không mẹ? Tôi gật: Phải. Con mua gì tùy ý con. Chỉ có điều con không nên làm ầm ĩ, mẹ không thích những gì lộn xộn.

Người nó run run: Vâng. Tuyệt lắm mẹ ạ! Chúng con sẽ lên Hồ Tây, thuê thuyền bơi và liên hoan luôn ở đó.

Tôi ậm ừ vì thấy con vui. Lâu lắm rồi, nó mới cởi mở với tôi như vậy. Thực ra, tôi và nó ít khi gặp nhau lắm. Tôi đi làm. Nó đi học. Buổi chiều, thỉnh thoảng tôi ăn cơm với nó. Buổi tối, tôi thường vắng nhà. Nó có một khuôn mặt đợi chờ. Nó hay nhìn tôi, bằng cái vẻ mặt đợi chờ đó. Nếu tôi lạnh lùng thì nó lảng đi. Tôi vui vẻ và tỏ ý muốn gần nó, cái vẻ mặt ấy thoắt biến đi, thay vào bằng khuôn mặt tràn trề hạnh phúc. Bao nhiêu năm, tôi luôn nhìn nó để tỉnh táo hơn trước đàn ông và mọi cạm bẫy.

Bỗng dưng hôm nay, mọi sự đó tan biến trong tôi. Con gái tôi lớn quá rồi. Sao lâu nay tôi không biết rằng ngực nó đã đội lên sau lớp áo và hông nó đã nở nang hơn. Khuôn mặt nó đầy lên, loáng thoáng có cái trứng cá[5]. Mặt nó vẫn còn trong sáng lắm. Nó đang loay hoay thay cái áo này, mặc cái quần kia, hồi hộp như cô dâu sắp về nhà chồng.

— Hôm nay mẹ có đi nhảy không? - Nó hỏi.

— Không. Mẹ thấy mệt con ạ! - Tôi thở dài. Chợt thấy chán ngắt mọi chuyện. Nhạc dìu dặt. Những ngọn đèn mờ ảo và ngào ngạt trăm nghìn loại nước hoa. Hình như nó không làm tôi đam mê nữa rồi. Thực ra, cũng nhờ nó mà trôi đi bớt những ngày đau khổ của tôi. Tôi luôn ở ngoan ngoãn trong tay hết người đàn ông này đến người đàn ông khác nhưng của ai cụ thể thì không có. Tôi nhìn tôi trong gương. Khuôn mặt đàn bà sang tuổi bốn mươi. Mi mắt bắt đầu sụp xuống. Biết là mình vẫn còn đẹp nhưng cũng bắt đầu nhàu nhò rồi.

Con gái chào: Con đi chơi mẹ nhé.

Tôi gật: Chúc con vui.

Hai chân nó ríu vào nhau vì quần là áo lượt[6]. Nó đánh tý son môi, má hồng và ít quầng xanh ở mắt. Hình như nó phải chui vào đâu đó để làm những việc ấy vì tôi chưa cho phép.

Cánh cửa đóng sập lại sau lưng nó. Tôi nằm ngả ra giường. Đắng ngắt. Thế nào nhỉ? Bốn mươi tuổi, tôi đã có cái gì cho mình. Tiền tài thì vớ vẩn[7], chỉ đủ ăn và giữ một cuộc sống đạm bạc. Một vài cái váy để đi dạ hội và nhảy đầm. Công việc diễn ra đều đều và nỗi nghi ngờ đàn ông.

Dù thiếu họ, nhiều khi cuộc sống của tôi cũng gay gay[8]. Có những kẻ yêu tôi thật thì tôi không ngửi được họ. Còn một vài người tôi yêu họ thì họ chỉ xuê xoa "chơi" với tôi thôi. Biết làm sao được. Con cá trượt thường là con cá to. Không có cái gì trong tay mình là nhất cả. Bỗng dưng, tôi thấy sập xuống người mình một nỗi trống trải hoang vắng khủng khiếp.

Hàng tối. Khi ông này, ông nọ đưa tôi về, con gái ra mở cửa và đỡ lấy chiếc xe cho tôi, vác qua phòng khách nó đã lau bóng loáng để cất vào bếp. Rồi nó pha cho tôi một chậu nước âm ấm và đưa hộp sữa rửa mặt, tôi rửa sạch những thứ đã bôi lên mặt. Rồi hai mẹ con đi ngủ. Thi thoảng, có đêm tôi ôm con gái, bàn tay sục vào gáy nó. Đến khi lùa tay vào mớ tóc dài và dầy của nó, mới chợt thảng thốt tỉnh ra đấy là con gái mình chứ không phải người đàn ông hồi tối.

Lâu lắm rồi, tối nay tôi là người ở nhà và con gái thì đi chơi. Người bạn nhảy của tôi cũng không đến. Anh ấy là người luôn rạch ròi mọi chuyện. Vợ con anh ấy là một cái lô cốt chắc chắn mà hàng giờ anh ta cần mẫn nhặt nhạnh tí vôi, tí xi măng, xây xây trát trát. Và cái lô cốt của anh ngày càng to béo, vững chắc. Thi thoảng, để xả hơi và nạp nhiên liệu cho công việc xây dựng của mình, anh đi nhảy đầm. Rất Gallant[9] với phụ nữ và lúc nào cũng mang một vẻ mặt thành kính. Tác phong giống như thể anh là con chim câu đang gù gù tha những cọng rơm đi dệt tổ ấm, chỉ thiếu con chim cái thôi.

Tôi lại bàn học của con gái. Nét chữ nó tròn xoe, nắn nót và hàng lối rất nghiêm chỉnh. Con người nó chắc cũng như những dòng chữ nó viết. Một là một. Hai là hai, chớ không hai cộng hai bằng năm như tôi. Nó đã yêu hay ghét, chỉ là thế chứ không bao giờ thay đổi. Một quyển sổ con ở góc bàn. Ngoài bìa là mấy câu thơ. Sổ nhật ký. Hóa ra con gái tôi lớn hơn tôi tưởng rất nhiều. Trong sổ, nó ghi lung tung nhiều chuyện, chẳng đâu vào đâu cả. Cãi nhau với đứa này, khen đứa kia có đôi dép đẹp. Nó ao ước những cái con con vặt vãnh. "Ngày. Hôm nay đang ngồi trong lớp đợi mưa tạnh, chợt thấy cuối đường một chị che cái ô đỏ. Đẹp thế không biết. Trong mưa màu đỏ là màu đẹp nhất. Giá mình có một chiếc nhỉ?" "Ngày. Có một người đàn ông cởi trần, mặc quần đùi, mang một chậu tã lót đầy phân ra máy nước giặt. Mình thì thấy kinh kinh, thế mà ông ta vừa giặt vừa cười một mình. Lắm lúc môi nhọn ra như trêu ai, lại huýt sáo nữa. Chắc ông ta yêu vợ con lắm". "Ngày. Sao mẹ hay về khuya thế. Mình mà như mẹ, mình sẽ lấy chồng. Chọn người nào hiền lành và hơi ngu một tý để lấy. Không cần đi làm nhà nước, chỉ cần biết một nghề gia công gì đó như ông Chiu hàn nhôm đằng trước. Mẹ sẽ sướng hơn là ở thế này. Mình thích những người thông minh nhưng ở với họ thì sợ lắm. Những buổi chiều chủ nhật, vợ chồng người ta đi chơi, mẹ thì ở nhà. Còn đi chơi như mẹ, mình chẳng thích". "Ngày. Anh T là giáo viên dạy văn thể mỹ ở trường bên sang dạy lớp mình hôm qua rủ mình đi xem phim. Mình cũng muốn đi nhưng chưa xin phép mẹ, hai người đi cả, nhỡ hai con mèo chạy mất thì sao. Mình thích anh ấy vì mắt anh ấy rất đẹp. Mặt thì lúc nào cũng buồn buồn như ngâm ngợi điều gì. Những người đàn ông mặt lúc nào cũng hơn hởn lên, mình cũng thích nhưng lại ngại vì họ hớn hở với mọi người như với mình, tin sao được. Không biết từ bao giờ mà mình có thói quen là cứ gặp anh ấy thì cả ngày vui lắm. Hôm nào không nhìn thấy anh ấy, thấy vắng thế nào ấy".

Tôi thẫn người. Lâu nay, tôi cứ trượt trên những cái dốc nào? Sao không bao giờ tôi hỏi đến cuộc sống nội tâm của con. Lâu lắm rồi, hình như tôi chưa dừng lại để ngoảnh lại đằng sau để xem nhỉ, chỉ tiến thôi.

Tôi đọc tiếp.

"Ngày. Tự nhiên hôm qua anh ấy đi ngang lớp mình, vẫy mình ra rồi bảo: Triệu người quen có mấy người thân. Khi lìa trần[10] có mấy người đưa? Mình nóng bừng cả người. Anh ấy bỏ đi, mặt buồn rũ rượi. Cả ngày, chẳng vào đầu mình được chữ nào".

"Ngày. Con Cúc xoe thì thầm: Tao hôn rồi đấy. Mình hỏi: Nó thế nào? Cúc bảo: Lúc ấy, tao cảm giác như rơi tòm xuống ao, chìm chìm đi.

Vừa nói, nó vừa nhắm nghiền mắt lại, xuôi hai tay và lăn huỵch xuống sàn nhà. Rồi nó lại vùng phắt dậy, mắt tít[11] lên. Hôn hay lắm mày ạ. Thử đi, không chết đâu mà sợ, chỉ sợ rồi nghiện thôi. Thử đi.

Mình cười ngượng: Thử thì thử với ai? Tự nhiên đang yên đang lành đè người ta mà bảo: Ông làm ơn cho tôi hôn thử ông một cái xem hôn nó mồm ngang mũi dọc[12] thế nào à? Họ lại chả tát cho vào mặt ấy và bảo rằng : Đấy, hôn nó thế đấy.

Rồi mình và Cúc cười lăn ra. Kể ra, nếu biết hôn nó thế nào cũng hay."

Tôi lặng người. Con tôi lớn thật rồi. Sao đến bây giờ tôi mới biết đến điều đó nhỉ? Những người đàn ông đi qua đời tôi như thể bất chợt họ gặp cơn mưa rào mà họ thì không mang vải nhựa để che. Tôi là một cái hiên rộng để họ có thể chạy vào đó, yên tâm, tưng tửng[13] chờ cho qua cơn mưa. Rồi về nhà. Hoá ra lâu nay, tôi đi đường tôi, còn con gái thì tự tìm một đường mà đi. Liệu nó có đi lại con đường của tôi không nhỉ?

"Ngày. Mình nhớ anh ấy quá. Hai ngày không thấy anh ấy đâu. Hay anh ấy ốm rồi. Đi học về, mình cứ thấy ngơ ngác thế nào ấy. Bỗng anh hiện ra ở đầu đường: Bé con, mấy ngày vừa rồi anh phải có phi vụ làm ăn. Nhớ em quá, phải đón em đây. Ôi giời ơi, sao mình sung sướng thế. Mình yêu anh ấy mất rồi. Lúc ấy, mình không còn thấy cái gì ở trên đời này quan trọng bằng anh ấy. Thế là mình và anh ấy đi chơi với nhau. Bây giờ, mình mới thấy việc mẹ cứ suốt ngày đi vắng là rất hay. Nếu mẹ hay ở nhà, có lẽ sẽ chẳng bao giờ đi chơi với anh ấy được như thế. Mẹ mắng chết vì mẹ bảo cái bọn đàn ông rặt một loại đểu cả, đừng nên tin ai. Mình thì thấy ai cũng đáng tin hết, nhất là anh".

"Ngày. Cái Cúc xoe bảo. Anh chàng của cậu được đấy. Trông giống chàng Luít[14] lắm. Tớ thích đàn ông phải như Hoan Manuen[15], vừa bàn nhau tống tiền người ta xong, lại mê đắm bên cái đàn Pianô[16] ngay. Đàn ông phải có hai bộ mặt, vừa tử tế, vừa đểu giả, thế mới quyến rũ.

Chàng Luít của cậu thì tớ thấy gian gian. Mình chẳng nói gì. Gian, đểu hay tốt, mình không quan tâm nữa, chỉ biết rằng anh ấy là người tốt nhất trần gian."

Tôi lặng người. Đầu bỗng đau buốt. Bỏ quyển nhật ký của con ở đó, tôi đi ra sân. Mùa đông năm nay lạ lắm, ban ngày thì nắng hoe hoe vàng, tối đến thì gió lộng như mùa hè. Tôi cảm giác như mình đang bắt đầu đứng ở cuối con đường, nhìn thấy con mình đang dẫm lên những nơi mà tôi đã đi qua, nhưng không ngăn nó dừng lại được.

Thời gian trôi đi nhanh thật. Thoáng cái, con gái đã biết yêu. Mới ngày nào nó còn lẫm chẫm chạy đi chạy lại bằng đôi giầy đỏ. Ra khỏi bệnh viện khi con bị viêm ruột thừa, bà kế toán cùng phòng bảo tôi: Thương lấy nó một tí em ạ. Dù sao nó cũng là con mình. Bây giờ thì em chưa thấy cần nó đâu, nhưng sau này, lúc nào đó, nó sẽ là cái gậy cho em chống đấy.

Lúc ấy, tôi cười nhạt và không buồn tranh cãi với bà ta. Hóa ra bây giờ, cái sự nó cũng gần gần đến rồi.

Mười một giờ. Đồng hồ nhà hàng xóm đong đưa thả nhịp[17]. Con gái vẫn chưa về. Thì ra lâu nay nó đã đi và thường xuyên về muộn, tôi lại không hề biết vì tôi về muộn hơn nó. Lòng tôi nóng như lửa đốt. Chẳng có một lý do gì để nó có thể về khuya đến như vậy. Sinh nhật từ chiều cơ mà. Xung quanh, hàng xóm ngủ im thin thít[18]. Đường vắng hoe hoắt[19]. Tôi quay vào nhà. Đến gần bàn học của con gái, định ngồi xuống nhưng tự nhiên cảm thấy hãi hãi[20] trước những gì con ghi trong sổ. Thôi, thà không đọc nữa còn hơn là phải biết những gì khủng khiếp đang xảy ra với con mình. Tôi hồi hộp đợi nó về gần như hồi hộp chờ người tình giờ hò hẹn.

Mười một giờ ba mươi. Con về. Mặt nó nhợt nhạt[21] phấn son. Tóc nó bồng lên[22] sau vai chứng tỏ có bàn tay xới vào đó. Nó cụp[23] mắt xuống tránh ánh mắt tôi. Thôi, xong rồi con ơi. Mẹ đã qua những gì mà con đang đến. Không bao giờ chỉ nói chuyện và đùa cười lại nhạt cả phấn ở má và quầng xanh ở mí mắt. Tóc lại rối lên thế kia. Tôi cay đắng nghĩ và nhìn con. Sao tôi thương nó thế không biết. Vội vã thế con. Cuộc đời dài lắm, mà những cái hoan lạc mà con người ai cũng trải qua thì ngắn. Vội mà làm gì. Hai mươi tư tuổi, mẹ mới biết thế nào là hạnh phúc thì lập tức một chuỗi đau khổ kéo theo. Thế mới hay, ai cũng nhem nhẻm[24] nói rằng mọi thứ ở đời đều có giá của nó. Hoặc trồng cây thì ăn quả đấy, hay gieo gì gặt đấy. Nhưng tôi. Tôi có gieo gì đâu mà sao đời tôi gặt toàn cỏ dại? Chẳng lẽ, một phút xiêu lòng[25] mà lại khốn khổ đến thế này sao?

— Con xin lỗi mẹ. Con đã để mẹ phải chờ! - Nó lúng búng[26] trong mồm.

— Vui không con? - Tôi hỏi và chỉ muốn ôm nó vào lòng. Bỗng nhiên, nước mắt dâng ấp ứ trên mắt tôi.

— Cũng vui mẹ ạ! - Nó trèo lên giường và chui vào chăn. Và quay mặt vào tường.

— Sao lại cũng vui? Phải rất vui chứ?

Im lặng. Rồi tôi thêm vài câu nữa, nó đều không trả lời. Tôi lại giường, đập tay vào vai nó. Nó quay phắt ra, ngơ ngác. Chứng tỏ từ nãy đến giờ nó không hề nghe câu hỏi của tôi.

— Gì đấy mẹ? - Nó hỏi, mắt tròn xoe[27].

Tôi lặng người nhìn nó. Thôi, xong rồi. Con gái tôi thành đàn bà mất rồi. Cái mặt nó ngây dại vì hạnh phúc, và ánh mắt nó như người có lỗi, ngượng ngùng[28] và đờ đẫn[29]. Đấy là ánh mắt của tôi mười mấy năm về trước. Lúc ấy, tôi như đi trên chín tầng mây mười tầng gió[30]. Tôi không nhìn thấy ai hết, không biết gì hết ngoài việc là tôi đang hạnh phúc. Tôi vừa bước vào một thiên đường của đời người mà anh - người đàn ông đầu tiên trong đời đã mở cho tôi và dìu tôi vào đó. Người đàn ông đó, vừa mở cửa để cho tôi kịp nhìn thấy những vòng hào quang của nỗi đam mê thì lập tức, sau đó sáu tháng, anh ta dẫn tôi đến một cái hang sâu hun hút[31] và đẩy tôi vào đó. Đến tận bây giờ.

Đứa nào nhỉ, đứa nào mang khuôn mặt đợi chờ của con gái tôi đi mất và trả cho nó khuôn mặt đàn bà, vừa đằm thắm vừa non nớt của cô bé tuổi mười sáu? Nó đã đến tuổi thành niên đâu cơ chứ. Tôi đau đớn nhìn con và nước mắt chảy dài xuống má.

— Mẹ làm sao thế? - Nó hốt hoảng, khuôn mặt đã trở lại bình thường.

— Không sao cả con ạ! - Tôi quay đi, không muốn con gái nhìn thấy mình khóc trước mặt nó, đấy là một hành động hiếm hoi của tôi.

Tôi lặng lẽ ra sân. Trăng mùa đông lạnh lẽo hắt ánh sáng từ đâu đó. Người tôi thoắt lạnh thoắt nóng. Rồi bắt đầu run. Con gái đứng sau lưng.

— Vào nhà đi mẹ. Con xin lỗi đã làm mẹ buồn.

— Con yêu người con trai ấy lắm phải không? - Tôi hỏi.

Im lặng. Rồi một lúc, nó khe khẽ trả lời: Vâng ạ!

— Con nhớ anh ấy lắm phải không?

— Vâng ạ!

— Lâu chưa?

— Gần bốn tháng mẹ ạ! Nó có vẻ đỡ sợ hãi hơn.

— Và hai người đã gắn bó với nhau?

Im lặng. Kể ra, khi bắt đầu hỏi đến câu đó, tôi cũng nghĩ là con gái không trả lời được. Không một người đàn bà nào trả lời câu đó cả.

— Con năm nay mới mười sáu tuổi, sao vội vàng thế? - Tôi cay đắng hỏi nó.

— Hai năm nữa. Chúng con sẽ cưới nhau. Khi ấy con đủ tuổi để lấy chồng rồi! - Nó hớn hở dần lên.

— Đấy chẳng lẽ là tất cả cuộc sống của con hay sao? - Tôi hỏi, tim buốt nhói[32] vì một lần nữa, tôi lại chậm.

— Đấy là thiên đường, mẹ ạ! - Nó ngẩng nhìn tôi, mắt lóe sáng - Chúng con sẽ đi làm. Sẽ chỉ có nhau và những đứa con. Con sẽ không bao giờ phải buồn giống mẹ.

Tôi im lặng. Người lạnh ngắt. Con tôi bước vào cái gọi là thiên đường của tôi, cách đây 16 năm. Lại vẫn những vòng hào quang như tôi đã gặp. Đến lúc nào, sẽ là một cái hang sâu hun hút?

— Chúng con sẽ ở cùng mẹ. Mẹ sẽ không phải buồn vì sẽ làm bà ngoại của một lũ cháu! - Nó vẫn say sưa.

Tôi có cảm giác như mình bỗng hóa thành đá. Thiên đường. Hình như ai trong đời cũng đã từng đặt chân tới đó. Chỉ khác nhau là thiên đường của họ là cái gì, và đem lại hạnh phúc cho họ ra sao. Có người thì chạy hết từ thiên đường này tới thiên đường khác, có khi vừa lao vào rồi lại chạy tọt[33] ra ngay vì kinh hãi. Tôi đã từng gặp một người đàn ông từ thiên đường về. Anh ta ngồi trước mặt tôi, bên cạnh là một người đàn bà. Mặt ông ta bạc phếch, tóc tai như thể bị chết đói hàng thế kỷ. Hai con mắt đang đờ dại sinh động dần lên. Những sợi phở sào thun thút[34] chui vào miệng, kèm rau sống, cà chua, như thể trong bụng anh ta có một tảng nam châm và các đồ ăn là cục sắt hút nhau vậy. Chui từ từ, chui dần dần, ngon lành. Người đàn bà thì ngược lại. Mỏi mệt, ngơ ngác và không đói. Bà ta chỉ ngồi ngáp vặt. Tôi hỏi, hai người đi đâu về mà mệt mỏi thế?

Người đàn bà hơi cười, nụ cười nhệch nhạc[35] như mếu. Người đàn ông tiếp tục nhai nốt miếng dở, nuốt đánh ực[36] rồi tớp[37] một ngụm rượu, khà[38] một cái và bảo: Vừa lên thiên đường về. Rồi tiếp tục ăn như thể cái thiên đường ấy nó vặt trụi[39] hết mọi sinh lực của anh ta vậy.

Tôi cười: Vừa lên thiên đường về, và bây giờ thì ở đâu?

— Địa ngục! Anh ta lẩm bẩm, mồm vẫn nhai. Đôi môi dầy bóng loáng[40] mỡ, những vụn mì bám li ti ở hàng râu con kiến.

Về sau này. Tôi có gặp lại anh ta và người đàn bà ấy (Họ ở cùng một cơ quan với nhau, và tôi thì làm ở bên cạnh). Họ lấy nhau. Hai bên đều bỏ vợ, bỏ chồng vì cái gọi là hậu thiên đường nó to dần lên trong bụng người đàn bà. Người đàn ông trông nhầu nhò hơn, giống như nắm giẻ lau. Và người đàn bà thì lúc nào cũng nhăn nhúm[41] như quả táo tầu[42]. Rồi họ đẻ ra một đứa con, quặt quẹo[43] vì bố mẹ chúng cũng mệt mỏi lắm rồi.

— Vào ngủ đi mẹ. Gà gáy sáng rồi đấy! - Con gái nói.

— Mẹ không ngủ được.

Con gái im lặng và quay vào.

Xa xa, có tiếng gà le te⁴⁴ gáy. Gần sáng rồi.

* * *

Tôi trở thành một người khác. Hình như cái sự già nó sập xuống vai tôi rồi. Tôi không còn chơi trò ú tim với nó nữa. Mọi tâm trí, nghị lực và sức chịu đựng, tôi dành cho con gái. Tôi sợ. Tôi không thể yên tâm ở cơ quan đến chiều và đi thông tầm⁴⁵ đến tối như trước nữa. Lúc nào tôi cũng tưởng tượng ra cảnh con gái tôi, 16 tuổi, nước mắt nhòe nhoẹt⁴⁶ trên mi "Anh ấy bỏ con rồi" hoặc "Con sắp chết rồi mẹ ơi". Lúc nào tôi cũng chỉ thấy nó, đang ở hết bờ vực này đến bờ vực khác. Những vũ trường, những ánh đèn làm tôi kinh hãi khi nghĩ rằng con mình sẽ ở trong đó.

Con gái hỏi: Sao dạo này mẹ không đi nhảy?

Tôi trả lời: Mẹ mệt.

Nó lạ lắm⁴⁷ và hơi khó chịu nhìn tôi. Đã đến lúc nó không cần sự có mặt của tôi nữa rồi. Nó tưởng rằng đôi chân của nó đã cứng cáp lắm đấy. Tôi đau đớn nghĩ.

"Ngày. Hôm qua mình và anh ấy đi chơi. Mình phải nói dối mẹ là đi mua xà phòng thơm. Vào cửa hàng, toàn những bánh xà phòng sáu bảy nghìn. Mình mua một bánh ZET⁴⁸, mùi nó hăng hắc⁴⁹ nhưng lại dễ chịu. Anh ấy trả lại chị bán hàng và chọn cho mình cái bánh xà phòng gì ấy. Nó to hơn cả ZET, cứng đanh⁵⁰ và không có mùi thơm. Mình chưa dùng loại đó bao giờ. Bánh xà phòng anh ấy lấy có 2500đ thôi. Anh bảo: Nó vừa to, vừa bền lại rẻ. Chiều anh ấy, mình cũng đồng ý mua. Lúc đưa tờ 10.000đ, chị bán hàng trả lại 7.500đ, anh ấy giơ tay cầm lấy và đút ngay vào túi. Mình hơi ngại nhưng không dám hỏi vì có thể anh ấy quên.

Chỉ sợ nếu mẹ hỏi thì không biết trả lời thế nào. Rồi hai đứa ra bờ hồ ngồi. Mình thèm ăn bánh chuối rán. Anh ấy bảo ăn vặt làm gì, chua mồm[51]. Anh ấy ôm lấy mình. Mình chẳng thấy chuyện gì quan trọng nữa."

"Ngày. Anh ấy biến đi đâu hai ngày rồi bảo mình: Anh cố gắng thu xếp xong công việc gia đình càng sớm càng tốt. Anh sẽ nuôi một đứa, còn mụ vợ nuôi một đứa. Anh sẽ đấu tranh với mụ vợ để chiến thắng. Mụ ta sẽ phải bật xới[52] khỏi nhà và tay trắng. Rồi anh ấy sẽ lấy mình. Sao anh ấy khổ thế nhỉ? Ước gì mình có thể chia xẻ cho anh ấy được".
"Ngày. Sáng nay hai đứa đi ăn xôi. Bà bán xôi bảo: Hai bố con ngồi đây ăn xôi đi. Anh ấy cáu lắm mắng bà ấy là mắt chó giấy[53]. Mình cố gắng lắm chỉ ăn được năm trăm. Mình thích ăn bún riêu cua[54]. Anh ấy thì dứt khoát không ăn, anh ấy bảo cái giống ấy nó ỏng bụng[55] và chóng đói, ăn xôi chắc dạ[56] hơn. Mình đưa năm nghìn trả tiền xôi hai đứa ăn hết 2500đ, còn lại 2500đ, anh ấy bảo bà hàng xôi cứ giữ lấy, mai ăn tiếp. Mình thì thế nào cũng được, miễn anh ấy vui vẻ thôi."

Tôi run rẩy đứng lên. Chống chếnh[57] và quay cuồng[58]. Sao lại thế hả con. Con lú lẫn[59] mất rồi. Tôi phải làm gì bây giờ hả trời". Không phải con đang chấp chứng[60] ở miệng vực nữa mà đang ở trong lòng vực rồi. Bao giờ thì chìm xuống đáy?

Giống như người điên. Lại giống như kẻ bị mất của. Cũng như người đánh số số[61], chỉ trệch một số cuối cùng của giải độc đắc[62]. Cuồng điên, tiếc nuối[63] và bất lực. Tôi lao ra đường. Những khuôn mặt chạy ngược lại tôi, nhạt nhoà[64]. Ai cũng mang khuôn mặt con gái. Chỉ có điều, đấy không phải là khuôn mặt đợi chờ mà là khuôn mặt đàn bà. Người đàn bà 16 tuổi.

Những hàng cây. Những nẻo phố và người đông đúc. Con tôi ở đâu? Bên những người đàn ông một vợ hai con, lại còn bòn rút[65] từng nghìn một. Hắn ta vừa được cả nó, vừa được cả năm xu một hào còn bản thân thì không mất gì cả.

Mắt tôi bỗng đập⁶⁶ vào một rừng hoa. À không, pháo hoa chứ. Còn nhớ. Năm hai mươi bốn tuổi. Tôi và người tình đầu tiên lách chiếc xe đạp từng tí một. Giữa dòng người. Chân chôn chặt dưới đất nhưng ai cũng ngửa cổ lên trời. Để xem pháo hoa. Từng chùm hoa lắc rắc⁶⁷ trên bầu trời tím ngắt. Tôi ôm lấy anh, như nuốt từng vì sao rơi rụng và muốn hét lên vì hạnh phúc. Bây giờ. Những chùm hoa lại trở về. Chỉ có điều, nó không rung từ bầu trời màu tím nữa, mà ùa thẳng vào mặt tôi.

Tôi không biết gì nữa ngoài cảm giác tất cả tan biến hết. Con gái. Người đàn ông thích ăn xôi buổi sáng cho chắc dạ. Những chùm pháo hoa. Tất tật⁶⁸. Chẳng còn gì ngoài sự hư vô.

*   *   *

Tôi như bay trên chín tầng mây. Rồi qua những ngọn cây ngả nghiêng trong gió. Tôi bây giờ sung sướng hơn tôi lúc nãy. Tôi bay vi vút. Thôi, thế cũng là xong. Rồi tôi nhìn thấy con gái. Nó đang ngồi trên lòng người đàn ông. Nhờ trời, có bay lơ lửng thế này mới tìm được ra nó. Có mà lang thang ngoài phố đến hàng nghìn năm cũng không thể trông thấy được, có bao nhiêu quán xá và các bờ bụi⁶⁹? Người đàn ông già hơn tôi, nhếch nhác trong bộ quần áo màu ghi⁷⁰. Hình như anh ta đang hôn nó. Tôi không nhìn thấy một bàn tay của anh ta đâu. Chỉ thấy người con bé đung đưa, quần quại. Dưới áo nó, có cái gì lục sục. Chiếc cặp sách rơi dưới chân. Trên chiếc bàn con có hai cốc cà phê đá - loại rẻ tiền - còn đầy nguyên. Đá tan ra. Cà phê loãng toét⁷¹. Hai người bây giờ thì cần gì uống, vào quán chỉ là cái cớ.

Tôi lượn vèo⁷² xuống, chui vào giữa con tôi và người đàn ông. Người hắn có mùi khai⁷³. Phải rồi, hắn có con bé mà. Tôi giang hai tay, cố sức giằng họ ra. Tôi nghe tiếng người đàn ông:

— Mẹ kiếp, sao bỗng nhiên gió to thế?

Con tôi thì thầm:

— Có khi trời trở gió mùa đông bắc. Mùa đông năm nay thế nào ấy anh nhỉ. Hắn ta chép miệng: Thằng ôn con có biết đường mà mặc áo rét không⁷⁴. Cảm lạnh ra đấy thì nguy và tiếp tục lục lọi trong áo con gái tôi. Rồi họ hôn nhau.

Tôi quay cuồng giằng giật hai người ra và hét lên: Con ơi, về đi con. Đừng ngu xuẩn thế này. Nó là thằng lừa đảo đấy. Về đi.

Con gái chẳng nghe thấy gì. Nó rùng mình và lạnh. Tôi chợt thẫn người. Phải rồi, bây giờ và mãi mãi về sau sẽ chẳng bao giờ con hiểu được tiếng mẹ nữa. Mẹ con mình sẽ gần nhau hơn xưa và cũng sẽ xa nhau hơn xưa. Sợ con lạnh, tôi lặng lẽ bay lên ngọn cây và đau đớn nấp vào tán lá. Nhìn nó.

Con gái đỡ lạnh hơn, nó thì thầm: Ơ hay nhỉ, tự nhiên có cơn gió to rồi hết ngay như là ma ấy. Em lại thấy nóng rồi.

Tôi cay đắng nhìn con. Hai dòng nước mắt tuôn rơi. Mẹ vì con. Thôi thà để hắn ta ôm con cho ấm còn hơn là mẹ chỉ có thể thành gió để ngăn con. Cũng chẳng ngăn được mà chỉ làm con lạnh thôi. Con kêu: Ơ. Có giọt nước gì rơi xuống mặt em anh ạ. Nó nói và ngước lên, hai mắt như hai vì sao. Tôi sợ hãi nấp kín vào tán lá.

Hắn ta tặc lưỡi: Ve⁷⁵ đái đấy.

Con gái cãi: Mùa đông thì làm gì có ve. Hay là mưa nhỉ?

Hắn làu bàu: Sao sáng đầy trời thế kia mà mưa. Mưa thế nào được. Rồi hắn ta lại ngốn ngấu hôn lên môi con gái như nhai cái bánh. Bàn tay lùng sục trong áo nó như đi tìm của quý bị mất.

Nước mắt tôi vẫn rơi. Hình như ướt hết tóc nó. Rồi hắn cũng buông con gái ra. Cả hai ngồi im. Hắn tu⁷⁶ cà phê loãng ừng ực⁷⁷. Còn con gái thì say đắm vuốt ve tóc hắn, mái tóc thưa bết⁷⁸ lại. Điệu bộ của con gái giống như ngày xưa, lâu lắm rồi tôi cũng như thế với người bố nó. Hoá ra đàn bà, ai cũng có những khả năng đặc biệt giống nhau: Yêu đương, ghen tuông⁷⁹ và cuồng si⁸⁰.

Có tiếng ti vi của nhà chủ: "Mời nhận dạng⁸¹. Công an quận ... thông báo. Hồi sáu giờ bốn mươi ngày...có một vụ tai nạn xảy ra trên đường. Nạn nhân là một phụ nữ trên bốn mươi tuổi. Mặc áo màu ... đi chiếc xe đạp mini[82] ..., chân đi giầy ... Ai là người nhà xin đến đồn công an ... nhận diện[83]".

*   *   *

Cô gái ngẩn mặt, khẽ rùng mình.

— Anh ơi. Lại gió rồi.

Người đàn ông uống xong cốc cà phê, vẻ đỡ khát. Lại quàng tay ôm lấy cô gái. Họ lại chìm đi trong những nụ hôn, mặc những cơn gió lạnh buốt đang vật vã quang mình.

Noel 25.12.92

注 释

1. đầy ắp ứ: 塞满的，胀鼓鼓的。
2. thu gom: 归拢，集中。
3. sầm sập: 拟声词，多用于描绘大雨声或众人行走发出的脚步声。本文中义为"紧追不舍"。
4. loe xoe: （取悦于他人的）热情（贬义）。
5. trứng cá: 粉刺。
6. quần là áo lượt: 华衣丽服，衣着整齐。
7. vớ vẩn: 胡闹。本文中义为"不怎么样"、"不多"、"无几"。
8. gay gay: 有些困难，有些艰难。
9. Gallant: 英语词，（对女子）献殷勤的，色情的。
10. lìa trần: 离开尘世，离开人世，去世。
11. tít: 眯着眼，微闭，闭。
12. mồm ngang mũi dọc: 竖对鼻子横对嘴。本文中义为"如何"、"怎么样"（强调义）。
13. tưng tửng: 冷淡，冷漠，漠不关心。
14. Luít: 人名，荷兰足球运动员。
15. Hoan Manuen: 人名，阿根廷足球运动员。
16. Pianô: 钢琴。
17. đong đưa thả nhịp: （时钟摆动敲打）报时。
18. im thin thít: 沉默不语。本文中义为"寂静"。

19. vắng hoe hoắt：空荡荡很安静。
20. hãi hãi：有些害怕。
21. nhợt nhạt：淡，浅淡，褪色。
22. bồng lên：隆起，蓬起。
23. cụp：低垂。
24. nhem nhẻm：喋喋不休。
25. xiêu lòng：倾心，心软。
26. lúng búng：咕哝（嘴里含着东西说不出话来或者说话不清楚）。
27. tròn xoe：滴溜圆。
28. ngượng ngùng：羞羞答答，难为情，不好意思。
29. đờ đẫn：呆滞。
30. chín tầng mây mười tầng gió：云雾之中，九霄云外。
31. hun hút：深不可测。
32. buốt nhói：刺痛。
33. chạy tọt：跑得很快，跑得很迅速。
34. thun thút：快速且接连不断。
35. nhệch nhạc：撇嘴。
36. đánh ực：打嗝。
37. tớp：呷一口。
38. khà：拟声词，喝一口酒之后从喉咙里所发出的吁声，呵。
39. vặt trụi：拔光，摘尽。本文义为"耗尽"。
40. bóng loáng：闪闪发光，光灿灿。
41. nhăn nhúm：皱巴巴。
42. táo tàu：红枣。
43. quặt quẹo：体弱多病。
44. le te：拟声词，野鸡的叫声，喔。
45. thông tầm：八小时连续工作制（中间不休息）。
46. nhoè nhoẹt：沾，粘。
47. lạ lẫm：很奇怪。
48. ZET：ZET 牌香皂。
49. hăng hắc：呛鼻的。
50. cứng đanh：坚硬。
51. chua mồm：嘴酸，口酸。
52. bật xới：赶走，轰走。
53. mắt chó giấy：睁眼瞎。
54. bún riêu cua：蟹汤粉。
55. õng bụng：胀肚。
56. chắc dạ：饱腹，耐饥。
57. chống chếnh：空落落的。

58. quay cuồng：乱转，狂转。本文中义为"天旋地转"。
59. lú lẫn：胡涂。
60. chấp chứng：摇摇欲坠。
61. đánh số số：买彩票。
62. giải độc đắc：特等奖。
63. tiếc nuối：惋惜，叹惜。
64. nhạt nhoà：模糊不清。
65. bòn rút：巧取豪夺，榨取。
66. đập：拍，打。本文中义为"碰"、"触"、"见"。
67. lắc rắc：抛撒，散开。
68. tất tật：全部完了，全部光了。
69. bờ bụi：树丛。
70. màu ghi：银灰色。
71. loãng toét：淡得很，稀得很。
72. lượn vèo：迅速盘旋。
73. mùi khai：臊味儿，尿臭味。
74. Thằng ôn con có biết đường mà mặc áo rét không：小家伙知不知道穿防寒衣？
75. ve：蝉。
76. tu：畅饮，狂饮。
77. ừng ực：拟声词，指喝水声，咕嘟咕嘟。
78. bết：沾，粘。
79. ghen tuông：吃醋，争风吃醋。
80. cuồng si：狂痴，痴癫。
81. nhận dạng：（从外表）识别，辨认。
82. xe đạp mini：小型自行车（一般指24女式自行车）。
83. nhận diện：认脸，认人。本文义为"认尸"。

PHAN THỊ VÀNG ANH 潘氏王英

潘氏王英，1968年生于河内市（thành phố Hà Nội）。原籍广治省甘露县（huyện Cam Lộ tỉnh Quảng Trị）。父亲是越南著名诗人制兰园（Chế Lan Viên），母亲是作家武氏常（Vũ Thị Thường）。潘氏王英从小爱读书。1993年8月毕业于胡志明市医科大学（Đại học Y khoa thành phố Hồ Chí Minh）。1996年加入越南作家协会（Hội Nhà văn Việt Nam）。

潘氏王英是一位年轻的女作家。她的作品有其独特的风格，擅长反映大、中学校学生生活和他们的内心世界，深受青年学生的喜爱。她的短篇小说集《当人们年轻时》（Khi người ta trẻ）1994年获越南作家协会奖。

主要作品有：短篇小说集《当人们年轻时》（Khi người ta trẻ，1994）、《博览会》（Hội chợ, 1995）、中篇小说《在家》（Ở nhà, 1994）等。

KHI NGƯỜI TA TRẺ
当人们年轻时

短篇小说《当人们年轻时》收入1994年越南作家协会出版社出版的短篇小说集《当人们年轻时》。选集中的短篇小说都写于1988~1993年间，正是作者上大学期间的作品，反映的是大、中学生的生活和心理。

作品写的是一位女大学生的生活。故事情节不复杂，但真实地反映了越南当代现实生活的某个层面和青年人的生活观念及内心世界。

KHI NGƯỜI TA TRẺ

1

Giỗ cô tôi vào khoảng tháng sáu âm lịch. Tôi không nhớ rõ ngày, chỉ biết trong cái tháng âm lịch ấy, vào gần những ngày tang tóc ấy, bà tôi như một người khác, lờ đờ, uất ức, lẫn lộn[1]...

Cô tự tử bằng thuốc ngủ. Không ai cứu được vì cô là sinh viên y và lại hay đọc tiểu thuyết, nên cô dùng thuốc với liều chết thật chắc chắn, ở một nơi không ai có thể can thiệp được. Còn lại mình bà sống trong căn nhà rộng, hằng ngày đốt nhang cho hai bàn thờ của ông và của cô.

Bà tôi bảo với mẹ: "Để con Hoàn về với bà". Mẹ tôi không vui nhưng biết làm sao! Công việc hằng ngày của tôi là đi học, đi chợ, làm vài việc vặt. Bà tôi nấu ăn nuôi gà, tưới phong lan và gắng giữ sao cho cả một ngày dài lúc nào hương cũng lập lòe bàn thờ.

2

Cô là một người đầy mâu thuẫn, ngông nghênh mà lại sợ dư luận; ăn nói ác độc, kiêu căng mà lại rất tự ti, chơi rất nhiều mà học cũng rất nhiều. Cô nhiều bạn nhưng chỉ thích tiếp bạn ngoài quán cà-phê. Cô là một người không bao giờ làm được việc gì đến nơi đến chốn. Trong ngăn kéo còn lại vô số những bản tự cam kết. Sẽ không ... Nếu không ...Trong tủ đầy những mảnh vải thêu cắt dở dang, những cuốn tiểu thuyết gập góc ở những trang gần cuối. Thích đấy, cô làm khối kẻ điên tiết ...

3

Rồi cô cũng dừng chân lại. Người cô yêu (hơn là người yêu cô) cả tính tình lẫn dáng vẻ đều rất trẻ con. Tôi gọi Vỹ bằng thằng vì nó bằng tuổi tôi, nghĩa là thua cô hai tuổi, cô cũng gọi nó là thằng - thằng Vỹ. Hẹn, nó không đến, cô chửi: "Đồ khốn nạn!". Nó đến, cô lại ngoẳn ngoẻn[2] đi chơi, không hề dám giận. Mười một giờ đêm cô về, có bữa vui vẻ kể đủ chuyện, có bữa lặng lẽ lên giường ngủ thẳng. Bố tôi bảo: "Coi chừng!". Bà tôi chỉ cười: "Nói thì nó làm ngược lại. Thôi kệ!".

4

Kệ! Cô tôi vẫn đi đi về về cùng Vỹ dù rằng anh "công tử Bạc Liêu[3]" này đã có một kẻ già nhân ngãi, non vợ chồng[4] dưới Long Xuyên. Hằng tháng, từ Sài Gòn, anh chàng phóng như bay trên cái xe đẹp nhất trường về tỉnh, mặc kệ điểm danh thực tập, mặc kệ những buổi học giảng đường, mặc kệ cô tôi ở lại trơ vơ tráo váo[5]. Dăm bữa sau anh chàng lên lại với tiền đầy túi không rõ lừa đâu, với những bộ quần áo thật model[6]. Cô hỏi: "Về làm gì?". "Hết tiền!" "Có gặp Ngân không? Vui không?". "Không, chán rồi! Nó cà chớn[7] lắm!". Cô tôi tự lừa mình mà vui được ít ngày, để rồi sau đó tự an ủi: "Nó còn nói thật là còn yêu!". Khi Vỹ nhịn không được, liền kể cho cô nghe về một căn nhà ở dưới đó, trong một đường hẻm có bán cơm tấm[8] thật ngon, Ngân và Vỹ nằm dài tán dóc[9]. "Mệt lắm, chẳng muốn tí nào!". Cái câu than thở này thật chẳng thích hợp tí nào với khuôn mặt rạng rỡ của Vỹ.

Mẹ tôi hỏi: "Sao em lại có thể chịu đựng được cảnh một gà hai mề[10] thế hả Xuyên?". Cô ngồi băm thịt như chém vào mặt thớt, cười nhạt: "Nó có phải là chồng em đâu, chơi cho vui vậy thôi. Đi với ai cũng được, em không quan tâm!". Mẹ tôi lí nhí[11]: "Đừng có đùa, em! Rồi khó dứt ra lắm!".

Khó dứt thật, cô tôi ngày ấy thật khó trở lại với những quán cà -

phê khiêm tốn, với những buổi đi chơi "chay" ít xu. Thế giới sách vở của cô thu lại bé ít, cô làm những bài thơ tình quanh quẩn[12] chẳng ai thèm đăng, cô viết những trang nhật ký u uẩn[13] chỉ ba nhân vật: cô, Vỹ, Ngân. Cô không dám đề nghị một sự chọn lựa thẳng thừng[14] ở Vỹ, sợ rồi. Vỹ sẽ thẳng thừng chọn Ngân khi bị dồn vào chân tường.

5

Hồi ấy, tôi hay sang chơi với bà, phụ bà hái xoài, vú sữa[15], thông ống máng hay xách nước khi cúp điện[16]... là những công việc không bao giờ cô làm. Cô ngồi ở cái bàn gần cửa sổ có cây hồng xiêm[17] thò cành lá vào, vui thì ra chơi với hai bà cháu, buồn thì mở nhạc, ngồi viết nhật ký, thư từ, ai đụng đến cũng quạu quọ[18]. Bà bảo tính cô thất thường như ông. Có điều ông không mê chơi, phù phiếm như cô. Bà bảo cô dễ tủi thân, buồn bã nhưng uất quá đến nỗi không khóc được, mặt chỉ lì ra[19], u ám. Tôi đã từng chứng kiến và hoảng hồn trước bộ mặt này khi cô đợi Vỹ trễ hẹn. Nó dữ tợn[20] và tang tóc. Tôi kể ại, mẹ tôi bảo: " Mày chỉ khéo tưởng tượng!".

6

Bạn bè xa cô dần. Những anh học trò nghèo hiền lành. Những anh văn nghệ sĩ nửa mùa đang say sưa với cái nghèo tài tử chợt giật mình khi thấy cô đánh đổi tất cả để đến với Vỹ. Họ phân tích bằng cách này hay cách khác, xa hay gần, cho cô thấy rằng Vỹ chỉ là "thằng Vỹ" mà thôi. Một thằng Vỹ ít nói vì không biết gì để nói, một thằng nhà giàu ích kỷ, chơi bời và tàn bạo. Mặc kệ, cô gọi những cái ấy là đàn ông, là amateur[21]. Cứ như vậy, giảng đường trở nên xa lạ đối với cô và Vỹ. Cúp học[22] liên miên. Thi lại cũng liên miên. Trong ngăn tủ lại thêm rất nhiều những mẩu giấy kể từ mai phải học, phải... nếu không...

7

... Rồi những tháng hè đến. Cậu Vỹ thì biến đâu mất. Cô tôi càng lầm lì[23], bỏ cà-phê, ca nhạc ... Hằng ngày cô vẫn ngồi bên cái bàn cạnh cây hồng xiêm, học bài và viết những trang giấy bé như bàn tay. Bà hỏi: "Con chưa nghỉ hè à?". "Thi lại!". Đây là chuyện cơm bữa[24], bà tôi cũng chẳng nói gì, lại nhờ tôi làm giúp các việc vặt để cho cô nấu sử sôi kinh[25].

Sinh nhật cô, không mưa sụt sùi[26], không nắng chói chang[27] nhưng cũng chẳng ma nào đến ngoài hai bạn gái cùng lớp khệ nệ[28] mang đến một bó hoa với vài cục xà bông[29]. Cô tôi cắm hoa vào cái ly cũ không cần sửa sang, rồi đặt vào một góc bàn. Ngày ấy, tôi mang quà của bố mẹ tôi sang và nấu cho cô nồi chè. Cô nằm trong màn không thức, không ngủ. Tôi hỏi: "Cô đi uống cà-phê với cháu không?". Cô bật dậy ngay: "Đi, ở nhà mệt quá!". Tôi dẫn cô ra quán cà-phê Phi Vân là nơi tôi hay uống. Cô ngơ ngáo[30] nhìn đường mới, nhìn xe qua lại, không nói năng gì. Rồi cô hỏi: "Hoàn, cháu có bồ chưa?". "Bạn thôi, cô." Tôi hạnh phúc và ngượng ngùng[31] khi cô hỏi đến "người" của tôi. Cô hỏi: "Làm gì? Có tốt không?" "Học cùng với cháu. Hiền lắm, nông dân lắm, tốt lắm." Cô cau mày: "Nông dân lắm là sao?" "Là thật lắm, cháu đùa sao cũng tin là thật!" Cô cười một cái cười xanh xao[32], đôi mắt u ám chợt trở nên buồn và trong veo kỳ lạ. Tôi "lịch sự" hỏi lại: "Tối chú Vỹ mới đến hả cô?" Cô sa sầm[33]: "Không, chẳng ai đến cả. Cô bây giờ ít bạn lắm rồi". Ít bạn lắm rồi, có thế, vào cái ngày này tôi mới được ngồi với cô ở đây chứ!

8

Bà tôi nhớ lại, trước khi chết vài ngày, cô vui vẻ lại, đi uống cà-phê, mua quà bánh, chở bà đi chơi lung tung: "Con thì xong hết rồi!" Rồi như các tiểu thuyết vẫn có mà chẳng ai ngờ, cô xin đi Long Hải hai ngày. Để ít ngày sau, bà tôi nhận xác cô từ một khách sạn ở Vũng Tàu. Không một cái thư tạ lỗi như người ta hay làm, không trách móc ai, bên cạnh cũng không có ảnh của ai, chữ của ai. Chỉ có cô và vỉ thuốc[34] trống rỗng.

Bà tôi mặc cho cô cái áo mầu rêu[35] cô hay mặc, cái quần thùng thình[36] cô hay diện[37] đi chơi, chải cho cô cái đầu bụi đời[38]. Cô út đã cho bà một đòn nặng. Cô đi không để lại lý do làm cho mọi người đâm áy náy, mọi người đều kiểm tra lại xem đã có chuyện gì để cô tôi - cái người hay hờn dỗi[39] ấy - tủi thân không?

Đám tang cô không có "chú Vỹ". Nghe đâu "chú" đi Quy Nhơn chưa về. Ở ngoài ấy, tôi chỉ mong sao sóng cuốn phăng nó đi!

9

...Hai năm rồi, chẳng còn ai nhớ về cô rõ ràng nữa, ngoài bà. Nếu biết ra điều này hẳn cô đã chẳng tự làm gì cho mất công[40]! Bố tôi kết luận: "Con điên! Điên như nó không chết trước cũng chết sau!" Mẹ tôi bảo: "Chắc có gì với thằng Vỹ rồi!" Có hay không, chẳng ai biết được. Nhật ký cô để lại không ghi cái gì cụ thể, chỉ thấy u ám. Mưa hay nắng cũng u ám, đi chơi cũng u ám, đi học cũng u ám. cái gì cũng có vẻ như không lối thoát. Đến nỗi đọc xong, tôi có cảm giác: "Chết đi là vừa!" Với cái đầu tò mò và ấm ớ, tôi thử làm một bản tổng kết và quy ra rằng cô đã đổi tất cả để rồi Vỹ ta cao chạy xa bay; rằng cô đã không chịu nổi cảm giác ở lại thêm một năm học để bị bạn cười thương hại. Mẹ tôi lai bảo: "Vớ vẩn, có đáng gì đâu". Có đáng gì đâu?

Đáng lắm chứ. Tôi bám vào cánh cửa, ngoài vườn mưa như giông. Nếu mẹ tôi hiểu, ở cái tuổi này người ta điên đến mức nào, ngông cuồng đến mức nào và cần có bạn bè để an ủi biết bao nhiêu, người ta lại thích trả thù nữa chứ! Khi chết, hẳn cô đã tưởng tượng ra mọi người khóc lóc. Vỹ hoảng sợ, hối hận, ôm lấy quan tài như muốn xuống mồ theo... Than ôi, ngày đám tang cô, Vỹ ta tắm biển. Vui lắm và nắng lắm!

注 释

1. lẫn lộn：颠三倒四，神智不清。
2. ngon ngoẻn：笑呵呵。
3. công tử Bạc Liêu：薄辽公子（指吃喝玩乐的男子。相传薄辽省人好吃喝玩乐）。
4. già nhân ngãi, non vợ chồng：未婚同居。
5. trơ vơ tráo váo：孤单，孤零零。
6. model：摩登。
7. cà chớn：打哈哈，不严肃。
8. cơm tấm：碎米饭。
9. tán dóc：闲扯，瞎聊。
10. một gà hai mề：脚踩两只船，也说 bắt cá hai tay。
11. lí nhí：小声，小声说话。
12. quanh quẩn：回绕，盘绕（团团转）。本文中义为"来回来去老一套"。
13. u uẩn：幽隐，深藏不露。
14. thẳng thừng：直率的，不顾情面的。
15. vú sữa：奶果。
16. cúp điện：停电。
17. hồng xiêm：暹罗柿子。
18. quạu quọ：发脾气，生气。
19. lì ra：发愣。
20. dữ tợn：凶狠，凶暴。
21. amateur：（英语）业余爱好者。
22. cúp học：逃课，逃学。
23. lầm lì：沉默寡言。
24. chuyện cơm bữa：家常便饭。
25. nấu sử sôi kinh：诵经背史。本文中义为"复习功课"。
26. sụt sùi：绵绵细雨。
27. chói chang：耀眼，晃眼。
28. khệ nệ：跛行貌（因负重）。
29. xà bông：（南部方言）肥皂。
30. ngơ ngáo：迷惘，茫然。
31. ngượng ngùng：羞涩，难为情，不好意思。
32. xanh xao：苍白，无血色。
33. sa sầm：沉下脸来（不高兴）。
34. vỉ thuốc：药袋，药板。
35. màu rêu：深绿色。
36. quần thùng thình：肥大的裤子。

37. diện：穿漂亮衣服。
38. cái đầu bụi đời：流浪儿的发型。本文中义为"浪子头"。
39. hờn dỗi：赌气，怄气，使性子。
40. mất công：枉费功夫，白费劲。本文中义为"冤枉"、"冤屈"。

TRẦN ĐỨC TIẾN　陈德进

陈德进，1953年5月2日生，南河省里仁县仁美乡高沱村（làng Cao Đà xã Nhân Mỹ huyện Lý Nhân tỉnh Nam Hà）人。大学毕业后，开始在越南国家统计总局（Tổng cục Thống Kê）《统计》（Thống Kê）杂志社任编辑，后任巴地－头顿省统计局(Cục Thống Kê tỉnh Bà Rịa-Vũng Tàu)干部。现为《巴地－头顿文艺报》(Báo Văn Nghệ Bà Rịa-Vũng Tàu)编辑。1996年加入越南作协(Hội Nhà Văn Việt Nam)。

主要作品有：长篇小说《灵魂被盗》(Linh hồn bị đánh cắp, 1990)、《尘世》(Bụi trần, 1992)、少儿故事集《螺蛳借魂》(Ốc mượn hồn, 1992)、短篇小说集《黑夜风暴》(Bão đêm, 1993)、短篇小说《海魂》(Hồn biển, 1995) 等。

HÀI

阿　谐

短篇小说《阿谐》选自《新作品》(Tác phẩm mới)1995年第11期。阿谐(Hài)家住首都河内市某居民区的一间简陋的平房里。大孩子刚刚三岁，妻子阿窕(Thêu)又坐月子生了第二胎。阿谐家里家外忙得不亦乐乎。岳母从乡下来河内帮忙，给阿谐减轻了家务负担，但并没有给阿谐带来欢乐。乡下来的岳母非常简朴，刚一踏进女婿的家门便不顾满身的尘土抱起外孙，还经常光着脚丫到邻里串门，清理下水道。这一切阿谐看不惯，对岳母并没有表示应有的尊重。岳母在河内帮忙期间，阿谐不仅没有主动带岳母去参观名胜古迹和大街小巷，而且就连岳母自己一人去参观后像小孩一样高高兴兴地讲述时，阿谐也表现了极大的冷漠和不耐烦。岳母要回乡下去的前一天晚上，他不仅不陪她聊天，反而吃完饭后就独自一人出去了。一直在外面呆到估摸岳母睡了时才回家。可到家时发现岳母和妻子仍点着灯坐在床上未睡，妻子脸上还留有泪痕。阿谐感到很别扭，就急忙挂上蚊帐准备睡觉。第二天上午把岳母送到火车站后，阿谐感到特别轻松。中午阿谐回家吃饭时发现岳母又在家里。原来是岳母在车站从一位山区来的老人那里买了膏药。这种膏药有助于产妇恢复身体……这一切最终唤起了阿谐对岳母的尊重。

作品故事情节平淡无奇，却真实地反映了越南当代社会平民百姓的物质生活和内心情感。

HÀI

Khu tập thể, mấy dãy nhà cấp bốn[1] ọp ẹp[2] và cũ nát nằm ở mé[3] con đường dẫn ra ngoại thành, càng trở nên bức bối[4] khi bị mất điện. Đường dây điện bị đứt từ hôm bão, hai ngày rồi vẫn chưa sửa xong. Hài giặt hết một chậu to quần áo, tã lót[5] của vợ và của con thì đã tối nhọ mặt người[6]. Lác đác ở những căn buồng bên hàng xóm, những ngọn đèn dầu được thắp lên. Tiếng trẻ con đùa nghịch[7], khóc mếu[8]. Tiếng vòi nước nhỏ tong tong[9] xuống những xô[10], những chậu. Tiếng mâm bát va chạm nhau. Và khi những thứ tiếng đó tạm thời lắng xuống, một thanh âm đặc biệt, chỉ ở những khu tập thể vào giờ mà những cặp vợ chồng, con cái sum họp mới có, rì rầm, mơ hồ, kiên nhẫn và buồn bã như một con suối ngầm...

Căn phòng của vợ chồng Hài vẫn tối om. Thêu đang vừa ru vừa cố lừa cho con bé ngủ ở phòng trong. Con bé mới được gần hai tháng hễ cứ rời mẹ là quấy nhanh nhách[11]. Thằng Vũ, đứa con đầu, ba tuổi, nằm dạng chân trên chiếc giường cá nhân kê phía ngoài, ngủ từ bao giờ. Hài uể oải đẩy chậu quần áo vào gầm giường, không buồn châm đèn, mang chiếc ghế đẩu ra hè ngồi hóng gió[12]. Những cơn gió hiếm hoi không làm khô được mảng lưng áo lót[13] đẫm mồ hôi. Cũng như không làm dịu đi ấm ức[14] cứ âm ỉ[15] trong người Hài. Trống ngực đập. Mệt và đói.

— Hay là mình cứ ăn cơm trước đi? Đánh thức cả thằng Vũ dậy, cho cả con ăn với. Thêu đã lừa được đứa bé, dậy rón rén châm đèn, nói dịu dàng sau lưng Hài.

Hài nín thinh[16], mặt vẫn nghểnh lên trời.

Bà cụ đi những đâu[17] mà giờ này vẫn chưa về?

Ngay từ bữa cơm sáng, bà đã dắng[18]:

— Hôm nay bà cho Vũ đi "mẫu". Bà phải đi chơi dối già[19] Hà Nội một chuyến. Vũ ngoan cho bà đi nhé.

Thêu buông đũa, ngẩng lên nhìn chồng, nhìn mẹ một thoáng, rồi lại cúi xuống ăn. Hài cũng không nói không rằng. Bà cụ từ nhà quê lên với hai vợ chồng Hài ngay sau khi Thêu đẻ. Bà lên cốt là để đỡ công việc vặt cho anh chị. Hai vợ chồng cùng xa quê biền biệt[20], lúc vợ sinh nở nằm đấy, chỉ có một mình anh đàn ông xoay sở... Mẹ đẻ Hài thì già yếu quá, không còn đi lại được. "Cháu bà nội, tội bà ngoại"[21] - sự ấy tưởng cũng không lạ gì.

Ở quê ra Hà Nội lần đầu, bà cũng ao ước được thăm thú[22] đây đó mỗi nơi mỗi tý, cho biết. Ngặt một nỗi[23] con gái vẫn còn kiêng cữ, còn con rể thì phải đến cơ quan suốt ngày. Những chủ nhật Hài cũng không được rỗi. Anh không bận đóng chuồng gà, sửa chiếc xe máy cà tàng[24], thì lại ra vào hết ngày với khách khứa. Mấy ông khách, bà đều quen mặt. Họ cùng làm một chỗ với Hài. Họ đến, uống nước chè và hút thuốc, gật gù, vỗ đùi, thì thầm những chuyện ở cơ quan, chuyện thời sự bóng đá quốc tế. Những lần ấy, Hài trở nên khác hẳn. Anh nói rất nhiều, vung tay rất nhiều. Mặc dù chả hiểu những điều họ nói với nhau, nhưng cứ nhìn vào mắt khách, bà cũng thấy họ nể phục, quý mến con rể bà. Anh vui lắm. Bà cũng vui lây. Bà sẵn sàng giằng lấy cái phích trong tay anh chạy ra đầu phố, mua giùm anh ít nước sôi...

Nhưng hôm nay thì bà phải thực hiện cái ao ước bé nhỏ ấp ủ từ lâu trong lòng mình. Con bé cháu đã tạm cứng cáp[25]. Bà về quê lần này rồi chẳng biết còn dịp nào lên với con với cháu nữa.

Hài thấy im lặng lâu không tiện, bèn hỏi:

— Con phải đi làm. Liệu một mình bà có biết đường sá không mà đi?

— Không phải lo - bà nói như mừng rỡ - tôi đã hỏi kỹ cái nhà bác gì ở đầu dẫy đằng kia rồi. Bác ấy bảo chỉ tốn mấy ngàn tiền xích lô, tự khắc[26] người ta sẽ đưa mình đến chợ Đồng Xuân, vườn bách thú, đến cả Lăng cụ Hồ nữa... Với lại, đường sá thì cứ như ở miệng mình ấy chứ - Bà cười hồ hởi, như đã thấy rõ những nơi đó ở trước mặt.

Ừ thì bà đi. Con cái không ai đưa bà đi thì bà đi lấy một mình. Hài có lý gì giữ rịt[27] bà ở nhà mãi? Hài thở dài. Thâm tâm, anh thấy không hoàn toàn thoải mái. Lúc đi làm, ra đến ngõ, anh đã lưỡng lự, định quay về dặn bà thêm mấy câu. Nhưng không hiểu nghĩ thế nào, anh lại tặc lưỡi và nhảy lên xe phóng đi.

*   *   *

Thực lòng, Hài không chờ đợi việc mẹ vợ ở nhà quê lên giúp. Không phải vì từ trước tới giờ, bà hay một người nào khác trong gia đình vợ xử tệ[28] với anh, khiến anh mang lòng giận và đối xử lại một cách lạnh nhạt. Hai vợ chồng Hài cùng thoát ly, xa nhà, quanh năm đâu có điều kiện để xẩy ra những va chạm đáng buồn? Bà mẹ Thêu còn quý trọng Hài nữa làkhác[29]. Ngay từ khi giáp mặt[30] anh, bà đã ưng rồi. Lần ấy, chưa cưới nhau, Thêu đưa Hài về quê mình để ra mắt bố mẹ. So với Thêu thì Hài hơi già hơn một chút, nhưng có lẽ chỉ tại anh xương mặt[31] và lưng lại hơi gù[32]. Đi đứng đạo mạo. Nói năng lễ phép. Bố mẹ, anh em, trên dưới đâu ra đấy[33]. Vừa về đến nhà đã lầm lũi chui vào bếp vặt[34] lông vịt với bố vợ. Người học rộng mà nhũn nhặn[35], chỉn chu[36]. Đáng mặt[37] ông chủ gia đình sau này. Có đâu như mấy đám trai làng dấm dúi[38] tình ý với Thêu xưa nay, văn hóa kém mà thô thiển, chưa chi đã giục nhắng[39] bố mẹ đem trầu cau đến dạm ngõ[40]... Con bé Thêu hiền lành, ngoan nết nhất nhà, được tấm chồng[41] như vậy là phúc đức lắm.

Nhưng Hài không thích làm phiền gì đến ai. Anh không phải là hạng người ưa bo bíu[42] vào kẻ khác - người sơ cũng như thân thiết, máu mủ trong nhà. Anh thừa khả năng xây dựng một cuộc sống gia đình độc lập. Mọi công việc to nhỏ trong nhà, nhất nhất phải do bàn tay người đàn ông cắt đặt[43]. Hài rất biết thương vợ thương con và không sợ vất vả. Cái dận[44] Thêu đẻ thằng Vũ, bà nội già yếu quá không lên đã đành, bà ngoại cũng chỉ nhờ người mang lên cho con vài chục trứng gà và nhắn rằng ở nhà đang bận thu hoạch mùa. Một mình Hài xoay trần ra, đêm hôm cơm cháo cho vợ, chợ búa mua sắm giặt giũ giường cứt chiếu đái. Hàng xóm có người khen, có người ái ngại[45]. Lại có kẻ đem lòng khó chịu, khi thấy người khác tử tế hơn mình! Nhưng kẻ đó tò mò đến xem trong lúc anh giặt giũ cho vợ ở cái máy nước công cộng đầu nhà, mấy lần anh phải nhăn mặt quay đi và nhổ bọt! Mặc. Hài kiên nhẫn và lẳng lặng lo chu tất[46] mọi việc. Chỉ đến khi Thêu đã khỏe, một lần ra chợ, Hài mới quyết định bỏ ra mấy trăm bạc để bước lên một chiếc "cân sức khỏe", cân lại mình. Anh cẩn thận chờ cho chiếc kim đỏ trên mặt cân dừng lại hẳn, và biết chắc là mình sụt đi ba ký[47] rưỡi... Chao, thì ra rốt cuộc, con người ta vẫn giữ được tỉnh táo để thương mình nhiều lắm!

Lần Thêu đẻ đứa này, ở nhà mẹ chị đã có cậu em trai lên thăm trước một tháng. Cậu chàng đang nghỉ hè mà được đi chơi Hà Nội, khoái gì bằng? Hai chị em Thêu lâu lâu mới gặp nhau, mừng rối rít[48]. Hài biểu lộ tình cảm của ông anh rể bằng cách khác. Anh làm một mâm cơm rõ thịnh soạn[49]. Vào bữa, hỏi độp ngay một câu:

— Cậu lên lần này định ở chơi lâu hay chóng?

— Em còn đang nghỉ hè... Nhưng cốt lên thăm anh chị với cháu có khỏe không, ở nhà u nhắc luôn.

— U cứ vẽ[50]! Đây với đấy có xa xôi gì - Hài vung đũa lên, chỉ vu vợ[51] - Mà cậu nghĩ thế phải! Ở nhà còn đỡ đần[52] u được cái rơm cái rạ, đang lúc mùa màng bận rộn thế này. Về cứ nói với u tình hình trên này như thế, cho bà mừng. Anh chị thì lúc nào cũng vầy vậy[53] thôi...

Ngày hôm sau, ông cậu mười lăm tuổi đáp tàu về sớm, tiếc Hà Nội, nhưng lại yên chí rằng mình đã không làm những chuyện phù phiếm vô ích.

Thêu sinh được vài hôm thì mẹ lên. Hài rất ngạc nhiên vì bà cụ không báo trước. Sáng vừa mở mắt ra đã thấy bà tay xách nách mang[54] tìm đến cửa. Sự xuất hiện của bà lão nhà quê ở cái khu tập thể này, ngay từ đầu đã gây thanh động quá. Mấy chú gà bừng tỉnh giấc qua đêm trên tàu, kêu quang quác[55]. Bà rối rít kể lể[56] về cái bác xích lô tốt bụng nào đó, đã đưa bà vào tận ngõ. Thằng Vũ còn lạ bà, cứ đứng chắp tay sau đít, nhìn. Bà gọi nó, nựng[57] nó, và không kể gì bộ quần áo đang mặc còn nực[58] mùi mồ hôi với quết trầu[59], bà ôm thốc[60] nó vào lòng, chửi yêu. Hài để ý thấy mấy cái đầu tóc phi-dê[61] ló ra ở mấy cửa phòng chung quanh, cùng những nụ cười kín đáo. Anh thoáng đỏ mặt, vội mời bà vào trong nhà.

Và ngay đêm đó Hài đã được nếm mùi phiền phức. Mấy mẹ con, bà cháu nằm ngủ giường trong. Hài nằm ở cái giường cá nhân kê phía ngoài. Trời đổ cơn mưa lớn. Mái nhà dột đúng chỗ giường Hài. Những giọt nước lạnh ngắt[62] lọt qua màn êm ru[63], vỡ ra trên chiếu, bắn vào mặt, vào chân Hài. Xoay thế nào cũng không tránh được. Hài đành nằm lặng. Thêu dậy, rón rén lấy chiếc áo mưa phủ lên đỉnh màn cho chồng. Nước không rơi xuống giường, nhưng lại gây thành tiếng động, lạch tạch[64], lạch tạch, rất khó chịu. Chờ cho Thêu đi nằm lại, Hài nhỏm dậy, lột chiếc áo mưa ra... Cứ để nguyên, để nguyên cho mưa hắt! Để nguyên cho Hài thức! Hôm sau, Hài sẽ nghỉ, nghỉ hẳn một ngày không ăn lương, để dọi[65] lại cái mái nhà...

Còn nhiều sự phiền não tiếp theo nữa. Những gì chỉ liên can đến vợ chồng Hài, thôi thì chịu vậy. Nghĩ cho cùng, bà cụ lên cũng chỉ vì vợ con Hài. Hài nên vì vợ con mà cư xử lại cho phải đạo[66]. Nhưng Hài sợ nhất là hàng xóm... Xưa nay, Hài sống như một người không liên quan gì đến họ. Bây giờ bỗng dưng cái quan hệ đó lại thành hình thông qua bà cụ. Bà lên mấy hôm mà đã quen khối nhà. Bà cứ để chân đất xông vào chơi nhà họ, không cần để ý mỗi bước đi của họ là một bước guốc dép. Cả dãy nhà có một cái cống thoát nước[67] để ngập lên không ai dọn cũng xong. Vậy hà cớ gì[68] bà lại bỏ hẳn ra nửa ngày, nạo vét, dội nước[69] ầm ầm, vừa làm vừa kêu bẩn, làm như cả khu này người ta quen ở bẩn? Rồi thế nào chả có đứa không khen bà thì chớ[70], lại còn nói ra nói vào[71], rằng bà đã phá vỡ mất mấy viên gạch? Hài ngượng lắm. Đối với Hài, những điều ấy cũng giống như những giọt mưa dột đêm nào, rất nhỏ nhoi, không làm chết ai, nhưng có thể khiến người ta gầy mòn[72] đi vì mất ngủ.

*   *   *

Hai vợ chồng Hài phải chờ một lúc lâu nữa, bà cụ mới về. Trời tối, bà không để ý thấy cái nhìn trách móc của con gái và vẻ lạnh lùng của chồng nó. Bà cười rạng rỡ. Hà Nội đến[73] là nhiều chuyện lạ. Mâm cơm đã dọn lên. Thằng Vũ đã được dựng dậy[74], mà bà thì vẫn chưa dứt câu chuyện. Lần đầu tiên được đi chơi thành phố bà lão nhà quê cũng chẳng khác gì một đứa trẻ con.

Hài lẳng lặng, vừa nghe vừa cố nuốt những miếng cơm nguội ngắt[75], đóng chóc[76] lại ở trong nồi. Thêu biết tính chồng nên cũng chỉ cắm cúi ăn. Bà cụ đang chuẩn bị kể sang chuyện khác thì Hài buông đũa đứng dậy:

— U xơi cơm đi, con đủ rồi. U bảo ngày mai u về, ăn cơm xong, Thêu dọn dẹp rồi thu xếp hành lý giúp u với[77] nhé.

Hài ra bàn, nhấc chai nước đun sôi để nguội, rót ra một cốc đầy, uống ừng ực. Xong, anh lấy cái tăm ngậm lên miệng, lững thững[78] đi ra ngoài.

Hài đi rất lâu. Anh ngồi một mình ở cái gốc cây ven đường, hóng gió. Khi đoán chắc là mẹ với vợ đã đi nằm, anh mới quay về. Nhưng hóa ra cả hai vẫn chưa ngủ. Ngọn đèn hoa kỳ[79] vặn to, để trên bàn, cạnh chiếc tay nải của bà cụ đã buộc gọn gàng. Hai người đàn bà ngồi cạnh nhau trên giường, chừng như mới ngừng câu chuyện. Hài nhác thấy[80] trên má vợ mình có ngấn nước mắt. Cảm giác bực bội trong người anh lại chực nhen dậy[81]. Anh vội vã mắc màn. Nhưng chưa kịp chui vào thì Thêu đã tới bên và ngồi xuống:

— Anh xem, để cho thằng Vũ về ở bà ngoại một thời gian có được không? U bảo nuôi đỡ... Chứ để cả hai đứa trên này, lúc chúng nó khỏe mạnh thì chớ, nhưng khi ốm đau biết dựa vào ai? Hai vợ chồng còn phải đi ăn đi làm suốt ngày...

Hài nhìn những giọt nước mắt lại chực ứa ra trong mắt vợ, liền cười lên thành tiếng:

— Vẽ! Chỉ làm tội ông bà với cậu! Mình để được thì mình nuôi được.

Rồi anh quay sang mẹ vợ, làm như sực nhớ ra:

— Chết, suýt nữa thì con quên... Con nhờ người mua được một chai rượu thuốc. Quý lắm. U mang về cho thày con ở nhà...

Sáng hôm sau, Hài đưa mẹ vợ ra ga sớm. Dặn dò bà cách thức đi tàu đâu vào đấy, trên đường phóng xe về cơ quan, Hài thấy lòng nhẹ bỗng[82]...

* * *

Nhưng cũng chỉ nhẹ bỗng được từ sáng đến trưa. Bởi vì trưa hôm ấy, đi làm về, Hài đã lại thấy bà ở nhà. Bà đang ngồi trên giường, khâu vá cái gì đó. Hài dựng xe, làm bộ ngạc nhiên, dang hai tay ra trước cửa. Bà cụ ngẩng lên, cười như muốn thanh minh:

— Tàu đông quá, tao chả muốn đi nữa. Với lại, vớ[83] ngay được cái nhà bác người đâu ở mạn ngược[84], đang bán cao. Thấy nói thứ cao này dùng cho người đẻ là nhất hạng. Tao mua ngay cho con Thêu một ít. Để con dạ[85] mà người trông xanh như tàu lá...Hài lại phải đóng kịch thêm lần nữa, xắng xở xông vào bếp, hỏi vợ xem đã mua được thức gì ăn? Lúi húi trong đó một lát, khi trở ra, anh mới chợt phát hiện ra bà cụ đang cầm trên tay tấm áo của anh. Chiếc áo bị đứt một cái cúc. Thêu bận con chưa ngó ngàng gì[86] đến. Đã mấy lần, Hài lôi áo ra định mặc rồi lại phải cất vào...

Hài liếc nhìn cái dáng ngồi khâu còm cõi[87] của bà cụ. Rồi nhìn trộm cả sang vợ. Hình như Thêu xanh thật. Nước da của người phụ nữ vốn đã yếu ớt, lại vừa qua cơn sinh nở như lá cây bị cớm nắng[88]. Thừ người ra giây lát, nhưng ngay lập tức, anh lại sực tỉnh, vội vã gọi to:

—Vũ! Ra khép cửa lại cho bố! Rồi vào mời bà nghỉ tay xơi cơm.

注 释

1. nhà cấp bốn：简陋的房子（在越南四级房是最差的住房）。
2. ọp ẹp：不结实的，差劲儿的。
3. mé：旁边。
4. bức bối：酷热。
5. tã lót：尿布。
6. tối nhọ mặt người：（俗）入夜，傍晚，傍黑。
7. đùa nghịch：戏谑，嬉戏，逗乐子。
8. khóc mếu：撇嘴哭。
9. tong tong：拟声词，快速滴水声。
10. xô：水桶。
11. quấy nhanh nhách：不停地哭闹。
12. hóng gió：乘凉，纳凉，兜风。
13. áo lót：内衣，汗衫，背心。
14. ấm ức：（心中）忿恨。
15. âm ỉ：隐隐。
16. nín thinh：嘿嘿，默不作声。
17. Những đâu：哪些地方（指多处）。
18. dắng：事先放出风儿。
19. đối già：（一生中）最后一次。
20. biền biệt：音讯杳然。

21. cháu bà nội, tội bà ngoài：外婆疼外孙，外婆受劳累。
22. thăm thú：参观。
23. ngặt một nỗi：困难在于。
24. cà tàng：旧，易坏。
25. cứng cáp：强壮，强健，结实，硬朗。
26. tự khắc：一定，自然。
27. giữ rịt：死抱住不放。
28. xử tệ：不好的对待。
29. là khác：（放在句尾表示"进一层"的意思）还……呢！
30. giáp mặt：会面，见面。
31. xương mặt：瘦脸。
32. gù：弯背，驼背。
33. đâu ra đấy：有条不紊，停当，稳妥。
34. vặt：拔。
35. nhũn nhặt：谦逊。
36. chỉn chu：周到，谨慎。
37. đáng mặt：名副其实。
38. dấm dúi：偷偷摸摸，鬼鬼祟祟。
39. nháng：嚷嚷。
40. dạm ngõ：提亲。
41. tấm chồng：丈夫（用 tấm 作单位词，含有褒义）。
42. bo bíu：依靠。
43. cắt đặt：安排。
44. đận：时期。
45. ái ngại：于心不安。
46. chu tất：周悉，完善。
47. ký：公斤。
48. rối rít：忙乱，手忙脚乱。本文中义为"非常"。
49. thịnh soạn：盛肴，盛筵。
50. vẽ：多事，出花花点子。
51. vu vơ：茫无目的地。
52. đỡ đần：帮忙。
53. vầy vậy：这样，如此。
54. tay xách nách mang：手提肩扛。
55. quang quác：拟声词，鸡叫声。
56. kể lể：赘述。
57. nựng：哄。
58. nức：发出气味，（气味）浓烈。
59. quét trầu：槟榔汁。

60. ôm thốc：抱起来。
61. tóc phi-dê：（法语）卷发。
62. lạnh ngắt：冷冰冰。
63. êm ru：柔软。
64. lạch tạch：拟声词，噼里啪啦。
65. dọi：修葺，补漏。
66. phải đạo：符合做人之道。
67. cống thoát nước：排水沟。
68. hà cớ gì：何故，缘何，为何，为什么。
69. dội nước：浇水。
70. chớ：算了，拉倒。
71. nói ra nói vào：议论纷纷。
72. gầy mòn：消瘦。
73. đến：多（强调义）。
74. dựng dậy：叫起（床）来。
75. nguội ngắt：冰冷。
76. đóng cục：结块。
77. với：语气词，表示恳求、命令。
78. lững thững：缓缓地，慢腾腾地。
79. đèn hoa kỳ：油灯。
80. nhác thấy：乍见。
81. nhen dậy：起来，兴起。
82. nhẹ bỗng：轻松，轻飘飘。
83. vớ：碰上，遇上。
84. mạn ngược：山区。
85. con dạ：二胎以后的子女。
86. ngó ngàng：看顾，顾盼。
87. còm cõi：弱貌。
88. cớm nắng：萎蔫（因缺阳光）。

NGUYỄN PHAN HÁCH 阮潘赫

阮潘赫,1942年1月13日出生于北宁省顺成县卯田村(làng Mão Điền huyện Thuận Thành tỉnh Bắc Ninh)。师范大学毕业后,曾当过一段时间的教员,后调河北省文化厅(Ty Văn hoá tỉnh Hà Bắc)从事民间文化搜集和研究工作。工作一段时间后,调越南《文艺周报》(Tuần báo Văn nghệ)编辑部任诗歌编辑。1977年任越南作家协会出版社(Nhà xuất bản Hội Nhà văn)编辑。1978年加入越南作家协会(Hội Nhà văn Việt Nam)。现为越南作协出版社副社长、代社长。

阮潘赫很早就开始了文学创作。1958年14岁正在上小学五年级时就在《文艺周报》上发表了短篇小说。他曾发表过诗歌、短篇小说、中篇小说、长篇小说、微型小说等多种体裁的作品。

主要作品有:短篇小说集《坞门公园》(Vườn hoa cổng Ô, 1974)、《麻雀窝》(Tổ chim sẻ, 1978)、《远隔之后》(Sau những cách xa, 1984)、《自然界的礼物》(Quà tặng của thiên nhiên, 1985)、《唇上的苦味》(Vị đắng trên môi, 1988)、诗集《我的熟人》(Người quen của em, 1982)、少儿短篇小说集《小提琴感冒》(Cây vĩ cầm bị cảm, 1984)、短篇小说集《游戏情感》(Tình đùa, 1996)、长篇小说《云散》(Tan mây, 1983)、《爱情迷宫》(Mê cung tình ái, 1990)、《忧愁的女人》(Người đàn bà buồn, 1994)等。

HOA SEN TRẮNG
白莲花

　　短篇小说《白莲花》收在越南作协出版社 1998 年出版的《1998 年优秀短篇小说》(Truyện ngắn hay năm 1998) 集子里。《白莲花》采用象征手法,通过描写一位美丽、清纯的农村少女由于受金钱主义、享乐主义的诱惑,从卖花到最后成为卡拉 OK 歌厅小姐的经过,反映了越南新的社会历史时期人们在观念上的某些变化和某些社会现象。同时作者也指出这毕竟不是主流,人们总是向往着那些美好的东西。

HOA SEN TRẮNG

　　Ký túc xá sinh viên chúng tôi ở trong một khu phố ngột ngạt không cây cối, tường xi măng lở loét. Chiều hè oi bức, người như cá nằm trên cạn. Thật sợ mất vía ngôi nhà tầng ký túc giường tầng nhung nhúc người cởi trần. Có một buổi chiều như thế, tôi nghe tiếng rao: "Ai mua hoa sen trắng". Tiếng rao trong trẻo như gợn[1] gió nhẹ len vào gian phòng nực nội. Ngó ra thấy một cô gái xinh xắn, thanh mảnh[2], đòn gánh vút cong[3] một gánh hoa sen. Tôi quyết định nhịn phần xôi sáng lấy tiền mua một bông. Sen chớm nở, cánh trắng muốt, nhị vàng lấp ló thơm ngát.

　　Về phòng, tìm chiếc lọ gốm cắm hoa, tôi cứ liên tưởng vẩn vơ. Hình bóng cô gái vấn vương gợi nhớ những bông sen trắng, hay là ngược lại, bông sen trắng gợi bóng hình cô.

　　Bông hoa đem một chút hương đồng quê về với căn phòng bộn bề quần áo sách vở. Những chàng sinh viên mơ mộng chợt hiểu ra điều đó.

Hai hôm sau, cô gái lại đến. Lần này phòng "phân công" người khác mua.

— Mỗi chiều cô đến đây một lần nhé. - Tôi bảo.

Cô mỉm cười:

— Thường thì người ta mua cả bó 10 bông. Lặn lội đến tận phố hẻm này, chỉ bán được một bông, chả bõ[4].

Tôi thật sự thất vọng, khi mấy chiều liền không thấy tiếng rao: "Ai mua hoa sen trắng" nữa! Nắng hè như càng oi bức ngột ngạt hơn. Tôi cầm sách xuống phố, tìm một góc vắng, cố nhét chữ nghĩa vào đầu. Nhưng chữ nghĩa cũng ngột ngạt, lộn xộn, không chịu vào cho. Tôi và nó đánh vật cùng nhau mệt phờ. Bỗng tiếng rao: "Ai mua hoa sen trắng" trong vắt như giọt[5] từ trên cao xuống. Giật mình cảm nhận mùi sen thơm ngát đâu đây.

Tôi móc đồng bạc cuối cùng trong túi ra mua. Nhưng không dám hẹn cô ngày mai trở lại. Làm gì còn tiền. Đúng lúc tôi biết thân biết phận[6], chẳng mong đợi nữa thì cô lại đến đều đặn. Có hôm, từ sáng sớm, những bông sen vừa hái dưới đầm lên còn đọng sương. Sao cô bảo: lặn lội đến phố hẻm này, chả bõ... Tôi nhìn ánh mắt cô, đọc được cái gì đó trong trẻo, hồn nhiên, vui thích mỗi khi đưa hoa cho chúng tôi.

* * *

Mùa hạ có bao nhiêu ngày nhỉ. Và mùa sen đến bao giờ thì tàn. Bẵng đi mấy tuần, không thấy tiếng rao: "Ai mua hoa sen trắng", giật mình nhìn lên, thấy trời đã sang thu tự lúc nào. Nắng vàng óng[7], mây xanh ngắt. Sang thu thì làm gì còn hoa sen. Thảo nào không thấy bóng cô gái. Tôi buồn buồn cái gì không rõ rệt. Sương thu làm cho tôi buồn hay sao. Đúng là tại sương thu thật, mù mịt đầy trời...

Một buổi sớm, tôi đi dạo lang thang trong nắng thu, thì lại gặp cô gái. Cô đi bán lá sen. Những bó sen ép chặt đầy quang.

— Hết mùa sen rồi hả cô?

— Ừ, hết mùa sen rồi. Chỉ còn lá.

Mùa thu, mùa cốm mới. Những hạt cốm xanh biếc gói trong mảnh lá sen xanh ngắt, buộc sợi rơm vàng. Lá sen thơm, cốm thơm, sợi rơm cũng thơm.

Những cô hàng cốm tranh nhau mua lá sen của cô. Lá sen tươi như còn ẩm hơi sương. Còn thừa một chiếc lá, cô lấy che đầu. Nắng thu vàng chói[8] làm má cô đỏ rực nẻ căng[9].

Tôi xin chiếc lá. Bẻ những mẩu cuống nhỏ. Cuống gẫy, tơ sen lướt thướt như tơ trời[10].

— Nhà cô có đầm thả sen. - Tôi hỏi.

— Vâng.

— Đầm rộng và trong không?

— Đầm sen nào mà chả trong.

— Bao giờ cho tôi về chơi, bơi đầm sen nhé!

— Mời anh.

— Sợ thầy mẹ em không ưng.

Những mảnh tơ sen dài lướt thướt quấn quít ngón tay tôi. Tôi và cô gái đã quen nhau. Rồi cô nói chuyện về chiếc đầm sen trước cửa nhà mà cha cô hồi trẻ đã đào để thả sen nuôi cá. Hoa sen góp phần nuôi sống cả nhà. Mùa đông bán hạt sen già để làm mứt tết.

Cô cho tôi ăn những chiếc gương sen, trong những lần gặp sau. Hạt sen non ngọt thơm, tan trên đầu lưỡi. Nhưng tôi vẫn chưa có dịp về chơi đầm sen. Cô bảo: - Anh biết chèo thuyền nan không? Mùa hè, thuyền ngập trong lá và hoa. Đầu thu, thuyền trôi trên những cánh hoa sen rụng bồng bềnh trắng mặt đầm. Tôi nghĩ, bao giờ học xong, cầm bằng tốt nghiệp trong tay, là tôi từ trường đi thẳng tới đầm sen.

Tôi mong mong đợi đợi mơ hồ.

Thời gian dần trôi. Có một hôm tôi lại giật mình. Bởi mùa hạ mới lại đến rồi. Hóa ra tôi đã sống qua suốt một mùa lạnh. Mùa lạnh đã lâu lắm tôi không gặp cô gái. Nhưng mùa hạ đến tức là hoa sen đã nở. Tôi nhìn lịch, càng bàng hoàng khi nhận ra, vào cữ[11] này, hoa sen đang rộ[12]. Tại sao không thấy cô gái đến. Chiếc lọ gốm năm ngoái vẫn nằm chỏng trơ[13] dưới chân giường, chẳng ai nhó ngàng. Tôi cũng không khêu chuyện hoa sen năm ngoái làm gì, sợ cả bọn trách móc. Chúng mà nhớ ra là chúng trách cô gái thật đấy.

Chiếc lọ gốm không có hoa sen đến mùa hạ thứ hai thì bị một cậu nào đó đá vỡ. Vỏ ném ngoài bãi rác. Tôi cũng chả ngồi đếm mùa hạ mùa thu làm gì nữa, vì cô gái đã biệt tăm.

Tôi đã thi tốt nghiệp, và ra trường. Do trình độ Anh văn khá, được tuyển vào làm cho một Hãng đầu tư của Nhật, lương cao. Bây giờ, mỗi ngày tôi có thể mua cả bó sen trắng đẹp nhất để cắm, nhưng không hiểu sao, chẳng thiết[14]. Một hôm tôi có nỗi buồn. Do sai sót tý chút trong kỹ thuật, tôi bị ông chủ mắng chửi, dọa đuổi việc, và giơ thẳng tay tát một cái vếu má[15]. Khi cơn thịnh nộ của ông ta lui, tôi mới hoàn hồn.

Ra khỏi văn phòng, tôi đi lơ vơ[16] trên đường phố, thấm thía nỗi nhục nhã. Biết lấy gì để xua nỗi buồn. Phương pháp cổ điển: rượu và gái! Tôi vào một quán karaôkê sang trọng. Tôi đâu có giọng hát. Nhưng mà cái giống[17] karaôkê loa vọng lên réo rắt, nghe cũng xuôi tai. Vô tình bật đúng bài "Hoa sen trắng", tôi gân cổ[18] hát:

Em gái nhỏ ngày xưa
Xuống đầm hoa sen tắm
Trắng muốt[19] trong nước xanh
Giữa rừng hoa sen trắng

Em cũng thành bông sen
Trắng ngọc ngà tinh khiết
Cùng mở nhị ngát hương
Giữa trời xanh nước biếc.

Thu đến hoa sen tàn
Nhị vàng rơi lả tả
Đời em cô gái nhỏ
Có mùa thu không em.

Trong ánh đèn mờ mịt như sương thu, một cô tiếp viên[20] vào rót cho ly rượu Mác ten[21], nâng tận môi. Ngật ngưỡng tôi vừa nhấp rượu vừa hát, giọng khàn khàn vịt đực[22]. Vừa hát vừa vuốt ve bờ vai để trần mát rượi[23] của cô gái. Cô cúi sát hôn vào cái má bị tát sưng vếu[24] của tôi. Không thích các cô tiếp viên hôn, tôi né tránh. Nhưng mặt sát mặt, làm tôi giật mình ngờ ngợ. Với tay bật đèn sáng, tôi chết sững, cô gái cũng chết sững[25]. Đó chính là cô gái bán hoa sen trắng ngày xưa.

— Có lẽ nào...

— Vâng, có lẽ nào...

Cô gái cúi gầm mặt[26] rất lâu. Nhưng hình như cô đã uống vài ly. Còn tôi thì đã bồng bềnh. Các món ăn tiếp tục bày ra. Toàn thứ quý giá đắt tiền. Cua bể, chim quay, nấm nhồi thịt. Cô gái với tay tắt công tắc đèn. Căn phòng lại chìm trong khói thuốc lá mù mịt.

Em gái nhỏ ngày xưa
Xuống đầm họa sen tắm

Tôi tiếp tục cất giọng khàn khàn. Bàn tay tràn ngập cảm giác êm ái do làn da thiếu nữ căng tròn đem lại. Cô gái ôm lấy tôi, run nhè nhẹ. Tôi cũng ôm lấy cô.

Chúng tôi vừa hát, vừa ăn, vừa uống, vừa hôn nhau. Đôi môi son phấn của cô thơm thơm. Nhưng có lúc tôi bất chợt nếm thấy vị mặn chát[27]. Cái gì vậy? Món ăn nào để lại hương vị ấy trên môi cô mà lạ thế.

Cô gái chùi nước mắt. Và rồi lại nhoẻn cười. Nụ cười dù cố gắng mấy cũng không giống nụ cười cô gái bán sen ngày xưa.

Bồi bàn[28] bưng vào món ăn cuối cùng, trịnh trọng giới thiệu: "Xin mời anh nếm '*Kim Chi Ngọc Diệp*'". Cô gắp cho tôi những cọng dài dài trăng trắng như ngó cần[29], vị chua ngọt. Chán mọi thứ béo ngậy[30], món này ăn nghe[31] được.

Lúc thanh toán, nhìn hóa đơn món "Kim chi Ngọc diệp" đắt cắt cổ[32]. Chả biết nó là cái gì.

Buổi karaôkê kết thúc, tôi vội vã chia tay cô gái, sau khi để lại số điện thoại. Ngay tối ấy nghe giọng cô ở đầu dây. Mọi xao động bàng hoàng đã đi qua, chúng tôi bình tĩnh trò chuyện cùng nhau.

— Sao em bỏ đầm sen, bỏ những bông sen trinh trắng đi làm tiếp viên?

— Sao anh dám vào quán karaôkê uống rượu ôm gái?

— Những bông sen trắng của tôi bây giờ đâu.

— Làm gì còn sen trắng nữa.

— Đầm sen đâu?

— Cũng chẳng còn đầm sen nữa.

— Thế là thế nào?

— Anh có nhớ hương vị của món kim chi ngọc diệp?

— Sao không...

— Chua, ngọt phải không anh?

— Ừ, chua...ngọt...

— Có đắng không?

— Không.

— Với em thì nó đắng lắm đấy.

Máy điện thoại bị gác giữa chừng. Tôi với cô gái nghĩ cho cùng, người dưng nước lã! Nhưng ơ hay, sao đầu óc tôi cứ vương vấn hình cô. Hình bóng bông sen trắng muốt đẫm sương ngày xưa không chịu nhường cho hình bóng người nữ tiếp viên son phấn bây giờ... Cho đến một hôm, tôi chủ động gọi điện hẹn tới công viên. Hai người ngồi bên ghế đá giữa vạt[33] hoa cúc vàng đầy bướm bay.

Cô gái thút thít khóc. Tôi chùi nước mắt cho em. Nghe em kể chuyện. Hóa ra những ngày tôi hoài công mong đợi tiếng rao: "Ai mua hoa sen trắng" lại chính là những ngày đầy biến động của đời cô. Quen thuộc các nhà hàng khách sạn do đem hoa đến bán, cô được người ta gợi ý bán cho họ nguyên liệu để làm món "Kim chi ngọc diệp". Giá cao lắm. Đắt bằng mấy chục lần so với hoa sen, Kim chi ngọc diệp, đó chính là các ngó sen. Cô đã lặn hụp[34] dưới đầm vặt[35] trụi hết lứa mầm sen này đến lứa ngó sen khác.

Cô làm hăm hở. Tiền đến ngay một lúc, rất nhiều mà chả phải chờ cây sen hứng từng ngụm[36] nắng giọt sương để trổ lá đâm hoa. Các nhà hàng hối thúc cô. Món "Kim chi ngọc diệp" lạ miệng được khách thừa rượu thịt ưa chuộng. Mầm sen ngó sen cũng chả kịp mọc với cô nữa, chứ đừng nói đến hoa sen. Hoài hơi cho tôi đợi tiếng rao "Ai mua hoa sen trắng". Ngó sen, mầm sen bị triệt hạ đến mức cho đến một ngày kia đầm sen của cô đã chết hẳn, chỉ còn lại chiếc đầm đầy bùn và xác rễ sen.

Nhưng dù đầm sen đã chết, cô cũng chả cần. Bởi vì trong những tháng năm lui tới[37] các nhà hàng khách sạn bán ngó sen, mầm sen, cô đã lọt vào mắt một "bà chủ". Bà nhìn thấy hương sắc như bông hoa sen trắng của cô. Tiền, vàng, đô la, áo quần nhung lụa, phấn son, tiếng nhạc, ánh đèn màu và điệu nhảy vanxơ[38] êm ái của các chàng trai giàu có hào hoa phong nhã đã quyến rũ cô. Cô từ bỏ chiếc đầm sen đã chết nơi quê nhà, từ giã người cha già suốt ngày ngồi tựa cửa sưởi nắng để ra thành phố.

Và chính vì thế mà tôi đã gặp cô trong quán karaôkê trong cái ngày bị ông chủ tát vẹu mặt...

Chia tay cô gái, lòng tôi bình lặng[39], dửng dưng. Giữa thành phố xa lạ này, tôi quen một cô gái xinh đẹp. Chẳng cần phải tốn tiền vào quán, chỉ cần nhấc máy điện thoại là có thể gặp nhau. Bờ vai trần của cô mát rượi như trăng rằm. Và trong lòng cô chắc vẫn dành một góc trong trẻo cho tôi.

Tôi được lợi quá rồi. Còn hờn trách[40] cái nỗi gì?

Vậy mà sao lòng cứ rợi buồn[41] nuối tiếc[42]. Mỗi mùa hạ đến, nhìn thấy hoa sen trắng lại sững sờ.

Đại Yên 1-1998

注　释

1. gợn：波纹。本文中义为"阵"。
2. thanh mảnh：清瘦，清秀。
3. vút cong：一弯一翘（指挑担时扁担随着脚步有节奏地一弯一翘）。本文中义为"挑"。
4. chả bõ：不值得。
5. giót：斟，倒。
6. biết thân biết phận：自量，自知之明。
7. vàng óng：金黄。
8. vàng chói：刺眼，耀眼。
9. nẻ căng：张裂。
10. tơ trời：（太阳）光芒，光线。
11. cữ：时期，季节，时节。
12. rộ：齐起。
13. chỏng trơ：孤零零，零落。
14. thiết：热衷，渴望。
15. vếu má：脸肿。
16. lơ vơ：孤零零地，无依无靠地。
17. giống：种。
18. gân cổ：脸红脖子粗。本文中义为"扯着嗓子"。
19. trắng muốt：白净，细白。
20. cô tiếp viên：服务小姐。本文中指歌厅、舞厅的小姐。
21. rượu Mác ten：马丁酒。
22. giọng khàn khàn vịt đực：公鸭嗓子。
23. mát rượi：凉飕飕。
24. sưng vếu：肿处隆起。
25. chết sững：愣住了，呆住了。
26. cúi gầm mặt：低着头。
27. vị mặn chát：又咸又涩的味道。
28. bồi bàn：（饭店）服务员，桌前侍者。
29. ngó cần：芹菜杆。
30. béo ngậy：油腻。
31. nghe：感觉（本文中义）。
32. đát cắt cổ：非常昂贵，贵得要命。
33. vạt (hoa)：（花）坛。
34. lặn hụp：潜水。
35. vặt：拔。
36. ngụm：一口（水）之量。本文中义为"一道"、"一束"。

37. lui tới：来往（本文中义）。
38. vanxơ：华尔兹舞。
39. bình lặng：平静。
40. hờn trách：怨恨，责怪。
41. rợi buồn：愁闷。
42. nuối tiếc：留恋。
43. ững sờ：呆，发愣。

VÕ THỊ HẢO 武氏好

武氏好，1956年4月13日生，义安省演洲县（huyện Diễn Châu tỉnh Nghệ An）人。1977年毕业于河内综合大学文学系（khoa Văn Đại học Tổng hợp Hà Nội）。毕业后分配到民族文化出版社（Nhà xuất bản Văn hoá Dân tộc）任编辑，后任编辑部副主任。1996年调《胡志明市妇女报》（báo Phụ nữ thành phố Hồ Chí Minh）工作。1997年加入越南作家协会（Hội Nhà văn Việt Nam）。现任《胡志明市妇女报》驻河内代表处办公室主任（Trưởng văn phòng đại diện báo Phụ nữ thành phố Hồ Chí Minh）。

主要作品有：短篇小说集《拯救灵魂之海》（Biển cứu rỗi, 1992）、《傍晚的钟声》（Chuông vọng cuối chiều, 1994）、《回尘世之路》（Đường về trần, 1998）、《武氏好短篇小说选》（Truyện ngắn chọn lọc Võ Thị Hảo）等。

ĐƯỜNG VỀ TRẦN
回尘世之路

短篇小说《回尘世之路》（1997）以第一人称死后回想的奇特方式叙述了一位母亲去世后对生前的回忆和死后的感受，反映了越南当代社会家庭生活的矛盾和人生态度。这位母亲与她的丈夫共同生活了半个多世纪，饱受折磨。丈夫脾气古怪，白天与黑夜颠倒。

他白天睡觉，等到全家人都上床睡觉时，就来了精神，开始大口吸烟，发脾气，骂人。经常深更半夜把妻儿叫起来骂，因为他总能找到他们的毛病。他们共有三个儿子、四个女儿，因难于忍受这种家庭环境，长大一个，出走一个。妻子最后也咽气离开了他。在这位母亲离开尘世之际，她最疼爱、最挂念的儿子阿春（Xuân）从外地赶到了病床前。原以为他出于孝心，实际上他是来让母亲咽气之前在他事先写好的遗嘱上签字的，要求母亲把存款全都留给他。他是最自私的。武氏好的短篇小说《回尘世之路》似乎想给人们以某种启示。另外，从这篇作品中我们还可以了解越南的一些习俗。

ĐƯỜNG VỀ TRẦN

Chúng ta đói khổ ở cõi đời này, sung sướng ở cõi đời kia.
Chúng ta chết đi, nắm tay nhau trẩy chợ[1] thong dong[2].
Cầm tờ giấy đi đầu thai vùng vẫy[3]

(Dân ca)

Trăng lên rồi. Trăng nhàn nhạt[4] chiếu trên mộ tôi một ánh suông. Nhưng trăng thì có liên quan gì đến tôi. Vì tôi đang nằm dưới đất, ánh trăng không thể xuyên qua lớp cỏ mọc thưa thớt trên mộ, cũng không xuyên nổi tấm chăn đất êm ái tôi đang đắp trên người. Tôi nằm dưới này, mình mặc áo dài nhung màu tím biếc, cổ quấn ba vòng chuỗi hạt gỗ trầm, ngón tay giữa đeo nhẫn, trong miệng ngậm một đồng tiền cổ cùng mấy hạt gạo và muối. Tóm lại, tôi là một con ma no. Tôi có đầy đủ no ấm để đi bất cứ nơi nào, kể cả việc trở về cõi dương.

Cách đây hơn một năm tôi vẫn đi lại trên cõi dương gian. Tôi ở cùng nhà với người chồng đã ngoài chín mươi xuân nhưng tiếng nói còn vang như sấm. Tôi ở với ông đã trên nửa thế kỷ. Nửa thế kỷ ông lấy ngày làm đêm. Ngày ông thiu thiu ngủ, chiều ông đọc báo, tối ông ngáy từ đầu hôm[5] tới chín giờ trở dậy và vào lúc mẹ con chúng tôi lên giường thì ông bắt đầu sùng sụt rít thuốc[6], đá thúng đụng nia và chửi rủa. Ông nguyền rủa những giấc ngủ say như chết của mẹ con tôi - những kẻ ngày ngày phải quần quật[7] lam làm[8]. Ông nguyền rủa đời giả dối tệ bạc. Ông đem chuyện ngày xưa ra răn dạy và đến bốn giờ sáng thì mới thiếp đi. Ông tìm thấy lỗi của mẹ con tôi bất cứ lúc nào. Nếu một trong bảy đứa con của tôi có lỗi, cứ nửa đêm, ông dựng[9] cả nhà dậy, bắt tám mẹ con ngồi xếp hàng, chong[10] ngọn đèn ngồi nghe ông rủa xả[11]. Ông kiểm tra lại hiệu quả của các lời rủa xả đó bằng cách ghé đèn soi tận mặt đứa con có lỗi, soi từng đứa một, cuối cùng soi lên mặt tôi. Một trong những đêm như thế, đứa con gái út của tôi đã tung cửa chạy ào xuống giếng làng vào lúc trời nhập nhoàng sáng[12]. May mà tôi kịp tóm áo nó. Cả mấy chục năm nay, tôi luôn nhìn cái giếng làng với một vẻ trìu mến. Tôi biết nó sẽ giải thoát cho tôi mọi tai ách[13] ở đời. Song tôi còn bảy đứa con. Tôi phải sống để chúng được sống. Nếu tôi không móc những hạt củ đậu[14] từ họng đứa con gái thứ hai, không cắt bỏ sợi thừng ở cổ đứa con gái thứ tư, thì chúng đã ra đi trước tôi hơn ba mươi năm. Và tất nhiên, ra đi hồi đó, chúng sẽ không có áo dài, và chuỗi hạt, miệng không ngậm gạo và tiền. Chúng không thể là con ma no như tôi bây giờ.

Nhắc lại rằng, cách đây hơn một năm, tôi vẫn đi lại trên dương gian, ôm ngực ho sù sụ[15]. May thay, các con tôi đã lớn, học giỏi. Bốn đứa con gái thề rằng không lấy chồng. Ba thằng con trai thề rằng bao giờ tìm được người vợ nhẫn nhục như mẹ thì mới cưới. Đôi khi tôi thấy những đứa con trai của tôi rất dịu dàng. Nhưng tất cả đám con trai đều đi xa. Chúng rời bỏ căn nhà lớn lúc nào cũng hâm hẩm tối[16] của chúng tôi đi tìm nơi sáng sủa hơn. Người ta nói trong nhà chúng tôi có hồn ma lẩn khuất[17] vì đằng trước nhà, cạnh cây khế bảy năm không cho quả, có hai ngôi mộ vô danh.

Lại vẫn nói, tôi ôm ngực ho sù sụ. Con gái tôi bàn đưa mẹ đi bệnh viện, chồng tôi không cho mang đi, nói tôi giả vờ ốm. Ông chửi chúng nó rằng chẳng qua chỉ là âm mưu của mẹ con mày bỏ tao mà đi chứ chẳng ốm đau gì hết. Điều này thì gần như ông đúng. Các con tôi sợ ông, chăm ông, không tiếc gì với ông nhưng không yêu ông. Còn tôi sống bên ông, nhịn ăn nhịn mặc cho ông, chịu nghe những lời khoác lác giả dối của ông nhưng lòng ngùn ngụt thù hận. Lẽ ra tôi và ông phải rời nhau ra cách đây năm mươi năm. Nhưng nề nếp gia giáo không cho chúng tôi bỏ nhau. Cách đây hơn nửa thế kỷ tôi theo ông về trong một đám cưới chỉ lèo tèo[18] vài người co ro[19] trong áo bông. Bố mẹ tôi không cho lấy nói rằng tướng người ấy bạc. Ngay sau tháng đầu chung sống, tôi biết mình đã nhầm. Khi ông nhận ra tôi không yêu ông, trong ông cũng bùng lên lửa thù hận. Ông đi với vài người đàn bà khác. Và chỉ cần như thế, chức vị ông đang cao chót vót[20] bỗng bị hạ xuống làm dân đen[21]. Từ đó, tôi biết lửa thù hận của ông với tôi sẽ không bao giờ tắt. Thực ra ông hiểu rằng tôi không can dự gì trong màn hạ bệ. Nhưng riêng điều này, tôi thương ông. Tôi biết ông cô đơn. Biết rằng ông yếu đuối. Ông luôn tự dối mình và dối lừa tám mẹ con chúng tôi rằng ông là một nhân vật vĩ đại chẳng đắc thời, rằng ông không bao giờ sai lầm.

Cách đây hơn một năm. Đêm ấy tôi khó thở, bụng đau thắt và nôn ra chút máu. Con tôi hốt hoảng đưa tôi đến bệnh viện đa khoa của tỉnh. Ông bác sĩ có đôi môi cong xám xịt[22] khám qua quýt[23] rồi ghi giấy chuyển tôi vào viện lao - Đó là một dãy nhà dột nát quét vôi trắng toát, các lối đi, sàn nhà và gốc cây phi lao cũng quét vôi trắng lạnh. Viện lao nằm giữa một cánh đồng, trong đó giam hãm mấy chục y bác sĩ và hộ lý gầy guộc, áo quần cóc cáy[24], hầu như không có một mối quan hệ thần thế nào với cấp trên. Nên bệnh viện chẳng được rót đồng tiền bát gạo nào đáng kể. Trong các phòng bệnh, chủ yếu là nông dân, mặt xanh lướt[25], thỉnh thoảng nôn ra máu, ra viện thì chết mà ở lại viện không có tiền cũng chết. Đôi khi người ta lại đem từ một phòng bệnh nào đó ra một cái xác. Toàn xác nông dân vì chân tay gầy sát xương[26], da đen và rất thô. Những người bệnh còn lại ngồi quắp[27] đầu gối trên giường, đổ mồ hôi hột, run như giẽ[28] chờ đến lượt.

Tôi được đưa vào viện. Và bắt đầu là đợt uống thuốc kháng sinh chống lao kéo dài trong một tháng rưỡi. Vậy mà tôi vẫn ho và càng đau. Tôi ăn vào lại nôn ra, bụng kẹp lép[29] dính vào xương. Tôi vuốt bụng thấy có một cục nổi lên to bằng quả ổi[30] ở giữa. Mách với bác sĩ, hỏi có phải u không, bác sĩ nói không. Đó là do bà gầy quá xương sống trồi[31] lên. Con gái tôi hỏi riêng, nói rằng bác sĩ không phải giấu, để còn liệu đưa tôi đi chuyên khoa sớm. Nhưng từ trưởng khoa đến bác sĩ theo dõi khám đi khám lại đều cả quyết rằng đó chỉ là xương sống trồi lên. Tôi chắc mình không sống nổi vì đau đớn. Vậy mà trong lòng nhẹ nhõm, không hiểu vì sao. Đến khi đang nằm nhìn vọng ra cánh đồng, trông thấy bóng ông chồng tôi đi đến. Ông đến thăm tôi. Vậy mà tôi sợ hãi toát cả mồ hôi. Tôi sợ con mắt của ông. Mắt ông như mắt rắn, nhìn ai như dán vào người đó như thôi miên, suốt đời tôi không chạy trốn nổi cặp mắt rắn của ông. Lúc ông đến tôi mới hiểu vì sao trong những ngày này lòng mình lại nhẹ nhõm. Đây là lần tôi xa ông lâu nhất.

Sau hai tháng bệnh không chuyển. Tôi vẫn không ăn được và đau nhiều hơn. Con gái tôi sốt ruột, nói khéo với bệnh viện xin chuyển sang viện ở Hà Nội. Sau một cuộc hội chẩn, người ta đưa tôi lên bàn mổ, sau nắm tiền lót tay của con tôi.

Nghe nói tôi bị hẹp môn vị[32]. Người ta cắt một đoạn ruột non nối với dạ dày làm cho tôi một cái môn vị khác. Còn khối u thì khi vừa mổ ra, các bác sĩ đã biết rằng quyết định mổ là sai lầm. Đó là u ác. Họ khâu tấp ngay lại và đưa vào phòng hồi sức[33].

Và sau đó là ba tháng dài dằng dặc. Cứ hai tiếng một, tôi lại được bón vào miệng hai thìa nước cháo hoặc sữa. Tôi nằm dính xuống giường, trông thấy cảnh mình đi gặp lại ông bà cha mẹ, những người bà con đã chết từ lâu lắm. Bệnh viện trả tôi về nhà. Tôi biết thế là cảnh nằm chờ chết mà không buồn, không tiếc đời, nhưng vẫn muốn sống, mong một phép lạ. Người bạn đời của tôi đã bớt đay nghiến[34] rủa xả, nhưng trong những ngày cuối cùng này tôi không muốn gần ông. Tôi chọn chiếc giường xấu xí nhất dưới bếp, nơi ngăn cách với nhà trên bằng hai lớp cánh cửa. Tôi nằm bồng bềnh như trên mây, chờ đợi những cơn đau đến, cắn răng chờ đợi cơn đau qua và đôi khi thấy thương cho ông chồng phải ra đi sau tôi. Đêm khuya, tôi biết, ông thường đến, vẫn soi đèn nhìn tôi nằm nhắm mắt. Ông tưởng tôi ngủ. Ông muốn chỉ một mình ngắm trộm tôi đi dần vào cõi chết. Và ông sợ. Tôi biết, chẳng xót thương tôi nhưng ông sợ sự trống trải mà tôi để lại. Như vậy, ông sẽ mất đi một kẻ phục dịch đúng ý ông từng ly và mất đi chỗ giày vò cho hả giận[35]. Và với ông, hễ ông còn hành hạ được tôi, đó là dấu hiệu chứng tỏ ông còn sống, còn là đàn ông. Cũng có mấy lần không kìm được, ông lịch kịch bước lên nhà, đem những chuyện cũ từ đời nào đời nào ra chửi. Con tôi rú lên ôm mặt: "Trời ơi! Con xin bố. Bố tàn nhẫn với mẹ con cả đời rồi chưa đủ sao?". Con tôi cứ đinh ninh rằng phần lớn người Việt Nam chưa đủ văn hoá ứng xử tối thiểu giữa vợ và chồng. Nó sợ cuộc sống gia đình.

Cái ngày cuối cùng ấy rồi cũng đến. Bà chị họ cụt tay của tôi đến nằm cạnh tôi mấy hôm nay đã cả quyết với con tôi rằng dấu hiệu tôi cứ nằm tụt dần xuống chân giường như vậy là sắp "đi". Những cơn đau của bệnh ung thư không dày vò tôi nữa. Tôi nhìn những đứa con, những gương mặt họ hàng thấy xa vời[36]. Giữa họ và tôi chẳng có gì chung. Thế giới êm ả của tôi đang đến. Rồi ba giờ sáng hôm đó, khi chân tay tôi bắt đầu giơ lên bâng quơ trước mặt, người chị họ cụt tay - người bạn thân khổ sở tốt bụng của tôi, bật đèn hốt hoảng trở dậy, thì thầm với con tôi rằng mắt mẹ đã bắt đầu đảo tròng[37]. Các con tôi cuống quýt[38] vây quanh. Tôi thều thào vào tai con thứ tư: "Nấu một nồi cơm nếp và một soong to cháo..." Con tôi hiểu ý. Nó lật đật đi bắc nồi. Trước tôi đã dặn rằng, nhớ canh[39] đừng để mẹ chết khi trong bụng chưa có hạt cơm nào. Chết thế làm ma đói, con cái họ hàng khó làm ăn.

Rồi các con bế tôi ra chiếc giường nhỏ mới mua đã để sẵn ở gian ngoài. Nồi nước thơm đã đun xong. Cháo nấu xong, tất cả đã được tính trước. Các con lau rửa mình mẩy[40] cho tôi bằng nước thơm, trong khi chân tay tôi đã lạnh dần, chỉ còn chút hơi thở âm ấm nơi yết hầu. Trước đó, tôi đã kịp dặn dò, kịp trối trăng[41]. Những điều cần nói đã nói. Những điều chôn chặt trong lòng bây giờ cũng chẳng có lý do gì để khơi dậy. Các con tôi rối rít khóc gọi "Mẹ ơi!". Sau mỗi tiếng gọi, tôi cố mở hé mắt. Gọi hoài, tôi thì thào "Thôi các con để mẹ đi. Các con đã lớn cả rồi. Đủ mặt cả. Chỉ thiếu ba thằng ở xa".

Vừa lúc đó, có tiếng reo đầu ngõ. Các con tôi khóc: "Chú Xuân về rồi. Mẹ ơi!, Mẹ cố nán lại! Mẹ ơi! Đừng đi. Mau mau vào đây. Có khi mẹ sống lại đấy". Tôi mở bừng mắt. Có một luồng sinh khí từ đâu đó trồi từ bụng lên ngực. Chân tay tôi ấm lại. Thằng Xuân. Đứa con trai đi biền biệt[42] ba năm không tin tức, giờ đã về. Hồi nhỏ nó còi cọc[43], tôi thương nhất nhà, cho bú đến tận ba năm. Lúc ươm tơ[44], tôi đặt nó trong lòng, hai tay vẫn kéo tơ đảo kén[45] mải miết. Nó thiu thiu ngủ trong lòng tôi, tè[46] ướt cả váy. Trước khi chết, người tôi mong gặp nhất là nó. Thằng Xuân về, tôi thấy mình đang đi giật lùi trong con đường hầm về với cõi âm.

Thằng Xuân về, sụp xuống giường, cầm tay tôi khóc. Tôi cũng khóc. Tôi nói: "Mẹ thoả nguyện rồi". Tôi nhìn thấy nó khoẻ mạnh. Tôi lại nhắm mắt, sắp chìm vào cõi mông lung. Có một luồng sáng xa xa cuối đường hầm đang vẫy gọi tôi.

Bỗng có tiếng thằng Xuân gọi giật: "Mẹ ơi! Khoan hẵng đi! Mẹ thương con!". Tôi lại cố hết sức mở mắt. Thằng Xuân đưa ra một tờ giấy viết sẵn, bảo "Mẹ ký vào đây cho con. Đây là di chúc con thảo sẵn. Con muốn mẹ để lại cho con tất cả số tiền gửi ở ngân hàng. Nó không lớn nhưng đủ cho con làm ăn". Thằng Xuân cầm tay tôi, ấn cái bút vào và nôn nóng đưa tay tôi trên tờ giấy.

Thế là đủ. Đường về cõi dương của tôi đã bị chặn đứng. Tôi trở về cõi dương trong dạng giật lùi[47] nên đi về phía trước chẳng khó khăn gì. Người giật lên trong tiếng nấc cuối cùng, linh hồn tôi nhẹ bỗng bay vút lên theo luồng ánh sáng, để lại trước các con tôi một thân xác đã lạnh ngắt với trái tim vỡ nát. Máu ứa ra khoé miệng tôi và đôi mắt vẫn mở lưng chừng⁴⁸. Tờ di chúc của thằng Xuân dù nó đã cầm tay tôi để ký song cơn giật cuối cùng đã khiến chữ ký đó thành một vạch sâu hoắm⁴⁹ rách giấy, rách cả chiếu. Nó bực bội rủa thầm nhìn những con mắt vừa ngạc nhiên, vừa đau đớn xung quanh rồi xách túi ra đi.

Còn mọi việc sau đó thì quá êm đẹp. Người ta lót quan tài bằng bẩy cân chè móc câu⁵⁰. Họ đặt tôi, hai ngón tay trỏ đã buộc với nhau trên bụng, hai ngón chân cái cũng buộc bằng vải trắng. Con tôi vuốt mắt, đặt vào cái miệng mở ra thảng thốt của tôi một đồng tiền cổ và nhúm gạo trộn muối. Con tôi đánh phấn tô son cho tôi. Bàn tay ấm nóng của nó thoa đều trên mặt tôi lạnh toát. Da trắng, môi đỏ và má hồng, tóc xoã đều trên gối. Ông Tình hàng xóm cầm chiếc gậy nhọn leo thang lên sát nóc nhà, chọc gậy xuyên qua viên ngói đã dỡ sẵn và kêu lên ba tiếng rất rành rọt⁵¹ "Hú ba hồn bẩy vía bà Vang ở đâu thì về nhà mà nhập xác". Tôi nghe thấy nhưng chỉ còn phách bay là là trên xác, còn hồn thì vẫn chơi vơi⁵² trên cao.

Rồi người ta đặt tôi lên đệm chè móc câu trong chiếc quan tài sơn đỏ, chèn⁵³ hai bên thân mình hai cây chuối nhỏ cho chắc, rồi khênh quan tài ra trước bàn thờ. Nắp quan tài đóng lại trong những bàn tay níu kéo của các con tôi và tiếng khóc vang trời của chúng. Bát cơm quả trứng, đôi đũa tre vót xù bông⁵⁴, đặt giữa những ngọn nến trên nắp quan tài. Như thế, tôi chẳng còn gì dính dáng với thế gian này. Và tôi vĩnh viễn thoát ra khỏi tầm mắt rắn của con người hận thù đã sống cùng tôi ngoài năm mươi năm.

Và bây giờ thì tôi đang nằm dưới tấm chăn đất êm ái. Hàng xóm của tôi mỗi ngày lại có thêm nhiều gương mặt mới. Họ mang xuống đủ mọi hình thù⁵⁵. Người bất đắc kỳ tử thì hồn mang hình quả khế, nằng nặc không chịu nhập xác, cứ lêu têu⁵⁶ khắp nơi bằng những chiếc múi khế⁵⁷ và toả sáng bằng ánh sáng màu nõn chuối⁵⁸. Người chết già như chúng tôi, linh hồn mang hình con cánh cam bay xè xè⁵⁹ và phát ra ánh sáng tím. Ban đêm của chúng tôi là cả một thế giới huy hoàng. Tôi được giao việc điểm danh trước mỗi bữa tiệc đêm. Tôi điểm danh các hàng xóm bằng cách nhặt hai đống đá cuội[60] trắng và đá cuội đen. Mỗi quả khế màu nõn chuối đi tới, tôi bỏ vào lọ bên trái một hòn cuội trắng. Mỗi con cánh cam đi đến, tôi bỏ vào lọ bên phải một viên cuội đen. Càng ngày số cuội trắng càng tăng so với cuội đen. Không hiểu dương gian xảy ra chuyện gì.

Đôi khi, giữa ban ngày đang say ngủ, tôi bỗng tỉnh dậy vì tiếng ồn ào. Hoá ra các con tôi đang khấn. Chúng khấn "Xin mẹ yên nghỉ nơi chín suối. Xin mẹ tha thứ cho con những lỗi lầm. Xin mẹ phù hộ cho chúng con được may mắn. Xin mẹ nắn tâm sửa tính[61] cho thằng Xuân được thành người". Xin, xin, xin và xin. Tôi đã cho chúng cuộc sống. Tôi đã cho chúng học hành. Bây giờ tôi ở một thế giới khác. Tôi đâu còn gì để cho. Tôi chỉ còn là một con cánh cam toả sáng màu tím. Con gái tôi nằm mơ thấy tôi vấn khăn, mặc áo tứ thân nâu, lưng eo như gái mười tám, lấy đòn gánh làm thuyền cưỡi đầm lầy đi chuối giát ngọc[62] về không ăn, không bán mà vặt[63] từng quả ném xuống sông. Thực ra nó nhầm. Tôi chỉ là một con cánh cam.

Con gái tôi cũng mơ thấy tôi trở thành một bà tiên ở trên trời. Bà tiên đẹp đẽ dịu dàng đơn độc không cùng ai. Vì nó nghĩ lúc sống tôi đã không làm điều ác, và lúc sống tôi bị giam hãm trong tù ngục thì lúc chết, linh hồn tôi sẽ được lên địa đàng[64] với đôi cánh tung tẩy[65] khắp bốn phương trời. Nó lại cũng nhầm nốt. Tôi chỉ là một con cánh cam bị giam hãm trong một quầng sáng tím. Tôi được dự những buổi tiệc đêm. Tất cả những người lúc sống giống tôi đều trở thành những con cánh cam. Những người đã chết phải qua ba thế giới mới được lên địa đàng. Mà một trong ba thế giới đó là trần gian. Rồi mới lên cao hơn. Người chết về cõi âm xong bao giờ cũng còn quay lại trần gian. Đường về trần gian của tôi, như các con tôi biết, đã bị chặn lại.

1997

注　释

1. trẩy chợ：赶集。
2. thong dong：从容，悠闲。
3. vùng vẫy：纵横（天下）。
4. nhàn nhạt：谐音词，淡淡的。
5. đầu hôm：傍晚，天黑。
6. sùng sục rít thuốc：拼命地大口吸烟。
7. quần quật：忙忙碌碌。
8. lam làm：接连不断地干，不停地干。
9. dựng：竖起，竖直。本文中义为"叫醒"、"叫起床"。
10. chong：灯火长明。
11. rủa xả：臭骂。
12. nhập nhoạng sáng：蒙蒙亮。
13. tai ách：灾厄，灾祸，灾难，不幸。
14. củ đậu：沙葛（根可食，果核有毒）。
15. ho sù sù：阵阵咳嗽声。
16. hâm hẩm tối：昏暗。
17. lẩn khuất：隐没，隐蔽。
18. lèo tèo：零星，零散。
19. co ro：卷缩。
20. chót vót：高耸，巍峨。
21. dân đen：庶民，平民。
22. xám xịt：铅灰色。
23. qua quýt：粗略，马虎。
24. cóc cáy：疙里疙瘩。本文中义为"脏兮兮的"。
25. xanh lướt：铁青，无血色。
26. gầy sát xương：瘦得皮包骨。
27. quắp：搂住，抱住。
28. run như giẽ：簌簌发抖。
29. kẹp lép：扁瘪。
30. ổi：番石榴。
31. trồi：突出，露出。
32. môn vị：幽门。
33. phòng hồi sức：观察室，监护室。
34. đay nghiến：折磨，非难。
35. hả giận：消气。
36. xa vời：远无边际的，茫茫无尽的。
37. đảo tròng：翻白眼。

38. cuống quýt：慌慌张张，手忙脚乱。
39. canh：看守。
40. mình mẩy：身体，躯体。
41. trối trăng：遗言，遗嘱。
42. biền biệt：音讯杳然。
43. còi cọc：枯萎。本文中义为"孱弱"。
44. ươm tơ：（养蚕）缫丝。
45. đảo kén：翻茧。
46. tè：尿。
47. giật lùi：缓缓地向后退，逐渐退缩。
48. lưng chừng：半中间。本文中义为"眼睛半睁"。
49. sâu hoắm：深凹。
50. chè móc câu：毛尖茶。
51. rành rọt：分明，一清二楚。
52. chơi vơi：孤零零，无依无靠。
53. chèn：垫平。
54. vót xù bông：用刀把筷子的一头削散成伞状。
55. hình thù：形状。
56. lêu têu：游荡。
57. múi khế：杨桃瓣。
58. màu nõn chuối：香蕉树嫩叶的颜色，青色。
59. xè xè：低平。
60. đá cuội：鹅卵石。
61. nắn tâm sửa tính：修心养性。本文中义为"改改秉性脾气"。
62. đi chuối giát ngọc：（方言）去拔莲藕。
63. vặt：拔，摘。
64. địa đàng：天堂。
65. tung tẩy：自由自在地活动。

DƯƠNG DUY NGỮ 杨维御

杨维御，1943年7月10日出生于河西省国威县小岗村（làng Gồ huyện Quốc Oai tỉnh Hà Tây）的一个乡村教师家庭。父亲年轻时曾走遍越南北部、中部、南部和柬埔寨及老挝。30岁时回家乡结婚，在村里教汉字（chữ Hán）和国语字（chữ Quốc ngữ）并务农种田。杨维御为长子。一岁时，母亲去世。父亲续弦后，杨维御与祖父生活在一起。杨维御的祖父和父亲通晓越南、中国、泰国、老挝、柬埔寨等国的风俗民情，对杨维御有很深的影响。

杨维御1964年高中毕业后入伍，在越南防空部队高射炮连当战士，曾转战于越南北部和上寮各地，获"勇敢炮手"称号。1968年开始文学创作，曾上过越南作协所属的写作培训学校（Trường bồi dưỡng viết văn）。毕业于阮攸创作学校（Trường viết văn Nguyễn Du）第一期。现为越南人民军队出版社文艺部主任（Trưởng phòng Văn nghệ Nhà xuất bản Quân đội Nhân dân）。

主要作品有：短篇小说集《天色》（Sắc trời, 1979）、《我的幸福》（Hạnh phúc của tôi, 1986）《英雄》（Người hùng, 1993）、《迎字》（Rước chữ, 1996）、长篇小说《枪口前方》（Phía trước mũi súng, 1983）、长篇小说《小岗村》（Làng Gồ, 1990）等。短篇小说《今年的实弹射击》（Mùa bắn đạn thật năm nay）获1982年越南《军队文艺杂志》（Tạp chí Văn nghệ Quân đội）短篇小说竞赛奖；短篇小说《英雄》（Người hùng）获1994年越南国防部文学奖（Giải thưởng Văn học Bộ Quốc phòng）；短篇小说《迎字》（Rước chữ）获1995年越南《文艺周报》（Tuần báo Văn nghệ）短篇小说竞赛奖。

杨维御的作品主要描写部队和农村的生活，擅长描写越南的传统风俗习惯。

THỦY TIÊN

水 仙

　　短篇小说《水仙》(1998),讲述了"我"在抗美战争时期到一位河内籍战友阿俊(Tuấn)家玩,正值春节前家里买水仙的故事。阿俊的奶奶有年年春节养水仙的习惯。过去都是曾祖父亲自养水仙,现在由一位聋哑人帮忙。这位聋哑人有祖传培育水仙的手艺,心灵手巧,能把水仙的根须做成仙翁、仙女等各种造型。水仙在年初一零点或上午开花,这是最好的。节前、节后或哪怕是年初一下午开花都不行。这位聋哑人就有这样的手艺,新年的钟声刚一敲响,水仙花就开始开放。每朵花都有五个花瓣朝五个方向展开。水仙的五个花瓣代表着:金、木、水、火、土阴阳五行,也象征着河内市的五座城门。花的盛开象征着五座城门开放迎客。现在河内市一般家庭春节期间桃花、橘树是不会少的,有知识、有地位的家庭仍有春节养水仙花的习俗。

　　作者把培育水仙和美国飞机的狂轰滥炸交错在一起加以描述,充分体现了越南人民不畏强敌的坚强意志和乐观主义精神。

THỦY TIÊN

　　Mấy năm gần đây, vào những ngày áp Tết Nguyên đán, quãng từ hăm ba tháng Chạp trở đi người ta bày bán thủy tiên ở ngã năm Hàng Lược[1], Lương Văn Can[2], Hàng Mã[3] nhiều lắm. Củ nào củ nấy đều đã nẩy lộc[4], đâm nụ xanh mỡ[5] và tua tủa bộ rễ trắng tựa rễ hành tươi. Kẻ bán, người mua mời chào, hỏi han tíu tít. Củ nào người bán cũng bảo đến Tết sẽ hoa đẹp lắm, thơm lắm! Còn kẻ mua thì phần đông xem ra còn rất mù mờ⁶, bỡ ngỡ về thủy tiên. Lại có kẻ cậy giầu, cậy sang tỏ vẻ biết chơi hoa quý phái này hơn người, vung cả bạc trăm⁷ ra mua vài ba củ, bất luận đến Tết nó có nở hoa như người bán quảng cáo không. Mà cái khái niệm đến Tết của người mình cũng thật ấm ờ⁸. Cái gì phải chờ đợi, hy vọng người ta chả bảo là đến Tết! Nhưng để thủy tiên nở hoa đúng vào sớm mồng một Tết âm lịch thì thật chẳng dễ chút nào, nếu như không có sự tác động của trí tuệ tình cảm của con người.

Quãng cuối thập kỷ sáu mươi, giặc Mỹ leo thang chiến tranh phá hoại thủ đô Hà Nội rất ác liệt. Lúc đó tôi là một khẩu đội trưởng pháo cao xạ. Trận địa pháo chúng tôi đặt ở bãi Nghĩa Dũng⁹ phía ngoài đê sông Hồng. Trong khẩu đội tôi có cậu Tuấn pháo thủ số một, sinh ra và lớn lên ở phố Hàng Mã. Có nghĩa, anh là người Hà Nội gốc¹⁰. Tổ phụ anh sinh cơ lập nghiệp ở đất Kẻ Chợ¹¹ đến anh đã là đời thứ tư. Thảng hoặc vào những ngày Mỹ tạm dừng ném bom từ vĩ tuyến 18 trở ra, chúng tôi thay nhau kéo tới nhà anh chơi một vài tiếng đồng hồ. Khi anh chuyển vào chiến trường Tây Nguyên, chúng tôi vẫn giữ lệ cũ. Anh em tôi đã trở thành người thân của gia đình. Lúc bấy giờ, em gái Tuấn còn nhỏ đi sơ tán theo cơ quan mẹ mãi tận Phú Thọ. Còn bố ở Công an Vũ trang rất ít khi có dịp qua nhà. Do vậy ở Hàng Mã chỉ có bà nội và chị gái Tuấn thôi. Bà nội xưa kia bán hàng mã. Thời buổi chiến tranh chẳng ai đốt mã, bà buôn bán lặt vặt¹² kiếm sống. Còn chị Tú làm ở Ty Thương nghiệp thành phố.

Phòng khách ở ngay tầng trệt kê chiếc bàn tròn và dăm sáu chiếc ghế đẩu đơn sơ. Trên tường quét ve xanh treo lịch bóc hàng ngày và bộ tranh tứ bình lồng trong khung kính toàn các cô gái đẹp, tóc quấn đuôi gà, váy trùm gót, áo tứ thân¹³, đứng gảy đàn, thổi sáo... Lần nào bọn tôi tới thăm, chị Tú cũng mang kẹo cà phê Hải Châu có ba lớp giấy hoặc cam Vinh, hồng ngâm ra đãi. Đến tận bây giờ, tôi vẫn không thể nào quên những ngón tay búp măng tuyệt đẹp của chị gọt hồng, bổ cam. Chị bổ cam khéo lắm. Những múi cam không bị dập chảy nước, được tách vỏ ở hai đầu. Cái mũi dao nhọn trong tay chị cứ thoăn thoắt tách vỏ, tách hột cam. Chúng tôi nhìn chị bổ cam đã cảm thấy nước miếng ứa ngập chân răng.

Lần ấy, tôi chân thành và vụng về khen đôi bàn tay đẹp và khéo của chị. Chị chỉ khẽ mỉm cười chứ không thèm ngước mắt nhìn người khen mình. Tôi xấu hổ đến nóng mặt và chợt nhận ra chị cao sang và có phần ngạo mạn. Hẳn tai chị đã quen nghe người ta khen nhiều rồi. Người chân thực có, kẻ nịnh nọt cũng nhiều. Người xinh đẹp, đoan trang như chị thiếu gì lời khen, lời nịnh. Khi đã quen thân với chị, tôi càng thấy cảm giác này thật đúng. Nhiều chàng trai cùng phố, nhiều bạn học đã từng ngước mắt lên tầng hai, nơi có kê chiếc bàn làm việc của chị, nơi có một tủ sách văn học phong phú để ngưỡng vọng cô gái kiêu sa[14] ấy.

Bà nội chị tặc lưỡi, bảo:

— Các cháu đừng có khen mà nó phổng mũi[15] lên. Nó sinh kiêu ngạo là không lấy nổi chồng đâu. Tay nó còn lâu mới khéo bằng tay ông Cẩm nhé. Và như chợt nhớ ra điều gì, bà nội quay mặt sang phía chị hỏi:
- Mà sao tầm[16] này vẫn chưa thấy ông Cẩm mang thủy tiên đến nhỉ? Mai đi làm về, con tranh thủ đạp xe xuống nhà ông xem. Ông ấy có bao giờ sai hẹn đâu. Hay lại ốm đau, bệnh tật gì? Bà cứ lo năm nay nhà mình đón xuân không có hoa thủy tiên, các cụ về quở.

Chúng tôi chả có một chút khái niệm gì về hoa thủy tiên. Và cũng không quan tâm tìm hiểu xem hoa thủy tiên quan trọng đến mức nào với ngày đầu năm mới của những gia đình trí giả[17] ở Hà Thành. Tôi nghĩ bụng: "Phú quý sinh lễ nghĩa. Thời buổi chiến tranh mà người Hà Nội vẫn sống cầu kỳ quá". Lúc ấy, tuổi còn ít, đời sống chưa trải, kiến thức ít ỏi nông cạn, tôi làm sao hiểu nổi thế nào là văn hóa, là bản sắc dân tộc là truyền thống tinh tế của ông cha.

Rồi như chả để ý đến mấy anh chàng pháo thủ ăn no vác nặng[18] chúng tôi, bà cụ thì thầm, không hiểu bà nói với chính mình hay nói với cô cháu gái rượu[19], hay vì tuổi già thường cô đơn chỉ thích đông người để nói chuyện.

— Cụ cố nội nhà này ngày xưa là nhà nho yêu nước đấy. Cụ có chân trong Hội Đông Kinh Nghĩa Thục kia mà. Tôi về làm dâu cụ đã thấy cụ bày hoa thủy tiên trước bàn để đón xuân. Cụ thường bảo: "Ngày Tết có thủy tiên nở trong nhà thì con cháu gặp may mắn, không sợ tà khí..." cho nên tết nào nhà này cũng có hoa thủy tiên. Cành đào, cành quất có thể thiếu. Tôi nói có thể thôi đấy nhé. Nhưng giò thủy tiên và chậu cúc thì không thể thiếu. Nếu cụ khỏe, tự tay cụ ươm cúc. Cắt ngọn, tạo dáng thủy tiên. Con dao cau sắc lẹm trong tay, có hôm cụ ngắm nghía, nghĩ ngợi trước củ thủy tiên cả giờ đồng hồ chỉ để chích tỉa[20] có một mũi dao và một điểm nào đó đủ kích thích nó đơm nụ nở hoa vào đúng ngày mồng một Tết. Đã không có thủy tiên thì thôi chứ có thì phải cắt gọt thế nào đó để hoa nở đúng ngày đầu xuân mới tài. Còn nở trước Tết, sau Tết là bỏ đi rồi. Đến chiều ngày mồng một nó mới nở cũng hỏng rồi. Cho nên có phải ai cũng đón xuân bằng hoa thủy tiên được đâu. Chỉ tiếc nhà này chả ai chịu để tâm học cụ. Từ ngày cụ cố yếu chân, yếu tay thì cúc phải đi mua, thủy tiên phải đi thuê người ta đến nhà cắt tỉa[21]. Mà cũng không được mấy người cắt tỉa, tạo dáng thủy tiên hợp ý cụ. Cụ cứ chăm chăm ngồi bên cạnh hướng dẫn người ta. Nhưng cả cụ cố và những người chăm thủy tiên giúp cụ chả ai khéo tay, tài hoa được như ông Cẩm đâu nhé. Cái bàn tay ông Cẩm khéo quá là khéo, tài quá là tài. Ông ấy tỉa tót[22], vỗ về thủy tiên thế nào đó mà mươi mười lăm năm nay, cứ tiếng trống sang canh chấm dứt là nụ hoa bật nở. Mùi hương thủy tiên dịu dàng, tinh khiết lắm. Bông nào cũng đủ năm cánh hoa trắng muốt đều đặn tỏa về các hướng. Cụ cố nhà này bảo hoa thủy tiên có đủ âm dương ngũ hành: Kim, Mộc, Thủy, Hỏa, Thổ. Còn cụ cố nhà ông Cẩm thì ví von năm cánh hoa thủy tiên như năm cửa ô của thành Hà Nội. Dương sao, âm vậy, lúc sang xuân hoa thủy tiên xòe rộng tức là lúc cả năm cửa ô đều mở cửa đón khách. Bà nhoẻn cười phô hai hàng lợi không còn một chiếc răng. Trông nụ cười của bà thật hồn nhiên và con trẻ. Bà bảo: Các cụ có chữ có hơn. Lúc đón xuân, các cụ pha ấm trà ngon, mở hộp mứt ngũ vị, rót ly rượu cẩm, ngồi nhâm nhi[23] ngắm thủy tiên nở hoa, nghĩ được nhiều điều hay lắm. Lúc ấy, tôi còn ít tuổi, được các cụ sai vặt, khi lấy cái đóm, lúc tráng cái chuyên mà nghe lỏm được. Ấy vậy mà nhập tâm đáo để[24].

Bà cụ dừng lời, chép miệng, thở dài, nhìn ra cửa như mong chờ sốt ruột lắm. Chị Tú bảo:

— Bà đừng có mong chú Cầm nhiều. Nhỡ ra trên đường đi, chú ấy sơ ý để bánh xe đạp lọt vào đường tàu điện, ngã thì có phải tại bà không? Trưa mai con sẽ đạp xe xuống nhà chú ấy.

Bà bảo:

— Ừ, sốt ruột thì có. Chứ bà có dám mong đâu. Bà cầm từng miếng cam đưa tận tay chúng tôi - Kìa, ăn hết đi các cháu. Chị nó bổ ra rồi không để lại được đâu. Còn thuốc lá thì chả ép. Cậu nào hút được cứ tự nhiên.

Thời ấy, vào những ngày cuối đông được ăn múi cam ngọt là quý lắm, hiếm lắm. Nhất là cánh pháo thủ nhà quê chúng tôi nhìn thấy quả cam đã khó, chứ đừng nói được ăn, được bàn tay khéo léo của chị Tú cắt từng miếng đều đặn, gọn gàng đầy hấp dẫn. Bây giờ thấy người ta bày bán ê hề các loại cam ở quầy hoa quả và trên xe thồ mới càng thấm thía cái thời bao cấp và chiến tranh khó khăn, cực nhọc, thiếu thốn đủ thứ. Tôi vẫn không quên, đơn vị phân cho chiếc kim khâu. Tôi đã bôi dầu pháo rồi bọc kỹ vào tờ giấy bạc lấy từ bao thuốc lá để mang về biếu mẹ. Mẹ tôi đã vui sướng như bắt được vàng kia mà!

Giữa lúc chúng tôi nháy mắt cho nhau chuẩn bị cáo lui thì ông Cầm xuất hiện ở cửa. Đó là một người trạc ngoài bốn mươi tuổi, đeo kính trắng, râu quai nón cạo nhẵn còn để lại một vệt xanh mờ, mặc bộ vét tông[25] mầu xám tro, cà vạt đỏ, đội mũ phớt đồng màu với quần áo, chân đi giầy mõm ngóe[26] đen bóng. Ông thận trọng khóa chiếc xe Pơ-giô[27] rồi bước vào nhà, một tay ngả mũ, một tay đặt lên ngực, nghiêng người chào rất kiểu cách, điệu bộ.

Bà mừng rỡ reo lên:

— Có thế chứ! Tôi đã bảo ai chứ ông Câm không có sai hẹn đâu.

Chị Tú nhè nhẹ cười mỉm rồi vừa lấy thêm chiếc ghế đẩu mời ông Câm ngồi vừa nói theo thói quen. Hẳn chị thừa hiểu là ông không nghe được:

— Bà cháu đang mong chú!

Ông Câm chỉ cười, phô hàm răng trắng và đều. Lúc đầu, nghe bà kể chúng tôi cứ nghĩ ông tên Câm. Bây giờ mới vỡ nhẽ[28] ông bị câm lại điếc. Ông là con trai út một người bạn học với cụ cố nhà chị Tú.

Nhờ công phu dạy dỗ của cha nên ông Câm "đọc" thông viết thạo được cả chữ nho và chữ quốc ngữ. Ông cũng được cha truyền dạy cách gọt tỉa thủy tiên sao cho hoa nở đúng mồng một Tết. Nhưng lại giỏi hơn cha mình ở chỗ, ông gọt tỉa chục củ thì cả chục nở hoa vào đúng lúc xuân sang. Thế mới khéo!

Bà nội chị Tú giang hay tay ra hiệu sao tận hôm nay ông Câm mới lên để bà chờ sốt cả ruột. Ông Câm cười gật gật đầu miệng ớ ớ ớ ớ. Ông giơ tay phải sẽ đặt mấy đầu ngón tay vào trán rồi rụt vội ra. Bà "dịch" cho mọi người:

— Ông Câm ra hiệu ông bị sốt cao đấy.

Ông Câm khum hai bàn tay vào nhau để lên miệng vừa thổi phù phù vừa húp rồi đưa hai tay ra sau lưng tựa như kéo cổ áo vòng qua đầu về phía trước sau lại kéo khăn tay quệt lên trán, miệng ớ ớ ớ ớ diễn giải. Tiếp đó hai tay ông xòe ra ép sát vào mặt bàn uống nước rồi xòe rộng cả mười ngón giơ lên trước mặt. Chúng tôi chăm chăm nhìn từng động tác của ông nhưng chẳng hiểu thế nào? Chị Tú mủm mỉm cười, hỏi:

— Các anh có hiểu chú Câm "nói" gì không?

Chúng tôi đều lắc đầu. Bà nội "dịch":

— Ông ấy bảo bị sốt cao, sờ tay vào trán phải rụt vội ra. Vợ ông cho bát cháo nóng vừa thổi vừa húp. Ăn xong, trùm chăn kín đầu, mồ hôi vã ướt đẫm. Ông khỏi sốt nhưng phải nằm bẹp mười ngày.

Ông Câm chăm chăm nhìn vào miệng bà, gật gật đầu tán thưởng. Bà nội chỉ cô gái thổi sáo trong tranh, chỉ vào ông Câm bảo:

— Vợ ông Câm cũng đẹp như cô gái ấy.

Ông Câm đứng phắt dậy, xua xua tay, lắc đầu lia lịa, miệng ơ ớ ơ ớ rõ to, chúng tôi cười ầm lên. Bà "dịch":

— Ông ấy chối đấy. Giời Phật thương tình kén cho ông ấy cô vợ vừa đảm vừa xinh. Ông Câm được hai cậu con. Cậu nào cũng đẹp trai học giỏi. Một cậu thi đỗ vào Đại học Tổng hợp thì đi bộ đội. Còn một cậu đang học trường Tài Chính.

Bà viết viết vào không trung ra hiệu xem ông Câm có nhận được thư của cậu cả ở chiến trường không? Ông Câm gật gật đầu, đứng dậy nhìn ngó xung quanh rồi bóc tờ lịch lấy cây bút Hồng Hà cũ cài trong túi áo vét tông, viết. Mọi người đều dồn mắt theo ngòi bút của ông. Con ông chiến đấu ở Quảng Trị, ác liệt lắm, vợ ông thương con, đêm nào cũng dấm dứt[29] khóc thầm. Dạo này mất ngủ, xanh và gầy đi nhiều so với hồi đầu năm. Ông thương lắm, lo lắm. Bà ra hiệu cảm thông và bảo ông phải động viên vợ phải kiên gan. Trai thời loạn. Cái thằng Tuấn nhà này còn chả có thư từ gì kia.

Ông Câm gật gật đầu. Đã mấy lần chúng tôi đánh mắt cho nhau định xin phép bà và chị Tú ra về nhưng thấy câu chuyện lôi cuốn quá nên không dám cắt ngang. Bà ra hiệu hỏi ông Câm thủy tiên. Ông Câm cười. Dường như người câm điếc rất hay cười và nụ cười của họ thật tươi, thật hồn nhiên. Ông Câm đứng dậy lấy chiếc túi xách vẫn treo ở ghi đông[30] xe đạp mà khi dựng xe, ông đã có ý để ló cái tay lái trước khuôn cửa ra vào. Ông Câm thò tay vào chiếc túi xách giả da màu đen lấy một chiếc bát thủy tinh pha lê trong suốt to như chiếc bát canh nhưng miệng bó lại, đáy phồng ra từa tựa quả bầu bé[31] được bọc trong mấy lần giấy báo và một củ gì đó to như củ hành tây, củ và rễ trắng muốt, lá to bản[32] như lá tỏi, xanh mỡ và mềm mại, nụ hệt nụ hành hoa. Chị Tú vội đứng dậy múc nước lạnh đổ vào bát thủy tinh pha lê. Ông Cầm se sẽ đặt củ "hành tây" vào. Sau đó, tôi mới biết củ "hành tây" này chính là thủy tiên mà bà nội chị Tú đang mong đợi.

Thủy tiên hiểu theo cách đơn giản và thô thiển là một loại cây thuộc họ tóc tiên[34] sống trong nước. Bình càng trong, nước càng trong thủy tiên càng đẹp.

Ngày xưa các cụ nhà mình chơi hoa ghét nhất bộ rễ. Bởi rễ là phần kín đáo nhất, âm thầm nhất của cây hoa. Thế mà nó lại phô phang[33] trước mắt các vị hiền nhân, quân tử, các nhà trí giả thì còn ra thể thống gì nữa! Riêng rễ thủy tiên lại khác. Nhờ bộ rễ này mà người ta đã tạo được dáng hình các vị tiên ông, tiên nữ,... trong chậu pha lê trong suốt. Theo yêu cầu một số người tây học, ông Cầm còn tạo được cả dáng nữ hoàng, dáng tiểu thư quý tộc châu Âu, với bộ váy áo năm tầng bảy tầng kia. Cái chậu thủy tiên trước mặt chúng tôi đây như có phép màu[35]. Lúc ông Cầm đặt thủy tiên vào chỉ thấy chùm rễ trắng xóa ra trong nước, chứ chẳng có hình dáng gì cả. Vậy mà ông chỉ cầm vào thân cây khoa nhẹ vài lần trong chậu nước nó thoắt biến thành cô tiên sa, lưng ong thắt đáy[36], xiêm y[37] trắng muốt, lộng lẫy bay tha thướt lung linh. Cánh lính tráng chúng tôi cứ tròn mắt ra nhìn. Lạ quá!... Đẹp quá! Suốt ngày chúng tôi quen với bom đạn, sắt thép có biết thế nào về cái thú chơi hoa của người Hà Nội. Bà và chị Tú có vẻ hài lòng lắm. Phần nhiều những câu chuyện cổ tích của người châu Á chúng ta khi con người tốt gặp khó khăn, hoạn nạn, tưởng chừng không còn lối thoát thì tiên hoặc Bụt xuất hiện. Vậy tiên là điềm lành, tiên giải thoát cho con người. Tiên trấn giữ, xua đuổi ma quỷ, tà khí. Do đó, lúc giao thừa, trước bàn thờ ông vải mà có tiên hiện ra thì còn gì may mắn, phúc đức hơn.

Bà bảo:

— Từ ngày thằng giặc Mỹ đánh bom Hà Nội, bà cứ phải chạy loạn tứ tung. Thoạt đầu về quê nội ở cuối huyện Thường Tín. Máy bay Mỹ ném bom cầu Rẽ, chỉ cách làng vài cây số. Sợ quá, bà bỏ quê nội chạy ngược lên Phú Thọ, nơi cơ quan con dâu sơ tán. Nhưng ở trên ấy xa quá lại toàn núi với rừng, cứ như bị cầm tù. Bà lại bỏ, chạy sang bên kia sông Cái, chỗ cơ quan cái Tú sơ tán. Nhưng năm nào cũng vậy, cứ vào tầm áp tết âm lịch là bà lần về Hà Nội. Bà có nhiệm vụ thay nước cho thủy tiên hàng ngày. Còn ông Cẩm mỗi ngày một lần, đạp xe tới nhà này. Ông ấy ngồi hàng giờ trước chậu thủy tiên với một ấm trà ngon, một bao thuốc Điện Biên bao bạc. Ông nghiêng ngó, ngắm nghía, nghĩ ngợi, châm thuốc lại dụi thuốc, chán chê mới mang củ thủy tiên trong chậu ra trích bớt vài cái rễ hoặc tách bỏ một lớp bẹ ở củ. Cũng có hôm chỉ xếp lại mấy cái rễ sao cho dáng nó thật tự nhiên, thật tha thướt vần điệu như cô tiên sa trong cái chậu này. Các cháu thấy có đẹp không? Để có cô tiên đẹp thế này, ông Cẩm phải tốn nhiều công sức lắm. Ông ấy làm nghề cắt tóc. Tháng áp tết là tháng kiếm ra tiền. Nhưng một khi ông ấy đã cuốn vào sự say mê thủy tiên thì... dĩ nhiên ông Cẩm chẳng bao giờ lấy tiền của nhà này. Bà ngừng lời, nhìn ông Cẩm rất tế nhị. Ông Cẩm cũng chăm chú nhìn miệng bà, gật gật đầu.

Chị Tú, không muốn để ông Cẩm nhìn miệng, quay mặt đi nói nhỏ:

— Chú Cẩm thông minh lắm đấy. Chỉ nhìn miệng mà chú ấy biết bà nói gì. Tuy vậy, sớm mồng một Tết chú Cẩm lên lễ các cụ, bà lại mở hàng xứng đáng với công sức của chú.

Bà nói tiếp:

— Vài năm nay, giặc Mỹ quấy nhiễu Hà Nội nhiều quá, ông Cẩm cũng cải tiến kỹ thuật. Ông ấy ươm, tạo dáng thủy tiên ở nhà mình, gần được mới mang cho. Dẫu vậy, vẫn phải mang trước Tết chí ít mười hôm để thủy tiên hợp thổ trạch. Bởi âm khí, dương khí mỗi nhà một khác. Có nhà còn bị tà khí kia. Người như bà cháu mình chả biết được đâu. Nhưng ông Cẩm nhìn vào thủy tiên là ông ấy biết. Âm khí thì ông ấy yểm bằng mấy mũi dao trích vào phần củ thủy tiên theo kiểu bát quái: cung Đoài, cung Ly, cung Tốn... Còn khí âm vượng thì ông ấy trích rễ, khí dương vượng thì gọt củ... có như vậy hoa mới tươi lâu, lá không bị khô đầu. Thủy tiên mà lá bị rợm đầu[38], coi như hỏng. Tôi tò mò hỏi:

— Bà bảo chú Câm xem, ngoài các việc tạo dáng, cắt tỉa... có còn phải làm gì nữa không?

Tôi nói tới đâu, bà ra hiệu tới đó, chú Câm hết nhìn miệng lại nhìn tay bà: chú gật gật đầu miệng ớ ớ ớ ớ. Chú nhoẻn cười chỉ vào bình thủy tiên, chỉ vào chị Tú. Chị Tú nhạy cảm đoán biết chú Câm định "nói" gì. Chị nhẹ nhàng cười mỉm, mặt đỏ rân đỏ rã[39] đến tận chân tóc. Chị xua xua tay. Nhưng chú Câm vẫn tiếp tục các động tác của mình. Bà phá lên cười, nước mắt chảy dàn dụa. Bà vừa lấy khăn tay thấm nước mắt vừa bảo:

— Cái ông này đáo để chưa? Các cậu có biết ông ấy bảo gì không? Ông ấy bảo thủy tiên, tức là cái cô tiên sa trong chậu nước này cũng như cái Tú rất thích vuốt ve, vỗ về. Chị Tú đỏ mặt, nói:

— Bà đừng "dịch" cho các anh ấy nữa.

Bà bảo:

— Cứ để bà "dịch" cho các cậu ấy. Ông Câm, còn bảo chỉ vuốt ve, vỗ về thì con gái dễ sinh nhờn. Thỉnh thoảng phải ra uy, trích một mũi dao vào thân, vào rễ cho nó sợ.

Chị Tú mỉm cười, dứ dứ[40] nắm tay, bảo:

— Nhà chú này.

Ông Câm đắc ý cười giòn giã. Thấy chúng tôi hào hứng, ông Câm chỉ vào tai mình, chỉ vào củ thủy tiên khua một vòng tròn trước mặt...

Bà "dịch":

— Ông ấy bảo ông có tai nhưng không nghe được. Còn cây thủy tiên không có tai nhưng mình nói gì nó nghe được hết đấy. Cho nên nó mới chiều ý mình nở hoa vào đúng lúc sang canh.

Từ đó, tôi không có dịp qua ngôi nhà một thời thân thiết với chúng tôi ở phố Hàng Mã, bởi giờ đây không còn ai quen biết chúng tôi. Bà nội chị Tú đã ra người thiên cổ. Chị Tú theo chồng chuyển vào công tác ở thành phố Hồ Chí Minh. Tuấn chuyển ngành và lấy vợ ở hẳn trong Quy Nhơn, quê ngoại của mẹ anh. Do vậy ngôi nhà ấy chỉ còn bố mẹ Tuấn và vợ chồng cô em gái mà tôi chưa một lần giáp mặt. Chẳng hiểu họ còn giữ được truyền thống đón xuân với bình thủy tiên trừ tịch thoang thoảng hương thơm thanh tao và quý phái nữa không?

  Còn chú Cầm? Trong đận mười hai ngày đêm tháng Chạp năm 1972 chú đưa cô con dâu trưởng trở dạ[41] đi bệnh viện Bạch Mai đã bị dính mảnh bom B52 chết trước khi nhìn thấy thằng cháu đích tôn chào đời. Người ta cứ tấm tắc[42] khen chú thương con dâu và đảm đang quá. Hẳn chú vừa ở chợ về đến cổng ngõ nhà mình thì đưa luôn con dâu đi đẻ nên trong túi xách vẫn còn vài củ "hành tây".

Mồng chín tháng giêng Mậu Dần

注 释

1. Hàng Lược：街名，位于河内市还剑湖郡。
2. Lương Văn Can：街名，位于河内市还剑湖郡。
3. Hàng Mã：街名，位于河内市还剑湖郡。
4. nảy lộc：发芽，吐芽。
5. đâm nụ xanh mỡ：长出嫩绿蓓蕾。
6. mù mờ：含糊，弄不清。
7. bạc trăm：成百元钱。本文中义为"许多钱"。
8. ầm ờ：不清不楚、模糊不清（本文中义）。
9. bãi Nghĩa Dũng：地名，义勇滩。
10. người Hà Nội gốc：地道的河内人。
11. Kẻ Chợ：京都，都会。
12. buôn bán lặt vặt：小买卖。
13. áo tứ thân：四襟衣。
14. kiêu sa：（妇女）漂亮而骄傲。
15. phổng mũi：得意。
16. tầm：限度。本文中义为"时节"、"时候"。
17. trí giả：智者。本文中义为"知识分子"。

18. ăn no vác nặng：指只会从事体力劳动的人 。
19. rượu：酒。本文中义为"疼爱"（仅限家庭中用于女孩）。
20. chích tỉa：修剪，修削。
21. cắt tỉa：修剪，剪切。
22. tỉa tót：修剪，修整。
23. nhâm nhi：品尝。
24. đáo để：之极。
25. vét tông：西装外衣。
26. giầy mõm ngoé：蛙嘴鞋（尖嘴皮鞋）。
27. xe Pơ-giô：意大利 Pơ-giô 牌自行车。
28. vỡ nhẽ：明白，恍然大悟。
29. dấm dứt：轻声哭泣。
30. ghi đông：车把。
31. quả bầu bé：小葫芦瓜。
32. to bản：宽大的。
33. phô phang：表露。
34. tóc tiên：发菜。
35. phép màu：神奇的法术。
36. lưng ong thắt đáy：（妇女的身材）蜂腰。
37. xiêm y：（古时）衣裙。
38. rơm đầu：（叶子尖）枯萎。
39. đỏ rân đỏ rả：满脸通红。
40. dứ dứ：伸伸（拳头）（含威胁义）。
41. trở dạ：产妇临产前腹痛，阵痛。
42. tấm tắc：连声赞叹。

NGUYỄN QUANG THIỀU 阮光韶

阮光韶，1957 年 3 月 13 日生于河西省应和县山工乡（xã Sơn Công huyện Ứng Hoà tỉnh Hà Tây）一个公务员家庭。大学文化，越共党员。小时候生活在农村，长大后在古巴上大学。大学毕业回国后曾在安全部门工作。1991 年加入越南作家协会（Hội Nhà văn Việt Nam）。现为越南作家协会主办的《文艺周报》（Tuần báo Văn nghệ）编辑部编辑。

阮光韶的创作分为诗歌和小说两部分。诗歌作品有：诗集《十七岁的房子》（Ngôi nhà tuổi 17, 1990）、《火的失眠》（Sự mất ngủ của lửa, 1992）、《村里的那些兵》（Những người lính của làng, 1994）、《挑河水的女人们》（Những người đàn bà gánh nước sông, 1995）等；小说创作有：长篇小说《野草》（Cỏ hoang, 1990）、《孤单的月桂花环》（Vòng nguyệt quế cô đơn, 1991）、《爱情呼唤》（Tiếng gọi tình yêu, 1992）、短篇小说集《白发女人》（Người đàn bà tóc trắng 1993）、《两个家族的孩子》（Đứa con của hai dòng họ, 1996）、短篇小说《父亲的天空》（Bầu trời của người cha, 1993）、《正月的暖雨》（Mưa ấm tháng giêng, 1998）等。

阮光韶是越南当代文坛上的一位年轻、多产的作家。作品深受欢迎。诗作《车站广场之夜》（Đêm trên sân ga）获越南《军队文艺杂志》（Tạp chí Văn nghệ Quân đội）1983~1984 年诗歌创作奖；短篇小说《河边的菜花》（Mùa hoa cải bên sông）获越南《军队文艺杂志》1989~1990 年短篇小说创作奖；诗作《挑河水的女人们》（Những người đàn bà gánh nước sông）获《胡志明市文艺报》（báo Văn nghệ Thành phố Hồ Chí Minh）1993 年诗歌创作奖。

Nguyễn Quang Thiều   阮光韶

LỜI HỨA CỦA THỜI GIAN
时间的诺言

　　短篇小说《时间的诺言》发表在1998年3月28日越南《文艺周报》上，收入越南作协出版社（Nhà xuất bản Hội Nhà văn Việt Nam）出版的《1998年优秀短篇小说》（Truyện ngắn hay 1998）集子里。作品描写的是一位抗美战争时期的战士阿棉（Miêng），在战争结束后，主动要求到1972年全班战友牺牲的山坡上植树绿化的故事。阿棉携妻子阿利（Lợi）到这片荒山上义务栽种松树，得到了省领导的热情支持。他和妻子买了一头水牛在山上生活，每月进城一次去拉树苗和购买生活必需品。他们的第一个孩子一落地就死了，因为阿棉染有美军撒下的橘黄毒剂。他的妻子很害怕。最终离开这荒凉的山岭，离开了阿棉。他没有去找她，依旧上山栽树。一次阿棉发高烧卧床两天不起，省林业局的人发现后，立即让护士阿华（Hoa）上山打针、照料。从此他们之间建立了感情。不幸的是阿华在一次锄地时被战争期间留下的地雷炸死了。阿棉从此形单影只，只知道栽松树，或者坐在孩子和战友们的坟前沉思，或者牵着水牛在林子里游荡。累了就躺在落叶上睡上一觉，失去了往日的生活情趣。水牛现在已经老了，他就不再让它驮树苗。他把老水牛放归山里。可是第二天夜里，老牛又回来了，似乎它很通人性。在他对一切都已经麻木时，一位自称是他儿子的少年来到他的身边，他从来没有像现在这样感到孤单。

　　短篇小说《时间的诺言》反映了越南当代社会生活中的一些问题。阿棉这一人物形象塑造得很成功，达到了悲剧的效果。

LỜI HỨA CỦA THỜI GIAN

Khi hoàng hôn đổ xuống những đồi thông thì gió nổi lên. Tiếng gió u u không dứt cho đến tận sáng sớm hôm sau. Đối với ông Miêng, giấc ngủ không còn quan trọng nữa. Ông có thể thức suốt đêm, hoặc ngồi trong ngôi nhà dưới chân đồi, hoặc đi lang thang trong rừng thông sẫm tối và sạch sẽ. Buồn ngủ lúc nào thì ông ngủ lúc đó. Có ngày, ông ngủ suốt buổi chiều trên lớp lá thông dày ở đỉnh đồi. Ông tin, một ngày nào đó, ông sẽ ngủ mãi mãi trên tấm thảm lá thông này. Ý nghĩ ấy làm ông hạnh phúc. Chính trên những quả đồi này, năm 1972, cả tiểu đội của ông chỉ còn sót lại một người. Đó chính là ông. Sau trận đánh chiều hôm đó. Ông ngất đi vì ba vết thương trên người. Khi ông tỉnh dậy trời đã khuya. Đêm ấy trời đầy sao. Cả vùng đồi im phắc. Ông gượng ngồi dậy. Và trong ánh sáng mờ của sao và vầng trăng đầu tháng, ông nhận ra đồng đội ông đang nằm như ngủ bình yên trên đỉnh đồi. Ông đã cất tiếng gọi. Không có ai trả lời ông. Tất cả đã hy sinh. Tiếng gọi của ông đêm ấy vang trên những quả đồi trơ trụi và vọng mãi đến bây giờ.

Sau chiến tranh, ông về thăm quê và quyết định trở lại vùng đồi này. Trở lại vùng đồi này, ông mang theo một người đàn bà trẻ. Người đàn bà đó là vợ ông. Người đã chờ ông suốt mười năm cuối cùng của cuộc chiến tranh.

Ngày ông dắt vợ đến vùng đồi, người đàn bà trẻ ngơ ngác nhìn cõi hoang vu và hỏi:

— Chúng mình đến đây để làm gì hở anh?

— Để sống.

Ông Miêng nói một câu ngắn gọn như vậy. Rồi những ngày sau đó, ông dựng một ngôi nhà nhỏ dưới chân đồi. Chính quyền địa phương không một chút đắn đo cho phép ông được sống ở đó. Một năm sau ngày đến vùng đồi, ông bắt đầu trồng thông. Ông nói với vợ:

— Anh sẽ trồng thông kín những quả đồi này.

— Bao giờ mới kín được? - Người vợ lo lắng hỏi.

— Anh không biết. - Ông nói. - Nhưng anh sẽ trồng, và anh sẽ trồng kín.

Những đêm sáng trăng, ông thường ngồi im lặng nhìn lên đỉnh đồi. Mây lững lờ bay qua đỉnh đồi, và ông nghe tiếng ông gọi đồng đội mình. Những đêm như thế, ông thường đi lên đỉnh đồi và trở về nhà rất khuya. Vợ ông sợ hãi hỏi:

— Anh lên đó làm gì?

— Anh lên thăm bạn anh.

— Có ma nào ở trên đó mà anh thăm. Anh làm sao thế? Em sợ lắm.

Ông ôm chặt vợ vào lòng và rì rầm:

— Tất cả đang ngủ trên đó.

Vợ chồng ông Miêng sống trên vùng đồi như sống trên một hòn đảo hoang. Có những tuần lễ không một bóng người đi qua. Người dân ở đó không biết làm gì ở vùng đồi sỏi đá và còn sót lại cả mìn từ chiến tranh này. Ông Miêng trồng tất cả những thứ gì có thể mọc được trên đất đồi này quanh ngôi nhà nhỏ và nuôi tất cả những gì có thể sống được ở đó. Sau một năm, vùng đồi đỡ hoang vu hơn bởi những màu xanh đầu tiên được nhen[1] lên và bởi tiếng gà, tiếng chó. Ngày đầu tiên, ông Miêng đến Sở Lâm nghiệp tỉnh xin cây thông non để trồng. Người Sở Lâm nghiệp nói giá mỗi cây thông non cho ông biết. Và nhanh hơn máy, ông ta tính ra một món tiền khổng lồ mà ông Miêng phải trả.

"Tôi không có tiền, tôi chỉ xin để trồng thôi". Ông Miêng nói. Người Sở Lâm nghiệp tròn mắt: "Thế thì ông lấy lá thông mà trồng". Nghe vậy, ông Miêng bỏ đi. Ông gặp lãnh đạo tỉnh. Sau khi nghe ông trình bày, lãnh đạo tỉnh hỏi: "Như vậy là ông vay vốn?". Ông Miêng lắc đầu: "Không. Tôi giúp tỉnh trồng thông kín những quả đồi đó. Tôi chỉ trồng thông thôi, tôi không lấy công, không lấy gì hết". Lãnh đạo tỉnh nhìn ông khó hiểu. Ông nói: "Tất cả đồng đội của tôi đã chết trên những quả đồi kia. Bây giờ họ đang ngủ ở đó. Khi nào thông mọc kín những quả đồi thì tôi sẽ trở về quê". Lãnh đạo tỉnh ôm lấy ông. Sau đó Sở Lâm nghiệp cấp cây giống cho ông. Ông Miêng bỏ hết số tiền ông có mua một con trâu để chở cây giống và giúp ông những việc khác. Mỗi tháng, ông đánh xe trâu đưa vợ xuống thị xã một lần để mua sắm những thứ cần thiết cho hai vợ chồng hoặc mang bán một ít gia súc. Những buổi chiều bớt việc, ông thường dắt con trâu đi lang thang quanh vùng đồi để tìm cho nó một đám cỏ non.

Có lúc, con trâu dừng bước, ngẩng cao đầu nhìn về dãy Trường Sơn xanh mờ. Nó bứt rứt lắc chiếc mõ tre đeo nơi cổ. Tiếng mõ tre vang lên đơn độc và khắc khoải. Nhiều đêm, con trâu đánh sừng suốt đêm vào những gióng tre chắn cửa. Và tiếng nó thở hắt ra như một tiếng thở dài. Những lúc ấy, ông Miêng tỉnh giấc. Ông cầm chiếc đèn bão ra chuồng trâu. Con trâu ngước đôi mắt ươn ướt nhìn ông. Ông bước lại bên con trâu vuốt ve cái khoáy trắng trên trán con trâu và thì thầm: "Khi thông phủ kín những quả đồi, tao sẽ thả mày về với rừng".

Hai năm sau, những cây thông được trồng đã bắt đầu rít gió[2]. Đêm đêm, gió u u thổi qua rừng thông non trên sườn đồi. Và trong tiếng gió thổi lúc gần sáng có tiếng trâu khua sừng và thở gấp vừa náo nức vừa buồn bã. Những đám mây mang hình người lơ lửng trôi qua những đỉnh đồi trong ánh trăng non[3]. Nhiều đêm như thế vợ ông đã khóc và đòi ông dời bỏ vùng đồi về quê.

Rồi vợ ông mang thai, ông ôm vợ và nói: "Chúng mình sẽ có một thằng con trai. Vùng đồi này sẽ có thêm một người và anh có thêm một người trồng thông". Nhưng ngày vợ ông sinh là ngày khủng khiếp nhất trong đời ông. Đứa bé ấy không thành người. Nó chết ngay sau khi được sinh ra. Ông đã bọc đứa con trong chiếc áo lính bạc trắng của mình và đi quá nửa ngày đường xe trâu đưa đứa bé về vùng đồi. Ông chôn đứa bé trên đỉnh đồi nơi cả tiểu đội của ông đã nằm ở đó. Những ngày sau đó thi thoảng ông để cho vợ đánh chiếc xe trâu lọc cọc về đó chơi với một người quen cho khuây khỏa. Còn ông lại lao vào trồng thông từ sớm đến tối. Vợ ông xuống thị xã và đôi khi ở lại đó vài ba ngày. Nhiều đêm chị hoảng hốt đòi ông trở về quê. Nhưng ông chỉ im lặng. Ông quyết liệt[4] trồng thông phủ kín những quả đồi và quyết liệt có con. Vợ ông mỗi ngày một ít nói và đánh xe trâu về thị xã nhiều hơn. Cho đến một ngày, ông không thấy vợ trở về. Ông về thị xã tìm vợ. Vợ ông để lại chiếc xe trâu ở nhà người quen cùng với lời xin ông tha thứ và vĩnh biệt ông. Vợ ông đã không chịu nổi cuộc sống ngày dương đêm âm của vùng đồi. Và chị quá sợ hãi phải sinh nở với ông. Người bạn chị nói với chị là ông nhiễm chất độc da cam[5]. Ông chỉ có thể sinh ra những đứa bé không thành người. Chị đã bỏ ông, bỏ vùng đồi đi theo một người đàn ông khác mà chị gặp và trở nên thân thiết trong những lần đánh xe trâu về thị xã.

Ông chết lặng[6] khi nghe tin ấy. Và lần đầu tiên trong đời ông thấy mình như không còn một chút sức lực nào nữa. Ông tựa vào con trâu và run lẩy bẩy. Ông không đi tìm vợ. Ông cũng không có ý đánh xe trở về vùng đồi. Ra khỏi thị xã, ông nằm xuống thùng xe và mặc cho con trâu kéo cỗ xe đi về đâu thì về. Ông nằm trên đống cỏ đã héo khô trong thùng xe, người như lên cơn sốt. Mặt trời dần tắt. Bóng tối phủ dần lên con đường. Con trâu vẫn kiên nhẫn bước đi từng bước.

Khi con trâu lắc mõ và rống lên một tiếng dài ông mới tỉnh khỏi cơn sốt của đau đớn. Ông ngồi dậy và sửng sốt nhận ra cỗ xe đã dừng trước ngôi nhà của ông dưới chân đồi. Ngôi nhà nằm im lìm trong bóng tối mờ. Hai con chó thấy ông về mừng rỡ tru lên khe khẽ. Ông mệt mỏi bước xuống khỏi thùng xe. Gió đêm bắt đầu thổi. Những lá thông rung lên. Ông lặng lẽ bước lên đỉnh đồi. Hai con chó lặng lẽ, lẽo đẽo theo sau ông. Ông đến ngồi xuống cạnh nấm mộ nhỏ của đứa con xấu số bên một gốc thông nhỏ. Ông khóc.

Đêm đó, ông lên cơn sốt thật. Trong cơn mê, ông thấy đồng đội ông ôm súng nằm phủ kín những quả đồi. Ông đi lang thang trên những quả đồi và gọi tên đồng đội. Không ai trả lời ông. Tất cả đã ngủ mãi mãi trên những quả đồi kia. Ông nằm bệt trên giường hai ngày liền. Một nhân viên của trạm cây giống lên thăm ông. Thấy ông ốm, nhân viên trạm cây giống vội đi đón một nữ y tá đến thăm bệnh và chăm sóc ông. Mấy ngày sau ông khỏi và lại đánh xe đến trạm cây giống lấy thông con. Ông lại trồng thông từ sớm đến tối mịt. Lúc nào đói thì nấu ăn, lúc nào mệt thì nằm ngủ, không theo quy luật nào cả.

Cứ khoảng một tháng, ông Miêng lại đánh xe về thị xã. Sau khi mua sắm những thứ cần thiết cho sinh hoạt và công việc, ông ghé qua nhà người quen của vợ chồng ông.

— Có thấy cô ấy về đây không?

Khi gặp người quen, ông thường hỏi câu đó. Người đàn bà nhìn ông vừa ái ngại vừa như có lỗi và lắc đầu. Và trước khi bước lên xe để trở về, ông đều nói: "Có gặp vợ tôi thì bảo với cô ấy là tôi vẫn đợi cô ấy".

Mỗi lần từ thị xã trở về, ông Miêng thường ghé thăm cô y tá đã chăm sóc ông cái bận ông ốm. Cô y tá tên là Hoa, làm việc ở trạm xá một xã gần đó. Ông thường mang cho chị lúc thì một ít trái cây, lúc thì một hai chục trứng gà. Hai người ngồi nói chuyện vẩn vơ về vùng đồi. Dần dà họ trở nên thân thiết với nhau. Những lúc rảnh rỗi, Hoa đạp xe đến thăm ông. Ông Miêng dẫn chị lên đỉnh đồi để chỉ cho chị những cây thông mới trồng.

Những cây thông cứ từng ngày mọc lên trên những quả đồi sỏi đá. Ngày nào đến thăm ông, chị cũng ở lại ăn cơm chiều với ông. Hai người ngồi ăn cơm bên ngọn đèn chai[7] trong tiếng gió thổi qua những đồi thông.

Một buổi chiều đưa Hoa lên đỉnh đồi, ông Miêng đã nói với chị: "Không có người thì chẳng làm sao, nhưng đã có người đến đây rồi thì tôi cảm thấy mình lẻ loi quá". Nghe ông Miêng nói vậy, Hoa im lặng và đi xuống chân đồi. Ông Miêng bước theo và nói khẽ: "Ngày nào không có Hoa lên đây, tôi buồn lắm". Càng nghe ông Miêng nói, Hoa càng bước vội hơn. Đến ngôi nhà của ông Miêng dưới chân đồi, Hoa vội vàng lấy xe đạp và nói: "Em phải về". Ông Miêng vội hỏi: "Sao không ăn cơm với tôi?" Hoa không trả lời, chị đạp xe xuống con đường đất đỏ chạy ven chân đồi.

Một tuần sau đó, Hoa không lên đồi thăm ông Miêng. Ông nóng ruột xuống làng tìm chị. Họ ngồi im lặng trước nhau. Hoa không nói một câu gì cho tới khi ông Miêng đứng dậy ra về. Hoa tiễn ông ra đến đầu ngõ và bỗng nói: "Anh đừng giận em. Chiều mai em lên".

Buổi chiều hôm sau, Hoa lên thăm ông Miêng. Đó là một chiều hạnh phúc trào lên bất tận với ông Miêng. Ông dùng xe trâu đưa Hoa đi quanh vùng đồi. ông nói say sưa và náo nức về vùng đồi. Hoa nghe ông và đôi mắt giàn giụa. Những ngày sau đó, cứ khi nào rảnh rỗi công việc ở trạm xá xã, Hoa lại đến với ông Miêng. Chị dọn dẹp nhà cửa cho ông và cuốc những vạt[8] đất ven chân đồi trồng chuối và rau.

Một buổi chiều đang trồng thông non trên sườn đồi, ông Miêng giật mình nghe một tiếng nổ dưới chân đồi. Ông nhìn xuống và kinh hoàng nhận ra Hoa nằm úp mặt[9] trên đất. Khói đen như trùm kín người chị. "Hoa!" Ông Miêng rú lên và lao xuống chân đồi. Những cây thông non mới trồng gãy gập[10] dưới chân ông. Khi ông chạy đến chỗ Hoa nằm thì khói đã tan hết. Chị nằm sấp[11] trên mặt đất đồi, một bàn tay vẫn nắm chặt chiếc cán cuốc. Một quả mìn của địch cài lại trong chiến tranh đã cướp đi sự sống của chị. Ông Miêng từ từ quỳ xuống bên chị. Bỗng ông ngửa mặt lên trời và rống lên. Bầu trời trên đầu ông trong và xanh thắm. Khói mìn đã tan đi trong gió. Cả vùng đồi yên tĩnh lạ thường.

Ông Miêng bế Hoa lên "Hoa ơi là Hoa". Ông gọi và bế chị đi về phía ngôi nhà của mình. Ông múc nước trong chiếc lu sành[12] rửa mặt mũi, chân tay cho chị. Rồi ông đặt chị nằm ngay ngắn trên chiếc giường của mình. Ông mở hết cửa cho gió đồi buổi chiều lùa ào ạt vào ngôi nhà. Ông ngồi xuống bên chị và kể lể cho chị nghe về cuộc đời ông cho đến khi bóng tối phủ kín ngôi nhà...

Sau ngày vợ ông bỏ đi và Hoa bị chết bởi mìn, ông Miêng bắt đầu bỏ rất nhiều thói quen của cuộc sống hàng ngày. Chỉ còn lại vùng đồi và những cây thông non là niềm vui của ông. Đêm đêm, ông lẩn thẩn với những công việc không đâu vào đâu. Gần sáng ông thức giấc, ông ra hiên nhà ngồi, nghe gió réo u u qua rừng thông đã lên cao. Có một thời Sở Lâm nghiệp mời ông làm đội trưởng đội trồng rừng của tỉnh. Ông từ chối. Ông muốn sống một mình trên vùng đồi này. Ông muốn tự tay trồng kín thông trên những quả đồi sỏi đá và đầy mảnh bom đạn cùng những quả mìn còn sót lại đâu đó trong đất đồi. Đêm đêm, ông sống cùng tiếng gió những đồi thông. Thỉnh thoảng ông lại nghe chính tiếng ông gọi đồng đội xưa kia vọng về. Đồng đội ông đã yên ngủ trên những ngọn đồi kia. Và ông cũng muốn được yên nghỉ vĩnh viễn nơi đó. Hàng tháng ông vẫn đánh xe xuống thị xã. Và lần nào ông cũng chỉ cho xe đi qua cửa nhà người quen của vợ ông. Ông cho trâu dừng lại. Ông nhìn vào ngôi nhà rồi lại bỏ đi. Với vợ ông, ông không hề thù oán, ông chỉ thấy buồn. Người đàn bà đã chờ đợi hơn mười năm không một điều tiếng[13] gì. Nhưng chỉ ba năm sống với ông trên vùng đồi này, chị đã không chịu đựng nổi. Nói đúng hơn là chị khiếp sợ. Chị khiếp sợ phải sinh cho chồng những đứa con bất thành nhân dạng.

  Bây giờ thông đã mọc kín và cao trên những quả đồi. Tóc ông Miêng đã bạc tuy ông mới ngoài 50 tuổi. Con trâu ông mua từ ngày mới đến vùng đồi, nay đã già yếu. Đôi sừng như đè nặng hơn trên đầu con trâu làm mặt nó như chúi xuống sát đất. Hơn một năm nay, ông không bắt nó kéo xe. Đã có lần, nhớ đến lời hứa trước kia với con trâu, ông đã dắt nó đến sát những cánh rừng Trường Sơn và nói với nó: "Mày hãy trở về rừng đi". Nói xong, ông tháo con trâu và quay về. Nhưng đêm hôm sau, trong giấc ngủ chập chờn, ông nghe có tiếng con trâu thở gấp. Ông tỉnh giấc và nghĩ mình ngủ mê. Ông nhớ con trâu, nhưng ông giữ lời hứa của mình. Rồi ông lại chập chờn bước vào giấc ngủ. Ông nghe thấy có ai gõ cửa. Ông lại tỉnh giấc. Ông ngồi dậy, lắng nghe và nhận ra có ai đó đang đẩy cửa. Ông bước vội ra mở cửa và nhận ra con trâu trở về. Ông khẽ kêu lên và ôm lấy cổ con trâu già. Rồi ông đốt đèn ra sau nhà hái một ôm lá sắn cho nó. Con trâu vừa ăn vừa nhìn ông. Ông âu yếm nhìn con trâu và nói: "Mày không muốn về rừng ư? Thôi thế thì ở lại với ta. Những quả đồi này cũng thành rừng thông rồi. Có công của mày đấy".

Những ngày sau đó, chiều chiều ông dắt con trâu đi lang thang trên những đồi thông. Và những lúc ấy, ông nhớ đến đồng đội ông, nhớ đến đứa con đã chết của ông, nhớ đến người vợ đã bỏ ông đi không có tin tức gì và nhớ đến cái chết của Hoa trong một buổi chiều của hòa bình. Nỗi nhớ bây giờ của ông không còn mang một nỗi đau tê tái nữa, mà chỉ như gió thổi qua những đồi thông vào những đêm gần sáng vừa da diết[14], bồn chồn, vừa xa xăm, thổn thức.

Một buổi chiều, ông dắt con trâu già từ rừng thông trở về nhà. Một chàng trai đã dừng ở sân nhà đợi ông. Ông lặng lẽ bước đến bên chàng trai.

— Cháu chào bác. - Chàng trai nói khẽ.

— Cậu tìm ai? - Ông hỏi.

— Cháu tìm bác Miêng.

— Tôi đây. - Ông nói. - Tôi là Miêng.

Mặt chàng trai chợt biến động lạ lùng. Ông nhận thấy đôi môi chàng trai run lên.

— Cậu tìm tôi có việc gì?

Chàng trai không trả lời ông. Nước mắt chàng trai trào ra. Bỗng chàng trai nức nở.

— Có chuyện gì vậy? Sao cậu lại khóc?

Chàng trai cứ đứng trên sân khóc một hồi lâu. Rồi chàng trai lấy tay lau nước mắt. Chàng trai bước một bước về phía ông và nói, giọng như lạc đi:

— Ba, ba Miêng. Con là con của ba.

— Con tôi! - Ông Miêng khẽ kêu lên. - Cậu nhầm rồi.

— Ba hãy tha thứ cho má con.

— Má cậu? Má cậu là ai?

— Má con là Lợi. Má nói con đi tìm ba.

Mọi cảnh vật trước mắt ông Miêng nhòa đi. Tim ông nhói lên như có một mũi kim đâm vào. Hai chân ông run lên.

— Cậu là con tôi à? Ông Miêng nói như bằng hơi thở của người ốm nặng.

— Con là con của ba. Má nói con đến đây tìm ba mà nói ba hãy tha thứ cho má.

— Má cậu đâu?

Chàng trai khóc và nói:

— Má mất rồi, ba ơi!

Ông Miêng cúi đầu im lặng. Một lát sau ông bước đến bên chàng trai, đặt bàn tay chai sạn[15], đen đúa[16] lên vai chàng trai và nói:

— Vào nhà đi.

Chàng trai xách chiếc túi du lịch nhỏ theo ông vào nhà. Chàng trai mở túi lấy một bọc vải nhỏ và mở ra. Trong đó là một chiếc nhẫn. Ông Miêng nhận ra chiếc nhẫn đó. Chàng trai lấy chiếc nhẫn đưa cho ông Miêng.

— Trước khi nhắm mắt, má đưa chiếc nhẫn cho con và nói con phải đi tìm ba. Đến lúc đó, con mới biết ba con là ai và ở đâu.

— Má cậu nói gì nữa không?

— Má nói, má đã phản bội ba, không phải vì má không yêu ba mà là má quá sợ.

— Má cậu sợ cái gì? - Ông Miêng hỏi.

— Con cũng hỏi má vậy, nhưng má không bao giờ nói cho con hay.

— Lâu nay má con cậu sống ở đâu?

— Dạ, ở Nha Trang. - Chàng trai đáp, giọng đầy nước mắt.

— Má con cậu sống với ai?

— Chỉ hai má con con thôi. - Chàng trai nói. - Từ lúc sanh ra, con chỉ biết có má.

Nói xong, chàng trai nhìn ông Miêng vừa sợ vừa chờ đợi. Hai người ngồi im lặng. Mặt ông Miêng bất động.

— Trước khi má mất - Chàng trai nói. - Má bắt con hứa là phải tìm được ba. Má nói con thay má tạ lỗi ba và mong ba tha lỗi cho má để má được thanh thản¹⁷ nơi chín suối. Má nói con phải đến đây và sống với ba hết đời. Ba sẽ che chở cho con.

Ông Miêng nhìn gương mặt non nớt, trong sáng và tội nghiệp của chàng trai. Lòng ông nhói đau¹⁸. Ông biết chàng trai không phải con ông. Vì ông không bao giờ sinh được một đứa con lành lặn. Ông cũng chợt hiểu những gì đã xảy ra với người vợ của ông. Ông hiểu người đàn ông đã lừa dụ¹⁹ vợ ông và cũng đã ruồng bỏ người đàn bà ấy cùng hòn máu của mình. "Ba sẽ che chở cho con". Giọng nói nức nở và như một lời cầu nguyện của chàng trai vang lên trong lòng ông. Chàng trai ấy hiển hiện là sự tạ lỗi của vợ ông đối với ông. Và hơn thế, người đàn bà, vợ ông, đã quá yêu thương đứa con mình và cầu ông che chở cho một con người.

Thấy ông ngồi bất động, chàng trai lại khóc và nói.

— Ba ơi! Má mất rồi...

— Ba ơi! Ông lẩm bẩm như người ngủ mê, nhắc lại tiếng gọi của chàng trai.

— Ba hãy thứ tội cho má. - Giọng chàng trai đã khẩn. - Ba cho con về ở với ba. Ba đừng bỏ con.

Ông Miêng nhìn chàng trai. Nếu lúc này ông nói ra sự thật với chàng trai thì có nghĩa ông đập tan mọi hy vọng và sự chờ đợi của nó. Và nghĩa là, ông không chấp nhận lời cầu xin của một người đàn bà tội nghiệp trong cơn hấp hối. Và cũng chính lúc này, sự xuất hiện của chàng trai lại làm ông thấy cô đơn hơn bao giờ hết. Nếu bây giờ chàng trai bỏ đi, ông sẽ gục ngã không thể đứng lên được bởi chính sự cô đơn mà bấy lâu nay ông cố vùng vẫy chống chọi. Khi chỉ có mình ông, ông không nhìn thấy hết sự cô đơn. Nhưng khi có một con người khác đứng trước ông, ông mới nhìn thấy toàn bộ sự cô đơn khổng lồ của mình. Lúc này nhìn ông như một người cổ xưa, không tuổi tác và lặng phắc như đá. Bỗng từ trên những đỉnh đồi, gió ào ạt đổ về. Ngọn gió lớn cuồn cuộn thổi qua hai người. Trong tiếng gió vọng lên những tiếng thì thầm bất tận.

Ông Miêng chống gối đứng dậy. Ông bước đến trước chàng trai. Chàng trai ôm đỡ lấy ông. Ông thấy hơi người ấm rực[20] từ chàng trai phả[21] vào cơ thể ông đang run lên như một cơn sốt rét. Ông quờ tay ôm lấy chàng trai và kêu lên như một tiếng rên.

11-1997

注 释

1. nhen：引火，起火，生火。本文中义为"生长"。
2. rít gió：迎风作响。
3. trăng non：上弦月。
4. quyết liệt：坚决。
5. chất độc da cam：橘黄毒剂（美国在越战中使用的一种毒剂，能催落树叶，破坏生态环境，给人带来危害，使人们染色体被破坏，生下的儿女畸形，或得原发性肝癌）。
6. chết lặng：全身凉透了。
7. đèn chai：玻璃瓶做的灯。
8. vạt：长条形的地。
9. nằm úp mặt：俯卧。
10. gãy gập：折断。
11. nằm sấp：俯卧。
12. lu sành：大瓷缸，大瓦缸。
13. điều tiếng：闲言碎语，争吵。
14. da diết：折磨不已。
15. chai sạn：手茧。

16. đen đúa：又黑又难看。
17. thanh thản：轻松愉快。本文中义为"安息"。
18. nhói đau：针刺般疼痛。
19. lừa dụ：诱骗。
20. ấm rực：暖融融的。
21. phả：呼出。

VÕ THỊ XUÂN HÀ 武氏春霞

　　武氏春霞，原名武春霞（Võ Xuân Hà），1959年生于河内市（Thành phố Hà Nội）。原籍承天－顺化省顺化市（Thành phố Huế tỉnh Thừa Thiên-Huế）。先后毕业于河内高等师范学校（Cao đẳng Sư phạm Hà Nội）、河内综合大学语文系（Khoa ngữ văn Trường Đại học Tổng hợp Hà Nội）、阮攸创作学校（Trường Viết văn Nguyễn Du）。现为中学教师。大学毕业后开始文学创作。1996年加入越南作家协会（Hội Nhà văn Việt Nam）。

　　主要作品有：短篇小说《女朋友》（Bạn gái, 1991）、《对头》（Kẻ đối đầu, 1997）、《热带之夜》（Đêm nhiệt đới, 1998）、《风仍吹过田野》（Gió vẫn thổi qua cánh đồng, 1999）、短篇小说集《告别甜蜜的梦》（Vĩnh biệt giấc mơ ngọt ngào, 1992）、《学生时代的古迹》（Cổ tích cho tuổi học trò, 1994）、《飞舞的鹿群》（Bầy hươu nhảy múa, 1994）、长篇小说《一只传家宝盒》（Chiếc hộp gia bảo, 1996）等。

　　武氏春霞是越南当代文坛上的一位年轻女作家，以自己青春的热情开始文学创作。她说："我把自己的爱全部留给还没有创作出来的作品。"

GIÓ VẪN THỔI QUA CÁNH ĐỒNG
风仍吹过田野

短篇小说《风仍吹过田野》(1999)发表在《军队文艺》(Văn nghệ Quân đội) 1999 年第四期上, 收入清化出版社 (Nhà xuất bản Thanh Hoá) 1999 年出版的《1999 年优秀短篇小说》(Truyện ngắn hay 1999) 中。

《风仍吹过田野》的故事发生在越南中部沿海的一个小渔村。皈依佛门、潜心念佛的群镯 (Quần Trọc) 曾经是伪公安屯大尉屯长。地下工作者阿五 (Năm) 的妻子——地下交通员阿思 (Tư) 被捕后遭其奸污, 生下了女儿阿念 (Niệm)。阿思牺牲后, 阿念和群镯生活在一起。阿念和她的母亲一样漂亮、聪慧, 村里的小伙子们可望而不可及。但由于出身不好, 母亲的冤案未洗, 阿念高中毕业后在家以捕虾卖虾为生。她和阿才 (Tài) 相互倾慕。但等阿才留学归来之时, 正是阿念与阿越 (Việt) 成婚之日。群镯、阿思、阿五等上一代人之间的恩恩怨怨以阿思的牺牲、群镯的忏悔和阿五的宽容了结。阿念、阿才、阿越这年轻一代人之间的感情纠葛又将如何结束呢? 作品为读者留下了值得很好思考的问题。

GIÓ VẪN THỔI QUA CÁNH ĐỒNG

Tiếng mõ nổi lên trong gió, trong âm vang sôi động của làng. Tiếng mõ càng lúc càng to như thúc vào lòng người dân làng Ngò. Hai cánh tay mặc áo nâu sồng[1] gân guốc nhẫn nại gõ mõ, gương mặt khắc khổ của một người đàn ông chừng hơn 50 tuổi hiện ra trong ánh đèn vàng vọt[2]. Phía bên ngoài nhìn vào, có thể thấy căn nhà nhỏ lợp tôn nằm giữa vườn khế³ đang lên xanh. ánh đèn dầu chập chờn hắt ánh nâu tu hành lên tường. Tiếng khấn trầm đục⁴ dội lên trong tiếng côn trùng và ếch nhái:

"Nam mô đại từ bi cứu khổ cứu nạn... Xin Ngài rủ lòng từ bi cho cha con con được làm người thường..."

Niệm chạy ùa vào, đặt rổ tôm đang nhặt dở xuống nền nhà:

— Ông Trọc à, con nói bao nhiêu lần rồi mà ông cứ xin...

— Ta sẽ còn xin Ngài cho đến khi mắt ta nhìn ra được cõi vô biên. Niệm, hôm nay con gặp những ai trong làng?

— Con gặp bà Dinh này, những người đến mua hàng này. Với cả con gặp một cậu bé thật ngộ. Cậu ấy mới ở ngoài bắc vào. Ỷ không phải là một cậu bé xíu⁵ đâu, cao như cây khế ngoài đầu hồi kìa. Tên là Tài.

— Con có làm họ phật ý không? Có chào hỏi tử tế không?

— Con không biết...

— Có thấy ai nhắc tới mẹ con không?

— Họ đâu có nhớ ba cái chuyện ngày xưa. Ai cũng mải làm việc mà. Ông đừng nhắc tới mẹ con nữa.

Ông Trọc cúi đầu:

— Thì ta sẽ không nhắc...

Im lặng bao trùm. Những con tôm tươi rói⁶ rào rào tràn ra miệng rổ, nhảy lách tách giữa nền đất. Niệm xắn quần, nhặt từng con cho vào rổ. Tiếng lão Trọc lại cất lên nặng nề:

— Con xẻ⁷ rượu mang ra cho ông Năm. Xem ông ấy có khỏe không? Có cần gì không?

*   *   *

Những con tôm nhảy loạn xạ trong cái vó nhỏ được nhấc lên khỏi mặt nước. Sương mù buổi sớm giăng khắp cành cây ngọn cỏ. Niệm cúi khom người bên bến nước⁸ để gỡ từng vó tôm. Cô đổ tôm vào cái rổ rồi đậy kín lại bằng vải màn.

Việt đang lặn dưới sông xúc cát[9]. Mặt trời nhô lên đỏ ối[10] phía cửa biển Thuận An. Dòng sông Hương thật hiền từ và thơ mộng[11] đối với những ai đến đất này để thưởng thức vẻ đẹp cổ kính của xứ Huế. Nhưng bàn tay những người con trai vạn chài[12] thì nhợt đỏ[13] vì cát, lưới cá và nước. Những thúng cát được đội lên từ đáy sông chảy nước ròng ròng lên mặt, lên ngực Việt.

Nhìn thấy Niệm, Việt đội thúng cát đứng sững trên mạn thuyền. Anh nhìn cho đến khi người cha gọi giật[14] từ khoang thuyền:

— Việt, làm gì mà ngó sững[15] vậy?

Việt đổ vội thúng cát xuống thuyền. Rồi anh trườn xuống nước như con rái cá[16]. Lát sau Việt nhô lên với thúng cát.

Bên bếp lửa giữa khoang thuyền, hai cha con ngồi lặng lẽ uống rượu. Người mẹ lúi húi nướng cá khô. Lửa và cá gặp nhau nổ lách tách. Người cha vừa nhấp rượu[17] vừa dằn giọng:

— Ba đã nói rồi, tìm con gái nhà lành mà kết bạn.

— Cô ấy... cô ấy... hiền lành tử tế.

Việt ấp úng. Người cha gầm lên:

— Tao đã nói là phải tránh xa nó ra. Nó là thứ con hoang, hiểu không? Tao với mẹ mày còn lạ gì mẹ nó. Còn thằng cha nó, chà, ngày xưa mới ghê chứ. Đi xe Jép[18], tác oai tác quái ở cái đồn chợ Mai. Chà, nhưng mà mẹ nó quả thật là đẹp...

Người mẹ rụt rè:

— Thôi ông ạ, người ta chết hóa thành cát bụi rồi.

Việt rầu rĩ nhìn ra dòng sông, nhìn lên phía cánh đồng hoang. Ở đó gió vẫn thổi xô[19] những cây khế hoang trụi lá. Những con sâu khế không chốn nương thân phơi mình trần trụi dưới những tia nắng sớm.

* * *

Bụi cát tung lên mù mịt trên bến làng Ngô. Một buổi ban mai tuyệt đẹp trên cái bến sông nhỏ nhoi, dù cát và bụi vẫn không thôi làm vẩn đục bầu không khí trong lành.

Phước, phó chủ tịch kiêm trưởng công an xã đứng chống nạnh trong trụ sở ủy ban xã. Khẩu AK đặt ở bàn, bên cạnh tay anh.

— Nói đi! - Phước gầm lên - Tại sao lại thả tờ rơi[20]? Một thanh niên đáp cứng cỏi:

— Thưa ông, đó không phải là tờ rơi. Mà cũng không phải là trò đùa. Đây là lá đơn chúng tôi đang thảo[21] để kiện các ông thiếu dân chủ đấy!.

Phước giận điên xé vụn tờ giấy. Một mẩu rơi ngay xuống đất phía trước mặt Phước: Một dòng chữ đập vào mắt anh như trêu ngươi: *Cán bộ xã cửa quyền ức hiếp dân! Không để cho dân có cơ hội phê bình...* Đôi mắt Phước vằn[22] lên đỏ quạch[23]. Lồng ngực anh như muốn vỡ vụn ra từng mảng. Bọn trẻ này gớm thật! Dám làm mọi chuyện.

Bỏ mặc hai thanh niên ngồi trơ trong trụ sở, anh lên xe, nổ máy. Chiếc xe Honđa mầu cỏ úa[24] lao đi, để lại sau nó khói và bụi mù mịt. Chiếc xe dừng lại trước cửa nhà ông Trọc. Phước dựng xe, xốc lại súng, bước vào.

Trong nhà khói hương nghi ngút. Ông Trọc đang ngồi thiền trước bàn thờ Phật. Phước phá tan sự tĩnh lặng:

— Ông theo tôi lên xã.

Ông Trọc ngước mắt bình thản:

— Lại có việc gì, phải không anh?

Phước chìa mẩu giấy có mấy chữ nguệch ngoạc[25]:

— Chữ này là của ông phải không?

Ông Trọc chắp tay:

— A di đà Phật! Quả thật là oan cho tôi quá. Kẻ tội đồ[26] này biết mình đầy tội lỗi. Nhưng đã tự ăn năn sửa mình. Xin ông xem xét cho.

Phước nhếch miệng[27], gương mặt dãn ra:

— Thế là ông đã biết tội lỗi của mình với cách mạng, với cả bà Tư nữa. Nhưng nếu ông xúi giục tụi nhỏ nói bậy, làm bậy thì tôi sẽ không tha cho ông đâu. Ông còn nhớ ngày xưa, cái ngày ông cho lính xăm[28] đúng căn hầm của tôi không? Nếu lúc ấy ông không nhìn thấy người đàn bà đi từ ngoài sông vào giống hệt bà Tư, nếu ông không chạy theo bà ta để lính tản đi, thì quả lựu đạn của tôi sẽ kết liễu ông cùng tốp lính.

- Phước cười nhạt - Dĩ nhiên, cũng có thể là tôi sẽ hy sinh. Nhưng ông sẽ không còn tồn tại. Tội ác cũng chết theo ông. Bà Tư sẽ không bị chết nhục vì ông.

Niệm từ lúc nào đã đứng ngay cửa ra vào. Cô cất tiếng nhỏ, khô, gọn:

— Ông sai rồi, thưa ông phó chủ tịch! Phước quay phắt lại:

— Cô...! Cô bảo sao?

— Năm xưa tôi biết ông Trọc đã cứu ông. Ông ấy giả bộ nhìn thấy mẹ tôi để cứu ông.

Ông Trọc nhăn mặt lại như bị một cơn đau tim đột ngột.

— Niệm, con là con gái không nên nói nhiều.

Phước hoang mang trước vẻ bình thản của hai cha con. Nhất là trước những lời của Niệm. Tại sao? Anh cảm thấy bực bội.

— Thôi được, ông hãy tự lên xã viết lời khai.

Phước quay ra, hầm hầm lên xe. Chiếc xe vọt đi như cơn lốc[29]. Niệm chạy tới bên cha, người cha mà cô vẫn không thể nào gọi ông bằng cái từ "ba" như ông thèm khát.

— Ông không nói cho anh ấy hiểu. Tại sao ông không nói?

— Có nói cũng chẳng ai tin con ạ. Ta đã từng gây nhiều tội lỗi nên nếu có làm một việc tốt vào lúc đó, cũng chỉ có ta và mẹ con biết. Vì ý nguyện của mẹ con, ta được sống bình yên thế này là tốt lắm rồi...

Ông Trọc chắp tay bước ra khỏi nhà. Ông đi liêu xiêu[30] như kẻ hành hương về cửa Phật, như kẻ đang tự trói mình.

Niệm mang tấm ảnh của mẹ ra, ngồi bệt[31] xuống bậu cửa[32] để ngắm. Nước mắt cô lặng lẽ lăn trên gò má. Cô sống trong sự đùm bọc của dân làng Ngõ mà như ở giữa thinh không[33], bởi cô là kết quả của một liều thuốc ngủ mà đại úy Ngụy, đồn trưởng đồn cảnh sát khu vực Phú Vang với cái tên Quân Trọc đã thuốc cho bà Tư, một nữ giao liên bí mật, đẹp nức tiếng[34] trong vùng, khiến bà mang thai trong một đêm bị bắt lên đồn. Khi ấy vợ chồng bà lấy nhau đã lâu mà chưa có con. Khi ấy, ông Năm chồng bà đang phải chống xuồng chạy trốn sự truy quét của giặc. Ông là một cán bộ nằm vùng[35], cùng đồng đội với Phước. Phước yêu quý ông Năm vì thế Phước không nguôi hận lão đại uý Quân Trọc dù cho bây giờ lão đã được tha thứ, rũ ác[36] quy cửa Phật.

*　　*　　*

Ông Năm ngồi ngây[37] nhìn ra phía mặt sông. Phía đó có tiếng nước quẫy rào rạt[38]. Niệm đang khom người, đặt những cái vó nhỏ xuống nước. Nước loáng bạc trên những sợi lưới. Một vài con tôm bắt đầu lọt vào vó, bơi tung lên như một vũ điệu nguyên thủy. Một con đò đi qua. Tiếng hò vang cả một khúc sông: *"Trước bến Văn Lâu. Ai ngồi ai câu. Ai sầu ai thảm... Hò ơ..."*

Ông Năm lẩm bẩm:

— Con Niệm lại đi vó[39] tôm đó.

Tài hỏi:

— Rồi sao nữa ông Năm? Cái chuyện ngày trước ấy?

Ông Năm như không nghe tiếng hỏi của Tài.

Ý nghĩ của ông đang trôi theo dòng sông, nơi người đàn bà của ông trầm mình.

— Con thấy con Niệm đẹp không?

— Đẹp! Nhưng con chưa nhìn rõ.

— Sao vậy?

— Con không biết!

— Ờ, thật kỳ lạ. Trong làng này, trai làng[40] không đứa nào dám nhìn thẳng vào nó.

— Con không phải trai làng. Cũng không phải là sợ. Con thấy chị ấy như ở trên cao, nên không dám...

Niệm đã đến gần họ từ lúc nào. Cô chào:

— Con đây mà bác Năm.

— Ờ hôm nay đặt mấy vó?

— Cỡ[41] chục!

Tài ngẩng lên nhìn Niệm qua ánh lửa:

— Chào chị!

Niệm cười xòa[42], ngồi xuống gần bên Tài, họ[43] hai tay ướt nhẹp[44] bên ngọn lửa:

— Định ở đây làm trai làng sao? Tài cười:

— Giờ thì em nhìn rõ chị quá.

Hai chị em cùng cười. Gương mặt ông Năm giãn ra[45]. Niệm nhấc cái chai rượu trong rổ, đổ rượu sang cái vò[46] đất của ông Năm. Cô nhắc:

— Hôm nay bác uống hơi nhiều.

— Ờ nhưng hôm nay ta đang muốn say. Ông Trọc được tha về chưa?

— Dạ, về ngay. Ông bí thư bảo ông phước không nên truy bức ông ấy nữa. Dù sao cũng phải nhớ lời hứa với mẹ con.

Ông Năm thảng thốt[47]:

— Vì mẹ con sao? Có thật vậy không?

— Ông ấy nói như vậy mà.

Ông Năm lẩm bẩm:

— Vậy là họ còn nể trọng[48] bà ấy... Sự thật rồi cũng có lúc sáng tỏ, con ạ. Lớn lên các con phải biết khoan dung, phải nể trọng tạo hóa. Những người như bà ấy là tặng vật của tạo hóa. Khi ta lấy được bà ấy, ta đã nghĩ rằng phải tu thân bao nhiêu kiếp ta mới được trời đất ban tặng cho người con gái ấy...

Ông Năm uống ực[49] một ngụm rượu, rồi gỡ[50] cá cho vào miệng. Niệm lặng lẽ đứng lên, lặng lẽ giật lùi vào phía màn đêm lập lòe đầy đom đóm và ánh trăng.

Tài ngồi sững nhìn ông Năm. Rồi ngước nhìn ánh trăng bắt đầu rực rỡ trên nền trời. Lửa bếp chợt bùng lên rồi lụi xuống. Ông Năm cười nhẹ một tiếng:

— Con biết không, thể xác có thể phải chịu ba số phận: bị ăn thịt và bị biến thành phân, bị đem chôn và biến thành dòi[51], hoặc bị hỏa thiêu và biến thành tro. Vậy mà bà ấy chẳng chọn cách nào, lại tự mình tan thành nước, tan thành mây, thành ánh trăng. Bà ấy, mẹ con Niệm đó...

Lão Năm gục người trong ánh trăng.

Dưới sông, Niệm cúi khom người nhấc vó tôm. Tiếng nước và tiếng tôm búng[52] lách tách. Phước từ trong làng đến gần chỗ Niệm, báng[53] AK đập vào một bên đầu gối. Niệm không nghe thấy tiếng bước chân và tiếng va đập[54] của báng súng. Cô chỉ nghe thấy tiếng dế đang nỉ non trong cỏ và tiếng tôm búng.

— Tại sao đêm nào cô cũng đi hớt tôm? Sao cô không kiếm một nghề gì đó, thợ may chẳng hạn?

Phước hỏi, giọng anh rền rền như sấm. Niệm ngước lên, thản nhiên:

— Tôi thích đi hớt tôm.

— Cô sinh ra không phải để làm cái việc này. Cô có muốn tham gia dạy bổ túc cho bà con không?

Niệm ngạc nhiên:

— Tôi?

— Phải! Cô đã học hết phổ thông. Ở xã những người học hết cấp ba ít quá, lại đi học xa cả.

Niệm đứng lên - Các ông tin tôi sao?

Phước quay mặt lảng ra phía khác.

— Thực ra, thực ra... Thôi được, tôi sẽ để tên cô vào danh sách. Thực ra, cô chính là người mà xã đang cần. Thực ra... tôi cũng rất mến cô...

Anh ngồi bệt xuống bờ cát, cỏ đang lấp dần những mô đất trơ trọi.

Niệm vẫn đứng phía dưới, gần mép nước. Một con sên đất ngọ ngoạy bò ngang giữa hai người. Giọng Phước rền trong những cơn gió thoảng tới.

— Cô biết không, nhiều khi tôi cũng rất mệt mỏi. Lúc nào cũng giữ khư khư khẩu súng này. Trông nó không hợp với tôi, phải không? Nhưng tôi sợ là nếu tôi lơ là, mọi chuyện sẽ rối bét hết cả.

— Các ông phải tin chứ. Phải tin tất cả.

— Chúng tôi ư? Cả cô cũng là chúng tôi mà. Cô phải ngẩng mặt lên. Tại sao cô không tự ngẩng mặt lên? Niệm thoáng sững sờ. Chưa có ai nói với cô điều đó.

— Tôi ư?

— Phải, cô!

Rồi anh đứng lên, lùi lũi[55] bước đi, bước chân hơi uể oải, mệt mỏi. Niệm đuổi theo:

— Ông phó chủ tịch! Xin cho tôi hỏi một điều... Phước dừng lại:

— Có phải... có phải ông biết rõ về mẹ tôi?

— Ở đây ai cũng biết bà ấy.

— Mẹ tôi có phải là...

Gió nổi lên đẩy giọng nói người con gái cô đơn vang xa lênh loãng[56] trong hơi sương mù mịt.

— Bà ấy thật đẹp. Nhưng... cô còn lung linh[57] hơn.

— Tôi muốn hỏi mẹ tôi có thực là kẻ phản bội không? Ông là người đã hoạt động cùng mẹ tôi, ông phải biết rõ điều đó.

Phước ngoảnh mặt ra sông, nơi người làng nói mẹ Niệm đã trầm mình, khoát tay[58]:

— Ờ, thực ra... thực ra tôi cũng không rõ. Nhưng tôi không thể nào tin được một người như mẹ cô lại có thể là người phản bội.

Niệm chạy lên phía trước chắn ngang Phước:

— Ông Trọc nói ông ấy đã kể rõ với ông mọi chuyện, nhưng ông không tin. Ông Trọc nói ngày ấy chính ông đã gặp mẹ tôi trước khi bà đi làm nhiệm vụ. Phước bất chợt nắm chặt tay vào báng súng:

— Chúng tôi làm sao có thể tin được những lời của hắn. Chúng tôi đã để yên cho ông ta sống cũng là vì ý nguyện của mẹ cô đấy. Ông ta còn muốn gì?

— Ông ấy chỉ muốn ông minh oan cho mẹ tôi thôi, ông ạ. - Tự chúng tôi sẽ tìm ra sự thật, cô bé ạ.

Phước gạt Niệm sang bên, bước đi dứt khoát. Niệm gào lên. - Tôi muốn tin ông. Tôi muốn tin ông lắm!

Ánh trăng đã khuất sau đám mây đen. Gió đã ngừng thổi. Chẳng còn tiếng bước chân và tiếng dế. Dưới sông, nước vỗ lóc bóc[59] như vỗ về Niệm.

Việt từ trong chiếc thuyền đánh cá đêm nhảy lên, sải[60] những bước chân dài về phía Niệm. Cô đang lụi hụi gỡ lưới. Rồi xếp các thứ vào rổ, quày quả[61] trở lên. Việt vội chạy đón ngang đường chỗ Niệm sắp đi qua. Trăng nhô ra trên doi cát[62], soi rõ cái làng nhỏ ven sông. Việt đứng sững giữa đường, lúng túng:

— Chào Niệm!

Niệm thoáng giật mình. Nhưng cô nhìn Việt hờ hững[63]. Cô lễ phép:

— Anh làm ơn cho tôi đi nhờ.

Bị vẻ lạnh lẽo và âm thầm của Niệm đối lại, bị ánh trăng soi rõ những giọt mồ hôi rịn[64] trên hai thái dương, bất giác Việt lùi lại bên lề đường. Anh cúi xuống như chính mình có tội với sự cô độc của cô. Anh cứ đứng bên đường, không dám nhìn theo cả bước đi của người con gái, hai bàn tay chai đỏ vặn vẹo[65] vào nhau, bối rối.

Tài từ đâu chạy xe ngang qua. Chiếc xe đạp quay loang loáng, rồi chậm dần. Chiếc xe dừng lại gần Niệm.

— Chị Niệm, được nhiều tôm không?

Mặt Niệm rạng rỡ hẳn lên. Lòng cô chợt thấy ấm cúng.

— Hôm nay cũng khá. Em về à?

— Vâng. Chị lên xe em chở về cho nhanh.

Niệm ngập ngừng, rồi ngồi lên. Cô thấy vui lây[66] cái nhanh nhẹn trẻ trung của Tài.

— Đi chậm thôi kẻo đổ hết tôm.

— Đổ thì em mua lại tôm thật ngon đền cho chị ạ.

— Chưa đi làm mà có tiền sao? Á!

— Sao vậy?

Tài phanh vội xe lại. Cái yên xe kẹp dính[67] ngón tay út của Niệm, lúc rút ra rớm[68] máu. Tài nâng ngón tay đó dí[69] về phía Niệm:

— Chị mút đi, để cầm máu. Ai bảo không bám vào người em?

Niệm quay mặt đi, cười:

— Gớm! Chị sợ máu.

— Em mút nhé.

Tài đưa ngón tay rớm máu lên môi mút nhẹ.

— Thế là máu chị hòa trong em rồi. Suốt đời chị cứ đeo bên em cho xem. Niệm dúi[70] đầu Tài:

— Chưa thấy ai lỏi[71] như em.

Trong vòng xe quay, họ chợt yên lặng. Vẳng trong gió áp tới từ triền sông những tiếng mõ hoà quện[72] cùng những câu kinh Phật tụng.

*   *   *

Nhưng rồi cuối cùng, Niệm lại cột chặt[73] đời mình với Việt. Khi ấy bà Tư mẹ của Niệm đã được cách mạng minh oan. Bà hy sinh trên đường đi làm nhiệm vụ dịp Tết Mậu Thân 68, chứ không phải trầm mình dưới sông Hương vì vụ có con với đại úy Trọc rồi cứu ông ta khỏi án tử hình của cách mạng như lời kết tội bà bấy lâu. Hài cốt của bà đã được tìm thấy và đưa về quê vào một buổi sáng. Ông Năm cho vào tiểu[74] cái nơ buộc tóc, đôi dép và vài bộ quần áo của vợ. Xã làm lễ long trọng đưa hài cốt của bà vào đặt trong nghĩa trang liệt sĩ. Ông Trọc cũng lén tới đứng lẫn trong đám đông dân làng, phó chủ tịch Phước cũng nhìn thấy nhưng đã lờ đi. Niệm trở thành con liệt sĩ. Phước tránh mặt cô, dù chính anh đã làm tất cả để tìm ra sự thật về mẹ cô.

Khi ấy Tài đã hoàn thành chuyến du học. Anh trở về quê với tấm bằng kiến trúc sư.

Khi bữa cơm gặp mặt vui vẻ trôi qua. Bạn bè cũng đã về hết. Tài khẽ hỏi mẹ:

— Chị Niệm biết con về sao không ra đón? Cũng không thấy lên?

Người mẹ im lặng lảng sang chuyện khác.

Mấy hôm sau, Tài nhận được một thiếp mời. Anh sững người nhìn phong thiếp, hỏi mẹ:

— Chị Niệm cưới? Sao chị ấy không đợi con về?

Anh chợt nhìn thấy cả đống thư mình nhờ mẹ gửi cho Niệm vẫn nguyên trong góc tủ. Tay anh run rẩy nắm chặt những phong thư. - Mẹ, tại sao mẹ lại...

Người mẹ thản nhiên:

— Con Niệm lớn tuổi hơn con. Cha nó lại là tay ác ôn ngày xưa. Lúc ấy, mẹ nó cũng chưa được xác minh... Mẹ sợ ảnh hưởng tới tương lai của con nên ...

Tài thấy lòng mình cuộn thắt[75]:

— Mẹ ơi, thời đại của chúng con...

Anh không nỡ nói hết câu.

Ở làng Ngò, một đám cưới tưng bừng đang chuẩn bị đưa dâu.

Tài chạy như thể nếu chậm, anh sẽ chẳng bao giờ nhìn thấy một người... Anh chạy như chưa bao giờ chịu rớt lại phía sau. Cũng chẳng biết vì lẽ gì, mừng vui hay đau khổ? Đuổi kịp đám đưa dâu, Tài gào lên:

— Chị Niệm!

Đoàn người dãn ra dưới ánh nắng mặt trời rực rỡ. Mùa xuân tràn về trên rẻo đất miền Trung nhỏ nhoi này, nhuộm thắm vạn vật, khiến tiếng gọi thất thần[76] của người con trai như lạc lõng giữa thinh không. Cả đoàn người ngơ ngác ngoảnh nhìn lại phía sau.

Tài đã đến trước mặt Niệm. Anh vừa nói vừa thở:

— Em... em thật có lỗi. Em... bây giờ đã có thể tặng chị cả hộp trang sức.

Tài rút trong ngực áo ra một chiếc hộp bằng gỗ bọc nhung màu huyết dụ[77], tay run run đưa tặng Niệm. Niệm đỡ lấy, mở ra. Bên trong lấp lánh một chiếc trâm cài đầu, một chiếc vòng vàng đeo tay nạm ngọc. Niệm bối rối:

— Cảm ơn! Chị... lâu quá không nhận được tin... - Tài đã viết thư cho chị... Nhưng... có thể... gió đã đưa những lá thư đó đi đâu mất...

Gió tung lên từ giữa cánh đồng. Gió vần vũ[78] giữa ba người đang đứng lặng, giữa đoàn người đang say vì vui và rượu. Vì cả hơi xuân ngấm trong lòng đất đang ngùn ngụt tỏa lên đất trời. Việt kéo tay áo Niệm:

— Đi thôi, em! Đoàn đưa dâu tiếp tục đi.

Đoàn người xanh đỏ đủ màu uốn lượn[79] giữa cánh đồng lúa đang lên xanh, làm thành dòng người hình chữ S. Tà áo trắng của cô dâu tung bay trước gió. Niệm vừa đi vừa ngoái nhìn lại. Một giọt nước mắt mờ trên gò má. Cô lấy tay lén lau nó đi. Trên tay cô chiếc hộp màu huyết dụ như nụ hoa nhỏ xíu giữa dòng người. Trên đầu cô ánh sáng lấp lánh đến vô cùng.

Tài cứ đứng sững giữa cánh đồng mặc gió tha hồ vần vũ. Anh biết mình đã trở thành người đàn ông thực thụ[80] khi chợt hiểu mình vừa đánh mất một điều quý giá nhất...

12-1998

注 释

1. nâu sồng：棕色与黑灰色。
2. vàng vọt：暗黄。
3. khế：杨桃。
4. tiếng khấm trần đục：低沉混浊的祈祷声。
5. bé xíu：小不点儿。
6. tươi rói：新鲜的。
7. xẻ：分，匀。
8. bến nước：小码头。
9. xúc cát：铲沙。
10. đỏ ối：红红通通一大片。
11. thơ mộng：如诗如梦。
12. vạn chài：渔村（渔民以船为户，若干户停泊于某一固定点以建成渔村）。
13. nhợt đỏ：淡红。
14. gọi giật：大声吆喝，猛的一叫。
15. ngó sững：呆看着，呆望着。
16. rái cá：水獭。
17. nhấp rượu：呷一口酒，抿一口酒。
18. xe Jép：吉普车。
19. thổi xô：吹歪，吹斜。
20. tờ rơi：传单。
21. thảo：草拟，起草。
22. vằn：（因生气而眼睛）充满血丝。
23. đỏ quạch：灰红。
24. cỏ úa：枯草。
25. nguệch ngoạc：歪歪扭扭，潦草。
26. tội đồ：罪人、罪犯。
27. nhếch miệng：嘴角动了动。
28. xăm：戳，捅。
29. cơn lốc：一阵旋风。
30. liêu xiêu：蹒跚不稳，东倒西歪。
31. bệt：席地而坐。
32. bậu cửa：门槛。
33. thinh không：寂静的天空。
34. nức tiếng：扬名，著名，闻名。
35. nằm vùng：潜伏。
36. rũ ác：弃恶。
37. ngồi ngây：呆坐着。

38. rào rạt：洋溢，盈满。本文中义为搅动水发出的响声。
39. vó：罾（渔具，渔人用竿架大网沉于水中，随时扯起捕鱼）；用罾捕鱼、虾等。
40. trai làng：村里的小伙子。
41. cỡ：大约，大概。
42. cười xoà：表示和解的笑。
43. hơ：烘。
44. ướt nhẹp：湿答答，湿漉漉。
45. giãn ra：舒展开来。
46. vò：瓮。
47. thảng thốt：惊慌，仓促。本文中义为"猛然"、"突然"、"脱口而出"。
48. nể trọng：尊重、敬重。
49. ực：咕嘟（饮喝声）。
50. gỡ：解开。本文中义为"撕"。
51. dòi：蛆虫。
52. búng：弹跳。
53. báng：枪托。
54. va đập：碰打，碰击。
55. lùi lũi：默默地，埋头。
56. lềnh loãng：渐渐消散
57. lung linh：摇曳。本文中义为"美丽动人"。
58. khoát tay：摆手。
59. lóc bóc：拟声词，水拍击船、岸所发出的声音。
60. sải：迈开大步。
61. quày quả：急急忙忙的样子。
62. doi cát：沙堤，沙滩，沙嘴。
63. hờ hững：冷淡，冷漠。
64. rịn：渗出。
65. văn vẹo：弯曲，扭曲，蜿蜒。本文中义为"搓着双手"。
66. lây：受感染；分享，共享。
67. kẹp dính：夹住。
68. rớm：渗出。
69. dí：靠近，贴近。
70. dúi：推搡。
71. lỏi：鬼机灵。
72. hoà quện：和着，交融。
73. cột chặt：紧紧地捆绑。
74. tiểu：瓦棺（盛死人骨骸的瓦器）。
75. cuộn thắt：卷束，卷缩。本文中义为"酸楚"、"疼痛"。

76. thất thần：失神。
77. màu huyết dụ：深红色，枣红色。
78. vần vũ：风云滚滚。本文中义为"（风）劲吹"。
79. uốn lượn：蜿蜒（而行）。
80. thực thụ：真正的。